AA000403

BØ8KQFPKYN

రాహుల్ సాంకృత్యాయన్

ఋగ్వేద ఆర్యులు

♦ చారిత్రక, సాంస్కృతిక అధ్యయనం ♦

తెలుగు సేత

మిక్కిలినేని సుబ్బారావు

 నవచేతన పబ్లిషింగ్ హౌస్

RUGVEDHA AARYULU

- Translated by M.SubbaRao

ప్రచురణ నెం.	:	198/60
ప్రతులు	:	500
తొలి ముద్రణ	:	1974
ఎన్.పి.హెచ్. ప్రథమ ముద్రణ	:	ఆగస్టు, 2017

వెల: ₹ **100/-**

ప్రతులకు:

నవచేతన పబ్లిషింగ్ హౌస్

గిరిప్రసాద్ భవన్, బండ్లగూడ(నాగోల్) జి.ఎస్.ఐ. పోస్ట్
హైదరాబాద్-500068. తెలంగాణ. ఫోన్స్:24224453/54.
E-mail: navachethanaph@gmail.com

నవచేతన బుక్ హౌస్

ఆబిడ్స్, సుల్తాన్ బజార్, యూసఫ్‌గూడ, కూకట్‌పల్లి, బండ్లగూడ(నాగోల్),
వనస్థలిపురం-హైదరాబాద్. హన్మకొండ, కరీంనగర్, నల్లగొండ, ఖమ్మం.

విశాలాంధ్ర బుక్ హౌస్ (అన్ని బ్రాంచిలలో)

ప్రజాశక్తి బుక్ హౌస్ (అన్ని బ్రాంచిలలో)

నవ తెలంగాణ బుక్ హౌస్ (అన్ని బ్రాంచిలలో)

ముద్రణ : నవచేతన ప్రింటింగ్ ప్రెస్, హైదరాబాద్.

సమర్పణం

వేదమర్మాలను బాగా ఎరిగినవాడు

వ్రాయటమంటే మహా బద్ధకస్తుడు

అయిన

శ్రీశ్రీశ్రీ క్షేత్రేశ చంద్ర ఛటోపాధ్యాయునికి

సాదరంగా ప్రేమతో-

ఇందులో....

భూమిక

నమః ఋషిభ్యః పూర్వజేభ్యః

(10-10-15)

రెండేళ్ళనాడు నేను యిలాంటి పుస్తకాన్ని వ్రాస్తానని ఎవరైనా అంటే నాకు నమ్మకం ఉండేది కాదు. నిజంగా ఇలాంటి పుస్తకం మన భాషలో కాని, ఇతర భాషల్లో కాని లేనందున నేను వ్రాయవలసి వచ్చింది. ఋగ్వేదం నుండి మన లిఖిత సామగ్రి ప్రారంభమవుతుంది. దేవుడు అబద్ధం. కాని అనేక దేవుళ్ళు కమనీయ కళకు ఆధారాలైనందున వారు మనకు అమూల్యంలూ, ఆదరపాత్రులు అవుతున్నారు. ఇట్లే వేదం దేవుని సృష్టికాదు; దివ్యపురుషుల వాణికాదు. కాని అది మన సంస్కృతికి, విజ్ఞానానికి, చరిత్రకు కాణాచి. అందుచేత మనకది సర్వోత్కృష్టమైన, అమూల్యమైన నిధి. దీన్ని రచించిన వారు, దీన్ని తర తరాలవరకు కంఠస్తంచేసి అతి జాగ్రత్తగా కాపాడినవారు మన హృదయపూర్వక కృతజ్ఞతకు పాత్రులు.

దేశ విదేశాల్లోని భాషావేత్తల్లో స్వబుద్ధితో వేదాధ్యయనం చేసేవారిలో ఋగ్వేద కాలాన్ని గూర్చి పెద్దగా వివాదం లేదు. కాని ప్రతి విషయంలోను ఆధ్యాత్మిక తత్వాన్ని, రహస్యాన్ని చూచుటకు పూనుకునేవారిని బాగుచేయలేం. వారు తమ నమ్మకాలకు అంటిపెట్టుకుని వుండవచ్చు. వారిని కదిలించగలవారు లేరు కాని ఈ తరంవారు ముందు తరాలవారిని ప్రతి విషయాన్ని మరింతగా వైజ్ఞానిక దృష్టితో పరిశీలించండని కోరుతారు. వారికొరకే నా యీ ప్రయత్నం.

ఋగ్వేదాన్ని గురించి తెలుసుకొనగోరువారు నా ఊహకు ఉన్న పరిమితులను ముందుగా తెలుసుకొనుట అవసరం. ఋగ్వేదం మనదేశంలోని తామ్రయుగ మిచ్చిన నిధి. తామ్రయుగం చివరి పాదంలో 'సుదాసు' – దాశరాజ్ఞ యుద్ధంలో విజయుడై ఆర్యుల గణవ్యవస్థకు బదులు ఏకతాబద్ధమైన సామంత వ్యవస్థను నెలకొల్పటానికి యత్నించినప్పుడు సప్తసింధు (పంజాబు) ఋషులు ఋక్కులను రచించారు. సప్తసింధులోని ఆర్యుల సంస్కృతి ముఖ్యంగా పశుపాలకుల సంస్కృతి. ఆర్యులకు వ్యవసాయం తెలుసు. వారు యవధాన్యాన్ని పండించే వారుకూడ. కాని వారి జీవితానికి వ్యవసాయం ముఖ్యవృత్తి కాదు. గౌణం మాత్రమే. గోవులు, గుర్రాలు, గొర్రెలు, మేకలు - వారికి గొప్ప ధనం. ఇవే వారి తిండికీ, బట్టకూ అతి ముఖ్య సాధనాలు. ఇవే తమ దేవుళ్ళను సంతోషపర్చటానికి వారికి అవసరం. 'పశుధనమే పరమ ధనం' అనుకొన్నందున ఆర్యులకు నగరాలతో పనిలేకుండా పోయింది. వారికి పచ్చికబీడులున్న గ్రామాలే అవసరం. ఈ విధంగా ఋగ్వేద ఆర్యుల సంస్కృతి పశుపాలకుల సంస్కృతి . గ్రామీణ సంస్కృతి . మనం ఈ హద్దులను దృష్టిలో ఉంచుకోవాలి.

ఋగ్వేదాన్ని గురించి, నిర్ణయం చేసేటప్పుడు మనం గుర్తుంచుకోవాల్సిన విషయాలు :-

భాషలోను, భావాల్లోను ఋగ్వేద ఆర్యులతో సంబంధమున్న వారు భారతదేశంలోనే కాదు, భారతదేశానికి వెలుపల కూడా వున్నారు. భారతదేశానికి వెలుపల ఉన్నవారిలో

వారికి అత్యంత దగ్గరగా ఉన్నవారు పర్శ్యనులు అనగా ఇరానీయులు. వారి మతాచారాలను తెలుసుకొనుటకు అదృష్టవశాత్తు 'అవెస్తా' ఉంది. పార్శీ మతస్తులు ఇప్పుడు కూడా ఉన్నారు. వేదాన్ని 'అవెస్తాను' పోల్చుకుని అధ్యయనం చేస్తే భాషలోను, మతంలోను ఆర్యులు పారశీకులు ఒకరికొకరు చాలా దగ్గర అనిపిస్తుంది. పారశీకుల తర్వాత ఆర్యులకు, స్లావులతో దగ్గర సంబంధముంది. స్లావు శబ్దం స్లావు (శకులు + లావులు) శబ్దం యొక్క అపభ్రంశరూపం. రష్యనులు, ఉక్రైనులు, బైలో రష్యనులు, బుల్గారులు, యుగోస్లోవులు, చెకొస్లోవులు, పోలులు – అందరూ స్లావు జాతివారే. వీరు శకుల సంతానం. 7 – 8 వందల యేళ్ళ క్రితం వీరు తమ పూర్వీకుల మతాన్ని వదిలి క్రైస్తవ మతాన్ని పుచ్చుకొన్నారు. ఆనాడు వీరి పూర్వులకు లిపి తెలియదు. కావున వారు తమ పవిత్ర నమ్మకాలను గురించి, దేవుళ్ళను గురించి వేదం అవెస్తావంటి ఏ ప్రాచీన గ్రంథాన్ని తయారు చేసుకోలేదు. కాని వీరికి పాత గాధలో సామం అనగా ఏ గేయ సాహిత్యమో వుండవచ్చు. క్రైస్తవ మత స్వీకారంతోపాటు పాత నమ్మకాలు, ఆ పురాణగాధలు నశించి పోయాయి. పేరున్, సూర్యుడు మొదలగు దేవ విగ్రహాలుకూడ పూర్తిగా ధ్వంసమైనాయి. అవి పురాతన వస్తు ప్రదర్శనశాలల్లో కూడ కానరావు.

పారశీకులు, శకులు తర్వాత ఆర్యులకు లేత్ – లిథువేనియనులతో దగ్గర సంబంధముంది. ఆర్య, లిథువేనియను భాషలు తోబుట్టువులు. చాల దగ్గర సంబంధం కలవి. కాని ప్రాచీన పాదరీలు మతమౌఢ్యంతో కావాలని పట్టుబట్టి వారి సాహిత్యాన్ని నాశనం జేశారు. మన భారతీయచరిత్రకు వాటిద్వారా ఎంతో సహాయం లభించేది. 16వ శతాబ్దివరకు వారు తమ మతాన్ని అంటిపెట్టుకుని ఉన్నారు. వారి దేవతల్లో వేద దేవతలు ధ్వనిస్తారు. బాబరు, హుమాయూన్, విద్యాపతి, జాయసీల కాలం వరకు వారు తమ సంస్కృతీ నిధిని వృద్ధి జేస్తూనే ఉన్నారు. కాని ఒకసారి క్రీస్తుమతం పుచ్చుకోగానే వారికి తమ పాత మత సంబంధాలను నాశనం జేయక తప్పిందికాదు. ఎంతో కాలానికి క్రైస్తవులు సంస్కృతీ విలువను గుర్తించారు. వారిలో సహనం పెరిగింది. తమయొక్కయు, పరులయొక్కయు సంస్కృతీ నిధులను కాపాడాలను ఆలోచన కల్గింది. భాషాదృష్టితో లిథువాను భాష రష్యను భాష మాదిరిగ వైదికభాషకు అంత దగ్గరకాదు. కాని ఆ భాష వ్యాకరణంలో తన ప్రాచీనతను అట్టిపెట్టుకొంది.

తర్వాత పశ్చిమ ఐరోపాలోని ప్రాచీన గ్రీకు, లాటిను భాషలకు, ఆధునిక జర్మను, ఫ్రెంచి, ఇంగ్లీషు మొదలైన భాషలకు – వైదికభాషతో సంబంధముంది. వేదార్థం తెల్పుటకు ఈ భాషలన్నిటికీ హక్కువుంది. మన సంస్కృత భాషలోని ఎన్నో ధాతువులు అనగా మూలక్రియల ప్రయోగాలు ప్రాచీన సంస్కృత సాహిత్యంలోగాని, ఆధునిక సంస్కృత సాహిత్యంలోగాని కానరావు. కాని మన దేశానికి బయట ఉన్న భాషల్లో వాని ప్రయోగం కన్పడుతుంది. ఉదాహరణకు 'దబాయించు' అను ధాతువును తీసుకొందాం. ఇది మన ఆధునిక భాషలన్నిటిలో వాడుకలో ఉంది. రష్యను భాషలోకూడా వుంది. 'దబ్యాత్' రష్యను క్రియా శబ్దం, హిందీలో 'దబానా' అయింది. కాని సంస్కృతభాషలో ఈ ప్రయోగం లేదు. 'సప్తసింధు' వేదంలో మాత్రమేకాదు, అవెస్తాలోను, పారశీకుల ప్రాచీన సాహిత్యంలోను– 'హప్త హిందు' వుంది. ఈ శబ్దానికి అర్థం ఏడు నదుల దేశం, ఆ ఏడు నదుల దేశంలో ఉండే ప్రజలు అని. జైమిని మహర్షి వేదాలను ఒప్పుకుంటాడు. ఆయనకు వేదాలు ప్రమాణాలు. ఆయనకూడా శబ్దార్థం చెప్పుటకు ఎన్నోచోట్ల ఆర్యుల ప్రయోగాన్ని విడిచి మ్లేచ్ఛుల ప్రయోగాన్ని స్వీకరించాడు.

"చోదితం తుప్రతీయే తా
నిరోధా త్ప్రమాణేన" – మీమాంస (1-36-10)

ఒకానొక శబ్దానికి అర్థం ఆర్యుల్లో అనగా భారతీయుల్లో వాడుకలో లేనందున యిక్కడ లభించదు. కాని మ్లేచ్ఛ భాషల్లో ప్రయోగం నిల్చివుంది. కాబట్టి దాన్ని ప్రామాణికంగా మనం అంగీకరించాలి. ఇందుకు జైమినీ తెల్పిన ఉదాహరణలు– పిక, నేమ (సగం) మొ॥ శబ్దాలు.

ఆర్యులు సప్తసింధులో వున్నప్పుడు మెసపోటేమియాలో హిట్టయిటు జాతి వారుండేవారు. వారు కూడా 'నాసత్య' అనగా అశ్వనీకుమారులు, ఇంద్ర, వరుణ మిత్రాది దేవతలను పూజించేవారు. కావున ఋగ్వేద ఆర్యులను గురించి తెలుసుకొనేటప్పుడు ఎదురగు చిక్కులను విడదీయుటకు మన సాహిత్య మొక్కటే చాలదు.

ఆర్యుల రాకపూర్వం భారతదేశంలో ఆర్యులకంటె ఎంతో ఉన్నతమైన ప్రాచీనమైన సంస్కృతి ఉండేది. ఆ సంస్కృతికి చెందిన కొన్ని అవశేషాలు ప్రథమంగా హరప్పా మొహింజెదరాల్లో దొరికాయి. ఇప్పుడు గంగా, యమునా తీరాల్లోనూ సౌరాష్ట్రాది ప్రదేశాల్లోను కూడ దొరుకుతున్నాయి. ఆర్యుల గ్రామీణ సంస్కృతి కంటె సప్తసింధులోని ఆ నగర సంస్కృతి ఎన్నోరెట్లు గొప్పగా వుంది. ఆర్యులకు తమ పశుపాలక సంస్కృతితో, ఆ జీవితంతో అంటి పెట్టుకుని వుండాలను పట్టుదల లేకపోతే వారు ఆ నగర సంస్క ృతికి అధిపతులై వుండేవారు. అయినప్పటికీ, అధ్యయనం చేసినకొలది ఆర్యులపై ఆ సంస్క ృతీ ప్రభావం పడినట్లే తెలుస్తుంది. ఆ సంస్కృతీ, దానికి సంబంధించిన ఎన్నో విషయాలను ఆర్యులు స్వీకరించి ఉండవచ్చు. ఋగ్వేద ఆర్యులను గురించి అధ్యయనం చేయుటకు సింధు తీర మైదాన సంస్కృతి ఉపకరిస్తుంది.

ఆర్య సంస్కృతికి చెందిన ప్రాచీన వస్తువులు దొరికితే సప్తసింధులోని ఆర్య జీవితాన్ని గురించి మనం ఎక్కువగా తెలుసుకోగలం. గ్రామ జీవితాన్ని ప్రేమించే వారయినప్పటికి ఆర్యులు సోమం కొరకు ఆహార పానీయాల కొరకు రకరకాల మట్టి, కొయ్యి, రాగి పాత్రలు ఉపయోగించారు. బంగారు నగలను, రత్న భూషణాలను పెట్టుకొన్నారు. రాగి ఆయుధాలను ఉపయోగించారు. వాటి అవశేషాలు తప్పక దొరికి తీరాలి. పొగచూరిన మట్టిపాత్రలు ఆర్యులవే నంటున్నారు. అవి రోపడాలోను, కురుక్షేత్రంలోను దొరికాయి. గంగానదికి తూర్పున ఇటువంటివి దొరికితే అవి ఋగ్వేద కాలం తర్వాతవని అనుకోవాలి. వీటిని మాత్రమే ఆధారం చేసుకొని ఇవి సప్తసింధులోని ఆర్యులవేనని అంటే విశ్వసించలేము.

మనం ఇంతవరకు ఆ ప్రాచీన అవశేషాలను ఎక్కువగా సంపాదించుటగాని, గుర్తించుటకాని చేయలేకపోయినప్పటికీ అవి సప్తసింధులో తప్పక దొరుకుతాయి. సప్తసింధులోని సగభాగం మాత్రమే భారతదేశంలో వుంది. అయినప్పటికి ఆనాటి ప్రముఖ ఆర్యగణాలైన పురు, త్రుత్సు, కుశికులు ఈ సగభాగంలోనే ఉండేవారు.

ఆర్యులకు నాడు సింధు సంస్కృతీ ప్రజలతోనే కాదు, మరొక జాతితోకూడ సంబంధం వుంది. ఆ జాతితో కూడ వారు యుద్ధం చేసినట్లు ఋగ్వేదం చెప్పుతూ వుంది. ఋగ్వేదంలో వారు దాసులుగా, దస్యులు చెప్పబడ్డారు. కిర, కిరాత లేక కిలాత, చిలాత పేర్లు అప్పుడు కూడా ప్రసిద్ధంలై ఉండవచ్చు. ఆ ప్రజల అవశేషాలు హిమాలయంలో ఇప్పుడు కూడ దొరుకుతున్నాయి. కాబట్టి వైదిక ఆర్యుల చరిత్రను వెలుగులోనికి తెచ్చుటకు ఆ జాతులవారు తమ భాష ద్వారా హక్కును కల్గి ఉన్నారు. హిమాలయంలో యిప్పుడు

కిరాతులు తక్కువ సంఖ్యలో ఉన్నారు. కాని వారూ, వారితో కూడా ఉండే ఖస్సులూ యిప్పుడుకూడ ఎన్నోచోట్ల ఎంతో సంస్కృతిని కల్గి ఉన్నారు. వారి జీవిత విధానాన్ని మత విశ్వాసాలను సహాయంగా తీసుకొంటే ఋగ్వేద ఆర్యులను గురించి తెలిసికొనుట సులభమవుతుంది. ముఖ్యంగా వైదిక దేవతలకు, ఆర్యులకు ఉన్న సంబంధం లాంటిదే, ఇప్పుడు కూడ ఈ హిమాలయ జాతుల్లో అనేక అంశాల్లో ఉంది.

ఋగ్వేదం స్వతః ప్రమాణం. అది తన ప్రదేశాన్ని గురించి అధికార పూర్వకంగా చెప్పగల్గినట్లు మరొకరు చెప్పలేరు. ఋగ్వేదం, సామవేదం, యజుర్వేదం – యీ మూటిని కలిపి వేదత్రయం అంటారు. బుద్ధుని కాలంలో అనగా క్రీ.పూ. 6-5 శతాబ్దాల్లో మూడు వేదాలని స్పష్టంగా చెప్పబడింది. ఋగ్వేదాన్ని, సామవేదాన్ని పోల్చిచూస్తే సామవేదం ఋగ్వేదానికి భిన్నంకాదని తెలుస్తుంది. సామవేదంలో 2,814 మంత్రాలున్నాయి. అందులో 75 మంత్రాలను మినహాయిస్తే మిగిలినవన్నీ ఋగ్వేదంలోనివే. సోమపానం, సోమయాగం చేసేటప్పుడు పాట అవసరం. ఋగ్వేదంలో కూడ సోమాన్ని గురించిన అనేక ఉక్తలు, స్తోమాలు అనగా స్తుతివాక్కులు ఉన్నాయి. సూరదాసుకవి హిందీలో రచించిన భాగవతానికి సూరసాగరమని పేరు. అందులోని అనేక పదాలను స్వరబద్ధంచేసి నేరుగా సంకలనం చేసినట్లు సంగీత స్వరకల్పనను దృష్టిలో పెట్టుకుని ఋగ్వేదం నుండి సామవేదాన్ని వేరుచేశారు.

యజుర్వేదంలోని వాజసపేయ సంహితలో 40 అధ్యాయాలు, 1988 ఖండికలు లేక మంత్రాలున్నాయి. ఇది గద్య, పద్య మిశ్రితం. పద్య భాగంలో ఋగ్వేదంలోని ఋక్కులే ఎక్కువ. సామవేదం గేయ మంత్రాల సంహిత. యజుర్వేదంలో కూడ ఋగ్వేదంలోని అనేక ఋక్కులను, ఇతర రచనలను కలిపి యజ్ఞాల్లో ఉపయోగపడుటకు ఒక సంహితను తయారు చేశారు. దర్శపూర్ణమాస, అగ్నిషోమ, రాజపేయ, రాజసూయ, సౌత్రామణి, అశ్వమేథ, సర్వమేథ, పితృమేథ మొదలగు యజ్ఞాల్లో ఉపయోగపడు మంత్రాల సంకలనం యజుర్వేదం. చివరి అధ్యాయం మాత్రం అనగా 40వ అధ్యాయం బ్రహ్మజ్ఞానాన్ని గురించి వుంది. అదే ఈశావాస్యోపనిషత్తు. వేదాలకు అంతంలో ఉన్నందున దీనికి వేదాంతమను పేరు వచ్చింది. తర్వాత బ్రహ్మవిజ్ఞానం, ఉపనిషత్తులను గురించి వ్రాసిన విమర్శనా గ్రంథాలను కూడ వేదాంతం అన్నారు. ఋగ్వేదంలో చెప్పిన సోమపానాది అనుష్టానాల్లో దివ్యా దివ్యులు అనగా దేవ, మానవుల అంశాలు కలిసి ఉన్నాయి. ఋగ్వేద కాలం తర్వాత యీ విధానం దివ్యత్వంగా మారిన కాలంలో యజుర్వేదం వ్రాయబడ్డది. శుక్ల యజుర్వేదం కంటే కృష్ణ యజుర్వేదం చాలా పురాతనం. యజుర్వేదం, అధర్వవేదం, బ్రాహ్మణములు–వీని రచనాకాలం క్రీ.పూ. 1000-700 కావచ్చును. ఋగ్వేదం తర్వాత వున్న ఈ గ్రంథాలద్వారా కూడ ఋగ్వేదాల్ని గురించి అప్పటి ఆర్యుల గురించి సూచనప్రాయంగా తెలుస్తుంది. ఋగ్వేద కాలంనాటి చారిత్రక సామాగ్రిని తారుమారు జేసే పోకడ యజుర్వేద కాలంలో ఆరంభమైంది. మహాభారతం, రామాయణం, పురాణాల్లో ఈ ధోరణి విస్పష్టంగా కన్పడుతుంది. కాబట్టి మనం వీటిని ఉపయోగించుకొనుటలో మిక్కిలి జాగ్రత్త వహించవలసి వుంటుంది.

ఈ అధ్యయనం అసంపూర్ణం. ఋగ్వేదంలోని ఆరవ వంతు మాత్రమే ఈ గ్రంథ రచనకు ఆధారంగా తీసుకున్నాం. ఇందులకు రెండువేల ఋక్కులు ఉపయోగపడ్డాయి. ఇంతకంటె ఎక్కువ ఋక్కులు చారిత్రక జ్ఞానాన్ని పెంపొందించటానికి వుపయోగపడవచ్చు.

ఇందు ఉపయోగించిన కొన్ని ఉపయోగకరమైన బుక్కులను గ్రంథం చివర అర్థంతో సహా పొందుపర్చినాం. అవి విద్యార్థులకు, పరిశోధకులకు కూడ ఉపయోగపడతాయి. పేర్ల పట్టికలోను, దేవతల పట్టికలోను ఎంతో ఉపయోగపడు సామాగ్రిని సేకరించి ఇచ్చుటకు ప్రయత్నించాం. 'మనం-మన పూర్వీకులు' అను శీర్షిక క్రింద సాంస్కృతిక మార్పులను గురించి కొన్ని అవసరమైన వాస్తవాలను ఇచ్చాం.

మనం - మన పూర్వీకులు

నేడు మనదేశంలో మానవుని చూస్తున్నాం. అతని సాంఘిక, రాజకీయ, మత జీవితాన్ని ఎరుగుదుం. అతని ఆహారం, వేషభాషలు, నిత్యావసరాలు ఏమిటో మనకు తెలుసు. "మనకు సంబంధించిన ప్రతి విషయంలోనూ మార్పు జరుగుతూ వుంది" అనే సంగతిని ఎవరూ కాదనలేరు. కాని ఆ మార్పు ఎంత తీవ్రంగా జరిగిందో తెలుసుకొనుట కష్టం. ఇందుకు నూరు సంవత్సరాల తేడాతో చారిత్రక కాలాన్ని, అంతకంటె ఎక్కువ తేడాతో చరిత్రకు పూర్వమున్న కాలాన్ని, సాంఘిక, ఆర్థిక, మతదృష్టితో పరిశీలిస్తే, ఆ మార్పు నమ్మకంగా తెలుస్తుంది. మనం క్రీ॥ శ॥ 1956 నుండి కాకుండా క్రీ॥ శ॥ 1950 నుండి వెనక్కు పయనించుదాము. ఇక్కడ 1857 ను గురించి ఒకమాట చెప్పాలి. 1857 లో ఆంగ్లేయులకు వ్యతిరేకంగా తిరుగుబాటు జరిగింది. 1757 లో ప్లాసీయుద్ధంలో విజయులైనందున మనదేశంలో ఆంగ్లరాజ్య స్థాపన జరిగింది. కాబట్టి చాలామంది మేధావులు '57'ను చాలా చెడుగా భావిస్తారు. కాని 1657, 1557, 1457 మొదలైన సంవత్సరాల్లో అటువంటి అనిష్టాలు మనదేశంలో ఏమీ కానరావు.

1. క్రీ॥ శ॥ 1950

1. ఇప్పుడు మనం రాతియుగం, రాగియుగం, యినుపయుగం, తుపాకిమందు, ఆవిరి యుగాలను దాటి పరమాణుయుగంలో ఉన్నాం.
2. వాయు మండలంపై మనకు అధికారముంది. గంటకు 500 మైళ్ళ వేగంతో పోయే విమానాలు ఆకాశంలో పరుగులు తీస్తున్నాయి. ఇక రైళ్ళు, మోటారు వాహనాల సంగతి చెప్పేదేముంది?
3. మనది ప్రజాస్వామ్య గణతంత్ర వ్యవస్థ.
4. మన గణరాజ్యానికి రాష్ట్రపతి డా॥ రాజేంద్రప్రసాదు. ఆయన మనదేశ రాజధాని ఢిల్లీలో వుంటారు.
5. మనకు ముఖ్యమైన సమన్వయ భాష హిందీ. దేశంలోని వివిధ రాష్ట్రాలలో అస్సామీ, బెంగాలీ, ఒరియా, తెలుగు, తమిళం, మళయాళం, కన్నడం, మరాఠీ, గుజరాతీ మొదలైన సాహిత్య భాషలున్నాయి. ఇవే కాకుండా మైథిలీ, మాగధీ, భోజపురి, వ్రజ, మాళవీ, రాజస్థానీ, కౌరవీ, పహాడీ మొదలైనవి కూడా సాహిత్య భాషలే. (అవికూడా సాహిత్య భాషలవుతున్నాయి.)
6. మనం పెట్టుబడిదారీ వర్గ వ్యవస్థలో వున్నాం.
7. మనచేతిలో రాజ్యాధికారాన్ని అట్టిపెట్టుకొనుటకు యుద్ధ విమానాలు, అణు బాంబులు పరమాస్త్రాలుగా వున్నాయి. భీషణ ఫిరంగులు, మెషినుగన్నుల సంగతి చెప్పనవసరం లేదు.
8. మనదేశంలో హిందూ మతం, ఇస్లాం మతం ముఖ్య మతాలు. కాని విద్యావంతులకు ఆ మతాలపై పూర్వంవలె విశ్వాసం లేదు.
9. చదువుకొన్నవారు ఆహార పానీయాల్లో అంటును పాటించరు. వివాహాదుల్లో కూడా కులగోత్రాలు కూలుతున్నాయి.
10. సాహిత్యాకాశంలో రవీంద్రుడు, జయశంకరప్రసాదు అస్తమించారు. హిందీలో నిరాలా, సుమిత్రానందన పంతు యిప్పుడుకూడా దేదీప్యమానంగా ప్రకాశిస్తున్నారు.

11. పురుషుల దుస్తులు :- కోటు, ప్యాంటు, అచకన్ - పాయిజామా, చొక్కా - ధోవతి. గౌరవ దుస్తులు : కోటు, ప్యాంటు మాత్రమే.

స్త్రీల దుస్తులు : - చీర, అప్పుడప్పుడూ సల్వాపది పైచెయిగ వుంటుంది. జాకెట్టు - పరికిణి, కుర్తా - పాయిజామా, ప్రాంతీయ చీరలను స్త్రీలు యింకా వాడుతున్నారు.

12. జనాభాలో ఎక్కువమంది మాంసాహారులు. అయితే చాలామందికి సంవత్సరంలో 1-2 పర్యాయాలకంటె ఎక్కువసార్లు అది దొరకదు. తరతరాల నుండి మాంసం తిననివారు, మొదట గుడ్డుకు, తర్వాత క్రమంగా మాంసానికి, చేపలకు అలవాటుపడుతున్నారు. ప్రాచీనకాలంలో మాంసాన్ని, చేపలను భక్ష్యములన్నారు. కాని గుడ్డు మాత్రం అభక్ష్యం. నాగరిక ప్రపంచంలో చైనావారు మొట్టమొదట గుడ్డు తినటం మొదలెట్టారు. తర్వాత ఐరోపీయులు, మహమ్మదీయులు అంగీకరించారు. ఇది 1950వ సంవత్సరం.

2. క్రీ॥ శ॥ 1850

1. మనం ఆవిరియుగంలో వున్నాం.
2. మన దేశంలో యిప్పుడిప్పుడే రైళ్లు ఆరంభం. ఆవిరితో నడిచే ఓడలు మన ఓడ రేవుల్లో తిరుగ నారంభించాయి.
3. మన రాజధాని కలకత్తా
4. ఇంగ్లాండురాణి విక్టోరియా మహారాజ్ఞి తరఫున గవర్నరు జనరలు మన పాలకుడు.
5. ఇంగ్లీషు రాజభాష అయింది. క్రింది పనులకు ఉర్దూ, బెంగాలీ భాషలు వాడుతున్నారు.
6. పెట్టుబడుదారులైన ఇంగ్లాండువారి చేతుల్లోనే మనదేశం పరాధీనమైంది.
7. 1853 లో రైలుకూడ యుద్ధసాధనంగా వుంది. పూర్వంకంటే శక్తిగల ఫిరంగులు, తుపాకులు వున్నాయి. కాని తూటాలు, గుళ్ళులాంటివి ఇంకా వాడుకలో లేవు.
8. హిందూ, యిస్లాం మతాలు ముఖ్యమైన మతాలు, ప్రజలకు మతాచారములందు అపరిమితమైన నమ్మకం.
9. ఎక్కువమంది మాంసాహారులు. అస్పృశ్యత, కులవివక్షత తీవ్రంగా వుంది. మహమ్మదీయుని చేతినీళ్ళు త్రాగగానే హిందువు మతభ్రష్టుడవుతున్నాడు. చాలామంది వ్యాపారస్తులు, పురోహితులు మాంసాన్ని తినుటలేదు.
10. మన సాహిత్య గగనంలో మహాకవి గాలిబు వున్నాడు. కళలందు ప్రాచీనతను అనుకరిస్తున్నారు.
11. పెద్దలకు మిర్జయి, సుత్తన్ ప్రధాన దుస్తులు. స్త్రీలు వారి ప్రాంతాలనుబట్టి, వర్గాలనుబట్టి దుస్తులు వేసుకొంటున్నారు. పాశ్చాత్య రాజవంశీకులు, నవాబుల స్త్రీలు కుచ్చీలువున్న పాయిజామాపైన పేషవాజు ధరిస్తున్నారు. ఇతర స్త్రీలు జాకెట్టు-పరికిణి, చీరలు వేసుకొనేవారు. ఇది క్రీ.శ. 1850.

3. క్రీ॥ శ॥ 1750

తుపాకియుగం. రాజధాని ఢిల్లీ. బలహీనుడైన అహమ్మదుషా మొగలాయి చక్రవర్తి. పార్శీభాష. రాజరిక సామంతవాద వ్యవస్థ. బానిసత్వం వుంది. వత్తితో వున్న ఫిరంగులు మనకున్న పరమాస్త్రాలు. హిందు, యిస్లాంలు ప్రధాన మతాలు. హిందువుల సంఖ్య

ఎక్కువ. మాంసాహారులు ఎక్కువ. అంటు ఎక్కువ. హిందువులు, మహమ్మదీయులు ఒకరి చేతినీరు మరొకరు త్రాగరాదు. తిండి, పెళ్ళి స్వకులంలోనే. చౌబందీ మిర్జయి, సుత్తన్ గొప్పవారి దుస్తులు. ఉత్తరదేశపు సామంతరాజుల స్త్రీలు పాయజామ, పేషవాజు ధరించేవారు. ఇతరులు పరికిణి – జాకెట్టు; ప్రాంతీయ చీరలు వేసుకొనేవారు. ఇది క్రీ॥ శ॥. 1750.

4. క్రీ॥ శ॥ 1650

మనం యినుపయుగంలోని తుపాకీ ఉపయుగంలో వున్నాం. రాజధాని ఢిల్లీ. రాజు షాజహాను చక్రవర్తి. రాజభాష పార్శీ. సామంతవాద నిరంకుశత్వం. బానిసత్వ ఆచారం బాగా వ్యాప్తిలో వుంది. కత్తితోవున్న ఫిరంగులు మనకున్న శక్తివంతములైన పరమాయుధాలు. హిందు, యిస్లాంలు ప్రధాన మతాలు. ఎక్కువమంది మాంసాహారులు. అంటరానితనం ప్రబలంగా వుంది. హిందువుల్లో తిండి, పెళ్ళి వారిజాతివరకే పరిమితం. సాహిత్యాకాశంలో తులసీదాసు అస్తమించాడు. ఉత్తరదేశంలో సామంతుల దుస్తులు – మిర్జయి, సుత్తన్, స్త్రీల దుస్తులు – పాయజామా, పేషవాజు, ఇతర స్త్రీలకు వారి ప్రాంతీయ దుస్తులు. ఇది క్రీ॥ శ॥. 1650.

5. క్రీ॥ శ॥ 1550

మనం యినుపయుగపు తుపాకీ ఉపయుగంలో వున్నాం. రాజధాని ఢిల్లీ. సూర్ వంశీకుడు ఇస్లాంషా గద్దెపై వున్నాడు. రాజభాష పార్శీ. సామంతవాద పాలనలో అఖండ బానిసత్వం వ్యాపించింది. ఫిరంగులు పరమాస్త్రాలు. హిందూ యిస్లాంలు ముఖ్యమతాలు. ఎక్కువమంది మాంసాహారులు. ఆహార పానీయాల్లో అంటువుంది. తిండి, పెళ్ళి స్వజాతిలో, స్వప్రాంతంలో మాత్రమే. హిందీ సాహిత్య గగనమందు యిప్పుడే "జాయసీ" అస్తమించాడు. సామంతవర్గంలోని పురుషుల దుస్తులు మిర్జయి, సుత్తన్, స్త్రీలకు పాయజామా, పేషవాజు. ఇది క్రీ॥ శ॥. 1550.

6. క్రీ॥ శ॥ 1450

భారతదేశంలో తుపాకిమందు యుగానికి నాంది. రాజధాని ఢిల్లీ. పాలకుడు బహలోల్‌లోడి. సామంత వ్యవస్థ. బానిస ఆచారం మన సాంఘిక వ్యవస్థకు ముఖ్య రూపాలు. ఫిరంగి పరమాస్త్రం. కాని చాలా తక్కువ వాడుక. హిందువులు అధికం. మహమ్మదీయులు కూడ ఎక్కువే. మాంసాహారులు ఎక్కువ. ఆహార పానీయాల్లో అంటు ఎక్కువ. తిండి, పెళ్ళీ స్వజాతిలో, సొంతప్రాంతంలో మాత్రమే. సాహిత్య గగనంలో కబీరుదాసు అస్తమించాడు. ఉత్తర భారతంలో సామంతుల వేషధారణ–చౌబందీ పొడవు మిర్జయ, చోగా, పాయజామా, దోవతి. స్త్రీలు ప్రాంతీయ దుస్తులను, పరికిణి, జాకెట్టు, ఛేతి, సల్వారు మొ॥ ధరించేవారు. ఉన్నత వర్గాల్లో హిందు, ముస్లింల దుస్తులు వేరుగా ఉండేవి. ఇది క్రీ॥ శ॥. 1450.

7. క్రీ॥ శ॥ 1350

ఐరోపాలో తుపాకిమందు వాడుకలోకి వచ్చింది. కాని మన దేశంలోకి యింకా రాలేదు. మనం పూర్తిగా యినుపయుగంలో వున్నాం. రాజధాని ఢిల్లీ. రాజు మహమ్మదు తుగ్లకు. రాజభాష పార్శీ. సామంతపాలన. దాస దాసీల అనగా బానిస విక్రయం బహిరంగం. విల్లు, బాణం, బల్లెం, కత్తి మనకున్న మారణాయుధాలు. ప్రధానమైంది హిందూమతం. పంజాబు, ఢిల్లీలో మహమ్మదీయులు ఎక్కువ. మాంసాహారులెక్కువ.

అంటరానితనం ప్రబలంగావుంది. మహమ్మదీయుని లేక అస్పృశ్యుని చేతినీరు త్రాగరాదు. తిండి, పెళ్ళి స్వజాతిలో, సొంత ప్రాంతంలోనే. మహమ్మదీయుల దుస్తులు చోగా, పాయజామా. వారి స్త్రీలకు కూడ అవే దుస్తులు. హిందువుల్లో సామంతుల దుస్తులు - చౌబందీ, సుత్తన్; చౌబందీ దోవతి, స్త్రీలు పరికిణి, జాకెట్లు, చీర, ఇది క్రీ॥ శ॥. 1350.

8. క్రీ॥ శ॥ 1250

ఇనుపయుగం. ఢిల్లీ రాజధాని. రాజు సుల్తాన్ పినారుద్దీన్‌ఖిల్జీ. రాజభాష పార్శీ. సామంత వ్యవస్థ. దాస, దాసీజనం ఉన్నారు. బాణం, విల్లు పరమాయుధాలు. హిందూమతం ప్రధానం. బౌద్ధం కూడా వుంది. ఇస్లాం మతం ప్రవేశం. ఎక్కువ మంది మాంసాహారులు. అంటరానితనం చాలా వ్యాప్తిలోవుంది. మహమ్మదీయుల చేతినీరు హిందువులు త్రాగరాదు. తిండి, పెళ్ళి స్వజాతిలో, సొంత ప్రాంతంలోనే. మహమ్మదీయ సామంతులు, వారి స్త్రీలు, చోగా పాయజామా వేసుకొనేవారు. హిందువులు, చౌబందీ, సుత్తన్, దోవతి ధరించేవారు. వారి స్త్రీలు ప్రాంతీయ దుస్తులు, పరికిణి, రవికె వేసుకొనేవారు. ఇది క్రీ॥ శ॥. 1250.

9. క్రీ॥ శ॥ 1150

ఇనుపయుగం. రాజధాని కన్యాకుబ్జం. రాజు మహారాజ్ గోవిందచందు గడ్వార్. రాజభాష సంస్కృతం. భారతదేశ సమన్వయభాష (సామంతవర్గభాష) మధ్యదేశ్ (అపభ్రంశం) అనగా పాంచాలి, కన్నోజీ భాషలు. బాణం, విల్లు పరమాస్త్రాలు. హిందూ మతంయొక్క రెండు రూపాలు - బ్రాహ్మణమతం, బౌద్ధమతం దేశమంతటా వ్యాప్తిలో ఉన్నాయి. కాని బ్రాహ్మణ మతస్తుల సంఖ్య ఎక్కువ. మహ్మదీయమతం పంజాబ్‌లో మాత్రం కొద్దిగా కన్పడుతుంది. ఆఫ్ఘనిస్తాన్ హిందూ మతంనుండి యిస్లాంమతంలోకి వెళ్ళిపోయింది. మాంసాహారులు ఎక్కువ. కులతత్వం, అస్పృశ్యత ప్రబలివుంది. బౌద్ధమతం వలన హిందూమతంలోని భాగమైన అస్పృశ్యతాభావానికి కొంత బాధ కల్గింది. హిందువులు భారతదేశం బయటవున్న ఏ విదేశీయ బౌద్ధునిపట్ల అస్పృశ్యతాభావాన్ని చూపలేదు. తిండి, పెళ్ళి స్వజాతి బ్రాహ్మణుల్లయందు, బౌద్ధులందు మాత్రమే జరిగేవి. కన్యాకుబ్జ మహాకవి హర్షుడు యింకా వయస్సులోనే వున్నాడు. పురుషుల దుస్తులు : - చౌబందీ, దోవతి, స్త్రీలు ఎక్కువగా గాగరా, రవికె వేసుకొనేవారు. ప్రాంతాల్లో వారి వారి దుస్తులుండేవి. కన్యాకుబ్జంలోని వేషభాషలు, ఆహారపానీయాలు, ఆచార వ్యవహారాలు ఆదర్శప్రాయాలు. ఇది క్రీ॥ శ॥. 1150.

10. క్రీ॥ శ॥ 1050

ఇనుపయుగం. కన్యాకుబ్జం రాజధాని. ప్రతీహార వంశం పతనమైంది. దేశ పరిస్థితి తారుమారుగ ఉంది. సంస్కృతం రాజపూజితం. అయినప్పటికి దేశం అంతట పాంచాలి (మధ్యదేశీయ) అపభ్రంశం ఉపయోగిస్తున్నారు. సాహిత్యంలో కూడా అది స్వీకృత భాష. సామంత వ్యవస్థ. బానిస పద్ధతివుంది. బాణం, విల్లు, పరమాస్త్రాలు. ప్రధాన మతాలు బ్రాహ్మణం, బౌద్ధం. ఎక్కువమంది మాంసాహారులు. ఆహారాదుల్లో అంటువుంది. అస్పృశ్యుని తాకరాదు. అతని చేతినీళ్ళు త్రాగరాదు. తిండి, పెళ్ళితో హిందువులకు, బౌద్ధులకు భేదంలేదు. కాని పెళ్ళిమాత్రం స్వజాతిలోని స్వవర్గంలో. సాహిత్య గగనంలో కవిరాజు రాజశేఖరుడు అస్తమించారు. పురుషుల దుస్తులు: చౌబందీ, సుత్తన్, దోవతి. స్త్రీలకు పరికిణి, జాకెట్టు, చీర, రవికె. ఇది క్రీ॥ శ॥. 1050.

11. క్రీ॥ శ॥ 950

ఇనుపయుగం. కన్యాకుబ్జం రాజధాని. రాజు మహారాజ్ దేవపాల ప్రతీహారుడు సంస్కృతం రాజపూజితం. కాని పాంచాలీ (మధ్యదేశీ) అపభ్రంశం సాహిత్యంలోను, వ్యవహారంలోను దేశమంతటిలో వాడుకలోవుంది. సామంత పాలన, బానిస విధానం వుంది. విల్లు, బాణం పరమాయుధాలు. బ్రాహ్మణం, బౌద్ధం ప్రధాన మతాలు. వాటిలో శైవం, తాంత్రిక బౌద్ధం ప్రధానములు. తూర్పున బౌద్ధులు, పడమర పాశుపతులసంఖ్య ఎక్కువ. ఎక్కువమంది మాంసాహారులు. అన్యమతాల వారిపట్ల, అస్పృశ్యులపట్ల అంటరానితనం వుంది. తిండి, పెళ్ళి స్వజాతిలో, స్వవర్గంలోనే. పురుషుల దుస్తులు : చౌబందీ, దోవతి, సుత్తన్. స్త్రీల దుస్తులు : గాగరా, చీర, అద్దకపుచీర, రవిక. ఇది క్రీ॥ శ॥. 950.

12. క్రీ॥ శ॥ 850

ఇనుపయుగం. కన్నోజు రాజధాని. రాజు మిహిరభోజుడు. సంస్కృతం రాజపూజితం. దేశమంతటా వాడుకలో కన్నోజు (మధ్యదేశీ) అపభ్రంశ భాషవుంది. సామంత వ్యవస్థ. బానిసలున్నారు. బాణం, విల్లు పరమాయుధాలు. శైవం, బౌద్ధం ప్రధానమతాలు. తూర్పున బౌద్ధులు, పడమర శైవులు ఎక్కువ. పురుషుల దుస్తులు చౌబందీ, సుత్తన్, దోవతి. స్త్రీల దుస్తులు : చీర, గాగరా, అద్దకపుచీరె, చౌబందీ, రవిక. ఇది క్రీ॥ శ॥. 850

13. క్రీ॥ శ॥ 750

ఇనుపయుగం. రాజధాని కన్యాకుబ్జం. రాజు ప్రతాపవంశీకుడు యశోవర్మ. సంస్కృతం రాజపూజితం. సర్వత్రా వాడుకలోనున్న భాష పాంచాలీ (మధ్యదేశీ) అపభ్రంశం. సామంత వ్యవస్థ; బానిసత్వముంది. విల్లు, బాణం పరమాస్త్రాలు. శైవం, బౌద్ధం ప్రధాన మతాలు. బౌద్ధం తూర్పున, శైవం పడమర ఎక్కువ. బౌద్ధంలో మహాయానం పైచేయిగ వుంది. తంత్రయానం పైకి వస్తూవుంది. ఆహార పానీయాల్లో హరిజనులపట్ల అస్పృశ్యతను పాటిస్తున్నారు. ఇతర విషయాల్లో దానికంత ప్రాముఖ్యతలేదు. మాంసాహారులు ఎక్కువ. పేదలకు ఎప్పుడో అది దొరుకుతుంది. సాహిత్య గగనభాస్కరులు – భవభూతి, సరహప, పురుషుల దుస్తులు : చౌబందీ, సుత్తన్, దోవతి, స్త్రీల దుస్తులు : చీర, చౌబందీ, రవిక. ఇది క్రీ॥ శ॥. 750.

14. క్రీ॥ శ॥ 650

ఇనుపయుగం. రాజధాని కన్యాకుబ్జం. హర్షవర్ధనుడు చనిపోయి మూడేళ్ళయింది. సింహాసనం కొరకు తగాదాపడుతున్నారు. సంస్కృతం రాజపూజితం. సార్వత్రిక భాష పాంచాలీ అపభ్రంశం. సామంత వ్యవస్థ. బానిసత్వముంది. బాణం, విల్లు పరమాస్త్రాలు. బౌద్ధం, శైవం, బ్రాహ్మణం ప్రబలంగా వున్నాయి. మాంసాహారులు ఎక్కువ. అంటరానితనం హరిజనులపట్ల మాత్రమే. విదేశీయులపట్ల యిది కానరాదు. తిండి, పెళ్ళి స్వజాతిలో, సొంత ప్రాంతంలో. కాని బయట వారితో నిషేధం లేదు. కొద్దికాలం క్రితమే సాహిత్యాకాశం నుండి మహాకవి బాణుడు అస్తమించాడు. పురుషుల దుస్తులు : చౌబందీ, దోవతి, సుత్తన్. స్త్రీలకు : చీర, పొట్టి అంగీ, రవిక. ఇది క్రీ॥ శ॥. 650.

15. క్రీ॥ శ॥ 550

ఇనుపయుగం. రాజధాని కన్నోజ్. రాజు ఈశానవర్మ మౌఖరీ. సంస్కృతం రాజపూజితం. ప్రాకృతం తన స్థానాన్ని పాంచాలీ అపభ్రంశానికి వదిలేస్తూవుంది. సాహిత్యంలో సంస్కృతం తర్వాత ప్రాకృతానికి అధిక గౌరవం. సామంత వ్యవస్థ. బానిసత్వం వుంది. బౌద్ధులు మహాయాన శాఖవారు. శైవులు లకులీశపాశుపతులు. బ్రాహ్మణులు

వైదిక, పౌరాణిక కర్మకాండులు. మాంసాహారులు ఎక్కువ. హరిజనులపట్ల అస్పృశ్యత ఎక్కువ. అన్యులతో భోజనాలున్నాయి. పెళ్ళిమాత్రం స్వవర్గంలో, స్వప్రాంతంలో, బయటకూడ నిషేధంలేదు. అజంతా శిల్పకళ ఉన్నత స్థితిలోవుంది. పురుషుల దుస్తులు : ఏ చౌబందీ, దోవతి, సుత్తన్. స్త్రీలకు : గాగరా, చీర, కంచుకం (రవిక). ఇది క్రీ॥ శ॥. 550.

16. క్రీ॥ శ॥ 450

ఇనుపయుగం. రాజధాని పాటలీపుత్రం. రాజు గుప్తవంశజుడు పరమబట్టారక కుమారగుప్తుడు. సంస్కృతం రాజపూజితం. ప్రాకృతం సాహిత్యంలోను, వాడుకలోను సర్వసమ్మతభాష. సామంత వ్యవస్థ. బానిసవిధానం వుంది. విల్లు, బాణం ముఖ్యమైన ఆయుధాలు. బౌద్ధం, బ్రాహ్మణం ప్రధాన మతాలు. తూర్పున బౌద్ధులు, పడమర బ్రాహ్మణమతస్తు లెక్కువ. దాదాపు అందరు మాంసాహారులే. ఆహార పానీయాలందు, వివాహాదులందు, హరిజనులందు అంటున్నది. మిగిలినవారిపట్ల అంతగా పట్టింపులేదు. పెళ్ళికి వర్గం ముఖ్యం. విదేశీసామంతులు కూడ భారతీయ సామంతులతో యిచ్చిపుచ్చుకుంటున్నారు. మన సాహిత్యగగన మహానక్షత్రం కాళిదాసు అస్తమించి ఎక్కువకాలం కాలేదు. శిల్పం, చిత్రలేఖనం పారమును అందుకొన్నాయి. పురుషుల దుస్తులు: చౌబందీ, దోవతి, సుత్తన్. స్త్రీలకు : చీర, కంచుకం. సామంతులు చోగా కూడ ధరించేవారు. ఇది క్రీ॥ శ॥. 450.

17. క్రీ॥ శ॥ 350

ఇనుపయుగం. రాజధాని పాటలీపుత్రం. రాజు గుప్తచక్రవర్తి సముద్రగుప్తుడు. సంస్కృతం రాజ పూజితం. మాగధీ, ప్రాకృతం సర్వసామాన్య భాష, సామంత వ్యవస్థ. బానిస విధానం ఎక్కువగా వుంది. విల్లు, బాణం పరమాయుధాలు. బౌద్ధం, బ్రాహ్మణం ప్రధాన మతాలు. తూర్పున బౌద్ధం, పడమర బ్రాహ్మణం ఎక్కువ. దాదాపు అందరు మాంసాహారులే. హరిజనులవరకే అస్పృశ్యత, పెళ్ళిలో వర్గం ముఖ్యం, కాని అంతగా పట్టింపులేదు. శిల్పం, చిత్రలేఖనం పరాకాష్టాన్ని అందుకొంటున్నాయి. మహాకవి కాళిదాసు రాబోతున్నాడు. పురుషులకు దుస్తులు : చౌబందీ, దోవతి. కాని చక్రవర్తి యితర సామంతులు శకుల చోగా, సుత్తన్ వేసుకొంటున్నారు. స్త్రీలకు : చీర, కంచుకం. ఇది క్రీ॥ శ॥. 350.

18. క్రీ॥ శ॥ 250

ఇనుప యుగం. రాజధాని మధుర. రాజు వీరసేన నాగుడు. సంస్కృతం పూజితం. సార్వత్రిక భాష శౌరసేన ప్రాకృతం. సామంత వ్యవస్థ. బానిస విధానం. బాణం, విల్లు పరమాయుధాలు. బౌద్ధం, బ్రాహ్మణం ప్రధానమతాలు. హరిజనులపట్ల మాత్రం అస్పృశ్యత. మిగిలినవారితో తిండికి అంటులేదు. దాదాపు అందరు మాంసాహారులే. కాని కొద్దిమందికే ప్రతిరోజు అది లభిస్తుంది. వివాహంలో కులతత్వం చాలా తక్కువ. పాలకుల్లో అసలు లేనేలేదు. దేశీయులకు, విదేశీయులకు మధ్య బాహాటంగా పెళ్ళిళ్ళు జరుగుతున్నాయి. సాహిత్యాకాశంలో నాటకకర్త భాసుడు దేదీప్యమానంగా వెల్గుతున్నాడు. పురుషులకు దుస్తులు : చౌబందీ, దోవతి, శకుల చోగా, పాయజామా, స్త్రీలకు : చీర, కంచుకం. ఇది క్రీ॥ శ॥. 250.

19. క్రీ॥ శ॥ 150

ఇనుప యుగం. రాజధాని మధుర. రాజు శకసామ్రాట్టు హువిష్కుడు. సంస్కృతం ప్రాబల్యం అంతగాలేదు. శౌరసేన ప్రాకృతం సర్వసమ్మతభాష. సామంత వ్యవస్థ.

బానిసత్వం ఎక్కువగ వుంది. బాణం, విల్లు పరమాయుధాలు. బౌద్ధం, బ్రాహ్మణం ప్రధాన మతాలు. కాని బౌద్ధంవైపు మొగ్గు చూపుతుంది. మహాయానం యింకా బయటపడలేదు. హరిజనుల వరకు అంటు. భోజనాలకు, వివాహాలకు నియమ నిబంధనాలు లేవు. విదేశీయులైన శకులు భారత సమాజంలో ఎక్కువగా కలిసిపోయి ఏకమౌతున్నారు. పురుషులకు దుస్తులు : చౌబందీ, దోవతి, చోగా, సుత్తన్. స్త్రీలకు : చీర, కంచుకం. ఇది క్రీ॥ శ॥. 150.

20.క్రీ॥ శ॥ 50

ఇనుపయుగం. రాజధాని మధుర. రాజు శకరాజు 'వీమకదఫిసు.' సార్వత్రిక భాష శౌరసేనీ ప్రాకృతం. ఈ భాష యిప్పుడిప్పుడే పాలీనుండి వేరైపోయింది. సామంత వ్యవస్థ. బానిసవిధానం వుంది. బాణం, విల్లు పరమాయుధాలు. బ్రాహ్మణం, బౌద్ధం ప్రధాన మతాలు. బౌద్ధానికి మొగ్గు ఎక్కువ. ఎక్కువమంది మాంసాహారులు. అస్పృశ్యత హరిజనుల వరకే. తిండి, పెళ్ళిలో స్వదేశం, పరదేశం అను భేదంలేదు. సాహిత్య గగనంలో అశ్వఘోష మహాకవి ప్రకాశిస్తున్నాడు. పురుషుల దుస్తులు : దోవతి, చద్దరు (దుప్పటి), శకుల చోగా, సుత్తన్. స్త్రీలకు : చీరె, కంచుకం. ఇది క్రీ॥ శ॥.50.

21. క్రీ॥ పూ॥ 50

ఇనుపయుగం. రాజధాని పాటలీపుత్రం. రాజు 'శుంగభూమిమిత్రుడు' సార్వత్రిక భాష శౌరసేన ప్రాకృతం. సామంత వ్యవస్థ. బానిస విధానం వుంది. బాణం, విల్లు పరమాస్త్రాలు. బౌద్ధం. బ్రాహ్మణం ప్రధాన మతాలు. దాదాపు అందరూ మాంసాహారులు. హరిజనులందు మాత్రం అస్పృశ్యత. పెళ్ళిలో వర్గం ప్రధానం; జాతికిగాని, దేశానికిగాని ప్రాముఖ్యం లేదు. పురుషుల దుస్తులు : దోవతి, చద్దరు. స్త్రీలకు : చీరె, కంచుకం. స్త్రీలు అప్పుడప్పుడు చీరెను రెండుముక్కలు చేసి ఒక ముక్కను ఉత్తరీయంగా, రెండవదానిని పంచెగా ధరించేవారు. ఇది క్రీస్తుకు పూర్వం 50.

22. క్రీ॥ పూ॥ 150

ఇనుపయుగం. రాజధాని పాటలీపుత్రం. రాజు శుంగవంశీయుడు పుష్యమిత్రుడు. సంస్కృత భాషకు ప్రాముఖ్యమిచ్చుటకు ప్రయత్నం జరుగుతూవుంది. కాని మాగధీపాలీ భాష సర్వమాన్య భాష. సామంత వ్యవస్థ. బానిసత్వం వుంది. విల్లు, బాణం పరమాయుధాలు. బౌద్ధం, బ్రాహ్మణం ప్రధాన మతాలు. దాదాపు అందరు మాంసాహారులు. హరిజనులపట్ల అస్పృశ్యత వుంది. వివాహంలో వర్గం ముఖ్యం. కాని దేశ, జాతి విచక్షణ లేదు. వ్యాకరణకర్త పతంజలి ప్రకాశిస్తున్నాడు. పురుషుల దుస్తులు : ఉత్తరీయం, పంచె. స్త్రీలకు కూడ అవే. స్త్రీ పురుషులు జుట్టు ముడులపై తలపాగ ధరించేవారు. ఇది క్రీ.పూ. 150.

23. క్రీ॥ పూ॥ 250

ఇనుపయుగం. రాజధాని పాటలీపుత్రం. రాజు దేవానాంప్రియదర్శిఅశోకుడు. మాగధీపాలి సర్వమాన్య భాష. సామంత వ్యవస్థ. బానిసత్వముంది. విల్లు, బాణం పరమాస్త్రాలు. బౌద్ధ, జైన, బ్రాహ్మణంలు ముఖ్య మతాలు. వీనిలో బ్రాహ్మణ మతం ప్రధానం. ప్రజలు మాంసాహారులు. అస్పృశ్యత చాలాతక్కువ. వివాహంలో కులస్తులు, దేశస్తులు అను నిబంధన లేదు. 'స్త్రీరత్నం దుష్కులాదపి' – హీనకులమైనప్పటికి స్త్రీని రత్నమన్నారు. పంచె, ఉత్తరీయం, స్త్రీ పురుషుల దుస్తులు. వారు తలపై జుట్టును కొప్పుగా పెట్టుకొని పాగ ధరించేవారు. ఇది క్రీస్తుకు పూర్వం 250.

24. క్రీ॥ పూ॥ 350

ఇనుపయుగం. రాజధాని పాటలీపుత్రం. రాజు మహానందుడు. మాగధీపాలి రాష్ట్రభాష. సామంతపాలన. బానిసత్వం వుంది. బాణం, విల్లు పరమాస్త్రాలు. బ్రాహ్మణమతం ప్రధానం. జైనులు, బౌద్ధులు తమ ప్రాభవాన్ని పెంచుకుంటున్నారు. ప్రజలు మాంసాహారులు. ఆహారపానీయాల్లో అంటులేనట్లే, వివాహంలో కులమని, దేశమని లేదు. స్త్రీ పురుషుల దుస్తులు : ఉత్తరీయం, పంచె, పొడవైన జట్టు కొప్పులపై తలపాగను ధరించేవారు. ఇది క్రీ॥పూ॥ 350.

25. క్రీ॥ పూ॥ 450

ఇనుపయుగం, రాజధాని పాటలీపుత్రం. రాజు శిశునాగవంశీకుడు ఉదయి. మాగధీపాలి రాష్ట్రభాష. సామంత వ్యవస్థ. బానిసత్వం వుంది. విల్లు, బాణం పరమాయుధాలు. ప్రధానమతం బ్రాహ్మణం. జైన, బౌద్ధ, ఆజీవికములు కూడ కొద్దిగా ప్రచారంలోకి వస్తున్నాయి. అందరు మాంసాహారులు. అస్పృశ్యత చాలా తక్కువ. అది చండాలురు వరకు పరిమితం. వివాహంలో వర్ణం ముఖ్యం. స్త్రీ పురుషులు ఉత్తరీయం, పంచె ధరించేవారు. జుట్టుముడులుపై తలపాగలు పెట్టుకొనేవారు. ఇది క్రీ.పూ. 450.

26. క్రీ॥ పూ॥ 550

ఇనుపయుగం, దేశమంతట ఒకే రాజ్యం లేదు. రాజధానులు రాజగృహం, వైశాలి. రాజు బింబిసారుడు రాజగృహంలో పాలిస్తున్నాడు. వైశాలిలో గణరాజ్యం. ముఖ్య భాష కోషలీపాలి. సామంత వ్యవస్థ. బానిస విధానం ఎక్కువగా వుంది. విల్లు, బాణం పరమాస్త్రాలు. ప్రధాన మతం బ్రాహ్మణం. ఆజీవక, నిర్గ్రంథ బౌద్ధమతాల ప్రచారం మొదలైంది. అందరు మాంసాహారులు. అంటరానితనం లేనట్లే. వివాహంలో వర్ణం ప్రధానం. భారతీయ మహాతత్వ చింతకులైన బుద్ధుడు, తీర్థంకర మహావీరుడు పనిచేస్తున్నారు. స్త్రీ పురుషులు ఉత్తరీయం, పంచె ధరించేవారు. జుట్టుపై తలపాగ ఉండేది. ఇది క్రీ.పూ. 550.

27. క్రీ॥ పూ॥ 650

ఇనుపయుగం. వేర్వేరు రాజ్యాలు, వేర్వేరు రాజధానులు. ముఖ్యమైన రాజధానులు శ్రావస్తి, కోసల, కోసలీపాలి బహుళ ప్రచారంలో వుంది సామంత వ్యవస్థ. బానిసత్వం వుంది. రాజతంత్రం, గణతంత్రం– రెండు వున్నాయి. బాణం, విల్లు పరమాస్త్రాలు. బ్రాహ్మణమతం ప్రధానం. అస్పృశ్యతాభావన లేనట్లే. వివాహంలో వర్ణం ముఖ్యం. ప్రజలు మాంసాహారులు. ఉత్తరీయం, పంచె, తలపాగ స్త్రీ పురుషులు దుస్తులు. ఇది క్రీ. పూ. 650.

28. క్రీ॥ పూ॥ 750

ఇనుపయుగ ప్రారంభం. కురు, పాంచాల దేశాల సాంస్కృతిక, రాజకీయ ప్రాధాన్యత, ఛందభాష (వైదికభాష) పైవర్ణం (ఆర్యుల్లో) లో బహుళ ప్రచారంలో వుంది. కాని ద్రావిడం కూడా బాగా మాట్లాడుతున్నారు. సామంత వ్యవస్థ బానిసత్వం వుంది. గణతంత్రం, రాజతంత్రం– రెండు వున్నాయి. బాణం, విల్లు పరమాయుధాలు. ఆర్యుల్లో బ్రాహ్మణమతం, వైదిక కర్మకాండ వున్నాయి. ఇతరులు – ద్రావిడులు, కిరాతులు దేవతలను నమ్మేవారు. అందరు మాంసాహారులు. వర్ణాన్ని గురించి తీవ్రంగా ఆలోచించేవారు. ఆర్యులు ఇతర జాతులతో వివాహమాడుటను వ్యతిరేకించేవారు. ఉపనిషత్తులు, మహర్షి యాజ్ఞవల్క్యుడు వున్నకాలం. దుస్తులు : ఉత్తరీయం, పంచె, తలపాగ, ఉన్నిబట్టలందు ఆర్యులకు మక్కువ. ఇది క్రీ॥పూ॥ 750.

29. క్రీ॥ పూ॥ 850

ఇనుపయుగం ఇప్పుడే మొదలు, కురు జనపదం ప్రసిద్ధికెక్కింది. ఆర్యులది ఛందభాష. ఇతరులది ప్రాచీన ద్రావిడం, కిరాతభాష. గణతంత్రం, రాజతంత్రం – రెండూ వున్నాయి. బానిస ప్రధానమైన సామంత వ్యవస్థ. బాణం, విల్లు పరమాస్త్రాలు. బాణం ములికికి రాగిస్థానే యినుము వేస్తున్నారు. ఆర్యుల్లో వైదికమతం వుంది. ఇతరుల్లో వారివారి మతాలున్నాయి. ఇప్పటి దక్షిణాఫ్రికా, దక్షిణ అమెరికా, అమెరికా సంయుక్త రాష్ట్రాల్లో మాదిరిగ వర్ణభేదం విపరీతంగా వుంది. దుస్తులు : ద్రాపి (చోగాలాంటిది), పంచె. ఆర్యులు ఎక్కువగ ఉన్ని బట్టలు వేసుకొనేవారు. స్త్రీ పురుషుల దుస్తుల్లో భేదంలేదు. పొడవైన జుట్టును ముడివేసుకొని తలపాగ (ఉష్ణీషం) ధరించేవారు. ఇది క్రీ.పూ. 850.

30. క్రీ॥ పూ॥ 1150

ఇప్పుడు మూడువందల సంవత్సరాలు వెనక్కుపోతున్నాం. ఇది తామ్రయుగం. సప్తసింధు (పంజాబు)లో భరతగణాల రాజు సుదాసు. ఆర్యులది ఛందభాష. ఇతరులవి ద్రావిడ, కిరాత భాషలు. ఆర్యులు గణవ్యవస్థనుండి ఇప్పుడిప్పుడే సామంత వ్యవస్థలో ప్రవేశించారు. ఎక్కువమంది అనార్యులు దాసులు (బానిసలు) గ వున్నారు. రాగి ములికిగల బాణం, విల్లు పరమాస్త్రాలు. వైదిక దేవుళ్ళను ఆర్యులు పూజిస్తున్నారు. కిరాతులు, ద్రావిడులు (మొహింజెదరోవాసులు) పురుషాంగాలను, యితర దేవతలను పూజిస్తున్నారు. అందరు మాంసాహారులు. ఆర్యులు అనార్యులు, తెల్లవారు నల్లవారు అనుభేదం వుంది. వారిమధ్య సాయుధ పోరాటం యింకా సాగుతూనే వుంది. వశిష్ఠ, విశ్వామిత్రులు మహాకవులుగా, రాజనీతిజ్ఞులుగ విరాజిల్లుతున్నారు. ఉన్ని, తోలుతో తయారైన ద్రాపి, పంచె, తలపాగ వారి దుస్తులు. ఇది క్రీ॥పూ॥ 1150.

31. క్రీ॥ పూ॥ 1450

మరి 300 ఏండ్లు వెనక్కుపోతున్నాం. రాగియుగం. సింధుతీర మైదానంలో పంచ (అయిదు) ఆర్యగణాలపాలన ఏర్పడింది. ఆర్యులది ప్రాచీన వైదికభాష, హిమాలయ కొండల్లో కిరాతక భాష క్రింది భాగంలో ప్రాచీన ద్రావిడం, ఆర్యభాష వాడుకలో వున్నాయి. హిమాలయ కిరాతుల్లో గణవ్యవస్థ వుంది. ఇతరుల్లో సామంత వ్యవస్థ. గణవ్యవస్థ లున్నాయి. దాసత్వం (బానిస విధానం) హద్దులేకుండా వుంది. రాగిములికి బాణం, విల్లు పరమాస్త్రాలు. వైదిక దేవుళ్ళు, ప్రాగ్ద్రావిడ కిరాతదేవతలు వారి వారి జాతుల్లో పూజింపబడుతున్నారు. అందరు మాంసాహారులు. ఆర్య అనార్యులమధ్య వర్ణభేదం తీవ్రరూపంలో వుంది. ద్రావిడుల్లో వర్గభేదం వుంది. ఆర్య స్త్రీ పురుషులు ఉన్ని, తోలుతో తయారైన ద్రాపి, పంచె, తలపాగ ధరించేవారు. కిరాతులు ఉన్ని, తోలుతో తయారైన పొడవైన దుప్పటలను ధరించేవారు. ప్రాగ్ ద్రావిడులు నూలు ఉత్తరీయం, పంచె ధరించేవారు. బహుశా తలపాగకూడ వుండేది. ఇది క్రీ.పూ. 1450.

32. క్రీ॥ పూ॥ 1550

రాగియుగం. సింధుతీరమైదానంలో ద్రావిడ సామంతులు పాలిస్తున్నారు. వారి రాజధానులు మొహెంజెదరో, హరప్పాదులు, మైదానప్రాంతంలో ప్రాగ్ ద్రావిడం, హిమాలయ కొండల్లో ప్రాగ్ కిరాతభాష. ప్రాగ్ ద్రావిడుల్లో బానిస విధానమున్న సామంత వ్యవస్థ. కిరాతుల్లో గణతంత్ర వ్యవస్థ. ప్రాగ్ ద్రావిడుల్లో ఆర్థిక స్వార్థం వర్గాలను ఏర్పరచింది. ప్రాగ్ కిరాతుల్లో పితృస్వామిక వ్యవస్థగాని, గణతంత్ర వ్యవస్థగాని వుంది. రాగిములికి బాణం, విల్లు పరమాస్త్రాలు. ప్రాగ్ ద్రావిడదేవతలు, ప్రాగ్ కిరాతదేవతలు

పూజింపబడుతున్నారు. అందరు మాంసాహారులు. ప్రాగ్ ద్రావిడులు పత్తినూలుతో నేసిన ఉత్తరీయం, పంచె ధరించేవారు. కిరాతులు తోలుతో, ఉన్నితో తయారైన దుప్పట్లను చలికాలంలో ధరించేవారు. ఇతర కాలాల్లో నగ్నంగా ఉండేవారు. ఇది క్రీ.పూ. 1550.

33. క్రీ॥ పూ॥ 2550

ఇప్పుడు వేయి సంవత్సరాలు వెనక్కు వెళ్ళుతున్నాం. ఇప్పుడే రాగ యుగారంభం. ఉత్తరభారతంలో ప్రాగ్ ద్రావిడజాతి అక్కడక్కడ నివసిస్తూవుంది. కొండల్లో - కాశ్మీరం నుండి అస్సాం వరకు, ఇంకా ముందువరకు కిరాతజాతి అక్కడక్కడ వుంది. వారు తమతమ భాషలు మాట్లాడుతున్నారు. ప్రాగ్ ద్రావిడులు పితృస్వామిక గణవ్యవస్థలో ఉన్నారు. ప్రాగ్ కిరాతులు వారికంటె వెనుకబడి వున్నారు. రాతిసమ్మెట, బాణంపైన చెకుముకిరాయి యింకా వాడుకలో వున్నాయి. అప్పుడప్పుడు బాణం ములికికి రాగి ముక్కలను అతికించేవారు. బాణం, విల్లు పరమాయుధాలు. చలికాలంలో ఉన్ని, తోళ్ళ దుస్తులు వేసుకొనేవారు. ఇతర కాలాల్లో నగ్నంగా వుండేవారు. జీవనం : వ్యవసాయం, వేట. ఇది క్రీ.పూ. 2550.

34. క్రీ॥ పూ॥ 3050

ఇప్పుడు మనం 500 సంవత్సరాలు వెనక్కుపోతున్నాం. కొత్తరాతియుగం భారతదేశంలో వేర్వేరు ప్రాంతాల్లో వేర్వేరు గణాలు నివసిస్తున్నాయి. కిరాతులు కొండల్లో, కొండచరియల్లో, అడవుల్లో వుంటున్నారు. ముండాలు, నిషాదులు మైదాన ప్రదేశాల్లో, భయంకరమైన అరణ్యాల్లో వుంటున్నారు. ప్రాచీన కిరాతభాష, ముండా, నిషాద భాషలు వాడుకలో వున్నాయి. పితృస్వామిక గణవ్యవస్థ, శిలాముఖి బాణం, విల్లు పరమాస్త్రాలు. మృతాత్మలను, చెట్లను, పశువులను పూజించేవారు. ఇది తినవచ్చు, అది తినరాదు అను విచక్షణ లేదు. మాంసాహారం ప్రధానం. పొలంలో ధాన్యం పండిస్తున్నారు. కాని వాటి ఉపయోగం చాల తక్కువ. చలికాలంలో తోళ్ళ దుస్తులు వేసుకొనేవారు. మిగిలిన కాలాల్లో నగ్నంగా వుండేవారు. ఇది క్రీ.పూ. 3050.

35. క్రీ॥ పూ॥ 10,050

ఇప్పుడు మనం 7,000 ఏండ్లు వెనుకకు పోతున్నాం. మనం ఎగువ పాతరాతి యుగంలో వున్నాం. భారతదేశపు అడవుల్లో కిరాతకులు, నిషాదులు కొద్దిమంది వున్నారు. వారు వారి భాషల్లో మాట్లాడుకుంటున్నారు. కొన్ని వందల మాటలు మాత్రమే వారి భాషా సంపద. మాతృస్వామిక వ్యవస్థ. ఆస్తి, శ్రమ సమిష్టిగా వుండేవి. చెక్కబడిన రాతి ఆయుధాలు, గొడ్డళ్ళు, కత్తులు మొదలైనవి పరమాయుధాలు, చనిపోయినవారిని, భీతినిగొల్పు వస్తువులను తృప్తిపర్చుటకు మానవుడు ప్రయత్నిస్తున్నాడు. వేటాడి తెచ్చిన మాంసం, అడవిలోని పండ్లు - వారికి జీవనాధారం. చలికాలంలో తోళ్ళ దుస్తులు, నిప్పును ఉపయోగించేవారు. క్రూరజంతువులను తరుముటకు నిప్పు ఉపయోగపడేది.

ఈ ప్రకారం గడచిన 12,000 సంవత్సరాల్లో భారతదేశంలో మానవుని సమాజ వికాసం జరిగింది. ఈ విషయాన్ని దిగువ పట్టికలో యిస్తున్నాం.

యుగము 1	కాలము 2	రాజధాని 3	రాజు 4	భాష 5	వ్యవస్థ 6	పరమాస్త్రములు 7	మతం 8	అస్పృశ్యత 9	కవి(కళ) 10	వేషము 11
రాతి	క్రీ.పూ. 10,050	–	–	–	మాతృ స్వామిక	రాతి గొడ్డలి	–	–	–	నగ్నం
కొత్త రాతి	" 3,050	–	–	–	పితృ స్వామిక	శిలాముఖి బాణము, ధనుస్సు	–	–	–	"
రాగి	" 2,550	–	–	–	బానిసత్వం	కొత్త రాతి గొడ్డలి, బాణము	–	–	–	"
రాగి	" 1,550	–	–	ప్రాగ్ ద్రావిడం	సామంత, దాసత్వం	రాగి ములికి గల బాణం	ప్రాగ్ ద్రావిడ	–	–	ఉత్తరీయం పంచె (నూలు)
రాగి	" 1,450	–	–	వైదిక	గణ సామంత	రాగి బాణం	వైదిక మతం	వర్ణ సంఘర్షణ	–	ద్రాపి, పంచె
రాగి	" 1,150	సప్తసింధు	సుదాస్	వైదిక	సామంత దాసత్వం	రాగి బాణం	వైదిక మతం	వర్ణ సంఘర్షణ	వశిష్ఠుడు విశ్వామిత్రుడు	"

యుగము 1	కాలము 2	రాజధాని 3	రాజు 4	భాష 5	వ్యవస్థ 6	పరమాస్త్రములు 7	మతం 8	అస్పృశ్యత 9	కవి(కళ) 10	వేషము 11
ఇనుప	క్రీ.పూ. 850	కురు	–	వైదిక	సామంత బానిసత్వం	ఇనుప బాణం	వైదిక	వర్ణ సంఘర్షణ	–	ద్రాపి పంచె
ఇనుప	" 750	"	–	"	"	"	"	"	యాజ్ఞ వల్క్యుడు	
"	" 650	శ్రావస్తి	కోసల రాజు	కోసలీ పాలి	"	"	"	"	–	ఉత్తరీయం పంచె తలపాగా
"	" 550	రాజు గృహం	బింబి సారుడు	మాగధీ పాలి	"	"	బ్రాహ్మణ, బౌద్ధ, జైన	"	బుద్ధుడు	"
"	" 450	పాటలీ పుత్రం	ఉదయి	"	"	"	"	"	–	"
"	" 350	"	మహా నందుడు	"	"	"	"	"	–	"
"	" 250	"	అశోకుడు	"	"	"	"	"	–	"
"	" 150	"	పుష్య మిత్రుడు	"	"	"	"	"	పతంజలి	"
"	" 50	శుంగ	భూమి మిత్రుడు	"	"	"	"	అస్పృశ్యత	–	"

యుగము 1	కాలము 2	రాజధాని 3	రాజు 4	భాష 5	వ్యవస్థ 6	పరమాస్త్రములు 7	మతం 8	అస్పృశ్యత 9	కవి(కళ) 10	వేషము 11
ఇనుప	క్రీ.శ.50	మధుర	విమ కద ఫిసు	శౌరసేని ప్రాకృతం	సామంత, బానిసత్వం	ఇనుప బాణం	బ్రాహ్మణ, బౌద్ధ జైన	అస్పృశ్యత	అశ్వ ఘోషుడు	చోగా చౌబందీ సుత్తన్
"	" 150	"	హువిష్కుడు	"	"	"	"	"	"	దోవతి
"	" 250	"	వీరసేనుడు	"	"	"	"	"	భాసుడు	"
"	" 350	పాటలీ పుత్రం	సముద్ర గుప్తుడు	మాగధీ ప్రాకృతం	"	"	"	"	–	"
"	" 450	"	కుమార గుప్తుడు	"	"	"	"	"	కాళిదాసు	"
"	" 550	కన్నోజు	ఈశాన వర్మ	మధ్యదేశీయే అపభ్రంశం	"	"	"	"	అజంతా	"
"	" 650	"	అర్జున	"	"	"	"	"	భవభూతి	"
"	" 750	"	యశోవర్మ	"	"	"	"	"	–	"
"	" 850	"	మిహిర భోజుడు	"	"	"	"	"	–	"
"	" 950	"	దేవపాలుడు	"	"	"	"	"	–	"
"	" 1050	"	ప్రతీహారుడు	"	"	"	"	"	హర్షుడు	దోవతి
"	" 1150	"	గోవిందచందుడు	"	"	"	"	జాతి భేదం	–	"

యుగము 1	కాలము 2	రాజధాని 3	రాజు 4	భాష 5	వ్యవస్థ 6	పరమాస్త్రములు 7	మతం 8	అస్పృశ్యత 9	కవి(కళ) 10	వేషము 11
ఇనుప	క్రీ.శ. 1250	ఢిల్లీ	నాసిరుద్దీన్	పార్సీ	సామంత బానిసత్వం	ఇనుపబాణం	హిందు ఇస్లాం	జాతి విచక్షణ	–	చోగా సుత్తన్
”	” 1350	”	మహమ్మదు తుగ్లక్	”	”	”	”	”	–	”
తుపాకి మందు	” 1450	”	బహలోల్ లోడి	”	”	ఫిరంగి	”	”	కబీరు	”
”	” 1550	”	ఇస్లాంషా	”	”	”	”	”	జాయసీ	”
”	” 1650	”	షాజహాన్	”	”	”	”	”	–	”
”	” 1750	”	అహమ్మదుషా	”	”	”	”	”	–	”
ఆవిరి	” 1850	కలకత్తా	ఆంగ్లేయులు	ఇంగ్లీషు	పెట్టుబడి దారీ	రైలు (1853) టెలిగ్రాం	హిందు, ఇస్లాం, క్రైస్తవ	”	గాలిబు	”
పరమాణు	” 1950	ఢిల్లీ	రాజేంద్ర ప్రసాద్	హిందీ	”	పరమాణువు, విమానము	మత నమ్మకం తగ్గింది	తగ్గింది	నిరాలా	కోటు ప్యాంటు

ముస్సోరీ
12-5-1956

రాహుల్ సాంకృత్యాయన్

ఒకటవ భాగము

భౌగోళికం

ఒకటవ అధ్యాయం

సప్త సింధు

ఆర్యులు రాక

పారశీకులు ఆర్యుల రక్త సంబంధీకులు, పొరుగువారు. వారు 'స' ధ్వనిని 'హ'గ ఉచ్చారణ చేసేవారు. అందుచేత సప్తసింధు ప్రదేశంలో నివాస మేర్పరుచుకొన్న తమ సోదరుల దేశాన్ని వారు 'హస్తహిందు' అన్నారు. అదే క్లుప్తంగా 'హిందూ' అయింది. ఆ కాలంలో పశ్చిమ దేశాలకు శిరోభూషణంగా ఉన్న గ్రీకులు 'హ'ను పలుకలేక 'అ' అన్నారు. అంతట 'హిందు' శబ్దం 'ఇందు' లేక 'ఇండ్' అయింది. ఈనాడు మన దేశానికంతటికీ యీ పేరే ప్రపంచమంతటా వాడుకలో వుంది. ఋగ్వేదంలో సప్తసింధు పేరు అనేక పర్యాయాలు వచ్చింది. కొన్నిచోట్ల ఏడునదులు అను అర్థంలోను, మరికొన్నిచోట్ల ఏడునదుల ప్రదేశం అను అర్థంలోను వుంది. ఆ కాలంలో దేశంపేరు గాని, జనపదం పేరుగాని గణం పేరిట వుండేవి. (గణాన్ని జనం అంటారు). కాబట్టి ఆ పేరు బహువచన రూపంలో వుంటుంది. ఇదే పద్ధతి బుద్ధుని కాలం వరకే కాదు, ఇంకా తర్వాత చాలాకాలం వరకు వాడుకలో వుంది. ఉదాహరణకు 'కోసలందు' అనుటకు సంస్కృతంలో 'కోసలేసు' అనీ, కాశీలో అనుటకు 'కాశీసు' అనీ బహువచనంలో వాడేవారు. ఋగ్వేద ఋషుల్లో చిట్టచివర ఋషి హిరణ్యస్తూపుడు. అతడు సూర్యుని స్తుతిస్తూ 'అష్టావ్యఖ్యత్ కకుభః పృథివ్యాస్త్రిధన్వయోజనా సప్త సింధూన' (1-35-8) అనగా అతడు పృథ్వియొక్క అష్ట దిక్కులను, మూడు మరు భూములను, ఏడు నదులను ప్రకాశింపచేశాడు, ఇందు "సప్త సింధూన" బహువచనం.

సప్తసింధు - ఏడు నదులు లేక అందు నివసించు గణాల గురించి చెప్పే ముందు ఋగ్వేదకాలంనాటి ఆర్యుల పరిస్థితిని గురించి కొంత చెప్పవలసి వుంటుంది. 'ఆర్యులు భారతదేశానికి బయటనుండి వచ్చారు, అని అంగీకరించకపోయిన యెడల ఆర్యభాషా పరివారానికి చెందిన భాషలు వారు యిక్కడ నుండి బయటకు వెళ్ళారని ఒప్పుకొనక తప్పదు. దీని వలన యింకా అనేక చిక్కులు వస్తాయి. వాటికి సమాధానం చెప్పటం కష్టమవుతుంది. ఆర్యభాష, భారత ఐరోపా భాషలు. వానికి సంబంధించిన యితర సామగ్రియందు శ్రద్ధ లేకుండుటయే పై వాదనకు ముఖ్యమైన కారణంగా తోస్తుంది. ఇందుచేత మన శాస్త్రవేత్తలు కలియుగాన్ని, మహాభారత కాలాన్ని నమ్మిన మన చరిత్రను వేల సంవత్సరాలు వెనుకకు తీసుకొని పోవుటకు ప్రయత్నిస్తున్నారు. ఆసియా మైనరులో హిడ్డెయిటులు, గ్రీసులో యవనులు, ఈరానులో ఈరానీయులు ప్రవేశించిన కాలాన్ని పరిశీలిస్తే ఆర్యులు భారతదేశంలో ప్రవేశించింది క్రీ.పూ. 1500 కంటే పూర్వం కాదనేది వాస్తవమనిపిస్తుంది. భరద్వాజ, వశిష్ఠ, విశ్వామిత్రులను ప్రాచీన ఋగ్వేద ఋషులని అనుకొంటే వారి కాలం పైన చెప్పిన కాలానికి 300 ఏండ్లు తర్వాత అవుతుంది.

2. ఆర్యుల రాక తర్వాతనే ఋగ్వేదం

ఋగ్వేదంలో కన్పడు ఉచ్చారణలో మార్పు రావటానికి ఎంతో కాలం గడవాలి. అప్పుడుగాని అంత పెద్ద మార్పురాదు. భారతీయ ఆర్యులు భారోపీయ వంశానికి చెందిన

తూర్పు లేక, శతంశాఖవారు. ఈ శాఖలోనే రష్యనులు మొదలైన స్లావులు, ఈరానీయులు కూడ వున్నారు. స్లావులు, ఈరానీయులు మూర్ధన్య వర్ణములను అనగా 'ట' వర్గాదులను పలకలేరు. ఋగ్వేదం యొక్క మొదటి ఋక్కులోనే 'ళ' వుంది.

'అగ్నిమీళే పురోహితం' యజ్ఞ స్యదేవ మృత్విజం హోతారం రత్నదాత మం' (1-1) గాయత్రి. ఇది మధుచ్ఛంద విశ్వామిత్రకృతం. దీని అర్థం - యజ్ఞ దేవుడు, హోతా, ఋత్విజుడు, పురోహితుడు బహురత్నములను ధరించువాడు అగు అగ్నిని స్తుతిస్తున్నాను. భారతీయ ఆర్యులకు యీ మూర్ధన్య వర్ణోచ్చారణ సప్త సింధులోని ప్రాచీన వాస్తవ్యులతో అనగా మొహెంజెదరో, హరప్పా ప్రజలతో దగ్గర సంబంధం వల్లనే వచ్చింది. ఈరాను ఆర్యులు తమ మొదటి నివాసం 'ఆర్యా నాబేఇజా'ను గుర్తించుకొన్నారు. కాని భారతీయులు మార్చారు. ఋగ్వేదంలో ఎక్కడకూడ వారు తమ మొదటి నివాసాన్ని గురించి చెప్పలేదు. దీనికి కారణం లేకపోలేదు. భారతీయ ఆర్యులు తమ మూలస్థానం నుండి తిన్నగా మధ్యలో ఎక్కడా ఆగకుండా భారతదేశానికి రాలేదు. వారు మధ్యలో అక్కడక్కడ వుండి పోయారు. కాబట్టి వారికి ఆ మొదటి నివాసస్థానం సంగతి గుర్తులేకుండా పోయింది. ఋగ్వేదకాలం నాటి ఆర్యుల్లో అందరికంటె పశ్చిమాన వున్నవారు ఫక్తులు, భలానులు. వారు భారతదేశ పశ్చిమద్వారాలైన కైబరు, బోలను కనుమలకు చాల దూరంగా వెనుక భాగంలో వున్నారు. వారికి మరింత పడమరగ ఆర్యగణాలు వుండవచ్చు. సందర్భం రాలేదు. కావున ఋగ్వేద ఋషులు వారిని గురించి చెప్పలేదు. ఋగ్వేద ఋషుల వుద్దేశం చరిత్ర వ్రాయుటకాదు, వారు తమ దేవుళ్ళను, దాతలను సంతోష పెట్టాలనుకొన్నారు. ఆ సందర్భంలో అనేక చారిత్రక భౌగోళిక సంగతులు వచ్చాయి. కావున ఋగ్వేదం నిస్సందేహంగా పెన్నిధి. ఋగ్వేదానికి, మిగిలిన వేదాలకు పోలిక పెట్టరాదు. మహాభారతం, పురాణాదులకు ఋగ్వేదకాలాన్ని గురించిన జ్ఞానం అత్యల్పం, అవిశ్వసనీయం. ఋగ్వేదకాలాన్ని గురించి చెప్పటానికి ఋగ్వేదమే పరమప్రమాణం. ఎక్కడైనా ఏ విషయమైనా ఋగ్వేదానికి విరుద్ధంగా వుండేదాన్ని వెంటనే త్యజించాలి. చరిత్రకారులు ఋగ్వేదాన్ని, మహాభారత పురాణాదులను సమన్వయం చేయటానికి ప్రయత్నించి రకరకాలుగ పొరబడుతున్నారు. దివోదాసు, సుదాసు-వీరిద్దరు తండ్రీ కొడుకులు. వారు ఋగ్వేద మహానాయకులు. వారు తృత్సు, భరతగణములకు (జనములకు) రాజులు. ప్రతాపవంతులు. వారి రాజ్యపు సరిహద్దున పరుష్ణీ అనగా యీనాటి రావీనది ప్రవహిస్తూ వుండేది. సింధుకు అవతలవుండు ఆర్యగణాలు-ఫక్తులు, భలానులు, అవినులు, విషాణులు; సింధుకు యివతల నివసించు శివులు వారికి పొరుగువారు. వీరంతా కలిసి ఒకసారి తృత్సులపై దాడిచేయటానికి పరుష్ణీ నదీతీరాన్ని చేరుకున్నారు (4-22-2) తృత్సులు ఎంతో శ్రమపడి వారిని తరుమగల్గారు. పరుష్ణీ తటాన వుండే రాజులను మహాభారతం గంగా తీరమందున్న పాంచాల (అనగా యీనాటి కాంపిల్య, కన్నోజు, రోహిల ఖండ) రాజులుగా పేర్కొంది. చరిత్రకు సంబంధించిన ఇటువంటి అవకతవకలను సరిచేయాలను యత్నం వృథా అవుతుంది. ఋగ్వేద చరిత్రను గురించి మహాభారతమే యిట్లుంటే ఇక పురాణాలు నాల్గు ఆకులు అదనంగా చేర్చినవనుటలో సందేహంలేదు. వానికి చారిత్రక విలువ లేదని చెప్పుటకాదు. అవి ఋగ్వేదకాలం తర్వాత వున్న కాలాన్ని గురించి మాత్రమే ప్రామాణిక సామాగ్రిని అందిస్తున్నాయి. మానవ తత్వాదులకు సంబంధించిన పరిశోధనకు కూడ అవి సహాయపడగలవు.

3. ఋగ్వేదం పరమప్రమాణం

ఋగ్వేద రూపంలో ఆ కాలానికి అమూల్యమగు సామగ్రి మనకు వుంది. సుమారు మూడువేల సంవత్సరాలనుండి మన పూర్వీకులు యీ నిధిని ఎటువంటి మార్పులేకుండా శక్తికొలది కాపాడుతూవుంచారు. కాని యీ సామగ్రి మనల్ని దివోదాసు, సుదాసులకు పూర్వమున్న కాలానికి తీసుకుపోలేదు. ఆర్యులకు పూర్వం వున్న చరిత్రకు లిఖిత సామగ్రి లేకపోలేదు. మొహెంజదరో, హరప్పాలలో వేలాది ముద్రలు దొరికాయి. వాటిపై అక్షరాలు చెక్కబడి వున్నాయి. కాని మనం వాటిని చదువలేకపోతున్నాం (చదువుటకు ప్రయత్నం చేస్తున్నారు. ఈ ప్రాచీన నగరాల్లో ఆనాటి మానవ జీవితానికి సంబంధించిన సామగ్రి చాలా దొరికింది. రాగి, యిత్తడి యుగాల్లో వుండికూడ సింధు వాస్తవ్యులు ధనధాన్యాదులతో నిండిన సుందర భవనాల్లో స్వేచ్ఛగా వుండేవారు. వారికి నేటి వారి వారసులు కంటె ఆరోగ్య పారిశుధ్య నియమాలు బాగా తెలుసు. వారు పత్తినూలుతో తయారైన అందమైన బట్టలను ధరించేవారు. వారిని జయించిన ఆర్యులు మాత్రం ఉన్ని, తోళ్ళ దుస్తులను ధరించేవారు. మొహెంజెదరో, హరప్పాల (సింధు) నాగరికత ఉచ్ఛస్థితిలో నున్న కాలం క్రీ.పూ. 2,000 లు అని నిర్ధారణ చేశారు. తర్వాత వేయి సంవత్సరాలకు ఆర్యులు ఆ ప్రదేశంలో ప్రవేశించారు. అనంతరం కనీసం 300 సంవత్సరాలకు అనగా క్రీ॥పూ॥ 1200 లలో భరద్వాజ, వశిష్ఠ, విశ్వామిత్రులు తమ ఋక్కులను రచించారు. ఆర్యులకు, ప్రాచీన సింధువాసులకు మధ్య జరిగిన పోరాటం దేవాసుర సంగ్రామ రూపంలో ప్రతిధ్వనిస్తున్నట్లు మనకు బోధపడుతుంది. అప్పటినుండి దివోదాసు, సుదాసుల కాలం (క్రీ॥పూ॥1200) వరకు ఉన్న చరిత్ర అంధకారంలో వుంది. ప్రాశిథిలాల త్రవ్వకాలు ఆ కాలాన్ని గురించి తెలుపగలవని విశ్వసిద్దాం.

ఆనాటి ప్రాచీన వస్తుసామగ్రి దొరుకుట అరుదు. దీనికి కారణం విజేతలైన ఆర్యులు పశుపాలకులు, దేశద్రిమ్మరులగుటయే. వారు యవలు మొదలైన కొన్ని ధాన్యాలపేర్లు ఎరుగుదురు. కాని వారిపై నగరజీవిత ప్రభావం ఆలస్యంగా పడివుంటుంది. ఈ విషయం చంఘీసుఖాను, మంగోలులనుండి మనకు తార్కాణంగా తెలుస్తుంది. మధ్య ఆసియాలో ఒక సప్తసింధు ఇవి–చు మొదలగు ఏడు నదుల పరిసర ప్రదేశంలో వుంది. నేటి రష్యను భాషలో వున్న సేమిరేచ్యే అనగా ఏడునదుల ప్రదేశం యిదే కావచ్చు. ఆనాదినుండి వచ్చే పేరుకు యిది అనువాదం అయి వుండవచ్చు. 3వ శతాబ్ది మొదటిపాదంలో మంగోలుల దండయాత్రకు పూర్వం ఆ ప్రదేశంలో బహు సమృద్ధమైన గ్రామ నగరాలు వుండవచ్చు. పరిపాలకులగు మంగోలులకు అవి ఉపయోగించవు. కావున వారు వాటిని ధ్వంసం చేశారు. వాటి పరిసరాలను పచ్చిక బయళ్ళుగా మార్చారు. ఆ కాలంలో పయనించిన యాత్రికులెందరో ఎన్నో బస్తీలను చూశారు. వాటి గోడలు యింకా నిల్చొని వున్నాయి. వాటి బయట మంగోలులు డేరాలు వేసుకొని వున్నారు. మొదట చేలున్న చోటున కొత్తపచ్చిక బయళ్ళు ఏర్పడ్డాయి. అక్కడ వారి పశువులు మేస్తున్నాయి. ద్రిమ్మరులైన ఆర్యులు కూడ యీ మాదిరిగానే వ్యవహరించి వుంటారు. మంగోలులు తమ డేరాలను ఓర్దు అన్నారు. తర్వాత ఆ శబ్దం ఉర్దూగా మారింది. ఆర్యులు తమ నివాస సముదాయాన్ని గ్రామం అన్నారు. గ్రామం అనగా సమూహమని అర్థం. తామ్రయుగం చివరిపాదంలో వున్న ఋగ్వేద ఆర్యులకు ఉన్ని, నూలు డేరాలు ఎక్కువ ఖర్చుతో కూడినవై వుండాలి. కాని ప్రకృతి సిద్ధపర్చిన అడవులున్న దేశంలో కఱ్ఱ, గడ్డితో నిర్మించిన గుడిసెలు చౌకగా వుండేవి.

వర్షాకాలంలో డేరాల కంటె గుడిసెలు ఎక్కువ ఉపయోగం. సప్తసింధులో కురిసే వాన మధ్యఆసియాలో కురిసే వానలాంటిది కాదు. కాబట్టి గుడిసెలే సౌకర్యం. ఇటవంటి గుడిసెల్లో నివసించే ప్రాచీన ఆర్య గ్రామ విశేషాలు మొహెంజెదరో, హరప్పా శిధిలాలవలె వుండవు. మూడు లేక మూడున్నర వేల సంవత్సరాలనాటి వారి సామాగ్రి మనకు దొరకుట అరుదు. పంజాబులో మాత్రమే ఆ సామాగ్రి దొరకవచ్చు. దివోదాసు, సుదాసుల కాలంలో కూడ ఆర్యులు నాగరికులు కాలేదు. వారికి గోవులు, గుర్రాలు ధనం. వాటికొరకు వారు తమ దేవుళ్ళను స్తుతించేవారు.

అనేక ఆర్య గణాల పేర్లు ఋగ్వేదంలో వున్నాయి. కాని బుద్ధుని కాలంనాటి జనపదాలను గుర్తించినట్లు సప్తసింధు జనపదాలను మనం గుర్తించజాలం. వైదిక కాలం తర్వాత సప్తసింధు భూమిలో ఆ జనపదాల పేర్లను కావాలని తుడిచివేశారు.

ఆర్యగణాల్లో మిక్కిలి ప్రాచీన గణాలు అయిదు (1 -108 - 8).

యదింద్రాగ్నే యదుషు తుర్వశేషు యద్ ద్రుహ్యష్వనుషు పూరుషుస్థః

అతః పరివృషణా వాహియా తమధాసోమస్య షిబకం సుతస్య॥ (త్రిష్టుబ్)

– సకుత్స అంగీరసుడు.

అనగా ఓ యింద్రాగ్నులారా! మీరు యదు, తుర్వశ, ద్రుహ్యా, అను పురుషులందు వుండండి. అయినప్పటికి కామిత వర్షకులారా! మీరురండి. సుతులచే వడగట్టబడిన సోమాన్ని త్రాగండి.

ఇట్లు వారు యదు, తుర్వశ, ద్రుహ్యా అను పురుగణాలు. వారు సప్త సింధుకు ప్రధానమైన యజమానులు. కాని నేడు మనకు వారి జాడకూడ తెలియదు. ఆ కాలంనాటి చిన్న గణాలకు చెందిన ఫక్తులు యిప్పుడు కూడ వున్నారు. వారి వంశీకులైన ఫక్తూనులు నేడు ఫక్తూనిస్తాన్ కావాలంటున్నారు. ఇందుచేత ఆఫ్ఘనిస్తాన్‌కు, పాకిస్తాన్‌కు మధ్య చెడుతూవుంది. పురోగణం భలానులు. వీరిని బట్టి బోలను కనుమ అన్నారు. ఆ కాలంలో ఫక్తులు నేడున్నంత విశాల భూభాగంలో విస్తరించి వుండరు. గణాలు తమ అభివృద్ధికై, శ్రేయస్సుకై బలమైన పెద్దగణాల్లో కలిసిపోతాయి. మధ్య ఆసియాలోని ద్రిమ్మరులు, తురుష్కుల, మంగోలుల చరిత్ర యిందుకు నిదర్శనం. సప్తసింధుల్లోని ఆర్యగణాల్లో కూడ యీ విధంగానే జరిగివుండవచ్చు. సప్తసింధులోని నదులు పేర్లుకూడ యిట్లే అయినాయి. 1) పరుష్ణీనది (4-22-2) పై ఇంద్రునికి అమితమైనదయ. అది నేడు రావి అనగా ఐరావతి అయింది. 2) ఆసిక్నీమారి చనాబ్ అనగా చంద్ర భాగానది అయింది. 3) విపాట్ అనగా విపాశీనది విశ్వామిత్రుని స్తుతికి ప్రసన్నురాలై సుదాసు సైన్యానికి దారి యిచ్చింది. (3-33-18). ఆ నదియే నేడు వ్యాసమహర్షి పేరుకు ముడి పెట్టబడి యబాస్ అనగా వ్యాస అయింది. 4) వితస్తానది జీలం అయింది. 5) కాని సింధు నాడు – నేడు ఒక్కటిగానే వుంది. 6) శుతుద్రి సత్‌లజ్ అయింది. 7) ఏడవ నది సరస్వతి ఘర్ఘరకు పాయయై కురుక్షేత్రం గుండా ప్రవహిస్తోంది. ఈ ఏడు నదులను భరద్వాజుడు 'సప్త స్వపాసరస్వతి' (ఏడు తోబుట్టువుల సరస్వతి) అన్నాడు (6-6-10) సరస్వ ఘర్ఘరలో కలిసి కొంత దూరం ప్రవహించి రాజస్తాన్ ఎడారిలో అదృశ్యమవుతుంది. చీనాబ్ -సత్‌లజ్ సంగమానికి కొద్దిమైళ్ళలోను, సింధు నదికి కొద్ది దూరంలోను యింకిపోయిన ఆ సరస్వతీ ప్రవాహం గుర్తు చాలా దూరంవరకు కన్పడుతుంది. ఋగ్వేదకాలంలో సరస్వతి నది ప్రవహించి తిన్నగా సింధులో కలిసి వుండవచ్చు. ఈ నది తన తోబుట్టువులైన ఆరు నదులవలె హిమాలయంలోని హిమనీ నదాల్లో పుట్టలేదు. ఘర్ఘరకు రెండు పాయలు –

ఒకటి మరకండా, రెండవది సరస్వతి. ఈ రెండూ శివాలిక్ కొండల్లో పుట్టాయి. వానాకాలంలో రెండు నెలలు మాత్రం యివి మహావేగంగా ప్రవహిస్తాయి. లురాయిలో పుట్టి ఎడారివరకు ప్రవహించే నది పేరు ఋగ్వేదంలో సరస్వతి. సత్‌లజ్‌కు ముందు మూడు పేర్లు వరుసగా చెప్పబడ్డాయి (3-23-4) అందులోని 'ఆపయా' మరకండా నది అయివుండాలి. అట్లే దృషద్వతీనది ఘర్ఘరా అయివుంటుంది:-

ఉతనః ప్రియా ప్రయాసు సప్త స్వసాసుజుష్టా

సరస్వతీ స్తోమ్యా భూత్ ॥ (6-61-10) గాయత్రి; భరద్వాజుడు.

అనగా మరియు ప్రియమైన వాటిలో ప్రియమైంది. ఏడుగురు తోబుట్టువులు కలది. సుప్రసన్నరాలు అగు సరస్వతి యోగ్యురాలగుగాక.

నిత్వాదధేవర ఆ పృధివ్యా ఇళా యాస్పదే సుదినత్వే ఆహ్నాం!

దృషద్వత్యాం మానుష అపయాయాం సరస్వత్యాం దేవదగ్నే ది దీహీ॥

(3-23-4) దేవశ్రవ, దేవవాత, భారత

అనగా ఓ అగ్నీ, దినాల్లో మంచి దినం కొరకు పృథ్వియొక్క శ్రేష్టమైన ధాన్యప్రదేశంలో నిన్ను నేను వుంచుతున్నాను. నీవు దృషద్వతి (ఘర్ఘరా), అపయా (మరకండా), సరస్వతీ నదులపైన మానవులకై ధనయుక్తుడివై దీప్తి మంతుడవు కమ్ము.

సప్తసింధుభూమి ఏడు తోడబుట్టిన నదుల ప్రవాహంచేత తడుపబడు ప్రదేశం, ఇట్లు ఆర్యగణాల (జనుల) భూమి సరస్వతి (ప్రస్తుత అంబాలా) నుండి సింధునదీ తీర మైదానంవరకు విస్తరించివుంది. ఋషిత్రయంలో అత్యంత వృద్ధుడైన భరద్వాజుడు యమునానదిని పేర్కొన్నాడు. కాని యమున సప్తసింధు భూమికి సరిహద్దులో వున్న నది మాత్రమే. చివర ఋషుల్లో ఒకరు. ప్రియమేఘుని కుమారుడు సింధుక్షితుడు గంగానదిని కూడా పేర్కొన్నాడు. (10-75-6). కాని అది సప్తపింధు నదుల్లోనిదికాదు. ఆ కాలంలో గంగానదికి ఏ గౌరవం లేదు. ఇప్పుడంత పవిత్రమైన గంగానది నాడు అనార్య (బహుశా కిరాత) పేరుతో వుండేదను విషయం కూడ చెప్పదగిందే.

ఇమం మేగంగే యమునే సరస్వతి శుశుద్రి।

స్తోమం సచతా పరుష్ణ్యా సింధుక్షిత్ ప్రిడుమేధ పుత్ర॥

అనగా ఓ గంగా, యమునా, సరస్వతి పరుష్ణి (రావి) సహితంగా శుశుద్రీ! నాయీ స్తోమాన్ని స్వీకరించండి.

గంగానది పేరు ఋగ్వేదంలో ఒక పర్యాయం నదుల పట్టికలో వచ్చింది. ఈ నదుల పట్టిక ముఖ్యమైందనుటలో సందేహం లేదు. ఈ పట్టికలో గంగానది మొదలు కొని ఆఫ్ఘనిస్తానపు కొండల్లోని నదులవరకు తూర్పున మొదలుకొని పడమరకు లెక్కించబడ్డాయి. అనగా ముందు గంగ, తర్వాత క్రమంగా పడమరన వున్న యమున, సరస్వతి, శుశుద్రి (సత్‌లజ్), పరుష్ణి (రావి), అసిక్నీ (చనాబ్), మరుత్ బలధా, వితస్తా (జీలం), ఆర్జికీయ, సుసోమ, తృష్ణామ, రస్తాశ్వేత్యా, సింధు, కుభా, గోమతి, క్రము, మేహత్ను నదులు. సుసోమ సోహన్ అయి వుండవచ్చు. ఇది చాలా చిన్న నది. రావలపిండి కొండల్లో పుట్టి 'అటక్'కు చాల దిగువ వరకు ప్రవహించి సింధులో పడుతుంది. ఈ నదికి ఎగువభాగంలో ఖుపాల్ గడ్, మక్ఖడ్ వున్నాయి. అక్కడనే పాతరాతియుగం మానవ చిహ్నాలు - వారి ఆయుధాల రూపంలో దొరికాయి. సింధుకు పడమరవున్న కుభా (కాబూలు), క్రము (కుర్రం), గోమతి (గోమల్) నదులను గుర్తించగల్గాం.

4. సప్తసింధుభూమి

సప్తసింధు భూమిలోని నదుల పట్టిక యింతటితో పూర్తికాదు. విశ్వామిత్ర మహర్షి పుత్రుడు అష్టకుడు 'సప్త ఆప', (పంచ అప అనుట ఒప్పుగ, పంజాబ్ తప్పుగ గుర్తించండి) మరియు 99 నదులను పేర్కొన్నాడు. (10-104-8)

సప్తాపోదేవి! సురణా అమృక్తా యాభిః సింధుమ తరిం ది
నవతింస్రోత్యా నవచ స్రవం తీర్దే వే భ్యోగా తుం మనుషే పూర్భిత్
చవిందః ॥ అష్టక విశ్వామిత్ర పుత్రః

అనగా ఓ పురందర మిత్రా! నీవు సురమ్యం, అత్యంత వేగంగల ఏడు నదులతోపాటు సింధునదిని దాటితివి. దేవుళ్ళకు, మానవులకు ఉపకరించుటకు 99 ప్రవహించు నదులను పొందినావు. ఈ 99 నదుల్లో కొన్నిటి పేర్లు ఋగ్వేదంలో యీ విధంగా వున్నాయి. :- "అంశుమతి, అంజసి, అనితమ, అసిత, అశ్మన్వతి, ఉద్రీ, ఊర్ణావతి, లిశీకులిశీ, క్షిప్రా, ద్రేష్టీ, పురీషిణి, యవ్యావతి, రసా, విబాలీ, వీరపత్ని, శిఫా, శ్వేత్యావరి, సరయు, సీలమావతి, సువాస్తు, సుసర్తు, హరియూపియా." సువాస్తు యీనాటి స్వాతి, ఋగ్వేదంలోని క్షిప్రానది ఉజ్జయినిలోని క్షిప్రానది అనుకొనుట భ్రమ అవుతుంది. అట్లే సరయూనదిని యిప్పటి ఉత్తరప్రదేశంలోని సరయూగా అనుకోరాదు. ఈ సరయు ఘర్ఘరానదియే. మూలభూమిలోని పేర్లను ప్రవాసీయులు తమ నూతన వలసలకు పెట్టుకొంటారు. బృహత్తర భారతంలోని చంబ్రా, కంబోజ, విదేహ పేర్లు పై విషయాన్ని స్పష్టం చేస్తున్నాయి. ఆధునిక కాలంలో ఆస్ట్రేలియా, అమెరికా, కెనడాలకు వెళ్ళిన ఆంగ్ల ప్రవాసీయులు తమ మూలనివాసముల పేర్లను తమ వలస ప్రదేశాలకు పెట్టుకొనుట మనకు తెలిసిందే కదా: ఏ సరయు సప్తసింధులో ఒకటి. ప్లతి సూనుగయుడు (10-64-9) సరస్వతి, సరయు, సింధు నదులను 'దేవీఆప' అనగా దివ్యనదులని చెప్పాడు. ఇతడు నవీన్ఋషి. ప్రాచీన్ఋషుల్లో శ్యావాశ్యుడు (5-53-90 వరుసగా కురా (కాబుల్), క్రము (కుర్రం), సింధు, సరయు, పురీషిణి పేర్లను చెప్పాడు. దీని ప్రకాం సరయు సింధునదికి పడమర వున్న నదియై వుండాలి. సింధునది తర్వాత వచ్చుటచేత అది సింధు. వితస్తా (జీలం) నదుల మధ్యవున్న నదియై వుండాలి. సరయూకు అవతల అర్ణ, చిత్ర రథులు చంపబడ్డారు :-

మావో రసానితఖా కుభా క్రముర్మావః సింధుర్ని దీరమత్ ।
మావః పరిష్ఠాత్ సరయూః పురీషిణ్యస్మే ఇత్ సుమ్నమస్తువః ॥

– శ్యావాశ్య ఆత్రేయ

అనగా ఓ మరుత్తులారా ! రసా, అనితఖా. కుభా (కాబుల్), క్రము (కుర్రం) లు మిమ్ము ఆపకుండుగాక, సింధు మిమ్ము ఆపకుండుగాక, జలపతి సరయు మీకు అవరోధం కల్పించకుండ వుండుగాక. మీరు యిచ్చే సుఖం మాకు వుండుగాక.

ఋగ్వేద ఋషులు - చివరపాధంలో వున్నవారు కూడ - గంగానదికి తూర్పున వున్న ఏ భూభాగాన్ని, నదిని ఎరుగరు అనేది తిరుగులేని మాట. మహమ్మదు గజనీ కాలంలో మహమ్మదీయులు పంజాబులోనే స్థిరపడ్డారు. దాదాపు రెండు వందల యేళ్ళవరకు వారు ముందుకు పోలేదుగదా! అట్లే సప్తసింధు ఆర్యులు స్థిరపడి పోయి కొన్ని వందల ఏండ్లవరకు తూర్పుకు వెళ్ళలేదు. పడమరన కైబరు నుండి తూర్పున యమునాతీరం వరకు ఆర్యుల ప్రభావం విస్తరించి వుంది. ఉత్తరాన హిమవంతుడు (10-12-4) లేక గొప్ప పర్వతం (1-77-3) వారి మార్గానికి అడ్డు తగిలింది. అక్కడే వీరుడగు శంబరుడు దివోదాసును

అష్టకష్టాలు పెట్టాడు. అతనికి వున్న నూరు పర్వతదుర్గాలు (6-31-4) ఆర్యులకు దుర్గమం అయ్యాయి. ఋగ్వేదంలో ఆర్యులు శంబరునికూడ కృష్ణయోని (నల్లని సంతానం), కృష్ణత్వక్ (నల్లని చర్మం గలవాడు) (1-130-8) అన్నారు. కాని అతడు ప్రాగ్ ద్రావిడ జాతికి చెందినవాడుకాదు. అతడు కిరాతజాతివాడు. క్రీ.పూ. 2,000 సంవత్సరముల నాడు హిమాలయమంతా కిరాతభూమి అనగా కిన్నెరదేశం. కాంగడాలోని ప్రసిద్ధ దేవాలయం 'వైద్యనాథ్'ను గురించి చెబుతూ అందులో ఆ బస్తీపేరు 'కిర' గ్రామం అని వుంది. చంబా-లాహల్ నుండి అస్సాం వరకు వున్న కొండ ప్రాంతంలో యీనాడు కూడ కిరాతఖాషీయుల శిథిలావశేషాలు ఎన్నో దొరుకుటున్నాయి. నేటి శాస్త్రవేత్తలు ఆ కిరాతులను మోన్‌ఖ్మేరు లంటున్నారు. శంబరుడు యివతల వున్న కిరాతగణాలకు నాయకుడు. అతడు వీరుడు, శూరుడు. తర్వాత పురాణగాథలో అతన్ని దానవునిగ చిత్రించారు. భయంకర శరీరం కలవాడని వర్ణించారు. పారంపర్యంగా చెప్పుకొనుటలో తర్వాతను అతన్ని జలంధర రాక్షసుడన్నారు. అందువలన ఆ పర్వతభాగానికి జలంధరఖండమను పేరు వచ్చింది. కాంగడాలో అతని చెవిపడింది. కావున దానిపేరు కాన్‌గఢ్. కన్‌గడ్, కాంగడా అయింది. పర్వత ప్రాంతంలో వ్యాస, రావీ నదుల మధ్య నున్న ప్రదేశానికి శంబరుడు రాజు. మైదాన ప్రదేశంలో పై రెండు నదుల మధ్యస్థ దేశానికి దివోదాసు రాజు. అందుచేత వారిరువురకు వైరముండుట సహజం.

హిమాలయం పశ్చిమహద్దులో నున్న సులేమాన్ కొండలు (కృష్ణగిరి) ఋషులకు పరిచితములు. కాని వాటి వివిధ శ్రేణుల్లోని ముంజివత, శర్యణావతుల పేర్లను మాత్రం పేర్కొన్నారు. (0-34-11; 10-35-2) వారి సోమానికి ముంజివతు ప్రసిద్ధి. శర్యణావతు సుసోమనది యొక్క ఎగువ భాగం ప్రదేశం వేరుగ తోస్తుంది. అది ఆర్జికీయ క్షేత్రంలో వుంది.

సప్తసింధుకు దక్షిణహద్దు రాజస్థాన్ మరుభూమి (ఎడారి). వేదంలో 'మరు'ని ధన్వ అన్నారు. కాని యీ 'మహా ధన్వ'ను ఎక్కడా స్పష్టంగా వర్ణించలేదు. మధ్య ఆసియాలోని ద్రిమ్మరులవలె ఆర్యులు వ్యాపారం (ఫణ్యం)ను, వ్యాపారస్తులను (పణులను) ఏవగించుకొనేవారు (2-24-6). సముద్రంలో వ్యాపారం కొరకు నావలు తిరుగుతున్న సంగతి వారికి తెలుసు. (6-58-3) ఆ కాలంలో నదులకు వాడుకలో వున్న పేరు సింధు. అయితే సింధునదికి కూడా యీ పేర్లే సముద్రానికి పెట్టారు. కాని యీ మహాసాగరాన్ని ఆనాడు కూడ సముద్రం అన్నారు. సప్తసింధునుండి పెద్ద పెద్ద నావలు సింధునది గుండా సముద్రాన్ని చేరుతుండేవి. దిగువ సింధు తీరప్రదేశ మైదానంవరకు ఆర్యులు నిస్సందేహంగా వెళ్ళారు. అక్కడే వారి శత్రువుల మహానగరముంది. ఆ నగర భవ్య శిథిలావశేషాలే నేటి మొహెంజెదరో. దిగువ సింధుభాగం సప్తసింధులోనిదని చెప్పుట కష్టం. అక్కడ ప్రసిద్ధ గణాలు నివసించినట్లు గట్టిగా చెప్పలేం. అది సప్తసింధులోనిది కానప్పటికీ అది ఋగ్వేద ఆర్యుల ఆధీనంలోనే వుందని ముమ్మాటికీ చెప్పగలం. ఆ మార్గాన వ్యాపారం కొరకై వెళ్ళే వ్యాపారులు ఆర్యుల దృష్టిలో హీనులు. కాని ఆ పణులు ఆర్యులకు పశుధనం, ధాన్యంకంటే విలువైన ధనం చేకూర్చిపెట్టే వారు. వారి సహాయం లేకుంటే ఆర్యులు నిష్కగ్రీవులు, రుక్మవక్షులు (ఛాతిపై బంగారం వ్రేలాడ వేసుకొనువారు) అయ్యేవారు కారు. పణులు ఆర్యులకు ప్రాచీనమైన, దక్షిణ దిశలోనున్న శత్రుకోటిలోనివారు. కాబట్టి ఋగ్వేద కాలానికి చాలాముందు వారిమధ్యన వున్న పోరాటం సమసిపోయింది. కాబట్టి ఋగ్వేద కాలంలో వారికున్న సంఘర్షణమంతా పార్వతేయులతో అనగా హిమాలయవాసులైన కిరాతులతోనే వుంది.

రెండవ భాగము

సాంఘిక, ఆర్థిక జీవితము

రెండవ అధ్యాయం

ఆర్యగణములు

1. సింధు నాగరికత

ఆర్యులు మొట్టమొదటి సప్తసింధుకు వచ్చి నివాసమేర్పరచుకొను కాలంలో ఋగ్వేదంలేదు. ఆర్యులు సప్తసింధులో కాలూనుట శాంతియుతంగా జరుగలేదు. తమకంటె అధిక నాగరికులతోను, నాగరికులు కాబట్టి తమకంటె మృదుస్వభావులతోను, క్రీ.పూ. 1500 ప్రాంతంలో ఆర్యులు భయంకరమైన యుద్ధం చేశారు. హరప్పాలో యిటువంటి భయంకర హత్యాకాండకు సంబంధించిన అవశేషాలు దొరికినవి. మోర్టిమోర్ హ్వీలరు 'ఇండసువ్యాలీ సివిలిజేషను' అను పుస్తకంలో పై విషయాన్నే వ్రాశాడు. ఋగ్వేదంలో ఇంద్రవృత్ర యుద్ధరూపంలో పై సంఘర్షణను గురించి మనకు ఛాయామాత్రంగా తెలుస్తుంది. దానినే ఇంద్ర-శంబర యుద్ధంలో కలిపివేశారు. జన (గణ) యుగానికి చెందిన జాతులు తమ ఘన విజయముల శ్రేయస్సు అంతా తమ దేవతలదే అన్నారు. దివోదాసు భరతులతోను, యితర ఆర్యజనములతో కలిసి పార్వతేయుడైన కిరాతశంబరునితో 40 సంవత్సరాలు భయంకర సంఘర్షణ జరిపి విజయం సాధించగల్గాడు. ఆనాటి ఆర్యపురోహిత వర్గము యీ విజయ శ్రేయస్సు అంతా తమ యిష్టదైవమైన యింద్రునికే కట్టబెట్టాలనుకొన్నారు. ఇందుకు.సంబంధించిన ఘట్టాలను చదివితే పరాక్రమవంతుడగు దివోదాసు యింద్రుని ఆయుధానికి మించి మరేమీ కాదని తెలుస్తుంది.

ఋగ్వేద ఋషులగు భరద్వాజుడు, వసిష్ఠుడు, విశ్వామిత్రుడు, వారి యజమానులగు దివోదాసు, సుదాసులు; ఆర్యులు సప్తసింధులో ప్రవేశించిన చాలా కాలానికి అంటే వారిభాషలోని మూర్ధన్య ఉచ్చారణమైన 'ట' వర్గము 'ళ'గా పెద్దమార్పు చెందిన తర్వాత : అనగా మొదటి యుద్ధము సంగతి చాలావరకు గుర్తు తప్పుతున్నప్పుడు పుట్టారు. విజేతలు పరాజితులతో ఎంతటి ప్రగాఢ సంబంధం పెట్టుకొన్నారో యీ మార్పు మనకు తెల్పుతుంది. ఋషులుగాని, సామాన్య ప్రజలుగాని యిటువంటి గాఢ సంబంధాన్ని ఒప్పుకొనరు. కాని ఆర్యులకు తప్పనిసరి అయింది. వారికి పని చేయుటకు దాసులు (నౌకరులు) కావాలి. విరోధులయొక్క ఎన్నో విలాస వస్తువులను వాడుకొనుటకు వారికి అభ్యంతరం లేదు. ఆర్యులు నిజంగా ప్రాచీన సింధు నాగరితను ధ్వంసం చేసి సమాజ చక్రాన్ని వెనుకకు త్రిప్పటానికి ప్రయత్నించారు. వారు తమవెంట తెచ్చుకొన్న ద్రిమ్మర జీవితాన్ని స్థాపించుకొన్నారు. చెంఘీసుఖానుని యొక్క మంగోలుల మాదిరి ఆర్యులు నగర జీవితాన్ని, నాగరిక జీవిత విధానాన్ని ఏవగించుకొనేవారు. వారి విజేతలగు దివోదాసు, సుదాసులకు ఏదైనా నగరమున్నట్లుగాని, రాజధాని వున్నట్లుగాని ఎక్కడా పేర్కొనలేదు. గుర్రాలను, గోవులను పరమ ధనంగా నమ్మినవారు. నగరాల్లో ఎట్లా వుండగల్గుతారు. అశ్వ, గోపాలురైన ఆర్యులు ఎటువంటి నాగరికత, సంస్కృతి గల స్థానమును ఆక్రమించుకొన్నారు. సింధు నాగరికతలోని ధనికులకు మొహెంజెదర్లో వున్న భవ్య నగరాలు వున్నాయి. అక్కడవున్న యీ నాటి శిధిలములను చూచిన ఆంగ్లేయుడొకడు మనం లాంకషైరు శిధిలముల

మధ్య ఉన్నట్లు ఉన్నది అని అన్నాడు. అక్కడ ఉత్తరాన్నుండి దక్షిణానికి పోయే రోడ్డు చాలా విశాలంగా వుంటుంది. దానిపైన చక్రాల బండ్లు, పాదచారులు హాయిగా తాపీగా వెళ్ళవచ్చు. నగరం ప్రణాళికా బద్ధంగా కట్టబడింది. రోడ్ల వెడల్పు 9 అడుగులు మొదలు 34 అడుగులు, కొన్ని గోడ్లు అగమైలు వరకు తిన్నగా వున్నవి. ఒర రోడ్డు మరొక రోడ్డును సమకోణం దగ్గర తాకుచు చౌరాస్తాకు అవకాశం కల్గిస్తుంది. ప్రతి వీధిలోను, రోడ్డుపైన ప్రజల వుపయోగార్థం బావులున్నవి. చాలా యిళ్ళలో స్వంత బావులు, స్నానపు గదులున్నవి. నీరు పోవుటకు కాలువలు, మోరీలు కలవు. అవి చూచి యీనాటి పట్టణాలు ఎంతో ఈర్ష్యపడతాయి. శిథిలములను చూచి ఇవి ధనికుల భవనాలు, వ్యాపారస్తుల గృహాలు, శిల్పుల మందిరాలు, కూలీల పేటలు అని చెప్పగలం. పట్టణాన్ని చూడగనే అది ప్రజాతంత్ర పెట్టుబడి దారీ సమాజపు నగరంగా తోస్తుంది. ఎక్కువ యిళ్ళు కాల్చిన యిటుకతో కట్టినవి. ఆకారంలో ఆ యిటుకలు యిప్పటి వానితో పోలివున్నవి. రంగులో మబ్బుగా ఎర్రగా ఉన్నవి. చాకుబ్లేడును చొప్పించుటకు కూడ వీలులేని విధముగా ఆ యిటుకలు ఒకదాని కొకటి అతికించబడి వున్నవి. ప్రతి యిల్లు సౌఖ్యంగా, శుభ్రంగా వున్నవి. అన్నిటికంటె చిన్నయింటిలో రెండు గదులున్నవి. పెద్ద యిళ్ళు మేడలను పోలివున్నవి. మధ్యలో యిటుకలు పర్చిననడవ. దాని అంచులందు గదులు, ద్వారములు, కిటికీలు వున్నవి. సింహద్వారం రోడ్డువైపుకు వున్నది. ప్రతి యింటి స్నానపు గది రోడ్డుకు దగ్గరలో వున్నది. క్రింది అంతస్తులోనే కాదు. పై అంతస్తులో కూడ స్నానపు గదులు కలవు. పంజాబులోని పాత మిద్దెలకు వలె పాయఖానా మాత్రం మేడ కప్పుపైన వుండేది. పట్టణాల్లో రాత్రిళ్ళు రోడ్లపైన దీపాలు వెలిగించేవారని కనుగొనబడింది. ప్రజలు గోధుమలు, యవలు పండించే వారు. వరి, నువ్వులు, బటాణి కూడ పండేవి. కనీసం వారు ఖర్జూరపండును ఆహారంతో తీసుకోనేవారు. నదుల్లో సరోవరాల్లో దొరికే తాజా చేపలను, ఆవు, మేక, గొర్రె, పంది, కోడి, తాబేలు, మొసలి మొదలగు వాని మాంసాన్ని వారు తినేవారు. గేదెలు, ఒంటెలు, ఏనుగులు వీని ఎముకలు అక్కడ దొరికినవి కాబట్టి వారు ఆ జంతువులను ఉపయోగించేవారు.

వారు ఉన్ని, నూలు వస్త్రాలు ధరించేవారు. సాధారణంగా వారు ఒక వస్త్రాన్ని దోవతిగా ధరించి, రెండవ వస్త్రాన్ని ఉత్తరీయంగాగాని, దుప్పటిగాగాని, యజ్ఞోపవీతం ధరించినట్లు కుడిభుజాన్ని ఖాళీగా వదలి వేసుకొనేవారు. స్త్రీల వేషం పురుషుల మాదిరి వుండేది. కుషాణులు రాక పూర్వం మనదేశపు స్త్రీలు ధరించిన విధంగా వారు తమ తలపైన తలపాగను చుట్టేవారు. లేక తలపైన గుడ్డను కప్పుకొనేవారు. పురుషులకు పొడవైన జుట్టు వుండేది. పాపట తీసుకొనేవారు. మీసాలు తీసివేసేవారు. గడ్డము చిన్నదిగా లేక పూర్తిగా క్షవరం చేయించుకునేవారు. స్త్రీలకు బంగారం, వెండి, రాగి, ఇత్తడి, మట్టి, రాతి నగలంటే చాలా యిష్టం. పురుషులు మురుగులు, కంఠి, ఉంగరము పెట్టుకొనేవారు. కేశములను అలంకరించుకొను ఆ భూషణములంటే వారికి మక్కువ. స్త్రీలు ముఖచూర్ణమును (ఫేస్ పౌడరు), కాటుకను ఉపయోగించేవారు. అధర రాగమును (లిప్‌స్టిక్కు) కూడ వాడే వుంటారు.

రాగి లేక ఇత్తడి సూదులు, గొడ్డలి, రంపము, కొడవలి, చాకు, వేప ముల్లు (సొరముల్లు) మొదలైన వాటిని ఉపయోగించేవారు. కొలత తూకము సామానులు చూస్తే అవి మనం నేటివరకు వాడుకొన్న రూపాయికి పదహారణాలు లెక్క ననుసరించి వున్నట్లుగా తోస్తుంది.

యుద్ధం చేయుటకు రాగి లేక ఇత్తడి గండ్రగొడ్డళ్ళు, బల్లెములు, కత్తులు, కటారులు కలవు. విల్లు బాణము వుండేవి. రాగితో పల్చని కవచములను తయారు చేయుట వారికి తెలుసు. రాతి గదలు వారికి గలవు.

బంగారం, వెండి, యితర లోహములు, రత్నాలు - వీని కొరకు వారు మైసూరు, కాశ్మీరు, తూర్పు భారతదేశం, మధ్య ఆసియా, పశ్చిమ దేశాలతో సంబంధం పెట్టుకొనేవారు. వారికి నావలు సముద్రంలో నడిచేవి. మెసపుటోమియాతోను, బహుశా ఈజిప్టుతోను వారికి వ్యాపార సంబంధముండేది. వారి వున్నత వర్గాల్లో పురోహితులు, యోధులు, వ్యాపారులు ఉన్నారు. వ్యాపారస్తుల సంపద, పలుకుబడి తక్కువగా ఉండేదికాదు. పురోహితుల, యోధుల పలుకుబడి ఆర్యుల విజయానంతరం తగ్గివుండవచ్చు. కాని వ్యాపారస్తుల ప్రభావం మాత్రం అప్పుడు కూడ వుండేది. ఆర్యులు వారిని 'పణు'లన్నారు. వారి ఆశను ఏవగించుకొనేవారు. పణి శబ్దము బహుశా ఆర్య భాషా శబ్దముకాదు. అది ఏ భాషా శబ్దమోమరి? సంస్కృతంలో 'పణ్' ధాతువు క్రయ విక్రయములకు వస్తుంది. అయినప్పటికి ఈ శబ్దం భారతదేశానికి వెలుపల భారత - ఐరోపా భాషా పరివారానికి చెందిన భాషల్లో లేదు. కాబట్టి యీ శబ్దము బయట నుండి అరువు తెచ్చుకున్నదే.

సింధు నాగరికతా కాలం క్రీ॥పూ॥ 2800-2500 అని పాట్రీ అభిప్రాయం. హ్వీలరు యీ కాలాన్ని క్రీ॥పూ॥ 2,300 - 1500 అన్నాడు. అంటే ప్రాచీన సింధు నాగరికత అంతం, ఆర్యుల రాక ఒకేకాలమవుతున్నది. ఆర్యులు ఎటువంటి నాగరికతను, భౌతిక జీవితాన్ని పాడుచేయటానికి యత్నించారో మనం చూచాం. కాని వారు గుర్రం మినహా మరొక వస్తువును యివ్వలేక పోయారు. మొహింజెదారో, హరప్పా మరియు యిటువంటివి ఎన్నో నగరాలను ధ్వంసం చేసిన పిమ్మట సప్తసింధులో గెల్చుకున్న భూమిని పశుపాలకులగు ఆర్య జనములు తమలో తాము పంచుకొని దానిని గోచర భూమిగా మార్చివేశారు. ఎన్నో నగరాలు నిర్మానుష్యమై పాడుపడినవి. గ్రామాల్లో ఉండే అనేకమంది తూర్పుకు, దక్షిణానికి పారిపోయారు. ఉన్న వారిని ఆర్యులు దాసులుగా, కూలీలుగా చేసుకొన్నారు. మొహింజెదారో భూమిని పేరులేని ఏ ఆర్య గణమో పాలించి ఉంటుంది. అందుకనే వారి పేరు ఋగ్వేదంలో రాలేదు. ప్రధానమైన జనములు సింధుకు తూర్పున వున్న భూభాగంపై పెత్తనాన్ని సంపాదించారు. ఎక్కడ ఏ జనం నివాస మేర్పరచుకొన్నదో, ఆ భూమికి లేక ఆ జనపదానికి ఆ జనం పేరు పెట్టుకొన్నారు. జనముల పేర్లుకూడ మొదట్లో ఏ పూర్వీకుని పేరనో, లేక ప్రధానమైన వ్యక్తి పేరనో వచ్చివుండాలి. ప్రాచీన ఆర్యులు యిటువంటి పేర్లను పెట్టుకొనుటను కనుగొనుట అసంభవం. కురు (కోరోశ్), మద్ర (మేద) వంటివి యీరానులో కూడ వాడుకలో వున్నవి. కొన్ని ఆర్య జనములు భారతదేశానికి బయటకూడా అదే పేరుతో ప్రసిద్ధి పొందినట్లు తెలుస్తుంది. సింధు విజయం నాటి వారి పేర్లు తెలియుటలేదు. ఋగ్వేదకాలంలో ఆర్యుల్లో ఐదు ముఖ్య జనము (గణము) లుండేవి. పంచజన, పంచ చర్షిణి, పంచక్షితి ఆర్య జన మంతటికినీ ప్రయోగింపబడిన పదాలు. వీనినిబట్టి చూస్తే ఆర్యులు మొదట్లో బహుశా ఐదు జనములుగా విభక్తమై వుండవచ్చు. కాని ఋగ్వేద గణముల సంఖ్య ఒక డజనుకు పైగా వుంది. వారిలో అతి పురాతన గణము లేవో చెప్పలేము.

సింధును జయించిన మూల ఆర్యగణములు ఐదే. తర్వాత వారి సంతానం డజను అని చెప్పుకొన్నచో అప్పటికి ఆర్యులు వచ్చి చాలా కాలమైనట్లు తేలుతుంది. ఋగ్వేద

ప్రముఖ ఆర్యజనములు దిగువ సింధు లేక దాని సమీపమందున్న భూభాగంలో అంటే మొహింజెదారో, లేక హరప్పాలో వుండేవారు కాదు. వారు సింధు నదికే కాదు వితస్తా (జీలం) అసిక్నీ (,ఇనాబ్)కి కూడా తూర్పున వుండే వారని చెప్పవలసి వుంటుంది. పురులు ఐదు జనముల్లోను ప్రతాపవంతులు. వారు సప్తసింధుకు తూర్పు భాగాన వుండేవాడు. అంటే ఋగ్వేద కాలంలోనే ఆర్యుల ప్రతాపకేంద్రం తూర్పుకు చాలావరకు జరిగిందన్నమాట. బ్రాహ్మణములు, ఉపనిషత్తుల కాలంలో (క్రీ.పూ. 700) యీ కేంద్రం మరింత తూర్పుకు జరిగి పశ్చిమ ఉత్తర ప్రదేశానికి (కురు-పాంచాల) చేరుకొన్నది. తర్వాత శతాబ్దములో మగధకు చేరి మన చారిత్రక కాలంలో కలిసింది.

2. పంచ జనములు (గణములు)

1. పురులు : పరుష్ణీ నదికి (రావీ) తూర్పున ఋగ్వేద కాలానికి కొంచెం ముందు ఈ గణములున్నట్లు తెలుస్తుంది. ఋగ్వేద కాలమునకు యీ "జనము"న కనేక శాఖలు ఏర్పడినవి. వానిలో భరత, త్రుత్సు, కుశిక పేర్లు మనకు తెలుసు. కుశికుల నాయకుడు విశ్వామిత్రుడు. సుదాసును బాగా బలపర్చాడు. భరతుల నాయకులు బధ్రశ్వ, దివోదాసు ఈ ముగ్గురు తాత, తండ్రి, కుమారులు. దివోదాసు, సుదాసులను పురు, భరతులనికూడ అంటారు. వారు త్రుత్సులకు కూడ నాయకులు. అప్పటివరకు యీ గణముల్లో అంతగా వైరం కల్గలేదని తెలుస్తుంది. తర్వాత మూల జనులైన పురులు వారి శాఖ అయిన భరతజనముల నుండి బాగా విడిపోయారు. దాశరాజ్ఞ యుద్ధంలో వారు భరతులకు కాకుండా వారి శత్రువులకే సహాయము చేశారు.

భరతులు ఒకప్పుడు పరుష్ణీ (రావీ) తీరమందు నివసించేవారు. కాని యీనాడు వారి పేరిట మనదేశానికంతటికిని భరతదేశమను పేరు వచ్చింది. భారత దేశానికి బయట మన దేశానికి తన పేరుతో సింధు ప్రసిద్ధిని సంపాదించి పెట్టింది. స్వదేశంలో పరుష్ణీతీర వాసులగు భరత జనములు తమ పేరును మన దేశానికిచ్చారు. భరతులద్వారా పురులు ఓడుటలో వసిష్ఠునిపాత్ర చాలా వున్నది. "అగ్నులు భరతుల ప్రార్థన విన్నారు. వారు యుద్ధంలో పురులను అణచారు" అని వసిష్ఠుడు చెప్పాడు. (7-8-4) దుష్టవచనములను పలికే పురులను యుద్ధంలో ఓడించుటకు దాశరాజ్ఞ యుద్ధంలో వసిష్ఠుడు యింద్రుని స్తుతించాడు (7-18-13)

విసద్యో విశ్వా దృహి తాన్యేషా మింద్ర పురః సహసా సప్త దర్దః ॥
వ్యానవస్య తృత్యవేగయం భాగ్జేష్మ పూరుం విదధే మృధ్ర వాచం ॥

(ఇంద్రుడు యీ దస్యుల బలమైన ఏడు పురములను వెంటనే బలంగా నాశనం చేశాడు. అనవు (అనుల) ల స్థానములను తృత్సులకు యిచ్చాడు. అసత్య పరులైన పురులను మేము యుద్ధంలో గెల్చెదము గాక)

దివోదాసు కాలంలో పురులకు, త్రుత్సులకు అంతగ చెడలేదు. దివోదాసు పుత్రుడు పరుచ్ఛేప ఋషి దివోదాసుని మూల జనంతో సంబంధ ముండుటచేత "పురు" అన్నాడు (1-130-7). తర్వాత ఎప్పుడో దివోదాసుకు పురులకు తగాదా వచ్చింది (7-8-4). పురురాజులు ముగ్గురు. వారి పేర్లు ఋగ్వేదంలో వచ్చినవి. పురుకుత్సుడు, అతని పుత్రుడు త్రసదస్యుడు. త్రసదస్యుని పుత్రుడు కురు శ్రవణుడు. కురుశ్రవణుని పేరువలన భావి కురువంశాభివృద్ధి పురుజనుల వలన జరిగినట్లుగ తెలుస్తుంది.

2. యదులు : ఈ ఋగ్వేద గణము తర్వాత కాలంలోకూడ వున్నట్లు తెలుస్తుంది. మథురలోని యదువంశం కృష్ణుని వలన బహుప్రశస్తిని పొందింది. "కరోవీ" రాజులు "వ్రజ"లో వున్నారు. వారు గౌరవముగల యదు వంశీయులు. జైసలు మేరులోని బాటులు కూడ యదు వంశీయులే. వారి బంధువులైన నాహన (సిర్మౌర్) పర్వత రాజులు కూడ యాదవులే. మహమ్మదీయుల చేత ధ్వంసం యేయబడిన దేవగిరి (దౌలతాబాదు) రాజులు సైతము యాదవులే. ఇట్లు యాదవులు మధుర, రాజస్థాన్, హిమాలయం, దక్షిణమున మహారాష్ట్ర వరకు విస్తరించి వున్నారు. కాని ఋగ్వేదకాలంలో వారు సప్తసింధులోనే వుండేవారు. వారుమాత్రం చాలా పడమరగా వుండేవారు. పురులు యింటిలోనే విరోధులు. కాని తండ్రి, కొడుకులైన దివోదాసు, సుదాసులు అందరికంటే ఎక్కువగా యదు, తుర్వశులతో సంఘర్షణ చేయవలసి వచ్చింది. తుర్వశ, యదులు జంట అనుటవలన వారొకే స్థానములో వున్నట్లుగాని, లేక వారిమధ్య స్నేహం ఎక్కువగా వుందని గాని అనుకొనవచ్చును. చాలాచోట్ల మంగళా చరణములోను లేక శాపంలోను యీ గణముల పేర్లు జంటగా వచ్చినవి. అగస్త్యుడు (వసిష్ఠుని తమ్ముడు కావచ్చు) ఒకేచోట (1-174-9) పై యిరువురికి యింద్రుని వలన శుభం కోరుతూ స్తుతించాడు.

త్వం దునిరుద్రధుని మతిః ఋణోరోపః సీరాన స్రవంతిః ।
ప్రయత్ సముద్రమతిశూర పర్షిపారయా తుర్వశం యదుం స్వస్తి ॥

(ఓ యింద్రుడా! ధ్వనిచేయు నీవు నదుల వలె ధ్వనిచేయు జలములను ప్రవహింపచేశావు. ఓ శూరుడా! నీవు సముద్రంలో పొంగును కన్పించునప్పుడు తుర్వశ, యదులను శుభముగా దాటించుము).

సవ్వ ఆంగిరసు కూడ (1-54-6) "శతక్రతూ, నీవునర్వ. తుర్వశ్రయదులను రక్షించావు. నీవు తుర్వశులను రక్షించావు" అని ఇంద్రుని స్తుతించాడు. కణ్వపుత్రుడగు వత్సుడుకూడ తుర్వశయదుల సుఖాన్ని కోరాడు (8-7-18).

యే నావతుర్వశం యదుం యేనకణ్వం ధన స్పృతత్వరాయే సుతస్యధిమహి॥

(ఓ మరుత్తులారా, మీరు తుర్వశ్రయదులను, ధనము కోరిన నా తండ్రిని రక్షించారు. ధనము కొరకు నేనూ మిమ్ములను ప్రార్థిస్తున్నాను.)

కణ్వుడు, అతని పుత్రుడు వత్సుడు మొదలగువారు తుర్వశయదులకు పురోహితులు. కావున వారు తమ యజమానుల శుభాన్ని కోరారు. అశుభాన్ని కోరలేదు. కాని వశిష్ఠుడు తద్విరుద్ధంగా యింద్రుని యిట్లు ప్రార్థించాడు -

"ఓ మఘవన్, నీవు అతిథి సేవాపరాయణుడు సుదాసుని క్షేమం కోరువాడవు. నీవు తుర్వశయదులను ఓడించుము."

3. తుర్వశులు : ఋగ్వేదంలో తుర్వశులపేరు యదులతోపాటు వచ్చింది. కణ్వుడు, ఆయన పుత్రుడు వత్సుడు వారి వంశీకులు - వారికి పురోహితులు. భరతులు, పురులు మాత్రమే అనార్య శత్రువులను ఎదిరించలేదు; తుర్వశులుకూడ ఎదిరించి పంచగణాల్లో తమ పేరు సార్థకం చేసుకొన్నారు. పురులు శుతుద్రికి తూర్పున నివసించేవారు. వారి పురోహితులు అత్రి, అతని వంశీకులు. వారు ఋగ్వేద పంచమండలం కర్తలు. కాని అనస్యు ఆత్రేయుడు యదుతుర్వశులనుకూడ ప్రశంసించాడు. (5-31-8)

త్వమపో యదవె తుర్వశాయారమయః సుధుఘాః పార ఇంద్ర!

అనగా ఓ ఇంద్రా! నీవు యదు, తుర్వశులకు కోరినంతగ జలాలను (నదులను) యిచ్చావు.

భరద్వాజుడు భరతుల పురోహితుడు. ఆయన తుర్వశుల విజయాన్ని కాంక్షిస్తూ గానం చేయలేదు. ఆయన సృంజయులు చేతిలో తుర్వశులు ఓడినట్లు చెప్పాడు. (6-27-7) "ఆ ఇంద్రుడు స్నంజయులకు తుర్వశులను ఒప్పగించాడు."

"భరద్వాజుడు బృహస్పతి పుత్రుడు. బృహస్పతి, అతని వంశీయులు "శంయు"లు కూడ యింద్రుని స్తుతిస్తూ తుర్వశ, యదులను కీర్తించారు. (6-45-1) య ఆనయ త్పరావతః సునీతి తుర్వశం యదుం! ఇంద్ర సనో యువాసఖా"

అనగా సుదూరం (పడమర) నుండి తుర్వశ యదులను సురక్షితంగా తీసుకొని వచ్చిన ఆ యువ యింద్రుడు మాకు సఖుడు. భరతులకు తుర్వశులు, యదులు బలవద్విరోధులు. భరతుల నాయకులు దివోదాను, ఆయన కుమారుడు సుదాసు. తుర్వశులు సృంజయుల చేతిలో ఓడిపోయారు. దీన్నిబట్టి భరతుల భూభాగం తుర్వశుల భూమికి దగ్గర వున్నట్లు తెలుస్తుంది. ఈ రెండు గణాలవారు శుతుద్రి (సత్‌లజ్), పరుష్ణి (రావి) నదులకు దిగువ భాగంలో నదులకు యిరువైపుల ఉండేవారు. అక్కడ నుండి సత్‌లజ్ బియాస్‌ల మధ్యప్రదేశంలో సృంజయులు ఉండవచ్చు. శంయుని స్తుతి ప్రకారం మొదట్లో యీ రెండు గణాలు చాలా దూరాన (సింధు సమీపంలో) ఉండేవారు. తర్వాత వారు యీ ప్రదేశానికి వచ్చి నివాసం యేర్పరచుకొన్నారు. తుర్వశులు కూడ యింద్రుని చేత తేబడినారు. భరతులు, సృంజయులు కూడయింద్రుని భక్తులే. అయినప్పటికి స్వార్థం వారి మధ్య విరోధాన్ని కల్గించింది. భరతులు తమ ప్రభుత్వాన్ని సప్తసింధు అంతటా విస్తరింపచేసి సమైక్యతను స్థాపించాలనుకొన్నారు. ఈ సందర్భంలో తుర్వశులు, యదులు వారిని గట్టిగా ఎదిరించారు.

4. ద్రుహ్యులు : వీరు కూడ పంచగణాల్లోని వారే. వీరు వీరులు. వీరి పురోహితుడు భృగుమహర్షి. కుత్స అంగీరసుడు యింద్రాగ్నులను స్తుతిస్తూ పంచ గణాలను పేర్కొన్నాడు (1-108-8).

యిదింద్రాగ్నీ యదుషు తుర్వశేషు, ద్రుహ్యు, షినుషు, పూరు ఘస్థః॥

అనగా ఓ ఇంద్రాగ్నులారా! మీ రిద్దరు యదులందును, తుర్వశులందును, దృహ్యులందును, అనులందును, పురులందును ఉంటున్నారు.

దీనినిబట్టి యదు, తుర్వశులకు సమీపంలో ద్రుహ్యు, అనుల జనపదాలుండే పని తెలుస్తుంది. పంచగణాలందరు యిద్రునికి, అగ్నికి కూడ భక్తులే. ద్రుహ్యులు, పురులు, త్రుత్సులు మహాశక్తివంతులని శంయువార్హస్పత్యుని ఋక్కువలన బోధ పడుతుంది. (6-46-8)

"ఓ యింద్రా! శత్రువులను ఓడించుటకై మాకు త్రుత్సు లేక ద్రుహ్యు లేక పురుగణాల శక్తిని యిమ్ము" తన యజమాని సుదాసుకు వారు శత్రువులు. కనుక వసిష్ఠుడు వారి బలాన్ని యేమీ గుర్తించలేదు. దాశరాజ్ఞ యుద్ధంలో వారికి చాలా కష్టనష్టాలు కల్గాయి. ఈ విషయం వసిష్ఠుని ఋక్కుద్వారా తెలుస్తుంది- 'ధనం కొరకు తుర్వశ, భృగు, ద్రుహ్యులు యింద్ర సఖుడైన సుదాసుని ఎదిరించాడు. (7-18-6). 'శ్రుతకవష. బృద్ధ. ద్రుహ్యులను వజ్రబాహుడు యింద్రుడు నీటిలో (నదిలో) ముంచి చంపాడు - (12), ఆవులను అపహరించుకొని పోవాలనుకున్న అనులు, ద్రుహ్యులు యొక్క 66,068 మంది వీరులు నిద్రపోయారు (మరణించారు) 14.

పురోళా ఇత్తుర్వశో యక్షురాసీద్రాయే మత్స్యాసోనిశితా అపీవ ।
శ్రుష్టిం చక్రుర్భృగవో ద్రుహ్యవశ్చ సఖా సఖాయ మతరద్విషూచః॥ (6)
అధశ్రుతం కవచం బృద్ధమప్స్వను ద్రుహ్యుని వృణక్ వజ్రబాహుః
వృణానా అత్ర సఖ్యాయ సఖ్యం త్వాయం తోయే అరుదన్న నుత్వా॥ (12)
నిగవ్యవో న హో దృహ్యాపశ్చ షష్టిః శతాసు షుపుః షట్ సహస్రా।
షష్టిర్వీ రాసో అధిషడ్ దువోయు విశ్వేదింద్రి స్య వీర్యాకృతాని॥ (14)

అనులు, ద్రుహ్యులు, పురోహితులగు భృగులు కలిసి సుదాసుపై దండెత్తినట్లుంది. వారు సరిహద్దునవున్న పరుష్ణీ (రావి) నదిని దాటి భరతుల భూమిలోకి ప్రవేశించివుండవచ్చు. నదిదగ్గర యుద్ధం జరిగింది. వారి నాయకులు శ్రుతకవషుడు మొదలైనవారు ఓడిపోయి పారిపోతూ నదిలో మునిగిపోయి చనిపోయి ఉండవచ్చు. యుద్ధరంగంలో వారి వీరులు అరవై ఆరువేల కంటె ఎక్కువమంది చనిపోయారు. ద్రుహ్యు, అనుల భూమి పరుష్ణీకి పశ్చిమాన వితస్తా (జీలం) వరకు వ్యాపించి ఉంది. ద్రుహ్యులకు ఉత్తరంగా అనులు, దక్షిణాన తుర్వశులు ఉన్నట్లు తోస్తుంది. ఋక్కుల్లో వారి స్థానాలను పేర్కొనలేదు. ఇంతమంది వీరులు ఏ నీటిలో మునిగిపోయారో తెలుపలేదు. కాని దాశరాజ్ఞ యుద్ధంలో పడమరవున్న గణాలు పరుష్ణీనదిని ఒకసారి బంధించి సుదాసుకు కష్టాలను కల్పించారు. ఈ విషయం మనకు ఫక్తుల ప్రకరణంలో తెలుస్తుంది. కాబట్టి ద్రుహ్యుల నివాసం పరుష్ణీ నదికి పడమర అనుకోవచ్చు.

5. అనులు : వీరు పంచగణాల్లోనివారు. ద్రుహ్యులకు స్నేహితులు. చనిపోయిన 66 వేలమందిలో అనువీరులు కూడా వున్నారు. అవస్యు ఆత్రేయుని యీ ఋక్కులో వీరి గొప్పతనం కానవస్తుంది. (5-31-4)

అనవస్తే రథమశ్వాతు తక్షన్త్వష్టా వజ్రం పురూహోత ద్యుమంతం
బ్రహ్మాణం ఇంద్రం మహయంతో అర్కైర వర్ధయన్నహయే పాంతపాట॥ఔ

అనగా ఓ యింద్రా! అనులు నీ గుర్రాలకై రథాన్ని, అహి (రాక్షసుడు) ని చంపుటకు త్వష్టను (ప్రకాశించు వజ్రాయుధాన్ని); బ్రాహ్మణులు స్తుతులచేత నిన్ను గొప్పచేశారు.

ఇట్లు అనులు రథ నిర్మాతలుగ వున్నారు. కణ్వుడు తుర్వశులకు పురోహితుడు. అతని వంశీకుడు దేవాతిథి తన యజమానులను శ్లాఘిస్తూ అనులపక్షం వహిస్తూ, కీర్తించాడు- ఓ యింద్రుడా! నిన్ను తూర్పునుంచి, పడమర నుంచి ఉత్తర దక్షిణాల నుంచి ఆహ్వానిస్తున్నారు. కాని నీవు త్రుశ్యుల కొరకు; ఎక్కువగా అనుల కొరకు ఆహ్వానింపబడుతున్నావు (8-4-61). కాని నూరు మాయ లెరిగిన శతయాత్సు వసిష్ఠుడు 'అసత్యవాదులైన అనులపై ఆయుధాన్ని వేయమని' అశ్వనీ దేవతలను కోరుతున్నాడు (6-62-9).

3. అన్యగణాలు

ఈ పంచగణాలేకాదు, మరికొన్ని గణాలున్నట్లు ఋగ్వేదం చెప్తుతూవుంది. వారిలో చాలామంది సింధు, అసిక్నీ నదుల మధ్య వుండేవారు. వారు సుదాసుకు వ్యతిరేకంగా పోరాడారు. సింధుకు పశ్చిమాన వున్న గణాల గురించి మనకు ఎక్కువగా తెలుస్తుంది. వారిలో మొదట ఫక్తుల పేరు వస్తుంది.

6. ఫక్తులు : సుదాసుని బలమైన కోరికను వమ్ము చేయటానికి కత్తిపట్టిన పదిరాజుల్లో (గణాల్లో)ను, యితర గణాల్లోను యీ ఫక్తులు వున్నారు. వీరే ఫఖ్తులై ఫక్తూనులై

నేడు పఠానులుగ వున్నారు. వీరు సింధునదికి పడమరగా కాబూలు వరకు నివాసం ఏర్పరచుకొన్నారు. వీరిని కేవలం ఫక్తుల వంశీకులని చెపప్పుట కష్టం. అలినులు, గంధారులు, విషాణులు, భలానసులు – వీరందరు నేటి ఫక్తూనులుగ వుండవచ్చు. ఫక్తులు అశ్వని కుమారులను వుపాసించే ఆర్యులు. కణ్వపుత్రుడు శోభరి అశ్వని కుమారులను స్తుతిస్తూ చెప్పాడు: 'ఏ ప్రేరణచే మీరు ఫక్తులను, ఆర్థిగులను, బభ్రులను రక్షించారో, ఆ ప్రేరణ చేతనే మా వద్దకు వచ్చి రోగులకు వైద్యం చేయండి (8-22-10).

వీరు సుదాసుకు శత్రువులు. కావున వీరిని గురించి వసిష్ఠుడు చెప్పింది చదవండి:-

ఆవక్థాసో భలూవసో భవంతాలినాసో విషాణివః శివాసః
ఆయోన యత్పధమా ఆర్యస్య గవ్యాత్రుత్సుభ్యో అజగన్యుధా వృన్ ॥

7. భలానులు 8. విషాణులు 9. అలినులు :

అనగా ఫక్తులు, భలానులు, అలినులు, విషాణులు, శివులు వచ్చారు. త్రుత్సుల కొరకు ఏ యింద్రుడు ఆర్యుల గోవులను తెచ్చాడో, అతడు యుద్ధమందు వారిని జయించాడు (7-18-7). వసిష్ఠుడు భలానులను, విషాణులను, అలినులను ఫక్తులతో పటు చెప్పుటవలన వారు ఫక్తులకు పొరుగున వున్న గణాలై వుంటారు. బోలను కనుమ పేరట భలానుల పేరు యీనాటికి స్థిరంగా వుండిపోయింది. మిగిలిన రెండు గణాలు కూడ సింధునదికి అవతల వారైవుంటారు.

10. శివులు : సింధుకు యివతల వితస్తా (జీలం) నదికి పడమర వీరి నివాసం. తర్వాత వీరు శివిప్రాంతానికి వెళ్ళి వుండవచ్చు. ఘోర్కోటలో వీరిపేరిట ఒక శాసనం దొరికింది. సుదాసుకు విరోధులైన పదిరాజులతో కలిసి వీరు సుదాసుతో యుద్ధం చేశారు. ఇందుచేతనే ఆ యుద్ధం ఋగ్వేదంలోను, తర్వాత వచ్చిన గ్రంథాల్లోను ధావరాజ్ఞ యుద్ధంగా ప్రసిద్ధి గాంచింది. వేరేకాదు, మరికొన్ని గణాలు, వ్యక్తులు కూడ సుదాసు శత్రుకోటిలో వున్నారు. అట్టి వారిలో రెండు మూడు గణాలను తప్ప మిగిలినవారు గణాలో, వ్యక్తులో మనం నిర్ణయం చేయలేం.

11. శిమ్యులు (గణాలు) 12. క్రిపులు (గణాలు) 13. మత్స్యులు (గణాలు). వీరు తర్వాత కాలంలో ఇప్పటి జయపూర్ ప్రాంతంలో వున్నారు. 14. వైకర్ణ (వ్యక్తియా?) 15. కవషుడు 16. దేవకమన్యమానుడు 17. చాయమానకవి 18. సుతుకుడు 19. ఉచధుడు 20. శ్రుతుడు 21. బృద్ధుడు 22. మన్యుడు 23. వృధుడు : వీరంతా వ్యక్తులు. 24. అన్నిటికంటె బలమైంది భరతగణం. వీరు ప్రాచీనమైన పురుశాఖలోని వారు. భరతులశాఖ త్రుత్సులు. దివోదాసు, సుదాసులు భరతులుగ పేర్కొనబడ్డారు. ఒకప్పుడు వారు త్రుత్సులకు పెద్ద నాయకులు. త్రుత్సులకు సుదాసుకు తగాదా వచ్చింది. కాని వారి ప్రగాఢ సంబంధం చెడలేదు.

ఈ ఆర్య గణాల్లో పంచగణాలే అత్యంత ప్రాచీనములు. ఈ ఐదు గణాలు కూడ ఒకేచోట వున్నవారు కాదు. ఈ సంగతి శంయువార్హస్పత్యుని ఋక్కు ద్వారా స్పష్టమవుతుంది.

"ఓ యింద్రుడా! నీవు వారిని సుదూర పశ్చిమాన్నుండి తెచ్చావు." (6-45-1)

తర్వాత క్రీ.పూ. 8-7 శతాబ్దములనాటిది అధర్వవేదం. ఇందు తూర్పున వున్న అంగ, మగధుల నుండి పడమరవున్న బాహ్లిక (బలాక) వరకు వున్న దేశాలు పేర్కొనబడ్డాయి. అంగ, అంతదేశ, గంధార, ధన్వ (ఎడారి). పటూర్ : బాహ్లిక్, మగధ, మఘ, ముంజవత, రుమ (ఎడారి), రుషత, విక్షర, సొంతదేశాలు మొ॥ ఋగ్వేదంలో

యీ క్రింది దేశాలు కూడ పేర్కొనబడ్డాయి.

1. ఉదవ్రజం (నీరు, గోచరభూమి వున్న దేశం. బహుశా కాంగడాలో నూర్‌పూర్ వద్ద కావచ్చు.)
2. కీకట (ఇది మగధకాదు. సప్తసింధు సమీపదేశం)
3. కృత్వన్.
4. గాంగ్య (గంగవున్న ప్రదేశం. తర్వాత దీన్ని కురుక్షేత్రమన్నారు.)
5. గుంగు (ఆర్యేతరుల దేశం కావచ్చు.)
6. దుర్గ?
7. యక్షు (గంగా యమునల మధ్య గాంగ్యదేశంలోని ఆర్యేతర రాజ్యం)
8. రుశ్మ?
9. వేతంసు?
10. సరస్వతీవత్, సార్లస్వత (కురుక్షేత్రంలోని సరస్వతీ తీరాన వున్న దేశం.)
11. సింధు (దిగువ సింధు ప్రాంతం.)

అధర్వవేద కాలంలో ఆర్యులు అంగ, మగధ అనగా బెంగాలు సరిహద్దు వరకు విస్తరించారు. కాని ఋగ్వేద కాలంలో వారు సప్తసింధులోనే వుండేవారు. అక్కడనే వారి గణాలు స్వతంత్ర పశుపాలక జీవితాన్ని గడుపుతూ వుండేవి.

మూడవ అధ్యాయం

వర్ణం - వర్గం

1. వర్ణం (రంగు)

ఋగ్వేద కాలంలో (అనగా క్రీ.పూ. 1200-1000) భారతదేశంలో నాలుగు జాతులుండేవి. వానిలో కోలులు లేక కోలారీలు (నిషాదులు, ఆస్ట్రికులు) సప్తసింధుకు చాలాదూరంగా వుండేవారు. కాబట్టి వారికి ఆనాటి ఆర్యులతో ఎటువంటి సంబంధం లేదు. ఆర్యులతో గాఢ సంబంధం వున్న వారు, సంఘర్షణ చేసినవారు :-
1. మొహింజెదరో, హరప్పాలోని నాగరికజాతులైన ద్రవిడులు. 2. కాశ్మీరం నుండి అస్సాం వరకు, యింకా ఆపైన కొండల్లోను, లోయల్లోను నివసించు జాతులైన కిర, కిరాతులు (మోనఖ్మేరులు) ముఖ్యులు. ఆర్యులు నాగరికులైన ద్రవిడులతో ముందుగ పోరాడవలసి వచ్చింది. సప్తసింధులో స్థిరపడిన తర్వాత వారు హిమాలయ ప్రాంతాలకు లోపల ప్రదేశాల్లోకి ప్రవేశించునప్పుడు కిరాతులతో పోరు సల్పవలసి వచ్చింది. ఆర్యులకు కిరాతులతో వారి నాయకులైన శంబర, చుమురి మొదలైనవారితో యీ విధమైన సంబంధం వుందని చెప్పుతున్నాం. ఋగ్వేదం ద్రవిడులకు, కిరాతులకు భేదం చూపలేదు. వారిని కృష్ణచర్యులు, కృష్ణయోనులు, కృష్ణవర్ణులు అన్నది. కిరాతుల రంగు నలుపుకాదు. వారిది మంగోలుల రంగు పాండు వర్ణం. వారి ముఖాలకు ద్రవిడుల ముఖాలకు చాలా తేడావుంది. ద్రావిడులను, కిరాతులను నల్లవారు, దస్యులు, దాసులు అని ఆర్యులన్నారు. జయించిన జాతి ఓడిపోయిన జాతితో పొత్తు కుదుర్చుకొనకపోయినప్పుడు వర్ణభేదం ఏర్పడుతుంది. నేడు దక్షిణాఫ్రికాలో ఎక్కువగా, ఆఫ్రికాలోని యితర ప్రాంతాల్లో తక్కువగా యీ రంగు భేదం కానవస్తుంది. ఈ వైజ్ఞానిక యుగంలో - మానవ చైతన్యం వున్న దినాల్లో యిటువంటి అన్యాయం జరుగుతూవుంటే నేటికి మూడువేల సంవత్సరాలకు పూర్వం సంగతి యింక చెప్పవలసిన పనిలేదు!

1. ఆర్యుల వర్ణం : ఋగ్వేదంలో ఆర్యుల రంగును గురించి స్పష్టంగా చెప్పలేదు. ఆర్య దేవతల రంగును గురించి వర్ణనలున్నాయి. వాటినిబట్టి ఆర్యుల రంగుకూడ అదే అయి వుండవచ్చు. అని చెప్పవచ్చు. మానవుడు తన దేవుడిని తన రూపంలోనే చూస్తాడు. 'యదన్నం పురుషోహ్యాతి, తదన్నం తస్యదేవతా' అనగా మానవుడు ఏ అన్నం తింటే అతని దేవుడుకూడ అదే తింటాడు. 'యద్ రూపం పురుషో భవతి, తద్రూపా తస్య దేవతా' అనగా మానవునికి ఏ రూపం వుంటుందో అతని దేవునికి కూడ అదే రూపం వుంటుంది. ఋగ్వేద ఆర్యుల తర్వాత ఆరువందల ఏండ్లకు బుద్ధుడు జన్మించాడు. వేయి సంవత్సరాలకు పతంజలి పుట్టాడు. వీరి కాలంలో చెప్పబడిన రంగు పైన చెప్పినదానిని స్పష్టపరుస్తుంది. విశిష్టమైన ఆర్యుల రంగును గూర్చి పతంజలి యిట్లు వర్ణించాడు :-

"గౌరః శాచ్యాచారఃకపిలః ఇత్యేనాన్
అభ్యంతరాన్ బ్రాహ్మణ్యేగుణాన్ కుర్వంతి" (2-2-6)

అనగా ఎర్రనివాడు, పవిత్రమైన ఆచారపరుడు, కపిల పింగళ కేశముల వాడు - ఇవి బ్రాహ్మణునికి వుండవలసిన గుణాలు. పతంజలి బ్రాహ్మణుని రూప వర్ణముల గురించి

చెప్పింది, ఆర్యులందరికి వర్తిస్తుందనుట స్పష్టం. దీనికి కారణం వుంది. తర్వాత కాలంలో బ్రాహ్మణులకు, బౌద్ధులకు రంగును గురించి వివాదం జరిగింది. అందు బ్రాహ్మణునకు గౌరవర్ణం ప్రకృతి సిద్ధం అని చెప్పి వర్ణ వ్యవస్థ సహజమని ఋజువుపర్చుటకు ప్రయత్నం జరిగింది. బుద్ధునిది బంగారు వర్ణం. కళ్ళు అవిసె పూల నీలం రంగు. కొత్తగా వచ్చిన ఆర్యులు అంతకు పూర్వం అచ్చట నివాసులతో కలియకూడదను నియమం కలవారు. అందుచేత ఋగ్వేదం నాటి ఆర్యుల రంగు ఖచ్చితంగా కపిలం (తెలుపులో చేరింది), కేశములు పింగళ వర్ణములు (బంగారు రంగు). కన్నుల రంగు బుద్ధునికివలె బహుశా నీలం కావచ్చు.

1. కేశముల రంగు : ఋగ్వేదంలో ఇషఋషి (5-7-7) అగ్ని దేవుని మీసాలను, గడ్డాన్ని యిట్లు వర్ణించాడు - అతడు పింగళ వర్ణం కల గడ్డమున్నవాడు, తెల్లని దంతాలు కలవాడు, గొప్పవాడు, అప్రతిహత పరాక్రమశాలి.

అంగిరస గోత్రుడగు వరుడు యింద్రుని మీసాలను, కేశాలను యిట్లా వర్ణించాడు:- పింగళ వర్ణంగల మీసాలతో, కేశములతో వున్న యింద్రుడు దృఢమైనవాడు. (10-96-8) విశ్వామిత్రుడు అగ్నికేశాలను పింగళవర్ణం అన్నాడు (3-2-13) :- "మేము ఆ విచిత్ర గతితో, హరిత పింగళ కేశాలతో ప్రకాశించుతున్న అగ్నిని నూతన ధనం కొరకు ప్రార్థిస్తున్నాం." గోతమ రాహూగణుడు యిలా అన్నాడు :- "అగ్ని హిరణ్యకేశుడు, మేఘాలను చెదరగొట్టగల కంసనుడు, వాయువువలె శీఘ్రగామి, శుభ ప్రకాశయుతుడు." (1-79-1) హరికేశుడు హిరణ్యవేశుడు - వీని అర్థం ఒక్కటేనని స్పష్టమైంది. ఒకే మంత్రంలో అగ్నిని హరితకేశుడన్నారు. ఇక్కడ పింగళ వర్ణానికి హరి, హరిత శబ్దాలు కూడ ప్రయోగించబడ్డాయి. సంస్కృతంలో హరిత, పార్శీలోని జర్ద, రష్యను భాషలో జోల్దు, ఆంగ్లంలో గోల్డు - ఒకే మూల శబ్దానికి భిన్న రూపాలు. అభారతీయమైన భారోపీయ భాషల్లో పింగళ శబ్దానికి అర్థం బంగారం. ఇంద్రుడు, అగ్ని ఋగ్వేద ఆర్యులకు ప్రాచీన దేవుళ్ళు. ఆ దేవుళ్ళ మీసాలు, గడ్డాలు పింగళ వర్ణం కాబట్టి వారి భక్తులైన ఆర్యుల మీసాలు, గడ్డాలు పింగళ వర్ణమని చెప్తున్నాం. అగ్ని శిఖల సహజ వర్ణం పింగళం. కాని యింద్రుని రంగు అదేనని చెప్పలేం. ఇంద్రుని రూపం ఆర్యుని రూపమే కాబట్టి భరద్వాజుడు అతని ముక్కు, ముఖం పింగళ వర్ణం అన్నాడు (6-29-6). వసిష్ఠుడు ఆర్యులది శ్వేతవర్ణం (తెల్లనిది) అన్నాడు (7-33-1). తన వంశీకులను గురించి చెప్తుకొంటూ శ్వేత వసిష్ఠ సంతానం తనకు ఆనందం కల్గిస్తోందన్నాడు. మరుత్తులను స్తుతిస్తూ 'సూర్యునివంటి చర్మం గల వారా' అనుట వలన (7-69-11) వారి వర్ణం గౌర వర్ణం అని స్పష్టపడుతుంది. పింగళం, హిరణ్యం, హరితం - ఇవి పింగళ వర్ణాన్ని సూచిస్తున్నాయి. గృత్సమదుడు పుత్ర సంతానం కొరకు ప్రార్థించాడు :- (2-3-10). త్వష్టా! మాకు పింగళ వర్ణుడు, దృఢకాయుడు, ఆయుష్మంతుడు, దేశభక్తుడు, చురుకుతనం గలవాడు అయిన సంతానాన్ని ప్రసాదించుము.

2. శరీరం : ఇంద్రుని శరీరం ఆర్య వీరవరుని శరీరాన్ని పోలివుంది. ఆయనను గూర్చిన వర్ణన చదివితే అతడు సప్తసింధులోని మల్లయోధుని పోలి వున్నాడు. ఇరిన్విష్ఠరుషి యింద్రుని శరీరాన్ని వర్ణించాడు. (8-17-8). "పెద్ద మెడ, పుష్టిగల పొట్ట, అందమైన బాహువులు గల యింద్రుడు" ప్రగాథ కణ్వ పుత్రుడు యింద్రుని శరీరాన్ని వర్ణించాడు. "అతడు వృషభుడు, యువకుడు, తుదిగ్రీవుడు (పొడవుమెడ గలవాడు), నిటారుగ

వున్నవాడు" పై వర్ణనలు చదివితే ఆర్యుల రంగు, శరీరం ఎట్లుందో మనకు తెలుస్తుంది అనేక ఋక్కుల్లో కూడ శత్రువులను గురించి చెప్పబడింది. కావున వారి రంగు మనం తెలుసుకోగల్గుతున్నాం.

అనార్యుల రంగు

విశ్వామిత్రుడు ఆర్య శత్రువుల్ని, కృష్ణ వర్ణులను సంహరించమని ఇంద్రుని స్తుతించాడు (2-31-21).

అంగిరస శునహోత్ర పుత్రుడు గృత్సమదుడు ఆర్య శత్రువులు కృష్ణ యోనులు అన్నాడు.

2. వర్గాలు

1. దాస - దాసీలు : యుద్ధంలో గెల్చినవారు ఓడిపోయిన శత్రు స్త్రీ, పురుషులను ఎక్కువమంది దాసీలుగా, దాసులుగా చేసుకొని పనిచేయించుకొనేవారు. బానిస వ్యవస్థ కాలంలో అంతటా యీ పద్ధతి వున్నట్లు మనం గమనించాం. మన దేశంలో యీ బానిసత్వం (వెట్టిచాకిరి, ఊడిగం రూపంలో) 16వ శతాబ్దం రెండవ పాదంలో అంతమైంది. ఋగ్వేదకాలంలో గెల్చినవారికి, ఓడినవారికి రూపం, రంగు, స్వార్థంలో చాలా తేడా వుంది. కావున అప్పటిలో బానిస విధానం అతిక్రూరంగా ఉందనుట వాస్తవం. బాలఖిల్య సూక్తాల్లో వృషథ ఋషి యింద్రుని ప్రార్థించాడు. "నాకు నూరు గాడిదలు, నూరు గొర్రెలు, నూరు మంది దాసులను ప్రసాదించుము." (14-18-3). ఆర్యులు తమ శత్రువులనుకూడ దాసులు, దస్యులు అనే వారు. తర్వాత కాలంలో అమ్ముడుపోయినవారిని దాసులు (బానిసలు) అన్నారు. పైన ఋషి నూర్గురు దాసులను కోరినందున నిస్సందేహంగా వారు జాతిలోను, పనిలోను దాసులే. గృత్స మద ఋషి (2-2-4) 'దాసః విశా' దాస ప్రజలన్నాడు. ఆయన వేరొకచోట దాసుల రంగు నికృష్టం అన్నాడు. ఋగ్వేదంలో త్రసదస్యుడు కణ్వపుత్ర శోభరికి 50 మంది వధువులను యిచ్చినట్లుంది. (8-19-36, 37). ఇచ్చట వధూ శబ్దానికి అర్థం దాసి.

ఆర్యుల జీవిత విధానం

ఆర్యుల ముఖ్య ధనం ఆవులు, గుర్రాలు, గొర్రెలు, మేకలు. వారు కొద్దిగా వ్యవసాయం చేస్తూవుండేవారు. వారు తినే రొట్టెకు యవలపిండి కావాలి. బాగా డబ్బు పలుకుబడి వున్న ఆర్యులు పశుపాలనకు, వ్యవసాయానికిగాను దాసదాసీల సేవలనుపయోగించు కొనేవారు. కాబట్టి వారికి 50 మంది దాస దాసీలు అవసరమయ్యారు. కాని ఆర్యుల్లో సామాన్యులు మాత్రం తామే వ్యవసాయం, పశుపాలనను చూచుకొనేవారు. ఆర్యులకు ఉన్ని, తోలు దుస్తులు కావాలి. సప్తసింధులోని ఎండవేడిమి నాడు కూడ ఓర్చుకొనుట కష్టంగా వుండేది. అయినప్పటికి ఆర్యులకు వున్ని దుస్తులు యిష్టం. వారికి వున్ని దుస్తులు ధరించుట అలవాటు అందాం. లేకుంటే సప్త సింధులో ఆర్యులకు ముందున్న ద్రవిడులు నూలుబట్టలు ధరిస్తే ఆర్యులు కూడ వాటిని ధరించవచ్చు గదా! నేటి గొర్రెల కాపరులు కూడ మండెటెండలో కంబళ్ళు వేసుకొని గొర్రెలను మేపుట మనం చూస్తున్నాం. ఇట్లే సప్తసింధు ఆర్యులు కూడా చేసే వారేమో! ఆర్యులుకూడ బట్టలు నేసేవారు. అంగిరస శిశుఋషి యీ క్రిందివారిని పేర్కొన్నాడు - వడ్రంగి, వైద్యుడు, బ్రాహ్మణుడు, సోమాన్ని వడగట్టు యజమాని, కుమ్మరి, కవి, పిండి విసిరేవారు, ఉపమంత్రులు, (9-113-1-4) దీన్ని బట్టి ఆ కాలంలో వివిధ వృత్తులవారు వున్నట్లు మనకు తెలుస్తుంది.

2. చాతుర్వర్ణాలు : డా॥ బడేకృష్ణఘోష ఋగ్వేదభాషను గురించి యిలా వ్రాశారు. మొత్తంమీద మొదటి 9 మండలాల భాష సమంగా వుంది. అచ్చటచ్చట ర. ల భేదముంది. 10వ మండలం భాషాదృష్టితో, యితర విషయాల్లోను యిటీవలది అని విద్వాంసుల అభిప్రాయం. మొదటి 9 మండలాల్లో నాల్గు వర్ణాల పేర్లు లేవు. కాని 10వ మండలంలో వున్నాయి. (The Vedic Age - P 336)

బ్రాహ్మణో అస్యముఖ మాసిద్, బాహూరాజన్య కృతః
ఊరూ తదస్యయద్ వైశ్యః పద్భ్యా శూద్రో అజాయతః ॥ (10-90-12)

అనగా యీ పురుషుని ముఖం బ్రాహ్మణుడు, బాహువులు క్షత్రియుడు, తొడలు వైశ్యుడు, కాళ్ళనుండి శూద్రుడు పుట్టాడు. ఋగ్వేద ప్రారంభకాలంలో బ్రాహ్మణులు, పురోహితులు వున్నారు. కాని వారు కూడ యితర ఆర్యులవలె యుద్ధంలో పాల్గొనేవారు. భరద్వాజుడు, వసిష్ఠుడు, విశ్వామిత్రుని పుత్రులు, వంశీకులు దివోదాసు, సుదాసు చేసిన అనేక యుద్ధాల్లో పాల్గొని ఆయుధాలను ప్రయోగించారు. ఆనాడు బ్రాహ్మణులకు క్షత్రియులకు భేదం లేదు. ఉపనిషత్తుల కాలంలో తర్వాత కాలంలో లేక యీ పురుషసూక్త కాలంలో వున్నట్లుగా ప్రారంభంలో అటువంటి భేదం లేదు. 'విశ్' అనగా ప్రజ లేక లోకం. ఇందు ఆర్యజాతి యావత్తు వస్తుంది. రాజును 'విశాంపతి' అంటారు. 'విశ్' శబ్దం నుండి వచ్చి వైశ్య శబ్దానికి తర్వాత వాడుకలో కొత్త అర్థం వచ్చింది. శూద్రశబ్దం దాసుడను అర్థంలో వుపయోగించబడింది. మొదట్లో దాసులు ఆర్యులకు శత్రువులు. ఓడిన తర్వాత దాసులు, బానిసలు, కాబట్టి చాతుర్వర్ణకల్పన తర్వాతకాలంలో జరిగిందనుట స్పష్టం. ప్రారంభంలో ఆర్యుల్లో బ్రాహ్మణులున్నారు. వారికి, క్షత్రియులకు భోజనాదుల్లో వివాహాదుల్లో భేదంలేదు. కాని నాలుగువర్ణాల భావన యేర్పడగానే వారిలో హెచ్చు తగ్గులు వచ్చాయి. ఈ భావనతోపాటు ధనం, అనుభవం వాటాల్లో హెచ్చుతక్కువలొచ్చాయి. ఈ తేడావలన విరోధం పుట్టుట సహజం. ఆర్యఋషులు యీ తేడాను తొలగించాలనుకోలేదు. కాని ఆర్యుల్లో మాత్రం సమానత్వం కొరకు ప్రయత్నం జరిగింది. ఋగ్వేదంలోని అంతిమ సూక్తంలో సంవననృషి ఈ విషయాన్ని చెప్పాడు. 'మీరు కలిసి నడవండి, కలిసి మాట్లాడండి, పూర్వకాలంలో దేవతలు కలిసి వుపాసించినట్లు మీ మనస్సులు కలిసి ఆలోచించాలి.' (10-191)

చరిత్ర వ్రాసే ఉద్దేశం ఋగ్వేద ఆర్యులదికాదు. దేవతలను తృప్తిపర్చుటకు వారు స్తోత్రాలు వ్రాశారు. కాబట్టి వారి ఆర్థిక, సాంఘిక, అన్యజీవిత విధానం మనకు గౌణంగానే తెలుస్తుంది. ఆర్యులకు, ఆర్యేతరులకు (ద్రవిడులు, కిరాతులకు) మధ్య ఆర్థిక, సాంఘిక భేదం ఎక్కువగా ఏర్పడింది. ఆర్యులు విజేతలు, గెల్చినవారు. యజమానులు. కాబట్టి వారు అందరికంటె ఎక్కువ సంపత్తి, సుఖం తమకే వుండాలని అనుకొనేవారు. వారికి కానివి మాత్రం యితరుల కుండేవి. పణులు వ్యాపారం చేసేవారు. పణి శబ్దం నుండి వణిక్ పుట్టింది. ఇప్పుడు బనియా అయింది. వీరు ఐశ్వర్యవంతులు. వీరి చేతుల్లో వర్తకం వుండేది. వీరికి ఆవులు కూడ వున్నాయి. వాటిని అపహరించుట. ఆర్యులు తమ ధర్మంగా పెట్టుకొన్నారు. ఇందుకు ఏదో నెపాన్ని కూడ వెతుక్కోనవసరం లేదు. సరమ, పణుల సంవాదం యీ విషయాన్ని స్పష్టపరుస్తుంది. పూర్తిగా అపహరిస్తే వీరి వ్యాపారం సాగదు. కాబట్టి ఆర్యులు వీరి పెట్టుబడిని, వ్యాపారాన్ని, వృత్తి సాధనాలను మాత్రం అపహరించేవారు కాదు. ఆర్యులకు బంగారం కావాలి. మణులు, రత్నాలు అంటే వారికి మక్కువ. పణులు

వాటిని తెచ్చి ఆర్యుల కిచ్చేవారు. అందుచేత ఆర్యులు వారిని కాపాడుతూ వుండేవారు. పణులు ఆర్య పురుషులకు కృతజ్ఞతా పూర్వకంగా ఉదారంగా దానమిచ్చేవారు.

3. పరాజితులు (ఓడినవారు)

పణులు ద్రావిడ జాతివారు. ఆ జాతి అంతా పణుల మాదిరి ధనికులుకాదు. వారిలో చాలామంది ఆర్యుల దయా దాక్షిణ్యాలమీద రైతులుగా, శిల్పులుగా వుండి, జీవిస్తూ వుండేవారు. కాని పర్వతరాజు శంబరుని ప్రజలు కిరాతులు. వారుమాత్రం స్త్రీ పురుషులతో సహా యుద్ధానికి తయారయ్యేవారు. వారికి ఆర్యుల నుండి తప్పించుకొనుటకు అవకాశం వుంది. కాంగడా పర్వత సమీప ప్రాంతంలో, కొండల్లో వారు చాలామంది ఆర్యులతో యుద్ధం చేశారు. నలభై ఏండ్లు యుద్ధం చేసిన తర్వాత దివోదాసు శంబరుని చంపగల్గాడు. కిరాతులు ఓడిపోయారు. అప్పటి యుద్ధంలో పట్టుబడిన వారందరూ దాసులయ్యారనుట సత్యం. కాని ద్రావిడుల మాదిరి కిరాతులందరూ ఒకేచోట వుండనవసరం లేదు. ఉత్తరాన యింకా దుర్గమ పర్వతాలు, పచ్చికబయళ్ళు, పచ్చికతోనున్న కొండ ప్రాంతాలు వారికి వున్నాయి. శంబర వంశీకులు అక్కడకు పోతూ వుండేవారు. సరిగ్గా అంతే జరిగింది. కిరులు (కిరాతులు) కాంగడా దిగువ కొండల్లో 'కిగ్రామం' (వైద్యనాథ్) వదలివెళ్ళారు. ఈనాడు కాంగడాకు కొన్ని వందలమైళ్ళ దూరంలో లాహుల్, మలాణా (కులూ), కన్నోరులో మనకు వారి వునికి కన్పడుతుంది. కాబట్టి ఆర్యుల దాస వర్గంలో కిరాతుల సంఖ్య తక్కువ. ద్రవిడుల సంఖ్య ఎక్కువ అనిపిస్తుంది.

4. దోపిడి - వర్ణభేదం

పరాజితులు ఆర్థిక దోపిడీకి గురి అవుతారు. సాంఘికంగా నీచంగా చూడబడతారు. 'దేవతలు దాసులను నీచవర్గంగా చేశారు. అని గృత్సమదుడు చెప్పిన వారి అర్థం యిదే. ఈనాడు అమెరికాలో తెల్లజాతివారు తమ జాతీయులను నీగ్రోలతో కలియకుండా జాగ్రత్త వహించుటను చూస్తే ఆనాడు ఆర్యులకు పరాయి జాతి రక్త మిశ్రమం అంటే వుండే భయం మనకు అర్థమవుతుంది. అమెరికా తాను ప్రజాస్వామిక దేశమని డబ్బా కొట్టుకుంటుంది. కాని దీపం క్రింద చీకటి మాదిరి అక్కడనే జాత్యహంకారముంది. నీగ్రోలు తెల్లవారితో కలిసి విశ్వవిద్యాలయాల్లో చదువరాదు. తెల్లజాతి యువతి నీగ్రో యువకుని ప్రేమిస్తే ఆ యువకుని కాల్చివేస్తారు. చట్టం లేదు. న్యాయం లేదు. ఏటా యిట్టి భయంకర దురంతాలు అక్కడ జరుగుతూనే వుంటాయి. దక్షిణాఫ్రికాలో తెల్లవారు యీ విషయంలో మరింత క్రూరంగా, సిగ్గువిడిచి ప్రవర్తిస్తారు. అక్కడి జనాభాలో అధిక సంఖ్యాకులు ఆఫ్రికనులు, అల్ప సంఖ్యాకులు తెల్లవారు. కాని వారు ఆఫ్రికనులను మనుష్యరూప జంతువులుగ చూస్తారు. తమ యిళ్ళ దగ్గరలోగాని, బస్తీల సమీపంలోగాని ఉండనివ్వరు. రైళ్ళు, యితర వాహనాలు తెల్లవారికి ప్రత్యేకించి వున్నాయి. బ్రతుకుటకు కాస్త తిండిపెట్టి ఆఫ్రికనులను అంటరానివారిగా వుంచారు. వర్ణభేదం యొక్క ఈ రెండు రూపాలు అమెరికాలోను, దక్షిణాఫ్రికాలోను వున్నాయి. ఆర్యులు యీ రంగు భేదాన్ని శాశ్వతంగా ఉంచయత్నించారు. కాని యిప్పుడు మన జాతుల్లో యీ రంగు భేదం ఎక్కడా కానరాదు. బ్రాహ్మణుల్లో కూడ బొగ్గువలె నల్లనివారున్నారు. శూద్రుల్లో, అస్పృశ్యుల్లో ఎఱ్ఱనివారున్నారు. ఒకే రకమైన శుభ్రమైన దుస్తులువేసి బ్రాహ్మణ, క్షత్రియ, వైశ్య, శూద్ర బాలురను నిల్చోపెట్టితే వారెవరైంది మనం తెలుసుకోలేం. అయినప్పటికి పాత శాస్త్రాలను

వల్లిస్తూ, పాతకాలపు యీ వర్ణభేదాన్ని శాశ్వతంగా ఉంచుటకే యిప్పుడు కూడా ప్రయత్నం జరుగుతూవుంది. పెద్దకులం, గొప్పజాతి అంటే బాగా ధనికులు, చిన్నజాతి, చిన్నకులం అంటే డబ్బులేనివారు. డబ్బు లేదంటే అతనికి యితర మానవహక్కులు లేవన్నమాట. చదువు, సంస్కృతి వుండవు. ఈ విధంగా ప్రతి దేశంలోను, ఓడినవారి పట్ల గెల్చినవారు కటువుగ వ్యవహరిస్తూ వుంటారు. జాతిభేదం, రంగుభేదం, లేకపోతే కొన్నాళ్ళకు ఓడినజాతి గెలుపొందిన జాతిలో కలిసిపోతుంది. వారి మధ్య సంబంధాలు మెరుగుపడ్తాయి. ఉదాహరణకు చారిత్రక కాలంతో మన దేశానికి వచ్చిన శక, యవన, శ్వేతహూణులను తీసుకొందాం. వారంటే మొదట్లో కొంత భేదముండేది. కాని రంగుభేదం లేదు. ఆర్యులది, వారిది ఒకేరంగు. క్రమేణా వారు ఆర్యుల్లో కలిసిపోయారు. డబ్బు వున్నవారు. కాబట్టి వారు అగ్రవర్ణాల్లోనే కలిసిపోయారు. వారు అస్పృశ్యులుగ చూడబడలేదు. వారు ధనవంతులగుటయే యిందులకు ముఖ్య కారణం.

ఇక్కడ సప్తసింధు ఆర్యులకు పరాజితులకు మధ్య ఎక్కువ రంగుభేదం వుంది. కాబట్టి వారు ఆర్యేతరులతో కలియుటను అంగీకరించలేదు. వారి శ్రమను మాత్రం వద్దనలేదు. దక్షిణాఫ్రికాలో తెల్లజాతివారు యీపనే చేస్తున్నారు. సింధు ప్రదేశంలో వున్న వారు విజయులైన ఆర్యులకంటే భౌతిక సంస్కృతి, నాగరికతలో మిన్నగ వున్నారు. వారి శిల్పులు తామ్రయుగానికి చెందిన మొహింజెదరో హరప్పావంటి నగరాలను నిర్మించారు. ' ఆ శిల్పవిద్య' ఆ కళాకౌశలం వలన ఆర్యులకు లాభం కాబట్టి వారు ఆ లాభాన్ని వదులుకోదల్చలేదు. భారతదేశానికి రాకపూర్వమే ఆర్యులకు బట్టలు నేయుట, వైద్యం చేయుట, ఆయుధాలు తయారు చేయుట తెలుసు. ఇప్పుడు సింధులో స్థావరం ఏర్పరచుకొన్నాక వారు అభివృద్ధికరమైన కొన్ని కళలను కూడ నేర్చుకొన్నారు. ముఖ్యంగా ఆ శిల్పులచేత దాసులచేత పనులు చేయించుకొని బాగా లాభపడ్డారు. మనలో భోజనాదులందు యీనాడు వున్న అంటు ఆనాడు వుందని చెప్పలేం. మన అనుభవంలో ఉత్తర భారతమందు 'శూద్రాః సంస్కర్తాం' వుంది. అనగా శూద్రులు మంచివారు. కాబట్టి భోజనమందు అతి శూద్రులతో భేదం కాని శూద్రులతో కాదు. ఇక్కడ రంగుభేదం కాదు. అపరిశుభ్రత ముఖ్యకారణం. ఋగ్వేద ధనికుల యిండ్లలో దాసీలు వంటచేసేవారు. వారి వంటకాలు తినుటకెవ్వరికీ ఆక్షేపణలేదు. అంటు అనేది ఆ దినాల్లో క్రమేణా పెరిగింది. సూత్ర గ్రంథాల్లో శౌచానికి నీళ్ళు తీసికొనిపోవాలని నియమంలేదు. 'గురుకులంలో సుశిక్షితుడగు స్నాతకుడు ఎండు కట్టెను ఉపయోగించాలి. అంటే అప్పటికి నీళ్ళు ఆచరణలోకి రాలేదు. వచ్చినవాటికి, వండినవాటికి అప్పటిలో అంటులేదు. ఉన్ని వస్త్రాలు పవిత్రములు. ఆర్యులు నూలువస్త్రాలను ఉపయోగించకుండా ఉన్ని బట్టలను ఉపయోగించుటవలన రెండు భావాలు ప్రచారంలోకి వచ్చాయి. కాలం గడచిన కొలది వున్ని పవిత్రం అను భావన కల్గింది. నూలుగుడ్డ అపవిత్రం అయింది. వంట ఇంటిలోకి నూలు గుడ్డలు మార్చుకొని వెళ్ళాలి. కాని వున్ని స్వతః పవిత్రం. దాన్ని మార్చుకోనక్కరలేదు. కాశ్మీరులో చలి ఎక్కువ. తడిగుడ్డ వేసుకొనుటకు వీలుండదు. అక్కడ ఉన్ని వస్త్రమే మడివస్త్రం. ఉన్ని బట్టతో కప్పిన నీళ్ళు భోజనం మహమ్మదీయుడు తెచ్చినప్పటికీ పవిత్రములే. ఒకప్పుడు ఉన్ని వస్త్రంవలె ఎద్దుతోలు పవిత్రంగా వుండేది. పారస్కర కల్ప సూత్రాల్లో వధూవరులను ఎద్దు చర్మంపై కూర్చోబెట్టి మధుపర్కాలను ఇచ్చే విధానం వుంది. గోవుచర్మం వెనుకకుపోయి లేడి చర్మానికి (మృగాజినానికి) పవిత్రత పెరుగుతూవుంది. ఇవి ఆర్యుల చర్మపు దుస్తులు. కాబట్టి పవిత్రములు.

నాల్గవ అధ్యాయం

ఆహార పానీయాలు

1. ఆహారం

1. మాంసం : ఋగ్వేద ఆర్యులు వ్యవసాయం చేసేవారు. కాని గోవులు, గుర్రాలు, గొర్రెలు, మేకలు - వారికి అతి ముఖ్యమైన ధనం. కాబట్టి వారిలో మాంసం తిననివారు ఏ ఒక్కరు వుండకపోవచ్చు. గొప్ప గొప్ప ఋషులకు ఆతిథ్యమిచ్చుటకు కూడ మాంసం అవసరం. అందుచేతనే తర్వాత కాలంలో ధర్మసూత్రకారులు 'నామంసో మధుపర్కో భవతి' అన్నారు. అనగా మాంసం లేకుండా మధుపర్కం కాదు. (అశ్వలాయన గృహ్యా సూత్రం 1-4). అతిథి సత్కారానికై తయారుచేసే ఆహారాన్ని మధుపర్కం అనేవారు. ఋగ్వేదం తర్వాత బ్రాహ్మణముల కాలంలో కూడ అనగా క్రీ.పూ. 800లో మాంసం ఆర్యులకు ముఖ్యమైన ఆహారం. దీన్ని గురించిన మహిమలు కూడ అమల్లో వుండేవి. బృహదారణ్యకంలో (6-4-18) యిట్లు చెప్పబడింది :-

యఇచ్ఛేత్ పుత్రోమే పండితో విగీతః సమితింగమః
శుశ్రూషితాం వాచం భాషితాజాయేత,
సర్వాన్ వేదాం అనుబ్రవీత, సర్వమాయురి యాతిది
మాం సోదనం పాంచయిత్వా సర్పష్మంతం అశ్వనీయతామ్
ఈశ్వరీ జనయుత వా ఔక్షేణవా ఉ ఉ ర్షమేణవా ॥

అనగా పండితుడు, ప్రసిద్ధుడు, సామాజికుడు, శ్రోతలున్న వక్త, వేదపాఠి, దీర్ఘాయుష్మంతుడు అగు పుత్రుని కోరికగల తల్లి ఆబోతు లేక ఎద్దు మాంసోదనం నేతితో వండుకొని తినవలయును. ఇందు సందేహించ నవసరం లేదు. శంకరాచార్యులు పైదానికి ఇట్లు టీకా వ్రాశారు:- 'మాంసమిశ్రమోదనమ్' తస్మాంస నియమార్థమాహ-ఔక్షేణవా మాం సేన, ఉక్షాసేచ ననుమర్థః పుంగవస్తదీయం మాంసమ్ ఋషభస్తతో - వృధికవయాః తదీయమార్షభం మాంసమ్. అనగా మాంసం వయస్సులోనున్న లేక ముదురు వయస్సులోనున్న ఎద్దుదై వుండవలయును.

నేడు గోమాంసం అంటే ఎంతో ఏవగింపు వుంది. కాని ప్రాచీన కాలంలో యిటువంటి భావంలేదు. ఇది బుద్ధుని కాలంలో కూడ వాడుకలో వున్న ఆహారం. మధ్యమ నికాయంలో యిట్లు చెప్పబడి వుంది:- గోఘాతుకుడు లేక అతని శిష్యుడు గోవుని చాతుర్యంగా చంపి లోపలిమాంసం కాని, బయటచర్మం కాని దెబ్బతినకుండా చేసి తర్వాత అతడు మాంసాన్ని వేరు చేశాడు. (3-5-4) గోమాంసాన్ని నరికి బజారులో పోగు పెట్టినట్లు కూడ వర్ణించబడింది. గోవును చంపే స్థలానికి సూనా అని పేరు. అక్కడ కుక్కలు ఎముకలకొరకు కాచుకొని వున్నవట. ఆవును వధించే కత్తిని గోభి కర్తనం అన్నారు. (మధ్యమనికాయం 2-4-5) ఋగ్వేదంలో ఋషి యిట్లు చెప్పాడు :- విపర్యశశ్ చకర్తగా మివాసిః - అనగా కత్తి ఆవును కణుపు కణుపునా కోయుగాత (10-79-6) ఇది కూడ పై విషయాన్ని స్పష్టపరుస్తుంది. తర్వాత చాలా కాలానికి భవభూతి అతిథి కొరకు ఆవు పెయ్యను చంపినట్లు వర్ణన చేయుట మాత్రం కాలవిరుద్ధంగా వుంది. కాని రుగ్వేదకాలంలోను, అనంతర కాలంలోను మాత్రం గోమాంస భక్షణ వాడుకలో వుంది. ఇది సామాన్య విషయం. ఆ గమనంలోని 'ఉపాసగదసా'ను బట్టి కూడ పై విషయం

నిశ్చయమవుతుంది. ఒక ధనవంతురాలు పుట్టింటినుండి రెండు ఆవుదూడల మాంసాన్ని తెచ్చుకుంది. అనుటవలన ఆర్యులు వచ్చింది మొదలు క్రీస్తుశకారంభం వరకు గోమాంసం తినుట వాడుకలో వుంది అని ఎక్కువగా చెప్పనవసరం లేదు. కాని ఆర్యులకు మిక్కిలి యిష్టం బలిసిన గొర్రె లేక మేక మాంసం. 'నివానంమేషమ పచంతవీరాః' అనగా వీరులు బలిసిన మేకను వండుకొంటున్నారు. (1-27-17)

ఆ కాలంలో ఆర్యులు గుర్రపు మాంసాన్ని కూడ తినేవారు :

యేవాజినం పరిపశ్యంతి పక్వం యీ ముహుః

సురభిం నిర్హరేతి, యేచార్వతో మాంసభిక్షా ముపాసతే ॥ (1-162-12)

అని దీర్ఘతమ ఋషి చెప్పారు. అనగా మాంసాన్ని తినువారు, అది వుడుకుతుండగ చస్తున్నవారు దాని సుగంధాన్ని బాగా వర్ణిస్తున్నారు. మాంసాహారులైన ఆర్యులు ఎద్దు, గుర్రం, మేక, గొర్రె మాంసాన్నే కాక చేపలు కూడ తినేవారు. కాని యీ విషయాన్ని వార ఏ ఋక్కుల్లోను చెప్పలేదు. ప్రసంగవశాత్తు దేవతాస్తుతుల్లో యీ పై సంగతులు వచ్చాయి.

వారు పాలతో చేసిన అనేక వంటలను తినేవారు. నెయ్యి ముఖ్యం. పురోడాశం (4-24-5) వారికి, వారి దేవతలకు చాలా యిష్టం. పురోడాశాన్ని బహుశా పాలు, అన్నంతో తయారు చేసేవారు. తర్వాత ఇది పాయసానికి పర్యాయపదం అయింది. ఋగ్వేదంలో వరి ధాన్యం గురించి లేదు. యవలు గురించి ఎక్కువగా చెప్పబడింది. కావున యవల నూకలను పాలలో వేసి వండిన పదార్థం పురోడాశమేమో! విశ్వామిత్రుడు పురోడాశం వండుటను వర్ణించాడు. (3-28-2). పాలు లేక పెరుగుతో ఒక రకం ఆహారం చేసేవారు. దాన్ని అశిరమన్నారు. దీన్ని గురించి అనేకచోట్ల వచ్చింది. (1-134-6, 3-53-14, 8-2-10,11;9-75-6,23, 81;10-49-10,67). గవాశిరం, దధ్యాశిరం మొదలైన పేర్లు అనేకం వున్నాయి. పాలు, పెరుగు లేక యితర వస్తువులను చేర్చి సోమం తయారు చేసేవారు. ఒక చోట క్షీరపాకమని వచ్చింది. (8-77-10) నేడు పాలలో వుడికిన బియ్యం క్షీరపాకం. ఆనాడు యవలను పాలలో చేర్చి వుండవచ్చు. పశుపాలకులైన ఆర్యుల ఆహారంలో ముఖ్యంగా మాంసం, పాలు, పెరుగు, నెయ్యి వుండేవి. తర్వాత మాంసంలో మసాల నుపయోగించు పద్ధతి వచ్చింది. అప్పటిలో వెల్లుల్లి, నీరుల్లి వుపయోగించినట్లు లేదు. నేతిలో పోపు వేయుటవుంది. ఉప్పు కావలసినంత వుంది. సప్తసింధులో ఉప్పుకొండ వుంది. నిప్పులో మాంసాన్ని కాల్చుకొనే పద్ధతి కృషి యుగానికి పూర్వంలో వాడుకలో వుంది. ఋగ్వేదకాలంలో మాంసం వండుటకు ఉఖా (కుండ) వుపయోగించారు. (1-162-13) అందువలన ఉడికిన మాంసం అన్నారు. 'సురభి పక్వం మాంసం' యీ విషయాన్ని స్పష్టం చేస్తూవుంది.

2. అన్నం : పూర్వకాలంలో అన్నం అంటే భోజనం. ఇప్పుడు ధాన్యాలు ఎక్కువ పండుటచేత రకరకాలను కూడ అన్నం అంటారు. 'బహవన్నామ కృషీవలాం' (10-146-6) అనుట చేత ధాన్యాలకు రైతులకు సంబంధం వున్నట్లు తెలుస్తుంది. భరద్వాజుడు, విశ్వామిత్రుడు, వాసుదేవుడు మొదలైన ప్రాచీన ఋషులు దానా, కరంభ అపూపలను అనేక పర్యాయాలు పేర్కొన్నారు. అపూప (8-80-2) : దానం: కరంభ (3-62-1, 7) : కరంభ దాన్యా, కరంభ (5-7-2 : 6-56-1). దానా అంటే వేయించిన ధాన్యం : దీన్ని యిప్పుడు దాణా అంటున్నారు. కరంభ అంటే పిండి (సత్తు) అపూపమంటే రొట్టె. నేడు నేతితో తయారుచేసిన రుచిగల పదార్థాన్ని పువా లేక మాల్‌పువా అంటాం. ఆనాడు ఆర్యులు రొట్టెను పిడకమీదో, పెనంమీదో కాల్చుకొనేవారు. అది వారి అపూపం. కృషియుగం ప్రారంభంలో మధ్య ఆసియాలోని అనులకు తందూరి రొట్టె తెలుసు. నేడుకూడ

సప్త సింధు తందూరు రొట్టెకు ప్రసిద్ధి. ఆర్యులు తందూరు రొట్టెలు చేసికొని వుండవచ్చు. వారు అందుకు సత్తు (పిండి)ను అనగా కరంభను వుపయోగించేవారు (10-71-2). 'సక్తుమివతితఉనా' అనుటచేత పిండిని జల్లించేవారని తెలుస్తుంది. ఆహారాన్ని తయారుచేసుకొనుటకు సామాగ్రి ఓఖల (రోలు) (1,-28-1); తితు (జల్లెడ): చషాల (ఒక రకం కుండ) : ఉఖా (కుండ) పేర్కొన బడ్డాయి పాత్రలు యింకా ఎక్కువగా వుండవచ్చు. మొహింజెదారో వాసులు ఉపయోగించిన పాత్రలు ఆర్యుల కళ్ళముందున్నవి గదా! కృషీవల (రైతు శబ్దాన్ని బట్టి ఆర్యులు వ్యవసాయం చేస్తున్నట్లు స్పష్టమైంది. (10-146-6) భూమిని రెండుగా విభజించారు. క్షేత్రం. అరణ్యం (6-61-14) క్షేత్రంలో యవలు పండించేవారు. అరణ్యంలో పశువులను మేపుకొనేవారు. హిమేవసర్ణా ముషితావనాని (10-68-10) అనగా చలికాలంలో వనంలో ఆకులురాలేవి. నేడు కూడ ఎత్తయిన కొండలపైన ఆకులు రాలుటను చూస్తున్నాం. సప్తసింధులో కనీసం మధ్య భాగంలోను. తూర్పున హిమకాలంలో చెట్లకు ఆకులులేని స్థితిని కల్పించే చలి ఉండనే వుండదు. అక్కడ చెట్లు చలికాలం చివరిలోనే ఆకులు రాల్చేవి. పశుపాలకులకు ఆకులు, గడ్డి చాలా అవసరం కావున ఋతువుల మార్పును వారు గమనించే వారు.

యవధాన్యం వారి వ్యవసాయంలో ముఖ్య పంట. వారు ఎడ్లతో పొలం దున్నే వారు- 'గోభిర్యవంన చర్కృషత్' (1-23-15). వ్యవసాయానికి కాలువలుండేవి. అవి చిన్నవై ఉండవచ్చు. వాటిని 'కుల్య' అన్నారు (5-83-8). నేడు కొండజాతివారు వాటిని 'కూల' లేక 'గుల్' అంటారు. వాసుదేవుడు (4-57-4) నాగలి, నాగలితో దున్నిన చాలు కర్రు (4-57-8) ను పేర్కొన్నాడు. నేటి నాగలికి యినుప కర్రు ఉంటుంది. ఆనాడు వారికి యినుం తెలియదు. రాగి చాలా ప్రియం. కాబట్టి గట్టి కర్రను కర్రుగా ఉపయోగించి ఉండవచ్చు.

ఆర్యులు పండ్లను కూడ ఆహారంలో ఉపయోగించేవారు. పండ్లు వ్యవసాయం లేక పశుపాలన తెలియనివారికి కూడ దొరికేవి. స్వాదోః ఫలస్య జగ్ధ్వాయ (10-146-5) ఆర్యులు రుచిగల పండ్లను తిను సంగతిని చెప్పుకొన్నారు. పండ్లు ఎక్కువ తీపిగా వుండుటకు మానవుడు కృత్రిమ పద్ధతులను అవలంబించాడు. అడవిలో తియ్యని పండ్లు ఎప్పుడైనా దొరికినప్పటికి అవి అంత తియ్యగా వుండవు. అడవిరేగు, బేరికాయ, ద్రాక్ష, నేరేడు, సీతాఫలం, మామిడి మొదలైనవాటిని చూస్తే మనకీ సంగతి తెలుస్తుంది. పండును తీపి చేయాలనుకొంటే తోటలు వేయాలి. ఈ విషయం ఋగ్వేదంలో లేదు. తర్వాత చాలాకాలం వరకు ఈ విధంగా జరుగలేదు. కాబట్టి ఆర్యులు అడవుల్లో సహజంగా పెరిగిన చెట్ల తియ్యని పండ్లు తిని తృప్తిపడేవారు. పక్వ ఫలవృక్షాన్ని గురించి కూడ చెప్పారు. (3-54-1) ఇట్లు పండ్లు ఆర్యుల ఆహారంలో ఒక భాగం. వాటిని ఎండబెట్టుకొని వారు యితర సమయాల్లో తినేవారు. పంజాబులో ప్రకృతిసిద్ధమైన వృక్షాలను లెక్కించుట కష్టం. మామిడి, దొండ, వాక్కాయ, నేరేడు మొదలైనవి ఉండవచ్చు. పనస ఉండదు. అడవిరేగు తప్పకుండ ఉంటుంది.

పానీయం : పాలకు సంబంధించిన పాలు, పెరుగు, మజ్జిగ వారికి చాలా యిష్టం. అవి వారికి సులభంగా దొరికేవి. పిండితో పెరుగు ఉపయోగించేవారు. ఆవులెక్కువ కాబట్టి పెరుగు, మజ్జిగ బాగా దొరికేవి. జున్ను సంగతి ఎక్కడా చెప్పలేదు. కాని తర్వాత కాలంలో 'ఆమిక్షా"ను గురించి చెప్పారు. పూర్వకాలం నుంచి ఆర్యులకు మధువు అనగా తేనే తెలుసు. ఆర్యుల పూర్వ బంధువులగు రష్యనులకు కూడ తెలుసు. వారి భాషలో "మేదు" వుంది. ఇది మన మధు శబ్దమే.

1. సోమపానం : సోమపానం ఆర్యులకు అతియిష్టం. దీన్ని గురించి ఋగ్వేదంలో 9వ మండలం పూర్తిగాను, యింకా యితర మండలాల్లో వందలాది ఋక్కులు ఉన్నాయి. సోమం దొరకందే కాదు, కుండలనిండ ఉండేది. (9-20-6) సోమాన్ని వడగట్టేవారు. ఆ విధంగా వడగట్టిన సోమం వారికి యిష్టం. పవిత్రం కూడ. మధుచ్ఛంద ఋషి యిలా అన్నాడు - స్వాదిష్టయా మదిష్టయా పవస్వ సోమ ధారయా ఇంద్రాయ పాత వేసుతః (9-1-1) అనగా ఇంద్రుడు త్రాగుటకు వడగట్టబడిన ఓ సోమమా! నీవు స్వాదిష్టం, మదిష్టం అయిన ధారతో ప్రవహించు. సోమం రుచిగా ఉంటుంది. మత్తును కల్గిస్తుంది. "అపామసోమం అమృతభవేమ" అనగా మేము సోమం త్రాగి అమరుల మయ్యాం (4-48-3).

ఆర్యులకిది నిత్యం ఉండేది. సోమయాగంలో సోమం త్రాగే విధానం చెప్పబడింది. ఇది తర్వాత కాలంనాటి విషయం. సోమం త్రాగుట, సాయంకాలం నృత్యం, పానగోష్ఠి ఆర్యుల సుఖజీవితానికి అభిన్నమైన అంగాలు. సోమాన్ని మనం భంగు అన్నాం అనుకోండి. మన పూర్వాచార పరాయణులు వులికిపడతారు. కాని మన ప్రాచీనులు మాత్రం సోమాన్ని గురించి చాలాచాలా కబుర్లు చెప్పారు. చంద్రుని పేరు కూడ సోముడు. కాబట్టి సోమానికి చంద్రునికి లంకె కల్పించారు. సోమలతచంద్రుని మాడ్కి శుక్లపక్షంలో పెరుగుతూ, పౌర్ణమినాటికి పూర్ణతను పొందుతుంది. కృష్ణపక్షంలో తరుగుతూ తరుగుతూ అమావాస్యకు పూర్తిగా క్షీణిస్తుంది. కాని ఈ లక్షణాలున్న వనస్పతి ప్రపంచంలో మనకెక్కడా కానరాదు. లజ్జాపతి సూర్యుని వెలుతురుకుగాని, చేతితో తాకినప్పుడుగాని ముడుచుకొంటుంది. కొన్ని చెట్లు పురుగులను ఆకర్షించి వాటిని తింటాయి. కాని చంద్రుని వృద్ధిక్షయాలనుబట్టి పెరుగుట, తరుగుట మనకు అనుభవంలో లేని విషయం. మూడున్నర వేల సంవత్సరాల పూర్వం కుండల కొలది రసం యిచ్చే సోమలత ఇప్పుడు దొరకదంటే వీల్లేదు. ఈ భంగు అంతట దొరుకుతుంది. తర్వాత కాలం సోమానికి అనేక దివ్యగుణాలు ఆపాదించారు. దీన్ని భంగు అంటే మన పెద్దలు వూరుకోరు. కాని ఆ దివ్య సోమం యీనాటికి భంగు పేరుతో ఉంది. నేడు టిబెట్టులో సోమరాజం దొరుకుతుంది. పఠానులు భంగును ఓమా అంటారు. సోమం హోమం అయి చివరకు ఓమా అయి వుండి వుంటుంది. పాలు, తేనె కలిపి సోమరసాన్ని తయారుచేసేవారు. ఇట్లు ఆర్యులు సోమరసాన్ని స్వాదిష్టంగా, మదిష్టంగా తయారుచేసేవారు.

ఆర్యులు ఆరోగ్యాన్ని ప్రేమించేవారు. పశుపాలకులు కాబట్టి శ్రమ యెక్కువ, సైనిక జీవితం గడపవలసి వచ్చేది. అందుచేత ఆర్యుల్లో బలహీనులకు గౌరవముండేది కాదు. ఇంద్రుడు వారికి ఇష్టదైవం. పౌరుషానికి నిలయం. కావున వారి ఆహారం పౌష్టికమై, ఆరోగ్యప్రదంగా వుండేది. పిండి, రొట్టె, పాలు, పెరుగు మాంసం - వారికి పుష్కలంగా వుండేవి.

కృషి, గోరక్షణ వారి జీవయాత్రకు సాధనాలు, ఇతరుల గోవులను దొంగిలించుట వలన వారి ఆదాయం అప్పుడప్పుడు పెరిగేది. కాని యిప్పుడు సప్తసింధు భూమి అంతా వారిది. వారి ఆధీనంలో ఆర్యేతరులు కూడ వున్నారు. ఇప్పుడు వారు మూడు శతాబ్దములకు పూర్వం వున్నట్లు లేరు. వారి గోవులను కూడ యితరులు దొంగిలించేవారు. ఉత్తరాది కొండల్లోని శంబరుడు, అతని జాతివారు ఆర్యులకు శత్రువులు. ఈ కారణంగా ఆర్యులు తమ శ్రమజీవితం విడిచి పెట్టలేదు.

2. సురాపానం : ఆర్యులు సురను సేవించేవారు. కాని వారు దాన్ని మంచిదనలేదు. దాన్ని గురించి 14వ అధ్యాయంలో చదవండి.

మూడవ భాగము
రాజకీయాలు

అయిదవ అధ్యాయం

ఋగ్వేద ఋషులు

1. ప్రధాన ఋషులు : ఇంద్రుడు, అగ్ని మొదలగు మానవాతీత కల్పిత పేర్లను వదలినప్పటికీ ఋగ్వేద ఋషుల సంఖ్య మూడు వందల ఏభైకంటే కొంచెం ఎక్కువ. అంగిరా, రాహూగణ, కుశిక ఋషులు మిక్కిలి ప్రాచీనులు. కాని మంత్రాలు తక్కువ. వీరి తర్వాత ప్రధాన ఋషులు - ఒకే సూక్తంలో పేర్కొనబడినవారు - భరద్వాజుడు, కశ్యపుడు, గౌతముడు, అత్రి, విశ్వామిత్రుడు, జమదగ్ని, వశిష్ఠుడు, ఋగ్వేదంలో పది మండలాల క్రమాన్ని బట్టి చూస్తే మండల ప్రముఖులు - రెండవ మండలానికి గృత్సమదుడు, మూడవదానికి విశ్వామిత్రుడు, నాల్గవదానికి వామదేవుడు, అయిదవదానికి అత్రి, ఆరవదానికి భరద్వాజుడు, ఏడవ మండలానికి వశిష్ఠుడు, ఎనిమిదవదానికి కణ్వుడు. ఒకటవ, తొమ్మిదవ, పదవ మండలాలకు ఒకే ఋషికిగాని, అతని గోత్రీకులకు గాని ప్రాధాన్యత లేదు. బౌద్ధ త్రిపిటకంలో దీర్ఘ నికాయం తే విజ్ఞ సూత్త (1-13) లోను, యితరత్రా యిట్లు చెప్పబడింది. మొత్తం మంత్రకర్తలు పదిమంది. అష్టక, వామక, వామదేవ, విశ్వామిత్ర, జమదగ్ని, అంగిర, భరద్వాజ, వశిష్ఠ, కశ్యప, భృగుఋషులు. ఇందులో చెప్పబడిన వామకృషి ఎవరో తెలియదు. మిగిలినవారి మంత్రాలు ఋగ్వేదంలో వున్నాయి. ఎక్కువ మంత్రాలకు కర్తలు వామదేవుడు, విశ్వామిత్రుడు, భరద్వాజుడు, వశిష్ఠుడు. మంత్రాల ఆధిక్యత ప్రకారం వశిష్ఠునికి ప్రథమస్థానం. ఆయన 103 సూక్తముల కర్త. రెండవ స్థానం భరద్వాజునికి. 60 సూక్తముల కర్త. వామదేవుడు 50 సూక్తాలకు, విశ్వామిత్రుడు 43 సూక్తాలకు, గృత్సమదుడు 40, కక్షివానుడు 27, అగస్త్యుడు 26, దీర్ఘతముడు 25, గోతముడు 20, మేధాతిథి 20, శ్యావాస్యుడు 15, కృత్సుడు 14, మధుచ్ఛందుడు 10, ప్రస్కణ్వుడు 9, పరాశరుడు 5, జమదగ్ని 5 సూక్తాలకు కర్తలు. ఇంతకంటె తక్కువ సూక్త కర్తలు - కవషుడు -4, బృహస్పతి - 2, హర్యతుడు -1, అపాలా - 1, అష్ఠకుడు - 1, కుశికుడు - 1, సుదాసు - 1.

ఋగ్వేద కాలంలో ఆర్యగణములు వారి పురోహితులు

పురోహితుడు	-	గణము -	ప్రదేశము
1. భృగుడు	-	ద్రుహ్యు -	పరుష్ణీ-అసిక్నీల మధ్య ప్రదేశం
2. అత్రి, గృత్సమదుడు - 5వ మండలం	-	పురు -	విపాశ్ - శుతుద్రి
3. భరద్వాజుడు-6వ మండలం		భరత (దివోదాసు, సుదాసు)	పరుష్టీ-విపాశ్‌ల మధ్య ప్రదేశం
4. వశిష్ఠుడు -7వ మండలం		భరత (సుదాసు)	"
5. విశ్వామిత్రుడు -3వ మండలం		భరత (సుదాసు)	"
6. దీర్ఘతమమామతేయ		భరత, త్రుత్సు	"
7. కణ్వుడు -8వ మండలం		తుర్వశ, యదు	పరుష్టీ-అసిక్నీల మధ్య ప్రదేశం

ఈ పైవారంతా చారిత్రక ప్రముఖులు. ఎక్కువ మంత్రాలు చెప్పారు కాబట్టి యీ ఆర్యగణ పురోహితులకు చాలా ప్రాముఖ్యం యివ్వాల్సివుంది. వయస్సులో వీరు చిన్న, పెద్దలుగ వున్నారు కాని సమకాలికులు. భరద్వాజ, వసిష్ఠ, విశ్వామిత్రులు వీరిలో మరింత ప్రాముఖ్యం కలవారు. శంబర యుద్ధకాలంలోను, తర్వాత జరిగిన దాశరాజ్ఞ యుద్ధకాలంలోను వీరున్నారు. వశిష్ఠ విశ్వామిత్రులు యిద్దరు యుద్ధంలో బాగా సహాయం చేశారు. ఆర్యులు సప్తసింధుకు వచ్చింది క్రీ.పూ. 1500. దాశరాజ్ఞ యుద్ధకాలం సుమారు క్రీ.పూ. 1200 కావచ్చు. అంటే విశ్వామిత్ర కాలానికి ఆర్యులు వచ్చి 14-15 తరాలు గడచాయి. మనం ఋషులను పూర్వీకులను చేస్తే ఏ ఒకరి తరం ముత్తాతను దాటదు. భరద్వాజుని తండ్రి బృహస్పతి. తాత లోకనామ, ముత్తాత అంగిర. కస్యపుని తండ్రి మరీచి. అంతవరకే మనకు తెలుసు. గౌతముని తండ్రి రహూగణుడు. తర్వాత తెలియదు. విశ్వామిత్రుని నాలుగు తరాలు తెలుసు. తండ్రి గాధి, తాత కుశికుడు, ముత్తాత ఇషీరధుడు. వశిష్ఠుని తమ్ముడు అగస్త్యుడు. తండ్రి మిత్రావరుణుడని చెప్పబడింది. ఇది దేవతల పేరయితేవారి పూర్వీకుల సంగతి మనకు తెలియదు. భీగు తండ్రి వరణుడు. ఈ విధంగా నాల్గుతరాలు అనగా ఒక శతాబ్దం పూర్వం లేక క్రీ.పూ. 1300 లకు ముందున్న ఋషుల పూర్వీకులెవరో మనకు తెలియదు. తర్వాత కాలంలో మాత్రం ఋషుల పారంపర్యాన్ని కాపాడుటకు ప్రయత్నం జరిగింది. పూర్వీకులను ఎందుకు గుర్తుగ అట్టిపెట్టుకోలేదో ఆశ్చర్యం కల్గుతూవుంది. కాని ఆశ్చర్యపడనవసరం లేదు. సప్తసింధులోకి వచ్చేటప్పటికి ఆర్యులది ద్రిమ్మర జీవితం. ఇంకా గణయుగం నుంచి - జనయుగాన్నుంచి బయటపడలేదు. ఆవులు, గుర్రాలు, గొర్రెలు, మేకలు పెంచుట వారి జీవయాత్రకు ప్రధాన సాధనం. వ్యవసాయం పేరుకు మాత్రం వుంది. అవసరమైన ఆహార ధాన్యాదులను సమకూర్చుటకు ఓడిన సింధు వాసులు వారికి వున్నారు. జీవితానికి విలాసానికి కావలసిన వస్తువుల నెన్నిటినో ఆర్యులు వారి నుండి స్వీకరించారు. ఇప్పుడిక వారు సామంత వ్యవస్థకు - ఆర్థిక జీవితానికి దూరంగా ఎట్లుంటారు? సామంతవ్యవస్థ వైపుకు సాగటానికి గణతంత్ర వ్యవస్థ గోడలు బ్రద్దలు చేయాలి. అంటే వేర్వేరుగా వున్న గణాలనన్నిటిని ఏకం చేయాలి. ఏకీకరణచేసే కృషికి అంతిమ పరిణామం దాశరాజ్ఞ యుద్ధం. ఈ అవగాహనతో మనం పరిశీలిస్తే ఋషుల మొదటి 3-4 తరాల వరకు మాత్రమే తెలియటానికి కారణం తెలుస్తుంది.

నాటినుంచి ఆర్యులు గణ యుగం నుండి సామంతయుగంవైపుకు దృఢంగా అడుగుపెట్టారు. ఋగ్వేద ప్రధాన ఋషులు ముగ్గురు. వారికి ముందు 300 ఏండ్లు అంధకారబంధురంగా వుంది. అట్లే వారి తర్వాత కూడ 300 ఏండ్లవరకు చారిత్రక సామాగ్రి దృష్టితో అంధకారం వుంది. ఋగ్వేద ఋషులు సప్తసింధు ఋషులు. సప్తసింధు అప్పటి ఆర్యుల నివాసం. ప్రభుత్వక్షేత్రం, అంటే సరస్వతీనది మొదలుకొని సింధునది పరిసర ప్రదేశం వరకు (హరియానా, పంజాబు, ఫక్తూనిస్తాన్ వరకు) విస్తరించి వుంది. 300 ఏండ్ల తర్వాత యజుర్వేద అధర్వవేద, ఐతరేయ శతపద బ్రాహ్మణముల వంటి ప్రాచీన గ్రంథాలు లభిస్తున్నాయి. ఐతరేయమహీదాసు, యాజ్ఞ వల్క్యుడు యీ బ్రాహ్మణములకు కర్తలు. అయితే వీరు సప్తసింధులో పుట్టలేదు. ఆర్యుల స్థావరం కురుపాంచాల (పశ్చిమ ఉత్తరప్రదేశ్) లో వున్నప్పుడు పుట్టారు. తూర్పున విదేహ (ఉత్తర బీహారు) వరకు, దక్షిణాన భోజ (మధ్యనర్మదా పరిసర ప్రదేశం) వరకు వారి ప్రాభవం

ప్రాకింది. మరుగునపడిన ఆ 300 ఏండ్ల సంగతులు మనకు తెలిస్తే ఆర్యులు సప్తసింధునుండి తూర్పు దిశగా ఎట్లు సాగారో తెలిసేది.

ఆర్యులు సప్తసింధులో ప్రవేశించిన సంగతి కూడ ఋగ్వేదంలో ఎక్కడా చెప్పలేదు. దాన్ని గురించి తెలుసుకోవటానికి మనం తులనాత్మక భాషా విజ్ఞానం, నృతత్వశాస్త్రం సహాయంగా తీసుకోవలసివచ్చింది. ఒక్కసారిగా గంతువేసి మూడు వందల ఏండ్ల తర్వాత దివోదాసు, సుదాసులు; వారి పురోహితులు భరద్వాజ, వశిష్ఠులు మొ॥ వారి సంఘర్షణలు, పోరాటాలు గురించి మళ్ళీ మనకు తెలుస్తుంది. మళ్ళీ 300 ఏండ్ల "చరిత్ర సరస్వతి" లుప్తమైంది. తర్వాత బ్రాహ్మణుల రూపంలో మనకు చారిత్రకాంశాలు ప్రత్యక్షమౌతాయి. అప్పుడు మనకు కురుపాంచాల సమృద్ధ గణాలు, రాజ్యాలు కన్పడతాయి. అప్పుడు మనకు కురుపాంచాల సమృద్ధ గణాలు, రాజ్యాలు కన్పడతాయి. ఇదే కాలంలో ఆర్య తాత్వికులు ఆర్య దేవతల నుండి విడివడి ఉపనిషత్తుల రూపంలో పైకి పోతున్నట్లు తోస్తుంది.

ఋషుల వంశ వృక్షం

క్రీ.పూ. 1275		అంగిర			
క్రీ.పూ. 1250	లోకనామ	ఘోర		—	
క్రీ.పూ. 1225	బృహస్పతి	కణ్వుడు		—	
క్రీ.పూ. 1200	భరద్వాజ			అజీగర్తుడు	
క్రీ.పూ. 1175	గర్గుడు	ప్రస్కణ్వుడు	వత్సమేధాతిథి	శునశ్శేపుడు	
క్రీ.పూ. 1275	ఇషీరథుడు				
1250	కుశికుడు	రహూగణుడు		పిజవన	
1225	గాధి	మిత్రావరుణ	గౌతముడు	బధ్రశ్వ	
1200	విశ్వామిత్రుడు	వశిష్ఠుడు	అగస్త్యుడు	వామదేవుడు	దివోదాసు
1175	మధుచ్ఛందుడు	శక్తి			సుదాసు
1150	పరాశర	గౌరవీతి			

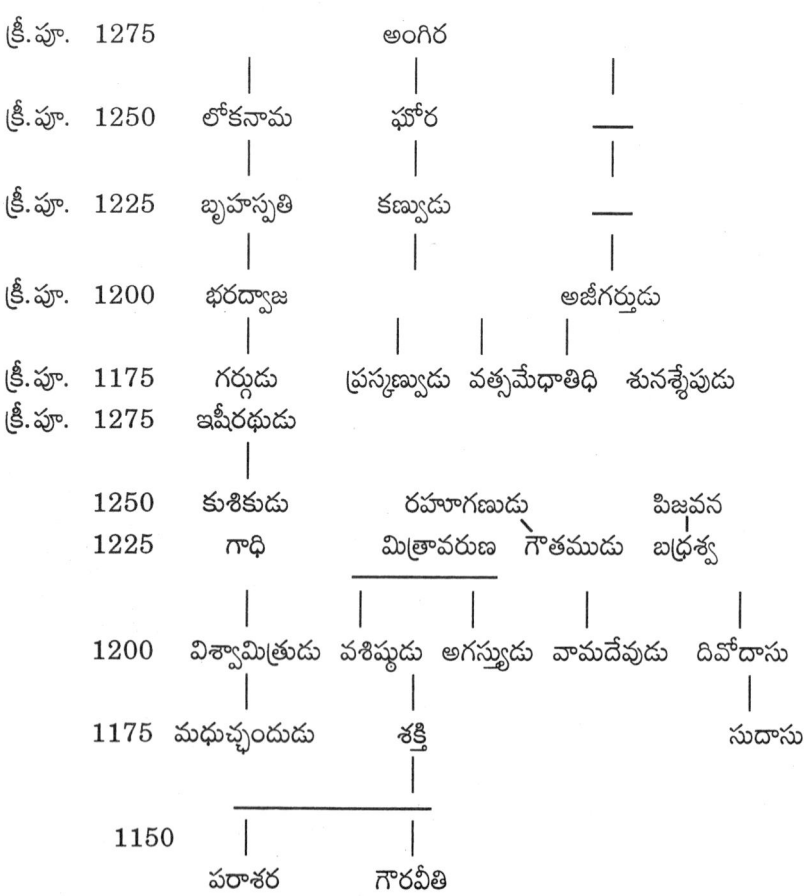

ప్రధాన ఋషుల రాజకీయ జీవితాన్ని గురించి వారి యజమానుల యుద్ధ సందర్భంలో చెప్పుకొందాం. ఆర్య పురోహితులు ధర్మకర్తలు, కవులు మాత్రమే కాదు. వారు తమ గణాలకు ప్రధానమంత్రులు, సేనా నాయకులు కూడ. ముసలి తనంలో వారు ప్రత్యక్షంగా యుద్ధంలో పాల్గొనలేక పోయినప్పుడు తమ యువతను, వంశీకులను యుద్ధంలో పాల్గొనుటకు ఆహ్వానించేవారు. శక్తివంతులైన వారి కులస్తులు ఖడ్గాలు, ధనుర్బాణాలతో విజయం సాధించుటకు వారి అండదండలు ఎంతగోనే తోడ్పడేవి.

1. భరద్వాజుడు : 60 సూక్తాల కర్త. బృహస్పతి పుత్రుడు. ఋగ్వేదంలో రెండవాడు. దివోదాసు (సుదాసు తండ్రి) పురోహితుడు. ఆర్యగణాల అంతర్యుద్ధంలో వసిష్ఠుడు సుదాసుకు ఎంతో సహాయం చేశాడు. అట్లే భరద్వాజుడు దివోదాసు విజయాలకు తోడ్పడ్డాడు. ఋగ్వేదం 6వ మండలమంతా ఆయనిది, ఆయన వంశీకులది. అందు భరద్వాజుడు దివోదాసు విజయాలను వర్ణించాడు. 'తరేమ, తాతరేమ, తవావసా తరేమ (6-15-15). అనగా మేము తరించాలి., మేమంతా మీ రక్షణలో తరించాలి అనేది ఉద్దేశ్యం. మేము మంచి వీరులతో నూరు శరత్తులు ఆనందంతో వుండాలి' అనేది రెండవ ఉద్దేశ్యం-

తా సూరిభ్యో గణతేరాసి సుమ్నంమదేమ శతహిమాః సువీరాః ॥ (6-4-8)

అమాచౌన మరణ్యే పాహిరిషో మదేమ శతహిమా : సువీరాః ॥ (6-24-10)

ఆయన అరడజను సార్లుకు పైగా "అద్రోధవాచ" అనగా అమిధ్యావాది శబ్దాన్ని ప్రయోగించాడు. (6-5-1). చాలా ఋక్కుల్లో దివోదాసుని పేర్కొన్నాడు. కాని సుదాసుని గురించి చెప్పలేదు. ఆయన అప్పటికి బహుశా చనిపోయి వుంటాడు లేక సుదాసునికీడుకోరి వుంటాడు. కీడుకోరి వుంటే ఆ ఋక్కులు సంకలనం చేయబడకపోవచ్చు. లోభ ద్వేషాల్లో ఆ ఋషి పురోహితులు నేటి వారి వంశీకులకు తీసిపోరు. సుదాసు ఆయన్ని రాజపురోహిత పదవినుండి పనికిరానివానిగా తీసివేస్తే ఆయన శాపనార్థాలు పెట్టకుండా వుంటాడా ఏమిటి? ఋషి పురోహితులు తమతమ యిష్టదైవముల మహిమను వర్ణించిన ఋక్కులే ముఖ్యంగా ఋగ్వేదంలో సంగ్రహించబడ్డాయి. భరద్వాజుని దేవతలు విఫలులయ్యారు. ఆ ఓటమిని తెలిపే అతని స్తుతులను సురక్షితంగా ఎందుకు వుంచాలి?

భరద్వాజుడు ఆధ్యాత్మిక శక్తిని కోరువాడు కాదు. 'అశ్మాభవతు నస్తనూః' అనగా మా శరీరాలు రాయివలె దృఢంగావుండుగాక (6-75-12) అని ప్రార్థించాడు. ఆయన యజమాని దివోదాసుకు, ఆర్య గణాలందరికీ దస్యులరాజు శంబరుడు మహా శత్రుడు. శంబరుడు విపాశ - పరుష్ణీ నదుల మధ్యస్థ ప్రాంతం అనగా నేటి కాంగడాకు రాజు. అతడు ద్రావిడుడుకాడు, కిరాతుడు అని యిదివరలోనే చెప్పుకొన్నాం. ఆయనకు నూరు దుర్గాలున్నాయి. 19వ శతాబ్దివరకు శత్రు దుర్భేద్యంగా వున్న కాంగడావంటి దుర్గం వాటిలో ఒకటై వుండవచ్చు. వాటిని పురాలన్నారు. పురాలను గురించి చెప్పేటప్పుడు ఆయన అనగా రాగివలె దృఢమైనవి, అశ్మన్మయీ అనగా రాయివలె గట్టివి అని తెలిసింది. ఆ కొండ దుర్గాలు రాతివే అయి వుంటాయి.

భరద్వాజుడు ఆర్యులకు శత్రువులైన మరి కొంతమంది అసుర రాజులను పేర్కొన్నాడు- చుమురి, ధుని, శుష్ణ, అశుష, పిప్రు, వీరంతా కొండరాజులు. శంబరునికి సహాయం చేశారు. నిస్సందేహంగా శంబరుడు అందరికంటె ప్రధాన శత్రువు. బరద్వాజుడు భీషణ యుద్ధాల్లో నాయకుడు. పురోహితుడు, కవచం, విల్లు, విల్లు త్రాడు, అంబులపొది, రథం, గుర్రం, గొడ్డలి మొదలైన యుద్ధ పరికరాలను ఆయన వర్ణించుట సహజమే.

భరద్వాజుడు క్షేత్రాలను, అరణ్యాలను గురించి చెప్పాడు (6-1-14). దీన్ని బట్టి ఆర్యులకు వానితో సంబంధమున్నట్లు తెలుస్తుంది. పొలాల్లో వారు యవలు, యితర ధాన్యాలు కొద్దిగా పండించేవారు. వాటిని కరంభ (పిండి) చేసుకొని పెరుగుతో తినేవారు. పాలు, పెరుగు, నెయ్యి, మాంసం - వారి ఆహారంలో ముఖ్యమైనవి. ఇందుకొరకు ప్రతి కుటుంబానికి వేలాది గోవులుండేవి. అందుచేత వారికి పొలం కంటె పచ్చికబయళ్ళు బాగా అవసరం. గుర్రం యుద్ధానికి, సవారీకి (వాహనంగా) వుపయోగపడేది. దాని మాంసం కూడ వారి ఆహారంలో భాగమే. దివోదాసు కుమారుడు సుదాసు. వసిష్ఠుడు సుదాసుచేత అశ్వమేధ యజ్ఞం చేయించాడు. (ఐతరేయం 8-4-21). ఈ యజ్ఞ వర్ణన అత్యంత ప్రాచీనమని చెప్పాలి. చాయమాన అభ్యావర్తిరాజు రెండువేల ఆవులను దానంగా యిచ్చాడు. అప్పటిలో గోదానం గొప్ప. ఆర్య ఋషులు మంచి గోవులను, గుర్రాలను కోరుకునేవారు దివోదాసుని. సోమ గోష్ఠులందు తాను పాల్గొన్నట్లు భరద్వాజుడు చెప్పాడు. (6-16-5) నాడు సోమపానం సర్వసాధారణ విషయం. సోమయాగం అని చెప్పి దానికి దివ్యపూజా రూపం యివ్వవలసిన అవసరం అప్పుడు లేదు.

దివోదాసు తండ్రి బ్రధ్యశ్వుడు. అతడు ఆర్యుల్లో గణవ్యవస్థను అంతంచేసి ఏకం చేయటానికి ప్రయత్నించాడు. ఆ యత్నాన్ని యదు, తుర్వశ గణాలు రెండూ ఎదిరించాయి. దివోదాసు వారిని అణచగల్గాడు. అతడు 60 వేల దాసులను (అసురులను) సంహరించాడు. బార్హస్పత్య భరద్వాజుడు ఏడు తోబుట్టువుల సరస్వతీ నది గురించి చెప్పాడు (6-61-2). పురుకుత్సుడు దాసుల ఏడు పురాలను ధ్వంసం చేశాడు (6-20-10). పురుగణాల రాజు పురుకుత్సుడు. దీన్నిబట్టి భరద్వాజకు తన రాజువద్ద మాత్రమేకాదు, యితర గణాల్లో కూడ గౌరవం వున్నట్లు తెలుస్తుంది. బృహస్పతి దేవత పేరుకూడ. భరద్వాజుని తండ్రికూడ బృహస్పతి. ఆయన్ని దేవుడనుకొంటే మాత్రం భరద్వాజుని తండ్రి ఎవరైందీ మనకు బోధపడదు. కాని ఋషుల వంశావళిని పరిశీలిస్తే భరద్వాజుని తండ్రి బృహస్పతి, తాత లోకనామ, ముత్తాత అంగిర అని స్పష్టపడుతుంది. అంగిర రెండవపుత్రుడు ఘోరఋషి- అంగిర సంతానం వున్నవారు - తిరశ్చీ, హిరణ్యస్తూప, వశుశ్రుత, శ్రుతకక్ష, తిరశ్చీకి సంతానంలో యిద్దరు, ఋజిశ్వా, సుమిత్ర, కాని అంగిర పుత్రుల్లో ప్రసిద్ధులు - ఘోర, లోకనామ. ఘోర పుత్రుడు కణ్వుడు. ఆయన ప్రఖ్యాత ఋషిపుత్రులు - వత్స, మేదాతిథి, ప్రస్కణ్వ, ప్రగాధ. ప్రగాధునికి అనేక ఋషిపుత్రులున్నారు. అంగిర మనుమడు భరద్వాజుడు. ఆయనకు కూడ మంచి యోగ్యులైన సంతానం వుంది. ఆయన పుత్రుల్లో గర్గ, ఋజిశ్వ, శిరిన్విర ఋషులు.

2. వసిష్ఠుడు : ఆయన అందరికంటె ఎక్కువ సూక్తాలు చెప్పాడు ముందుగ ఆయన్ని చెప్పి, ఆయనకు పోటీ అగు భరద్వాజుని తర్వాత చెప్పాలి. భరద్వాజుడు 60 సూక్తాలే రచించాడు. ఈ ఋషులు తమ జీవితకాలంలో రచించిన ఋక్కుల నన్నీ వారి వంశీకులు సంగ్రహించలేక పోయారని అనుకోవాలి. వారి రచనాకాలానికి రెండువందల సంవత్సరాల పిమ్మట అనగా క్రీ။పూ။ 1000లో వారి ఋక్కులు సంగ్రహించేవారు. కాని అవి వ్రాయబడలేదు. శ్రుతిరూపంలో కంఠస్థం చేయబడిన వాటిని కూడా లిపిలో వ్రాయటానికి తర్వాత చాలా శతాబ్దాలు పట్టాయి. ఇట్లు వేదాలు లిపిబద్ధం అయ్యాయి. కాని వేదపాఠకులు నేడుకూడ స్వరయుక్తంగా కంఠస్థంచేసి వుంచుకొంటున్నారు. నానాటికి వేదపాఠకుల సంఖ్య తగ్గిపోతూవుంది. దీన్ని బట్టి రెండు మూడు వందల ఏండ్ల తర్వాత ఏ ఒక వేదపాఠకుడు దొరకని స్థితి ఏర్పడవచ్చునని తోస్తూంది.

వసిష్ఠుని తండ్రి మిత్రావరణ. మిత్రావరుణుని దేవత అంటారు. వసిష్ఠుని తమ్ముడు అగస్త్యుడు. వసిష్ఠుని పుత్రులు చిత్రమహా, మృలీక. వీరి ఋక్కులున్నాయి. ఆయన పుత్రుల్లో పెద్దవాడు, సమర్థుడు శక్తి. శక్తికి యిద్దరు పుత్రులూ. పరాశర, గౌరవీతి. వీరందరు ఋగ్వేద ఋషులు. ఋగ్వేదం తర్వాత ఉన్న సాహిత్యంలో అంటే మహాభారత, రామాయణ, పురాణాల్లో యీ ఋషుల, వీరి సమకాలిక రాజుల వంశావళిలో చాలా తారుమారు జరిగింది.

వసిష్ఠుడు ఋగ్వేదం ఏడవ మండలం ఋషి. ఒక్కొక్క మండలానికి ఒక ఋషి ప్రధానంగా ఉన్నారు. అయితే వారికీ, వసిష్ఠునికీ తేడా ఉంది. ఇతర ఋషులు, తాము, తమ పుత్రపౌత్రులు మండలాలను రచించారు. కాని వసిష్ఠుడు ఒక్కడే ఏడవమండలం అంతా అనగా మొత్తం 104 సూక్తాలను రచించాడు. 32వ సూక్తం శక్తి రచించింది అని అంటారు. 101, 102 సూక్తాలు కుమార ఋషి రచనలని సందేహం ప్రకటిస్తున్నారు. వసిష్ఠుని రచన ద్వారా నాటి చరిత్ర, భూగోళం తెలిసినట్లు యితర ఋషుల సూక్తాల ద్వారా మనకు తెలియదు. "యూయం పాతస్వస్తిభిః సదానః" అనగా మీరు మాకు సదా ఆరోగ్యాన్ని ఇచ్చి కాపాడండి – అను మకుటంతో డజను పర్యాయాలకు పైగా మంత్రాల్లో చెప్పాడు. ఇంద్రుడు ఆర్యులకు, యితర ఋషులకు యిష్టదైవం. వసిష్ఠునికి కూడ ఆయన యిష్టదైవం. ఆయనకున్న యితర దైవాలు – మిత్ర, సూర్య, అగ్ని, విశ్వదేవ, వరుణ, అశ్విద్వయ, ఉష, సరస్వతి.

ఈ కాలంలో చనిపోయిన తర్వాత శైవులు కైలాసానికి, వైష్ణవులు వైకుంఠానికి, కొందరు కృష్ణభక్తులు గోలోకానికి పోదల్చినట్లు ఆ కాలంలో ఆర్యులు ఇంద్ర లోకానికి పోవాలనుకొనేవారు.

ఋగ్వేదం తర్వాత వచ్చినవి సామవేదం, యజుర్వేదం, అధర్వణవేదం. కాని వీటి వలన మనకు చరిత్ర ఎక్కువగా తెలియరాదు. వీటి తర్వాత వచ్చినవి బ్రాహ్మణములు. ఐతరేయ బ్రాహ్మణం ఋగ్వేదానికి చెందింది. బ్రాహ్మణములు బ్రహ్మ సంబంధమైన గ్రంథాలు. బ్రహ్మ అనగా మంత్రం, యజ్ఞం. బ్రాహ్మణములు యజ్ఞాల్లోని వివిధ క్రియలను, ఆ సందర్భంలో వాటిలో వేద మంత్రాల వినియోగాన్ని గురించి తెల్పుతాయి. వసిష్ఠుని పేరు ఐతరేయ బ్రాహ్మణంలో అరడజనుసార్లు కంటె ఎక్కువగా వచ్చింది. 7–13–16 ఋక్కును బట్టి చూడండి–హోత విశ్వామిత్రుడు, అధ్వర్యుడు జమదగ్ని, బ్రహ్మ వసిష్ఠుడు, ఉద్గాత అయాస్యుడు, పురోహితుడు సుయవన పుత్రుడు అజీగర్తుడు. అజీగర్తుడు దురాశపడి 300 గోవులకై తన కొడుకు శునశ్శేపుని తన చేతులతో నరికి బలియిచ్చుటకు అంగీకరించాడు. కాని కొడుకు తన తండ్రి నుండి తప్పించుకొని విశ్వామిత్రుని తండ్రిగా చేసుకొను తలంపుతో వెళ్ళి ఆయన ఒడిలో కూర్చొన్నాడు. అజీగర్తుడు విశ్వామిత్రుని అడిగాడు ఓ ఋషీ, నా పుత్రుని నాకు యివ్వండి.

విశ్వామిత్రుడు – ఇవ్వను. దేవతలు యితన్ని నాకు యిచ్చారు.

ఇట్లు చెప్పి ఆయన శునశ్శేపుని పేరు మార్చి దేవరాత వైశ్యామిత్ర నామకరణం చేశాడు.

అంతట అజీగర్తుడు కొడుకును బ్రతిమాలాడుకొంటాడు – పుత్రా! (తల్లిదండ్రులం) మేమిద్దరం నిన్ను పిలుస్తున్నాం. నీవు అంగిరస అజీగర్త పుత్రుడవు. ఓ ఋషీ! నీవు నీ తండ్రి తాతల గృహాన్ని విడువవద్దు. మా వద్దకు రమ్ము.

శునశ్శేపుడు : నేను శూద్రుడుకూడ ముట్టని ఆ వస్తువును (కత్తిని) నీ చేతిలో ఉండగా చూశాను. ఓ అంగిరసా! నీవు 300 ఆవులను నాకంటె ఎక్కువనుకొన్నావు.

అజీగర్తుడు : పుత్రా! చేసినదానికి నేను పశ్చాత్తాపపడుతున్నాను. ఆ పాపాన్ని నివారించుకొని నీకు 100 ఆవులను ఇస్తున్నాను.

శునశ్శేపుడు : ఒకసారి పాపం చేయగల్గినవాడు మరొకసారి పాపం చేస్తాడు. నీవు శూద్రత్వం నుండి ముక్తిని పొందలేదు. నీవు చేసిన పాపం ఏ విధంగాను నివారింపబడదు.

ఐతరేయ బ్రాహ్మణంలోని యీ ప్రసంగాన్ని బట్టి వసిష్ఠ, విశ్వామిత్ర, జమదగ్ని, అయస్య, అజీగర్త, శునశ్శేప ఋషులు ఒకే కాలంలో వున్నట్లు తెలుస్తుంది. 7-5-34 ఋక్కులోని రెండవపాదం ప్రకారం వసిష్ఠుడు సుదాసుపై జవనుకు ఒక యజ్ఞ విధిని చెప్పినట్లుంది. ఎనిమిదవ మండలంలో ఒక గొప్ప విశేషం తెలుస్తుంది (8-4-1). ఇంద్ర మహాభిషేకంతో వసిష్ఠుడు సుదాసుకు మహాభిషేకం చేశాడు. అతడు భూమినంతా జయించాడు. అశ్వమేధం చేశాడు. సుదాసు తండ్రి దివోదాసు. భరద్వాజుడు దివోదాసుకు పురోహితుడు. అతడు సుదాసుకు మహాభిషేకం ఎందుకు చేయలేదు? వసిష్ఠుడే ఎందుకు చేశాడు? దివోదాసుని మరొక పుత్రుడు ప్రవర్ధనుడు. ఇతడూ కాశీరాజు ప్రవర్ధనుడు ఒక్కరే అని అనుకోకండి. కుల పురోహితుడగు భరద్వాజుని విడిచిపెట్టి వసిష్ఠుని పురోహితునిగ చేసుకొన్నందువలన సింహాసనం కొరకు అన్నదమ్ముల మధ్య తగాదా వచ్చినట్లుంది. ప్రవర్ధనుడు పెద్దవాడై వుంటాడు. దివోదాసుని గద్దెపై అతన్ని భరద్వాజుడు కూర్చోపెట్టి ఉంటాడు. గుప్తచంద్ర గుప్తునివలె సుదాసు కూడా తన తండ్రికి సమర్థుడైన వారసుడై వుండి వుండాలి. తగాదాలో భరద్వాజుడు ప్రవర్ధనుని పక్షం వహించాడు. సుదాసుని పక్షాన బహు చతురుడు, సంతానవంతుడు వసిష్ఠుడు వున్నాడు. ఐతరేయ బ్రాహ్మణంలో ఇంద్ర మహాభిషేకంతో సుదాసుకు మహాభిషేకం చేశాడు అనుటవలన పై విషయం మరింత బలపడింది. ఋగ్వేదంలో ప్రవర్ధనునికి, వసిష్ఠునికి తగాదా వచ్చినట్లు చెప్పలేదు. సింహాసనం ఎక్కుటలో అన్నతో సుదాసుకు తగాదా పడినట్లు కూడ చెప్పలేదు. కాని సుదాసుకు వసిష్ఠుడు పురోహితుడగుట, దాశరాజ్ఞ యుద్ధానికి తోడ్పడుట పై విషయాన్ని బలపరుస్తున్నాయి.

వశిష్ఠుని రచనల ప్రకారం సుదాసుకు తండ్రి దివోదాసు (7-4-7). దివోదాసు 100 ఆయసేపురాలను నాశనం చేశాడు. ఇట్లు భరతగణాల ప్రతాప వృద్ధికి ఆయన తోడ్పడుచున్నందున వసిష్ఠుడు చాలా గర్వపడ్డాడు-

దండాఇవేద్గో అజనాస అసన్
పరిచ్ఛిన్నా భరితా అర్భకాసః
అభవచ్చ పుర ఏతా వసిష్ఠ
ఆ దిత్తృత్సూనాం విశో అప్రధంత ।। (7-38-6)

అనగా మొదట్లో భరతులు కర్రతో కొట్టబడిన ఆవులవలె విడివిడిగా వున్నారు. వసిష్ఠుడు వారికి పురోహితుడైనాడు. త్రుత్సుల సంతానం వృద్ధిచెంద నారంభించింది.

వసిష్ఠుడు 7వ మండలంలో అనేకచోట్ల భరతుల విజయాన్ని గురించి చెప్పాడు. భరతులు పురులను ఓడించారు (7-8-4). సుదాసుతో చేసిన యుద్ధంలో 66 వేలమంది ద్రుహ్యులు, అనులు హతమయ్యారు (7-18-14).

నిగవ్యవో౽ ద్రుహ్యావశచ, షష్టిః శతాసుషువుః షట్సహస్ర।
షష్టిర్వీరాసో అధిషడ్ దువోయు, విశ్వేదింద్రస్య వీరాకృతాని ॥
త్రుత్సులు యమునకు ఆ వైపున ఖేద, అజ, శిగ్రు, యక్షులను ఓడించారు (7-18-19).

అవ దింద్రం యమునా తృత్సవశ్చ పాత్రభేదం సర్వతా ముషాయత్ ।
అజాసశ్చ శిగ్రవోయక్షువశ్చ బలిం శీర్షాణి జభ్రురశ్వ్యాని.

వసిష్ఠుడు అనార్యులను శిశన్నదేవులన్నాడు - మా శిశ్నదేవాఅపి గుర్ఋుతం నః- అనగా శిశ్న పూజకులు మా యజ్ఞమందు జోక్యం కల్గించుకొనకుండా వుందురుగాక (7-21-5). శిశ్న దేవులనగా లింగపూజ చేయువారు. వసిష్ఠుని 7-33-3 ఋక్కునుబట్టి దాశరాజ్ఞ యుద్ధం సింధుతీరాన జరిగింది-

ఏ వేన్నుకం సింధుమే భిస్తతారే వేన్నుకం భేభమే భిజ్ర్ఘఘాన।
ఏవేన్నుకం దాశరాజ్ఞే సుదాసంప్రావ దింద్రో బ్రహ్మణావో వసిష్ఠాః॥

అనగా అతడు వీరితో యీ ప్రకారం సింధును దాటాడు. వీరితో యీ ప్రకారంగా భేదుని చంపాడు. ఓ వసిష్ఠులారా మీ ఋక్కు ద్వారా యింద్రుడు దాశరాజ్ఞ యుద్ధంలో యీ ప్రకారంగా సుదాసుని రక్షించాడు. సుదాసుని రక్షించాడు అంటే సుదాసు గెల్చాడు. పౌరాణిక యుగంలో వసిష్ఠుని వేశ్యాపుత్రుడన్నారు. గణ యుగంలో దేవకన్యలు సదా కన్యలుగా వుండేవారు. వారి ప్రేమ స్థిరంకాదు. కాబట్టి వారిని దేవగణికలు అన్నారు. వసిష్ఠుడు మైత్రావరుణుడు అనగా మిత్రవరుణ సంతానానికి ఊర్వశికి జన్మించాడు (7-33-11)

ఉతాసి మైత్రావరుణో వసిష్ఠోర్వేశ్వా
బ్రహ్మన్ మనస్వోది జాతః ।
ద్రవ్యం స్కన్నం బ్రహ్మణా దైవ్యేన
విశ్వదేవాః పుష్కరేత్వా దదంత॥
సప్రకేత ఉభయస్య ప్రవిద్వాన్ త్సహ ప్రదాన ఉతదా సదానః॥
యమేన తతం పరిధిం వయిష్యన్నప్సరస పరిజజ్ఞే వసిష్ఠః ॥ (7-33-12)

ఈ ఋక్కునందు వశిష్ఠుడు అప్సరసకు పుట్టినట్లు చెప్పబడింది. అతడు దేవతలకు లేక దేవకన్యలకు పుట్టాడు - అని చెప్పుకొంటే మనకు అతని తల్లిదండ్రులెవరైందీ తెలియకుండా పోతుంది. వశిష్ఠుడు యాతుధాన, యాతుమావాన (ఇంద్ర జాలికుడు) వర్ణన చేశాడు (7-104-15, 7-1-15). పార్శీ భాషలో 'దరోగ్' శబ్దానికి అర్థం అబద్ధం. వశిష్ఠుడు 'ద్రోధవాచ' శబ్దాన్ని వుపయోగించాడు (7-33-10)

తర్వాత వచ్చిన సాహిత్యంలో వశిష్ఠుడు, అగస్త్యుడు అన్నదమ్ములన్నారు.

విద్యుతో జ్యోతిః పరిసంజిహానం
మిత్రావరుణా యదపశ్యతాం త్వా ।
తత్తేజన్మోతైకం వసిష్ఠా గస్త్యో
యత్వా విశ అజభార ॥ (7-33-10).

ఋగ్వేదంలోని యీ ఋక్కు పై విషయాన్ని బలపరుస్తుంది. దాశరాజ్ఞ యుద్ధంలో సుదాసుని గెలుపు వశిష్ఠుని జీవితంలో గొప్ప విజయం, గొప్ప విశేషం. సప్తసింధులో వేర్వేరుగా వున్న ఆర్య గణాలను ఏకం చేయుట. అప్పుడు పది మంది రాజులు కలిసి ఎదురుతిరిగి సుదాసుతో యుద్ధం చేశారు (7-33-7).

దశరాజానః సమితా అయజ్యవః
సుదా సమింద్రా వరుణాన యుయుధుః
సత్యాన్నృణామద్ మసదాముపస్తుతిర్దేవా
ఏషా నృణామద్ మసదాముపస్తుతిర్దేవా
ఏషా మభనన్ దేవహూతిషు॥ (7)
దాశరాజ్ఞే పరియత్తాయ విశ్వతః
ఇంద్రా వరుణాన శిక్షతం ।
శ్విత్యంచో యత్ర నమసా కపర్దినో
ధియా దీవంతో అసపంత తృత్సవః॥ (8)

అనగా ఇంద్ర వరుణులారా! యుద్ధమందు యజ్ఞ విముఖులైన పదిమంది రాజులు సుదాసుతో పోరాడలేరు. యజ్ఞానికై వున్న మా స్తుతి సత్యం. వీరు దేవతలను పిల్వగానే దేవగణాలు వచ్చాయి (7-33-7).

ఓ యింద్ర వరుణులారా! దాశరాజ్ఞ యుద్ధంలో చుట్టూ ముట్టడి వేయబడ్డ సుదాసుకు మీరు సహాయం చేశారు. ముడులు వేసుకొన్న గౌరవర్ణం గల త్రుత్సులు దాశరాజ్ఞ యుద్ధంలో మిమ్ములను స్తుతి పూర్వక స్తోత్రంతో పూజిస్తున్నారు. (7-33-8).

త్రుత్సుల దేశంలో దాశరాజ్ఞ యుద్ధంలో సుదాసు పోరాడినట్లు చెప్పబడింది.

విశ్వామిత్రుడు : ఋక్కుల సంఖ్యనుబట్టి ఎక్కువ ఋక్కులను రచించినవారిలో మూడవవాడు గోతమ పుత్రుడు వామదేవుడు. కాని యిక్కడ ముందుగ విశ్వామిత్రుని గురించి ఆయనకున్న ప్రాముఖ్యతనుబట్టి చెప్తూతున్నాం. ఆయన ఇషీరథుని మునిమనుమడు. కుశికుని మనుమడు, గాధి పుత్రుడు. అతడు పెద్దరికంలో భరద్వాజ, వశిష్ఠులకు సమానుడు. అతడు ఋగ్వేద మూడవ మండలం ఋషి. రామాయణంలోని విశ్వామిత్రునికి, ఋగ్వేద ఋషికీ ఏమీ సంబంధం లేదు. అది పౌరాణిక కల్పనమాత్రమే, చారిత్రక సత్యంకాదు; అతడు ఇంద్ర, వరుణ, బృహస్పతి, పూష, సవిత, సోమ, మిత్రాది దేవతలను స్తుతించాడు. 3,339 దేవుళ్ళను (33కోట్లుకాదు), 33 దేవతలను ఆయన ముందుగ పేర్కొన్నాడు. త్రిశతం తీశ్చదేవాన్ (3-6-9), త్రీణి శతా త్రీసహస్రాణ్యగ్నిం త్రింశచ్చదేవా నవచాస పశ్విన్ (3-6-9) అనగా 3,339 దేవుళ్ళను అగ్ని పూజించాడు. తన సహచరుడైన జమదగ్నిని (10-161-163). తన వంశీకులగు కుశికులను (3-26-12) పేర్కొన్నాడు. తూర్పున వున్న కుశికులు సంఖ్యలోను, పలుకుబడిలోను అధికులు. వశిష్ఠుడు సుదాసుకు మహాభిషేకం చేసి దాశరాజ్ఞ యుద్ధంలో అతనికి సహాయం చేశాడు. అటువంటి వశిష్ఠుని విడిచి కుశికులు విశ్వామిత్రునివైపు మొగ్గారు. పౌరుషవంతులు, కార్యార్థులు అగు రాజులు ఒక పురోహితుని వదలిపెట్టి మరియొకరిని చేపట్టుట సహజం. ఈ మార్పును వసిష్ఠపుత్రుడు శక్తి వ్యతిరేకించాడు. ప్రాణలు పోగొట్టుకున్నాడు. కాని ఫలితం లేకపోయింది.

నదులను ప్రార్థించి లోతు చేసుకొనుటగాని, దారి చేసుకొనుటగాని వశిష్ఠునికి తెలుసు (7-18-5) – 'సుదాసే అర్ణాంసిగాధాని అకరోత్' విశ్వామిత్రుడు కూడ అట్లే చేశాడు. విపాశ్ శతుద్రి నదులను తక్కువ లోతు కమ్మని ప్రార్థించిన సందర్భంలో చెప్పిన ఋక్కులు ప్రశ్నోత్తర శైలి అనగా ప్రశ్న – జవాబు పద్ధతిలో వున్నాయి. అవి ఋగ్వేదంలో అందమైన, రమణీయమైన ఋక్కులు. మంచి కావ్యం. నదుల గుండెలను కరిగించగల కవిత్వం చెప్పినవాడు వసిష్ఠుడు కాదు., విశ్వామిత్రుడు.

ఇక్కడ ఆ సూక్తంలో కొన్ని అంశాలను రుచిచూద్దాం–

విశ్వామిత్రుడు : (3-33-5) విపాశ్ -శుతుద్రి నదులు కొండల నుండి నీటితో- కట్లు విప్పుకున్న గుర్రాలవలె అట్టహాసం చేస్తూ, దూడలను వాత్సల్యంతో నాకటానికి ఆరాటపడుతున్న గోమాతవలె సముద్రం దిశగా పరుగుతీస్తున్నాయి. ఓ నదులారా! మీరు రథికులవలె యింద్ర ప్రేరితములై స్తుతులను వింటూ స్వచ్ఛమైన సముద్రం వైపురు వెళ్ళుతున్నారు. మీరు చంచల తరంగాలతో ముందుకు సాగుతూ దగ్గర దగ్గరగా వెళ్ళుతున్నారు. మీరు నా సౌమ్య వాణులను వినటానికి ముహూర్త కాలం పరుగును ఆపండి. కుశిక పుత్రుడను నేను నా మనస్సులోని కోర్కెను చెప్పటానికి విశాల నదులైన మిమ్ము ఆహ్వానిస్తున్నాను.

నదులు : వజ్రహస్తుడు ఇంద్రుడు మా కొరకు పర్వతాలను వధించి నీటిని లోతు చేశాడు. సుపాణి సవిత్రుడు మమ్ము కొంపోతున్నాడు. ఆయన అజ్ఞానుసారంగా మేము విశాలరూపం ధరించి వెళ్ళుతున్నాం.

విశ్వామిత్రుడు : భగినులారా ! ఆగండి. కవిమాట వినండి. ఇతడు ఎద్దు బండిపై చాలా దూరం నుండి వచ్చి యున్నాడు. కొంచెం క్రిందకు తగ్గి మీరు దాటటానికి వీలు కలుగచేయండి. బండి అడ్డవరకు మాత్రమే లోతు కల్గివుండండి.

నదులు : ఓ కవీ ! దూరంనుండి శకటంపై వచ్చావు. నీ వాణిని అలకిస్తున్నాం. బిడ్డలు పాలిచ్చు కోరికతోనున్న తల్లివలె లేక పురుషుని ఆలింగనం చేయు తరుణివలె నీకోసం మేము లోతు తగ్గుతున్నాం (3-33-10).

విశ్వామిత్రుడు : ప్రియులారా! యుద్ధంలో ఆవులను కోరునట్టి యింద్రుని ప్రేరణచే భరతులు మిమ్ము దాటకల్గినచో మిమ్ములను నేను యజ్ఞార్హులుగా ఎంచుకొని స్తోత్రం చేస్తాను (3-33-12).

విశ్వామిత్రుడు సుదాసుని గొప్పచేశాడు. సింధునదిని స్తంభింపచేశాడు (3-53-9). తర్వాత సుదాసుకు కల్గిన విజయాల్లో ఆయన చాలా సహాయం చేశాడు. ఆయన తన సమకాలికులైన పై యిద్దరు ఋషులువలె పుత్ర, పౌత్ర, సంతాన, సుమతులకై ప్రార్థించాడు. విశ్వామిత్రుని యీ బ్రాహ్మ (మంత్రం, వాక్కు) భరత గణాలను రక్షించును అని ఆయన నమ్మకం. (3-53-12)

"విశ్వామిత్రస్య రక్షతి బ్రహ్మేదం భారతం జనం"

దేవుడు విశ్వామిత్ర సూక్తులను ప్రచారం చేసినట్లు ఐతరేయ బ్రాహ్మణం వలన తెలుస్తుంది. (ఐతరేయం 6-4-18) దీన్నిబట్టి విశ్వామిత్రుడు అందరకు మిత్రుడు. ఆయన గొప్ప గొప్ప యుద్ధాలను సమర్థించాడు. ఆయన అందరకు మిత్రుడెట్లా అవుతాడు? అవును, ఆయన శునశ్శేపుని ప్రాణాలు రక్షించాడు. అంటే ఆయనకు నరబలి అయిష్టం అని తెలుస్తుంది. విశ్వామిత్రునికి నూర్గురు పుత్రులనుట నమ్మతగింది కాదు. కొడుకులు, మనుమలు, ముని మనుమలు అందరు కలిసి వుంటారేమో! మధుచ్ఛంద, ఋషభ, రేణు, ఋత ఋషులు ఆయన పుత్రులు అనిపిస్తుంది. మనుషులలో మధుచ్ఛందుని కొడుకులు అఘమర్షణ, జేత - ఋషులు, ఋతపుత్రుడు ఉత్కీలుడు కూడ ఋషి.

ఐతరేయ బ్రాహ్మణమందు యిట్లు వ్రాయబడివుంది. విశ్వామిత్రునికి నూర్గురు కొడుకులు. వారిలో 50 మంది మధుచ్ఛందునికంటె వయస్సులో పెద్దవారు. మిగిలిన వారు చిన్నవారు. శునశ్శేపుని దత్తత చేసుకొనుటకు పెద్దవాళ్ళు ఒప్పుకొనలేదు. అంతట విశ్వామిత్రుడు 'మీ సంతానం అభక్ష్య భక్షణం చేయుగాక' అని వారిని శపించాడు.

ఆంధ్ర, పుండ్ర, శబర, పులింద మొ॥ దస్యులు వారి సంతానం అని అంటున్నారు. మధుచ్ఛందుడు, అతనికంటె చిన్నవారు – అందరు విశ్వామిత్రునితో యిట్లు చెప్పారు : "ఓతండ్రీ! మేము మీరు చెప్పిన ప్రకారం చేస్తాం. శునశ్శేపుని జ్యేష్ఠునిగా అంగీకరించి మిమ్ము అనుసరిస్తాం."

వారి జవాబులు విని ప్రసన్నుడై విశ్వామిత్రుడు తన పుత్రులను గురించి స్తుతించాడు– నా బిడ్డలారా ! మీరు పశువులతోను, సంతానంతోను వర్ధిల్లండి. నేను చెప్పినట్లు విని మీరు నన్ను పుత్రవంతునిగ చేశారు. ఓ గాధిపుత్రులారా! దేవరాత సంరక్షణలో మీరు పుత్రవంతులుకండు. ఇతడు (శునశ్శేపుడు) మిమ్ము సత్య మార్గాన కొంపోతాడు. ఓ కుశిక సంతానంలారా ! వీరుడైన దేవరాతుని అనుసరించండి. ఇతడు మీకు మార్గదర్శకుడై మన విద్యలందు దాయభాగం కలవాడగుచున్నాడు. దేవరాతుని సహచరులయిన విశ్వామిత్రుని సత్పుత్రులు, గాధీ పౌత్రులు ధనం, యశం, కీర్తి పొందెదరుగాక (7-3-18).

ఐతరేయ బ్రాహ్మణం శునశ్శేపుని దేవరాత వైశ్యామిత్రునిగా ప్రఖ్యాత కల్గించటానికి ప్రయత్నించింది. కాని ఋగ్వేద ఋషి శునశ్శేపుడు మాత్రం శునశ్శేప అజీగర్తుడుగానే ప్రసిద్ధికెక్కాడు.

4. వామదేవుడు : గోతముని పుత్రుడు వామదేవుడు. ఇతడు వసిష్ఠ విశ్వామిత్రుల తర్వాత తరంవాడు కావచ్చు. కాని యితడు ఋషిత్రయానికి తీసిపోడు. విశ్వామిత్ర సూక్తాలకు యితడు బహుళ ప్రచారం కల్గించాడు. ఇతడు తన ఋక్కుల్లో 'గోతమాల్పితు' (4-4-11) అనీ, 'మామతేయ' (4-4-13) అని చెప్పుకొనుటవలన యితని తండ్రి గోతమ మామతేయుడని తెలుస్తుంది. వాసుదేవుడు ఒకచోట తన పేరుతో, యింకొకచోట తనపేరు లేకుండా దివోదాసు, సుదాసుల విజయాలను వర్ణించాడు –

అహం పురోమందసానో ప్యైరం నవ
సా కన్నవతః శంబరస్య ।
శతతమం వైశ్యం సర్వతాతా
దివోదాస మతిధిగ్వం యదావం – (4-26-3)

అనగా అతిధిగ్వ దివోదాసు 100 పురాలను జయించాడు. ఈ నూరు అయసీ పురాలు. (4-27-1).

శతమశ్మ న్మయీనాం పురామింద్రో వ్యాస్యత్ !
దివోదాసాయ దాశుషే ॥ (4-30-20).

అనగా ఇంద్రుడు దివోదాసు కొరకు నూరు అశ్మన్మయి పురాలను జయించాడు. యుద్ధంలో 30,000 మంది మూర్ఛిల్లారు. పరుష్ణీ (భరతుల నది రావీనది) పై ఇంద్రుడు గాయచూపాడు (4-22-2) వామదేవుడు భరతుం మహిమను, వారి రాజు గొప్పతనాన్ని కీర్తించాడు. సహదేవపుత్ర కుమార సోమకుని (కుమారః సాహదేవ్యః (4-15-70), సృంజయులరాజు దేవవాతుని, వైదధీ ఋజిశ్వా, ఆర్జునేయ కుత్సలనుకూడ వామదేవుడు కీర్తించాడు. వీరిలో కొందరు ఆయనకు సమకాలికులు, దాతలు అయివుండవచ్చు.

త్వం పిప్రూం మృగయం శూశువాం సమృజిశ్వనై వై దధినాయ రంధీః॥
పంచాశత్ కృష్ణా నివపఃసహస్రాత్కం న పురోజరిమా విదర్ధః॥ (4-16-13).

అనగా ఓ ఇంద్రా! నీవు విధదీ పుత్రుడు ఋజిశ్వా కొరకు బలవంతుడగు పిప్రు మృగయుని చంపావు. 50,000 కృష్ణులను అనగా నల్లని శరీరంగల అసురులను చంపావు. చినిగిన చొక్కావలె పురాలను ధ్వంసం చేశావు.

వామదేవుడు 50,000 కృష్ణులు చంపబడినట్లు చెప్పాడు. అసిక్నీని పేర్కొన్నాడు (4-17-15). "ఏతదస్యా అనఃశయే సుసంపిష్టం విపాశయా ససారసీం పరావత (4-30-11). అనగా ఉదయకాలపు ఉషాదేవి ఆకాశంలో వెళ్ళుతుండగా ఆమె శకటం విపాశ్ నదీ తీరంలో పడిపోయిందను వార్త అతని కాలం ఋషులందు బాగా ప్రచారంలో వుంది.

ఉతదానం కేలితరం బఋహతః పర్వతానధి।
అవాహన్నింద్ర శంబరః ॥ (4-30-14)
ఉతదాసస్య వర్చినః సహస్రాణి శతావదీః
అధిపంచ ప్రధీరివ ॥ (4-30-15)

దాసుల్లో కేలితర శంబరుని, వర్చిని పేర్కొన్నాడు. తుర్వశయదులు మంచి పలుకుబడి గలవారు అని చెప్పాడు. కృష్ణ తులాంగలః (4-57-4), సీతానుఫలా (4-57-6, 7), పాల (4-57-8) అనగా నాగలి దున్నుట, నాగలి చాళ్ళు ఫలించుట, నాగలి కర్రు, వీనిని గురించి చెప్పుతూ వామదేవుడు ఆర్యుల వ్యవసాయ విస్తరణను వివరించాడు. ఇతడు నవ్వుతున్న అందమైన ఆడవాళ్ళను పేర్కొన్నాడు - యోషాః కల్యాణ్యఃస్మయమానాః (4-58-8). వామదేవునికి, నోధాఋషికి తండ్రి గోతముడు. తాత రహూగణుడు. వాసుదేవుని పుత్రుల్లో మూర్ధన్వ, బృహద్దివ, బృహదుక్థలు ఋషులు అని మనకు తెలుసు.

ఇతర ఋషులు

5. గృత్సమదుడు : ఇతడు శౌనక పుత్రుడు. ఈయన్ని కూడ శౌనకుడన్నారు. (9-86-47, 46) బహుశా యితడు అత్రి వంశికుడై వుంటాడు.

అత్రిమ సుస్వరాజ్యమగ్ని ముక్థాని వా వృధుః।
శుష్ణమశుషం కుయం కుత్సాయ!
దివోదాసాయ నవతించ నవేంద్రః
పురో వ్యైరచ్ఛం వరస్య ॥ (2-19-6)

అనగా ఆ దివ్య ఇంద్రుడు కుత్ససారధి కొరకు శుష్ణ, అశుష, కులయంలను చంపాడు. దివోదాసు కొరకు శంబరుని 99 పురాలను నాశనం చేశాడు. దివోదాసు శంబరుని 99 పురాలను జయించాడు. శంబరుని 100 పురాలు ధ్వంసమయ్యాయి (2-14-67). శత్రువులు కృష్ణయోనులు (నల్లజాతులు, దస్యులు), కృష్ణయోనః (2-20-7).

అధ్వర్యవో యః స్వశ్నం జఘాన
యః శుష్ణ మశుషం యోవ్యంసం।
తస్మా ఇంద్రాయాం ధసో జుహోత ॥ (2-14-5)

అనగా ఓ అధ్వర్యుయులారా, స్వశ్న, శుష్ణ, అశుష, వ్యంస, పిప్రు, సముచి రుధ్రికలను సంహరించిన ఆ యింద్రునికి అన్నం సమర్పించండి.

స్వస్నే నాభ్యుత్యా చుమురిం ధునించ
జఘంధ దస్యుం ప్రదభీతి మావః
సోమస్య తామద ఇంద్రశ్చకార ॥ (2-15-9).

ఇట్లు గృత్సమదుడు స్వశ్న, శుష్ణ, అశుష, వ్యంస, పిప్రు, చుమురి, ధుని, కుయ మొదలైన దస్యురాజులను పేర్కొన్నాడు.

పర్వతరాజు శంబరుని 40వ సంవత్సరంలో పట్టుకొన్నారు అనుటవలన అతడు గొప్ప పరాక్రమశాలి. 40 సంవత్సరాల వరకు లొంగలేదని తెలుస్తుంది. (2-12-11)

గృత్సమదుడు సోమాన్ని వడగట్టుటను వర్ణించాడు - సోమోశ్యః పునానః కలశేషు సేదతి (9-83-47). అనగా వున్నిబట్టలో వడగట్టిన సోమాన్ని కలశాల్లో వుంచారు. దీనినిబట్టి సోమాన్ని నలగగొట్టి, మిశ్రమం, చేసి, వున్ని వస్త్రంలో వడగట్టి కలశాల్లో వుంచేవారని స్పష్టమవుతుంది.

6. కక్షీవానుడు : ఆయన దీర్ఘతమ ఔచధ్య పుత్రుడు. తర్వాత పరం పరనుబట్టి చూస్తే దీర్ఘతముడు, గోతముడు - ఒకే వ్యక్తి పేర్లు అని తెలుస్తుంది. కక్షీవానుడు గోతముని పేర్కొన్నాడు. కాని అతనితో పితృ సంబంధం వున్నట్లు తెలియదు. రెండుసార్లు భరద్వాజుని, రెండుసార్లు అత్రిని పేర్కొన్నాడు. కాని అతన్ని భరద్వాజుడు లేక అత్రి వంశీకుడని చెప్పలేం. దివోదాసుని గురించి కూడ చెప్పాడు. (1-116-15, 16, 18) నౌశతారిత్రా (1-16-5). అనగా నూరు తెడ్లు గల నావ. ఇందువలన ఆర్యులు సప్తసింధులో కూడ సముద్రానికి పోవు నావలను చూచేవారని తెలుస్తుంది. విశ్పలా (1-117-7), ఘోషా (1-117-7, 11) లాంటి మేధా సంపన్నులైన ఆర్య మహిళలను పేర్కొన్నాడు.

అమందాన్ స్తోమాన్ ప్రభరే మనీషా
సింధావధి క్షియతో భావ్యస్య
యోమే సహస్ర మసిమీత నవానతూర్తో
రాజాశ్ర వ ఇచ్ఛమానః (1-126-1)

అనగా సింధుతీరవాసి భావ్యుడు పురోహితునకు చాలా గొప్పదానం యిచ్చాడు. కక్షీవానునికి అందులో వాటా దొరికింది. గాంధారీ అవికా (గాంధారి గొర్రెలు) (1-126-7) అనుటవలన నేటి ఫక్తూనిస్తాన్ గొర్రెలవలె ఆ కాలంలో కూడా అవి మంచి వున్నికి శ్రేష్ఠమై వుండవచ్చు. గోతముడు, దీర్ఘతముడు ఒకరే అయివుంటే గోతమపుత్ర వామదేవ, నోధాలతోపాటు ఆయన పేరుకూడ చెప్పి వుండేవారు.

7. అగస్త్యుడు : ఆయన మిత్రావరుణుని పుత్రుడు. వశిష్ఠుని తమ్ముడు. ఋగ్వేదంలో 26 సూక్తాలను రచించాడు. ఆయన రచనలు ప్రధమ మండలంలో (165-192) సూక్తాల్లో వున్నాయి. తన ఋక్కుల్లో వశిష్ఠుని పేర్కొనలేదు. భార్య - లోపాముద్రను పేర్కొన్నాడు (1-179-5). ప్రసిద్ధ ఆర్య మహిళ విశ్వలాను పేర్కొన్నాడు (1-182-1) తుర్వశయదుల గురించి చెప్పాడు. (1-164-9) కాని పోరాటాల గురించి ఏమీ చెప్పలేదు. సుదాసు తుర్వశయదులు మొదలైనవారితో దాశరాజ్ఞ యుద్ధంచేసిన సంగతి చెప్పలేదు. వశిష్ఠుడు సుదాసుకు సారధి, తనకు అన్నగారు. కాబట్టి ఆయన రచనల్లో యుద్ధం సంగతి ఏ కొంచెం అయినా చెప్పాల్సి వుంది. కాని చెప్పలేదు. కరంభ (పిండి), లాభదాయకమైన తృణధాన్యాలు, శర, కుశర, దర్భ, ముంజ - వీటిని చెప్పాడు (1-187-10, 1-191-3). అగస్త్యుని గురించి పురాణ కథల్లో చెప్పినవి ఏవీ కూడ లేశమాత్రమైనా ఆయన ఋక్కుల్లో ఛాయా మాత్రంగా కూడ లేవు. అతడు కొండలకు గురువు.చివరి దినాల్లో దక్షిణానికి వెళ్ళాడనీ చెప్పుకొను సంగతులు ఏమీ కానరావు. అతడు 'పంచక్షితి' - ఆర్యుల పంచగణాలతో అంటిపెట్టుకున్నట్లు తోస్తుంది. (1-176-3).

8. దీర్ఘతముడు : ఇతడు ఉచ్థ్యుని పుత్రుడు. 25 సూక్తాలకు కర్త. ఔచర్యుడు, మామతేయ దీర్ఘతముడు అనుటవలన ఇతని తల్లిదండ్రులు ఉతథ్య మమతలు. దాసులను

(1-15-8) వీరులను (1-140-12) పేర్కొనుటవలన యుద్ధం అంటే యీయనకు ఆసక్తి వున్నట్లుంది. 'వాజినమ్ పక్వమ్ సురభి మాంసమ్' (-162-12) అనగా వండిన సురాసనగం గుర్రం మాంసం. దీన్ని బట్టి ఆ కాలంలో ఆర్యులు, గుర్రం మాంసం తినేవారు. 'నమ్రియతే వాజ' (1-16-21)

అనగా (గుర్రం చావదు) ఓ అశ్వమా! యజ్ఞంలో నీవు చంపబడ్డావు. కావున నీవు చచ్చుటలేదు, చంపబడలేదు. సుగమ మార్గాన దేవుళ్ళ దగ్గరకు పోతున్నావు.

9. గోతముడు : ఇతడు రహూగణపుత్రుడు. దాదాపు 20 సూత్రాలను రచించాడు ప్రథమ మండలం : 1-74-93; 1-3-1,5; 1-8-16: 1-84-1, 14; 1-91-12;1-93-4.

10. మేధాతిథి : ఇతడు కణ్వపుత్రుడు. తన వంశీకులకు కణ్వనః అని స్మరించాడు. తాత ఘోర, ముత్తాత అంగిర.

11. శ్వావాశ్యుడు : అత్రిపుత్రుడు, ప్రసిద్ధ ఋషి. 15 సూక్తాలకు కర్త. ఇతడు మంచి దాతను 'అర్హత్' అన్నాడు (5-52-5). అంటే ఆ కాలంలో అర్హత్ శబ్దాన్ని కర్థం 'ముక్తపురుషుడు' కాదు. తర్వాత బౌద్ధులు, జైనులు ఆ శబ్దాన్ని ముక్తపురుషుడను అర్థంలో వాడారు. సప్తసింధు భూగోళం తెలుసుకొనుటకు ఇతని ఋక్కులు వుపకరిస్తాయి. సప్తసింధుకు తూర్పున సరిహద్దునది యమునను, సింధుకు అతి పడమరలో ప్రవహించే కుభ (కాబుల్), క్రము (కుర్రం), సింధు, సరయు నదులను పేర్కొన్నాడు. (5-52-11). ఒకచోట సుదాసు పేరు కూడ చెప్పాడు (5-53-2). అత్రి వంశీకుల్లో యీయన గొప్ప ఋషి.

12. కుత్సుడు : ఇతడు అంగిర పుత్రుడు. 15 సూక్తాలకు కర్త. తన ఋక్కుల్లో చాలాచోట్ల 'కుత్స' అని చెప్పుకొన్నాడు (1-104-2); (1-106-6). అర్హత్ (1-35-1); శుష్ణ, పిప్రు, వృత, శంబర - వీరిని పేర్కొన్నారు. కుయ అసురునికి యిద్దరు భార్యలున్నట్లు చెప్పాడు (1-104-3).

13. మధుచ్ఛంద ఋషి : ఇతను విశ్వామిత్రుని పుత్రుడు. తండ్రికి భక్తుడు. 10 సూక్తాల కర్త. ముష్టిహత్య (1-8-2) స్వాదిష్ట మదిష్ట సోమం (1-9-1) గురించి చెప్పాడు. ఇతని పుత్రుల్లో ఋషుటు 1 జేత, అఘరుర్షణ. వీరు ఒక్కొక్క సూక్తానికి కర్తలు.

14. మధుచ్ఛంద ఋషి : ఇతడు కణ్వపుత్రుడు. 10 సూక్తాలకు కర్త. తన మంత్రాల్లో ఆరు పర్యాయాలకంటె ఎక్కువగా కణ్వుని తలచుకొన్నాడు. అత్రి, అంగిరవంటి ఋషులను; తుర్వశ, పక్థగణాలను పేర్కొన్నాడు. ఆయన దశవ్రజ, గోశర్య ప్రదేశాలు బహుశా సప్తసింధుకు పశ్చిమోత్తర భాగంలో వుండవచ్చు. 'సింధూ నా తీర్థే' - 'సింధువుల రేవులో (1-46-8) అని చెప్పుటవలన మనం సింధు అని చెప్పలేం.

అప్పటిలో సింధు శబ్దానికి అర్థం 'నది' వాడుకలో వుండేది. శంనః కరత్సర్వతే మేషామేష్యే నృభ్యో నారిభ్యో గవే (1-47-6) అంటూ గుర్రాలకు గొర్రెలకు మానవులకు, మహిళలకు, గోవులకు మేలు కోరాడు. సుదాసును, తుర్వశ గణాలను పేర్కొన్నాడు. కణ్వుడు, ప్రస్కణ్వుడు తుర్వశులకు, యదులకు పురోహితులు. వారుకూడ సుదాసుతో భయంకర యుద్ధం చేశారు. తండ్రీ కొడుకూ తమ యజమానుల విజయం కొరకు ఇంద్రుని ప్రార్థించి వుంటారు. కాని శత్రువు సుదాసుకు విజయం దక్కింది. అందుచేత ఆ ఋక్కులను సంగ్రహించనవసరం లేదనుకొని వుంటారు.

మనం ఇక్కడ పది, అంతకంటె ఎక్కువ సూక్తాలను చెప్పిన ఋషులను గురించి మాత్రమే చెప్పుకొన్నాం. 350 కంటె ఎక్కువ ఋషులున్నట్లు ముందు చెప్పి వున్నాం. ఇతర ఋషుల్లో 9 సూక్తాలకు కర్తలు - శునశ్శేప అజీగర్త పుత్రుడు; పరాశరశక్తి పుత్రుడు, అత్రి, వశిష్ఠుని మనుమడు పరాశరుడు, సప్తసింధు ఋషి. ఈయిన్న కురుపాంచాల కాలంలోకి చేర్చరాదు. 8 సూక్తాలను రచించిన ఋషులు - మేధాతిథి తండ్రియైన ఘోరపుత్ర కణ్వుడు, మరీచిపుత్ర కశ్యపుడు. 5 సూక్తాలను రచించినవారు - సోభరికణ్వుడు, ప్రగాధకణ్వుడు, జమదగ్ని.

ఋగ్వేదంలో ఆర్యనారి 'అపాలా' సూక్తం ఒకటి వుంది (8-80). ఆమె దేవతలను ప్రార్థించింది. వారు ఆమె చర్మరోగాన్ని పోగొట్టి సూర్యునివంటి శరీరం చేశారు. ఆర్య స్త్రీలలో కూడ భర్తలను ద్వేషించువారు వున్నట్లు ఆమె చెప్పింది. (8-80-4). బుద్ధుడు చెప్పిన 10 ఋషుల్లోను విశ్వామిత్ర పుత్ర అష్టకుని సూక్తం ఒక్కటి మాత్రం లభించింది (10-105-8). అందు సప్తసింధులోని ఏడు నదులు, తొమ్మిది ఉప నదులు, తొంభై కాలువలు పేర్లు వున్నాయి.

భృగుడు అనేక ఋషులకు పూర్వీకుడు. వరుణ పుత్రుడు. ఆయన సూక్తం ఒకటి వుంది. ఇషీరథ పుత్ర కుశికుని సూక్తం కూడ ఒక్కటే వుంది. కణ్వ వంశీకుడు వత్సుని సూక్తం కూడా ఒక్కటే వుంది. సప్త సింధుకు 18 - 19 శతాబ్దాల తర్వాత వత్సుని నిజస్థితి ఎంతగా మరుగున పడిందో బాణ రచిత హర్ష చరిత్రలో వత్సుని జన్మ వృత్తాంతం చదివితే మనకు చక్కగా బోధపడుతుంది.

ఆరవ అధ్యాయం

దస్యులు

1. సింధుజాతి వారు (పణులు) : ఆర్యులు హరప్పా, మొహింజెదారో వాసులతో భయంకర పోరాటం చేశారు. సింధుజాతి నగరాలను, సంస్కృతిని ధ్వంసం చేశారు. కాని ఋగ్వేద ఋషులు వర్ణించిన భయంకర యుద్ధం మైదాన ప్రదేశంలోవున్న, సంస్కృతీ సంపన్నులైన సింధుజాతి ద్రవిడులతో చేసిందికాదు. కొండజాతితో చేసిన యుద్ధం మాత్రమే. సింధుజాతితో ఆర్యుల సంఘర్షణ క్రీ.పూ. 1500లో జరిగింది. కొండజాతుల పురాలను ధ్వంసంచేసిన కాలం, దానికి మూడువందల ఏళ్ళ తర్వాత కాలం. అంటే ప్రాచీన ఋగ్వేద ఋషుల కాలం. అప్పటికి ఆర్యులు కప్పగంతు విధానము మాని పాము నడకతో సప్తసింధు అంతా క్రమంగా (యమున నుండి సింధుకు అవతలి భూమినంతా) ఆక్రమించుకొన్నారు.

ఆర్యులు తమ విరోధుల నందరినీ – సింధు జాతివారిని, కొండ జాతి వారిని కృష్ణ యోనులు, దస్యులు, దాసులు అన్నారు. పణుల విషయంలో కొంత తార తమ్యత కన్పడుతూ వున్నది. పణులు శత్రుకోటిలోని వారు కారు. వారు పాలిచ్చే గోవులు. అప్పుడప్పుడు తగాదా వచ్చినప్పటికీ ఆర్యులకు వారంటే బాధ లేదు. పణులు సింధుజాతి ప్రతినిధులు.

పణులు : పణి శబ్దానికి సంబంధించినవి – పణనము (అమ్ముట), పణ్యము (అమ్మే వస్తువు) ఆపణము (బజారు–మార్కెట్టు), వణిక్ (వర్తకుడు) శబ్దాలు. ఈ పణులు సంస్కృతీ సంపన్నులైన, ధనికులైన సింధుజాతి వారు. వీరు ప్రభుత్వాన్ని పోగొట్టుకొన్నారు. దాసత్వం నుండి తప్పించుకొని వ్యవసాయం, వర్తకం చేసుకొంటూ జీవిస్తూ వుండేవారు. ఇందులో వర్తకమే లాభదాయం. ఋగ్వేదంలో అనేకచోట్ల పణుల గురించి చెప్పబడింది. భరద్వాజ, వసిష్ఠ, దీర్ఘతమ, గోతమ, రహూగణ, గృత్సమద, హిరణ్యస్తూప, అసిత దేవతల మొదలగు ప్రసిద్ధ ఋషులు పణులను గురించి చెప్పారు.

పణులు ఉదార స్వభావులు కారు. లుబ్ధులు. ఆర్యులు లాలించి, బెదిరించి వారినుండి డబ్బును, విలువైన రత్నాలను, ఆవులను లాక్కొనేవారు. శంయుఋషి సూక్తం (6–45–31) ప్రకారం పణుల నాయకుడు బ్రుభువు. అతడు ఆర్యుల నుండి రాబోవు ప్రమాదాన్ని గుర్తించి శంయు ఋషికి వేయి గోవులను దానమిచ్చాడు అని తెలుస్తుంది.

ఋగ్వేద పదవ మండలలోని 'పణిసరమా' సంవాద సూక్తం చదివితే పణులకు ఆర్యులకు వున్న సంబంధ మెట్టిదో బోధపడుతుంది. సరమా దేవతల కుక్క, అది ఆర్యుల హింసాపూరిత లోలుప ప్రవృత్తికి ప్రతినిధి. రచన ఏ ఋషిదో తెలియదు. ఇంక సంవాదం చదవండి (10–108)

పణిగణం : సరమా, నీవు ఏమి అభిలషించి వచ్చావు. చాలా దూరం నుండి వచ్చావు. కంటి చూపుకు అందని దూరం. మా వద్ద ఏముంది. నీవు దారిలో నున్న జలాన్ని ఎట్లు దాటావు?

సరమ : పణులారా, నేను యింద్ర దూతికను. మీ నిధులను కోరివచ్చాను. మీరు చాలా కూడ పెట్టారు. అందుకే వచ్చాను. జలం రక్షించింది. నేను నదీ జలాలను దాటి వచ్చాను.

పణులు : సరమా, నీవు దూతికవై దూరం నుండి వచ్చుటకు కారణభూతుడైన ఆ యింద్రుడెవ్వరు? అతడే వస్తే అతన్ని మిత్రునిగా చేసుకొంటాం. అతడు మా గోవులను తీసుకొని మాకు గోపతి అవుతాడు.

సరమ : నాకు యిదంతా తెలియదు. నేనెవ్వరి దూతికనై వచ్చానో అతన్ని ఎవరు గెల్వగలరు? లోతైన నదులు అతన్ని అడ్డుకోలేవు. ఓ పణులారా! మీరు ఆ యింద్రునిచే హతులై నిద్రపోతారు.

పణులు : ఓ సుభగా! ఆకాశం యొక్క అవతలి భాగం నుండి నీవు వేనిని కోరి వచ్చావో, వాటిని – ఆ గోవులను – యుద్ధం చేయకుండా హరించగలవారెవ్వరు? మా ఆయుధాలు పదునుగా వున్నాయి.

సరమ : పణులారా, మీ మాటలు సైనికులు పల్కేవి కావు. మీ శరీరాలు పాపభూయిష్టాలు. మీరు వచ్చేది రహదారికాదు. బృహస్పతి మిమ్ము బాధిస్తాడు.

పణులు : సరమా, మా నిధి పర్వతాలచే రక్షితమై వుంది. మాకు గుర్రాలు, గోవులు, వసువులు (ధనము) వున్నాయి. వీటిని సురక్షకులగు పణులు కాపాడుతున్నారు. మా వద్దకు నీవు అనవసరంగా వచ్చావు.

సరమ : సోమపాన మత్తులైన అయాస, అంగిరస, దవగు వంటి ఋషులు యిక్కడకు వచ్చి మీ ఆవులను తోలుకుపోతారు. కాబట్టి పణులారా మీ మాటలు వట్టి బూకరింపులవుతాయి.

పణులు : ఓ సరమా! దేవతలు భయపడి నిన్ను ఇక్కడకు పంపారు. నిన్ను మా తోబుట్టువుగా చేసుకుంటాం. నీవు పోవద్దు. ఓ సుందరీ, నీకు మేము ఆవులను ఇస్తాం.

సరమ : నాకు అన్న చెల్లెలు సంబంధం తెలియదు. ఘోర, అంగిరస వంశీకులు యింద్రునికి తెలుసు. వారు ఆవులను కోరి నన్ను ఇక్కడకు క్షేమంగా పంపారు. నేను వచ్చాను. పణులారా మీరు ఇక్కడి నుండి దూరంగా పారిపొండు. ఆవులు బాధతో కష్టపడుతున్నాయి. దాచిన యీ గోవులను బృహస్పతి, సోముడు, సోమాన్ని తయారుచేసేవారు, విప్ర ఋషులు పొందెదరుగాక.

ఈ సంవాదం చదివిన తర్వాత నాడు పణుల స్థితి 19వ శతాబ్దం పూర్వార్థంలో ఉత్తరాన్నుండి వచ్చే ద్రిమ్మరులముందు మధ్య ఆసియాలోని గ్రామ నగర వాసుల పరిస్థితిని పోలివున్నది. వారు దోపిడీ ధనాన్ని ధర్మార్జితం అనుకొనే వారు.

2. శంబరుడు - కొండజాతివారు

ఋగ్వేద ఆర్యులకు బద్ధశత్రువులు శంబరుడు, అతని కొండజాతివారు. శంబరుడు దివోదాసుకు పోటీ. అతనికి పూర్వం అతని వంశీయులైన కొండజాతివారు ఆర్యుల పురోగమనాన్ని ఆపుటకు సంఘర్షణ ప్రారంభించారు. ఈ కొండవారిని ఆర్యులు దస్యులు, దాసులు అన్నారు. సింధుజాతి పణులను కూడా యిట్లే అన్నారు. ఋగ్వేద ఋషుల ఉద్దేశం క్రమబద్ధంగా చరిత్ర వ్రాయాలని కాదు. అప్పుడప్పుడు ప్రసంగవశాత్తు వారు చెప్పిన వాటినిబట్టి మనకీ విషయాలు తెలుస్తాయి. సింధుజాతి అనీ, కొండజాతి అనీ వారు స్పష్టంగా చెప్పలేదు. కాని ఆనాటి పరిస్థితిని పరిశీలించితే మనకు ఈ విషయాలు బోధపడతాయి.

పణులు రాజకీయ సంఘర్షణ విడిచి పెట్టిన సింధుజాతివారు. ఇంక కత్తిని ఎత్తినవారు కొండజాతివారే. శంబరునికి నూరు అజేయ పర్వత దుర్గాలున్నాయి. దివోదాసు వాటిని

ధ్వంసం చేశాడు. దివోదాసు గణం పురుశాఖకు చెందిన భరతులు. వారిని త్రిత్సు అని కూడా అంటారు. పరుష్ణి (రావి) వీరికి పడమర హద్దు. సుదాసుని కాలంలో ఒక పర్యాయం ఫక్తులు, యితర ఆర్యగణాలు ఆ నదీ తీరానికి పోయి త్రిత్సులను చికాకుపర్చారు. తూర్పున త్రిత్సుల హద్దు శుతుద్రి (సత్‌లజ్) విపాశ్ (వ్యాస) నదులు. పడమర ఫక్తులకు, భలానసులకు పడమటి కొండలున్నాయి. భరతులకు దగ్గరగా కాంగడా కొండ మాత్రమే వుంది. కాబట్టి ఆర్యులను అష్టకష్టాలు పెట్టిన కొండజాతివారు కాంగడా కొండవారే అయివుంటారు. కాని నేడు అక్కడవున్న ఖస్సులను లేక ఇండో ఆర్య నివాసులను మూడువేల సంవత్సరాలనాటి, ఆ తామ్ర యుగజాతికి చెందినవారేనని చెప్పలేం. అప్పుడు ఈ కాంగడా కొండలో ఏ జాతి వారు ఉండేవారు? సింధుజాతి వారే యిక్కడ కూడ ఉండేవారా? వీరిని కూడ కృష్ణత్వక్కులు, కృష్ణయోనులు అనుట వలన వీరు బహుశా మొహంజెదారో, హరప్పా వాసులకు బంధుకోటిలోని వారేమో అనుభావం కల్గుతుంది. కాని వీరు మాత్రం వేరే జాతివారు. తామ్రయుగంలోని హిమాలయ కిరాతులను గురించి పరిశీలిస్తే ఈ విషయం స్పష్టపడుతుంది.

3. మోన్‌ఖ్మేరులు (కిరాతులు)

ఒకప్పుడు హిమాలయమంతా కిరాత జాతులే ఉండేవి. పడమర చంబా మొదలుకొని తూర్పున నాగభూమి వరకు, తర్వాత బర్మా, థాయిలాండు నుండి ఇండోచైనా వరకు యీ జాతి వున్నట్లు నేడు సైతం తెలుస్తుంది. నేటి సంస్కృత పండితులు కిరాతులను మోన్‌ఖ్మేరు అంటారు. కిర లేక కిరాత జాతిని ఋగ్వేదం పేర్కొంది. అయితే నాడు యీ కొండల్లో కిరాతులే ఉండేవారు. నేడు ఈ జాతి అవశేషాలు టిబెట్టు సరిహద్దుల్లోను, టరాయిలోను అనేక చోట్ల ఉన్నాయి. పడమర నుండి తూర్పుకు వెళ్ళినకొలది వీరి సంఖ్య పెరుగుతుంది. తూర్పు నేపాలును యీనాడు కూడ కిరత ధేశ మంటారు.

కిరాతులకు చైనా – మంగోలు, టిబెట్టు జాతితో సంబంధముంది. ఈ సంబంధం ఇండో ఆర్యులకు, పశ్చిమ ఐరోపీయులకు ఉన్న సంబంధం వంటిది. కిరాతులు లేక మోన్‌ఖ్మేరుల ముఖాలపై మంగోలుల ముఖముద్ర ఉంది. కాబట్టి టిబెట్టు సరిహద్దులో వున్న మోన్‌ఖ్మేరులను అనేక పండితులు టిబెట్టులన్నారు. ఇంక సామాన్యుల సంగతి చెప్పనవసరం లేదు. మోన్‌ఖ్మేరులు యెందరో తమ భాషను విడిచి పెట్టారు. కొందరు తమ ముఖశ్రీని కూడా అల్ప సంఖ్యాకులగుటచేత విడిచినారనుటలో ఆశ్చర్యంలేదు. కాని చాలామంది యిప్పుడు కూడ తమ భాషనే మాట్లాడుతున్నరు. ఇట్టి వారిలో ముఖ్యులు– చంబాలోని బాహులీలు, బాహులు దిగువ భాగంలో ఉండేవారు. కుల్లూలోని మలాణ గ్రామస్తులు, యెగువ సత్‌లజ్ నివాసులయిన కిన్నరులు లేక కన్నౌరులు, మాణానీతిలోని మారభాలు, అస్కోటు (అల్మోరా) లోని రాజీలు, లేక రాజ కిరాతులు, పశ్చిమ నేపాలులోని మగరులు, గురంగులు – మధ్య నేపాలులోని తమంగులు, నేపాలులోయలోని నేవారులు, తూర్పు నేపాలులోని మూడు కిరాత జాతులు–లింబూ, యఖా, రాయీలూ. సిక్కింలోని లేపచాలు, అస్సాంలోని నాగాలు మొదలైనవారు. లెక్క పెట్టుట, మహాభూతాల పేర్లు మొదలైనవి ఎన్నో వీరి భాషలో వున్నాయి. టిబెట్టు భాషలో వున్నవి కూడ కలుస్తాయి. కాని వీరివి ఎన్నో స్వతంత్ర శబ్దాలు వున్నాయి. వీరు నీటిని 'తీ' అంటారు. ఈ శబ్దం చంబా మొదలు నాగభూమి వరకు వాడుకలో వుంది. నేవారులు మాత్రం నీటికి యీ పదాన్ని వాడరు. కాని మాంసం నీటిని 'లా–తీ' అంటారు. దీన్నిబట్టి 'తీ' ప్రయోగం

వారిలో కూడ వుందని తెలుస్తుంది. బదరీనాథు నుండి కైలాసానికి వెళ్ళేదారిలో ఒక మజిలీ పేరు 'తీ-పానీ.' ఇందు కిరాత - హిందీ భాషలు రెండూ వున్నాయి. ఈ జాతి వారు ఇప్పటికీ కిరాత భాష మాట్లాడుతారు. అనేక చోట్ల వీరిని కిరాతులనే అంటారు. కొందరు కిరాతులు మాత్రం తమ భాషను విడిచిపెట్టి పహాడీ లేక టిబెట్టు భాష మాట్లాడుతున్నారు. టిబెట్టు భాషను మాట్లాడు కిరాతులను గురించి యిదమిత్థంగా చెప్పలేం. వారి ముఖాలు, టిబెట్టు ముఖాలు ఒక్కటిగానే వుంటాయి. టిబెట్టు వారు క్రీ॥శ॥ 7వ శతాబ్దం ఉత్తరార్థంలో పడమర మానవ సరోవరం, నేపాలు కొండల వైపు వెళ్ళినట్టు మనకు తెలుసు. వారు యిక్కడ వున్న ప్రాచీన నివాసులను మోన్నాలనీ, వారి దేశాన్ని మోన్‌యుల్ (మోనదేశం) అనీ అంటారు. ఖాట్మండూ నుండి తిన్నగా ఉత్తరాన టిబెట్టు సరిహద్దులో వున్న యిలాకాను యిప్పటికీ మోన్‌యుల్ అంటారు. ఈ మన్ శబ్దము బర్మాలోని ప్రాచీన నివాసులకు కూడ వాడే వారు. మోనులనూ. కంబోడియా (కాంభోజ)లోని ఖ్మేరులను తీసుకొని పండితులు వీరికిగాను 'మోన్‌ఖ్మేరు' అను శబ్దాన్ని కల్పించారు. స్పితీ ప్రజలు కూడ మొదట్లో మోనులనిపిస్తున్నది. గంగోత్రి మొదలు ఎగువ 'నేలంగు' వరకు ఉండేవారు మోనులే. కాని వారిప్పుడు మోన్ భాష మాట్లాడరు. నీతీమాణాలోని తోచ్చాలు కూడ పహాడీభాష మాట్లాడుతారు. ఆల్మోరాలోని మిలములు కూడ అంతే. కాని వీరి ముఖాకృతి కిరాతులను పోలి ఉంటుంది. వీరు కిరాతుల్లో మిగిలినవారు. నేపాల్‌లోని మోన్వాలు బాగా దక్షిణాన ఖస్సు భాష మాట్లాడే వారి మధ్యలో వున్నారు. కాబట్టి వారు కూడా క్రమంగా వారి భాషను మరచి పోతున్నారు.

కిరాతులు లేక మోనుల ఒకశాఖ హిమాలయంలో దిగువ టరాయిలోనివసిస్తున్నారు. వారిని ధారులు లేక భోగాలంటారు. ధారులు హరిద్వారం లేక యమునకు పడమరగ లేరు. కాని తామ్రయుగంలో వారి పూర్వీకులు జమ్మూవరకు ఉండి ఉంటారు. ఈ ధారులు నైనిటాలు టరాయినుండి దర్భంగా ఉత్తర టరాయి వరకు వున్నారు. వీరికి తూర్పున వున్న మేచి, కోచి మొదలైనవారు కూడ మోనులే. ధారులు వారికి దక్షిణంగా దగ్గరలో వున్న పొరుగువారి భాషమాట్లాడుతారు. ఆ భాషల్లో మైథిలీ, భోజపురి, అవధి ఎక్కువ వాడుకలో వున్నాయి. కాని వారి ముఖ ముద్రలు చూస్తే వారు ఆ పొరుగు ప్రాంతీయులు కారని తెలుస్తుంది.

పై వివరణను బట్టి కిరాతులు లేక మోనులు హిమాలయంలో ఈనాడు కూడ వున్నట్లు తెలుస్తుంది. పశ్చిమాన వారి సంఖ్య తగ్గినమాట నిజం. దీనికి కారణం వారి భూముల్లోకి యితరులు దౌర్జన్యంగా ప్రవేశించుటయూ. ఋగ్వేద ఆర్యులుకాంగ తోడాలోని కిరాతుల దుర్గాలను ఆక్రమించుకొనుటతో దీనికి ఆరంభం అయింది. కాంగడా జిల్లాలో కల్లూ సబ్ డివిజన్‌లో మాత్రం మలాణా లోయలో కిరాత భాషను మాట్లాడు మలాణా గ్రామమున్నది. ఇది చాలా పెద్ద గ్రామం. చుట్టూ ఖస్సులున్నారు. కాబట్టి వారు తమ పవిత్రతను కాపాడుకొనలేరనుట తథ్యం. మిలములు, ఖస్సు భాష మాట్లాడుతారు. వారి ముఖాలు మోనులవి. ఇక్కడ మలాణుల ముఖాలు ఖస్సులవి. భాష కిరాత భాష. ముఖ్యంగా ఈనాడు కాంగడాలో కిరాత ముఖంగాని, కిరాత భాషీయులుగాని కనపడరు. కాని ప్రదేశాల పేర్లు ఉన్నాయి. వైద్యనాథ్ మందిరం చరిత్ర ప్రసిద్ధమైంది. ఆ గ్రామాన్ని యిప్పుడు వైద్యనాథ్ అంటారు. కాని 10-11వ శతాబ్ద శిలా శాసనాలను చూస్తే దాని పూర్వపేరు 'కిర' గ్రామం. వైద్యనాథ్ టరాయికి చాలా దూరంగా లోపలలేదు.

పరుష్ణీ, విపాశ్ – శతుద్రీల మధ్యనున్న భరత, త్రిత్సుల భూమికి పొడుగున ఉన్న కొండజాతివారు కాంగడా వారే అయి వుంటారు. వారు ఆనాడు కిరాతులే. కిరాతులు నల్లగా ఉండరు. వారిది కొంచెం పసుపురంగు. ఋగ్వేద ఆర్యులు వీరిని కూడ పణులతో పాటు నల్లని వారని ఎందుకు అన్నారో మనమిప్పుడు ఊహించగలం. ఆర్యులు ఐరోపీయులవలె తెల్లగా వుండేవారు. వారికి ఈ యిద్దరు నల్లగా కన్పడుటలో ఆశ్చర్యపడనవసరం లేదు.

పణుల ధన సంతప్తులు ఆకర్షించినట్లుగా కిరాతుల ధన సంపత్తులు ఆర్యులను ఆకర్షించినవని చెప్పలేం. ఆనాడు కొండలో కూడ మంచి పచ్చికబయళ్ళు, అడవులు ఉన్నప్పటికీ అవి పంజాబులోని పచ్చికబయళ్ళతో, అడవులతో పోటీ చేయలేవు. కాని ఆర్యుల సంఖ్య, వారి గొర్రెల సంఖ్య, గుర్రాల సంఖ్య నిరంతరం పెరుగుటచేత వారు ఉత్తరానికి కూడ పోవలసి వచ్చింది. అప్పుడు పశుపాలకులైన మోనులకు, ఆర్యులకు తగాదావచ్చింది. ఆర్యులు బలాన్ని ఉపయోగించి కొండకు దిగువనున్న మోనులను తరుమగల్గారు. సప్తసింధు (యమున నుండి సింధుకు ఆవలనున్న భూమివరకు) ఉత్తరాన వున్న టరాయిలో ఎక్కడ కూడ ధారులు మొదలైన మంగోలు జాతి కనపడలేదు. దీనికి కారణం పై విజయమని చెప్పాలి. వారు కూడ ద్రిమ్మరులే, పశుపాలకులే యుద్ధ ప్రవృత్తికలవారే. వారు కూడ ప్రతీకార బుద్ధితో ఆర్యుల గ్రామాలపై దండెత్తి ఉండవచ్చు. అప్పుడు ఆర్యులకు ముందుకు చొచ్చుకొని పోవుట తప్పనిసరి అయింది. ఇంకేముంది, తర్వాత మోనుల కొండ పురాలలో పోరు జరిగింది. ఇదే శంబర యుద్ధం.

ఏడవ అధ్యాయం

ఆదిమ ఆర్యరాజులు

ఋగ్వేదకాలంలో అతి ప్రాచీన ఋషులు భరద్వాజ, వశిష్ఠ, విశ్వామిత్రులు. అది ప్రాగైతిహాస (చరిత్రకు పూర్వంవున్న) కాలం. ఆ ప్రాచీన ఋషులకు సమకాలికులు దివోదాసు, ఆయన పుత్రుడు సుదాసు. వీరి కాలం వరకు చేరుకున్న పిమ్మట మనం ఊహా ప్రపంచంలో కొట్టుకులాడుతాం. మనం అనుకున్నట్లు- అంతకంటె ఎక్కువగా బయటవున్న భారోపీయ భాషల్ని, యితర సామాగ్రిని ఆధారం చేసుకొని - ఆర్యులు సప్తసింధు ప్రాంతంలో ప్రవేశించిన కాలం క్రీ.పూ. 1500 అనుకొనుట సరియైందిగ తోస్తుంది.

ఋగ్వేద ఋషులు తమకు పూర్వంవున్న ఋషులను గురించి చాలా తక్కువ చెప్పగల్గారు. అంటే వారు పైకాలానికి చాలా తర్వాతనే వున్న సంగతి నిశ్చయం- ఋగ్వేద ఋషులు తమ యిష్టదేవతలను స్తుతించుటకు మాత్రమే తమ ఋక్కులను చెప్పారు. వాటిలో అక్కడక్కడ చెదిరిపడివున్న చారిత్రక అంశాలను మనం ఏరుకొని పోగుచేసుకోవాలి. ఋగ్వేదానికి సమకాలీన రాజులు దివోదాసు, త్రిసదస్యు మొదలైనవారిని చూస్తే వారి రెండు మూడు తరాల వారుమాత్రం మనకు తెలుస్తారు.

ఋగ్వేద ప్రాచీన గణాలు అయిదు - ద్రహ్యు, అను, యదు, తుర్వశ, పురుగణాలు. వారికి ఆ పేర్లు వారి పూర్వీకులగు ఏ నాయకుని పేరు మీదనో వచ్చి వుండవచ్చు. ఉజ్బెక్కులవలెనే ద్రిమ్మర జాతుల్లో ఎక్కువగా యిటులనే వుంటుంది. సప్తసింధు ఆర్యులు కూడ ద్రిమ్మరులే. ఇంత ఎందుకు? ఋగ్వేదకాలంలో వారి వారసులుకూడా సగం ద్రిమ్మరులు. వారి గ్రామాలు నిజానికి ఆవుల గుర్రాల సౌకర్యం కొరకు తాత్కాలిక ఉపయోగార్థం వేసుకొన్న యిళ్ళ సముదాయం మాత్రమే. ఆ గ్రామాల దగ్గర్లో కొద్ది పొలంలో యవలు పండించేవారు. ఈ ఐదు ప్రధాన గణాలు, ఆ తర్వాత కాలంలో పంచజన శబ్దం మానవునకు పర్యాయ పదమైంది. ఈ పంచగణాల్లో అందరికంటె తూర్పున ఉన్నవారు పురుగణం. ఋగ్వేద కాలంలో వారిలో కుశిక, భరత, తృత్యు మొదలైన స్వతంత్ర శాఖలు ఏర్పడ్డాయి. వారిలో కుశికులు యమునకు దగ్గరగా సరస్వతీ ఉపత్యకలో ఉండేవారు. సరిహద్దులో శత్రువుల భయం ఎక్కువ ఉంటుంది. గణంలో సంఖ్యాబలం పరాక్రమం కలవారే అక్కడ ఉండగల్గుతారు. తర్వాత యీ పురుగణంలో 'కురు'లు జన్మించారు. వారు గంగా యమునల ఉపత్యకలో తమ ప్రభుత్వాన్ని విస్తరింప చేశారు. అయితే యిది ఋగ్వేదకాలం తర్వాత జరిగిన విషయం.

ఋగ్వేద కాలంలో మొదటి రాజు ఎవరు అని ఆలోచిస్తే మనకు ఐదుగురు ప్రతాపం గల రాజులు కనపడుతున్నారు - మనువు, పురూరవుడు, నహుషుడు, యయాతి, మాంధాత. పురూరవుని సంబంధం పురుగణముతో ఉండవచ్చు. మనువు సంతానాన్ని మానవులన్నారు. ఇది మనుష్యులకు పర్యాయపదమైంది. వేదంలో నాహుషీ ప్రజ అంటే అర్థం మనుష్యుడని అంటారు. దీనినిబట్టి సహుషుని గొప్ప తనం తెలుస్తుంది.

1. మనువు

ఋగ్వేదంలో మనువు పేరు 31 చోట్ల వచ్చింది. కొన్నిచోట్ల యిది ప్రాచీన రాజు అర్థంలో రాలేదు. ఋగ్వేదానికి ముందున్న 300 సం॥ల కాలంలో 3-4 రాజుల పేర్లు మనకు లభ్యమవుతున్నాయి. అంటే అప్పటికి రాజతంత్రం లేదన్నమాట గణతంత్రం ఉంది. భరద్వాజుడు, గోతముడు, కుత్సుడువంటి ప్రాచీన ఋషులు మనువుని పేర్కొన్నారు. వామదేవుడు, దివోదాసు పుత్రుడు లేక వంశీకుడైన పురుచ్ఛేపుడు, గృత్సమదుడు, సదాపృణుడు, కశ్యపుడు కూడ ఆయనను ఉల్లేఖించారు.

ఋక్కులనుబట్టి మనుపు దేవతల భక్తుడనిపిస్తుంది. సదాపృణ ఋషి (5-45-6) విశిశ్రుని జయించినట్లు చెప్పాడు. విశిశ్రుడు ఆర్యశత్రువో, అనార్య శత్రువో మనకు తెలియదు. అనార్యుడైతే ఉత్తరాన ఉన్న కాంగడా కొండవాడా లేక మైదానంలోని వాడా? అను సందేహం కల్గుతుంది. అంగిరస గోత్రుడగు కుత్సుడు, గృత్సమదుడు మనువుని పిత అని, పితరుడని అన్నారు. కుత్సుడు పిత మనువు రుద్రుని పూజించెనని చెప్పాడు. గృత్సమదుడు మరుత్తుల ఔషధాలను మనువు స్వీకరించెనని చెప్పాడు. భరద్వాజుడు (6-21-16). అగ్నిదేవుడు మనువుని దాసులకు పైన ఉంచెనని చెప్పాడు. కశ్యప మారీచుడు (9-91-5) పవమానసోముడు మనువును దస్యుల నుండి కాపాడెనని చెప్పాడు. పై ఋక్కుల వలన మనువు దస్యులతో లేక దాసులతో సంఘర్షణ చేశాడనీ, అందువలనే అతనికీ గొప్పతనం వచ్చిందని తెలుస్తుంది. కాబట్టి మనువు ఆర్యుల మొదటి రాజు లేక ప్రతాపం గల రాజు అనుటలో సందేహంలేదు. కాని సప్తసింధులో ఆయన రాజ్యమెక్కడనున్నదో మనకు తెలియదు.

2. పురూరవుడు

అంగిరాగోత్రీకుడగు హిరణ్యస్తూప ఋషి (1-31-4) అగ్ని మనువుకు "ద్యౌ"ను పురూరవునకు 'సుకృత' (స్వర్గం)మును నిర్మించెనని చెప్పాడు. పురూరవుడు వీరుడు. విలాస పురుషుడు. ఊర్వశి అను అప్సరసతో అతనికున్న ప్రేమ కలాపాన్ని ఋగ్వేద సంకలన కర్తలు మరువలేదు. ఇది వాస్తవంగా జరిగిన దనుటలో ఆశ్చర్యపడనక్కరలేదు. అట్లనుకొంటే ఊర్వశి అప్సరస కానేరదు. మానవకన్య. ఊర్వశి బలపరాక్రమం గల గణకన్య అయి ఉంటుంది. ఆ గణం పురూరవుని గొప్పతనాన్ని గుర్తించకపోవచ్చు. అప్పుడు యీ ప్రేమికులిరువురు అగ్ని పరీక్షకు లోనయి వుండవచ్చు. అతడు తన ప్రియురాలి హృదయాన్ని చూరగొనుటలో సఫలీకృతుడయినాడు. కాని శాశ్వతంగా కాదు.

ఇందును గురించి ఋగ్వేదం 10వ మండలంలో 95వ సూక్తముంది. ఈ సూక్తం పురూరవ, ఊర్వశీ సంవాద రూపంలో ఉంది. ఇందు ఎవరు ఏ ఋక్కులు పల్కినారో, అవి వారి రచనలే అంటున్నారు.

ఇవి రసవత్తరములైన ఋక్కులు, ఇంక చదవండి.

పురూరవుడు : ఓ జాయా ! ఓ కఠినురాలా ! మనస్సు యిటువుంచి ఆగు. మన మిద్దరం మాట్లాడుకొందాం. మనం మాట్లాడుకోనట్లయితే రాబోవు కాలం మనకు సుఖప్రదం కాదు.

ఊర్వశి : ఈ మన మాటలతో ఏమిటిలే! ప్రథమ ఉషస్సువలె నీ దగ్గరకు వచ్చాను. ఓ పురూరవా, నీవు ఇంటికి మరలిపో. ఇక నేను గాలివలె నీకు దక్కను.

పురూరవుడు : నీవు లేకుండా అంబుల పొదినుండి బాణాన్ని తీసి విసరలేను. లక్ష్మి లభించదు. వందలాది ఆవులను జయించి తేలేను. వీరత్వంలేని నా పనులు రాణించవు.

ఊర్వశి : ఓ ఉషా! మామకు ధనమీయతలిస్తే ఊర్వశి దగ్గరనున్న యింటిలో నుండి పడకటింటికి వెళ్ళి రాత్రింబవలు సుఖపడేది.

ఓ పురూరవా ! నీవు నన్ను ప్రతిదినం మూడుసార్లు కర్రతో కొట్టేవాడవు. నాకు ఏ సవతితోను పోరులేదు. నీవు నా యింటికి వచ్చేవాడివి. ఓ వీరుడా! అప్పుడు నీవు నావాడివి.

పురూరవుడు పుట్టినప్పుడు దేవపత్నులు వచ్చారు. ప్రవాహం గల సమర్థమైన నదులు అతన్ని పెంచాలి. ఓ పురూరవా! భయంకర పోరాటంలోకి దస్యులను సంహరించటానికి దేవులు నిన్ను పెంచి పెద్దచేశారు.

పురూరవుడు : పురూరవుడు మానవుడు. అతడు అమర్త్య స్త్రీలను కోరగా వారు లేళ్ళవలె లేక రథానికి కట్టిన గుర్రాలవలె భీతిల్లి పారిపోయారు.

అతడు మర్త్యుడు, అమర్త్యుల సంపర్కమును కోరి వారి వద్దకు పోతే వారు అదృశ్యమయ్యారు. వారు తమ దేహాలను చూపకుండా క్రీడిస్తున్న గుర్రాలవలె పారిపోయారు. మెరుపులాంటి కాంతిని ధరించి ఊర్వశి నా కోర్కెలను నెరవేర్చుతుండేది. ఆమె నా కొరకు సుజాతుడను మనుష్య పుత్రుని కన్నది. ఆమె అతనికి దీర్ఘాయువు నొసంగుగాక.

ఊర్వశి : ఓ పురూరవా ! నీవు రక్షణ కొరకు అతన్ని యిట్లు పుట్టించావు. నాలో ఓజస్సు నింపావు. నాకు తెలిసే నీకు చెప్పాను. నీవు అప్పుడు నామాట వినలేదు. ఇప్పుడు అనవసరంగా మాటలెందుకు?

పురూరవుడు : పుట్టినబిడ్డ నిన్ను కోరతాడు. అతడిది ఎరిగిి ఏడ్వకుండునా? ప్రేమతో నున్న భార్యాభర్తలను ఎవడు విడదీయగలడు? మా ఇంటిలో అగ్ని మండుతున్నంత కాలం మన ప్రేమ శాశ్వతం.

ఊర్వశి : నేను నీకు చెపుతున్నాను. అతడు నీ దగ్గర ఏడ్వడు. కన్నీరు కార్చడు. నేను అతనికి మేలు చేస్తాను. నేను అతనిని నీ వద్దకు పంపుతాను. నీవు యింటికి వెళ్ళు. నీవు నన్ను పొందలేవు.

పురూరవుడు : ఈ సుదేవుడు (పురూరవుడు) నేడు పడిపోతాడు. అతడు దూరంగా పోయి మళ్ళీ తిర్గిరాడు. అతడు చిక్కున పడ్తాడు. అతన్ని తోడేళ్ళు బలవంతాన తింటాయి.

ఊర్వశి : ఓ పురూరవా ! నీవు చావవద్దు. అమంగళకరమైన తోడేళ్లు నిన్ను తినవద్దు. ఆడవాళ్ళ ప్రేమ స్థిరంకాదు. వాళ్ళ హృదయాలు తోడేళ్ళ వంటివి. నేను నామ రూపాలతో మానవుల్లో నాల్గు శరత్తుల (సంవత్సరాలు) రాత్రిళ్ళు గడిపాను. ప్రతిదినం కొద్దిగా నేయి తినేదాన్ని. దానితో తృప్తిపడి తిరుగుతూ ఉండేదాన్ని.

పురూరవుడు : ఆకాశాలను నింపే, లోకాలను కొలిచే ఊర్వశీ. నిన్ను ప్రార్థిస్తున్నాను; నా సుకృతదానం నీకు చేరుగాక. ఓ ప్రియురాలా! రా. నా హృదయం బాధపడుతూవుంది.

ఊర్వశి : ఓ యిళాపుత్రా! నీవు మృత్యువునకు బంధువని యీ దేవతలు అంటున్నారు. నీ ప్రజ హవిస్సుతో దేవతలను పూజిస్తారు. నీవు కూడా స్వర్గంలో సుఖంగా ఉంటావు.

పురూరవుడు దస్యుల యుద్ధంలో పాల్గొన్నట్లుగా యీ సూక్తంవల్ల తెలుస్తుంది. అతని తల్లి "ఇళా"! అతనికి ఊర్వశి వలన ఒక పుత్రుడు కల్గాడు. మహా భారతంలోను, యితర పురాణాల్లోను ఊర్వశీ పురూరవులను గురించి చాలా కథలు ఉన్నాయి. కాబట్టి అన్వయించుకొనుటలో జాగ్రత్త అవసరం.

3. నహుషుడు : "అగ్ని నహుషుని ప్రజల నుండి బలిని (పన్ను) పొందునట్లు చేసెను" అని వశిష్ఠుడు చెప్పాడు (7-6-5). హిరణ్య స్తూప అంగిరసుడు "దేవులు నహుషుని ప్రజాపతిగా చేసిరి" అని చెప్పాడు.

4. యయాతి : గయప్లాత ఋషి చెప్పి ప్రకారం (10-63-1) యయాతి నహుషుని పుత్రుడు. హిరణ్యస్తూప అంగిరసుడు "యయాతి వద్దకు మనువు అంగిరాలు అగ్ని దేవుని వలె వచ్చేవారు" అని చెప్పాడు (10-31-87).

5. మంధాత : ఈయన కూడ దస్యుహంతకుడైన ప్రాచీన ఆర్యరాజు (8-39-8).

ఋగ్వేదంలో ప్రాచీనతను రాజుల్లో ఈ ఐదుగురు పేర్లు లభిస్తున్నాయి. వీరు దస్యులతో యుద్ధం చేసినట్లుగ చెప్పబడింది. కాని వీరు ఏ ప్రాంతపు రాజులో ఆర్యులు సప్తసింధులో ప్రవేశించిన తర్వాత అంటే క్రీ.పూ. 1500 తర్వాత ఎంత కాలానికి వీరు రాజులైనారో, వీరి తర్వాత ఎన్ని తరాలకు దివోదాసు, సుదాసు రాజులైరో యీ వివరాలు మనకు తెలియవు.

ఎనిమిదవ అధ్యాయం

శంబరుడు

1. దస్యులు : ఆర్యులు తమ విరోధులను దస్యులనేవారు. ఋగ్వేద కాలంలో (క్రీ.పూ. 1200) వారికి ముఖ్య శత్రువులు కొండల్లోని దస్యులు. కాని మైదానంలోని దస్యులు కాదు. కొండల్లోని దస్యులు హిమాలయ కిరాతులే. వీరిని నాశనం చేయుటకు ఆర్యులు పూనుకున్నారు. ఈ కృష్ణయోని దాసులను యింద్రుడు నాశనం చేశాడు (2-20-7). ఇంద్రుడు కృష్ణత్వక్కులను (నల్లని చర్మం గల వారిని) నాశనం చేసెనని పరుచ్ఛేపుడు చెప్పాడు (1-130-8). పరుచ్ఛేపుడు కొండవాసుల గొప్పరాజగు శంబరుని జయించిన దివోదాసుకు పుత్రుడు. వశిష్ఠుడు వారిని "శిశ్నదేవు"లన్నాడు (7-21-5). శిశ్న దేవులంటే లింగ పూజకులు. పూజార్థం వున్న రాతి లింగాలు మైదాన దస్యుల పురాతన నగరములగు మొహింజెదారో, హరప్పాల్లో దొరికాయి. తామ్రయుగం నాటి రాతి అవశేషాలను యింకా కనుగొనలేదు. బహుశా వారిలోకూడ లింగపూజ వుండేదేమో! వారు నాగుపామును దేవునిగ కొలిచారు. ఇందును గురించిన నామావశేషములు ఇప్పుడు కూడ హిమాలయాల్లో వున్నాయి. శంబర హంతకుడగు దివోదాసుని పురోహితుడు భరద్వాజుడు. పురోహితుడంటే దేవతలను స్తుతించువాడు. యజ్ఞ సంపాదకుడు. రాజుకు ప్రధాన మంత్రి కూడ. దివోదాసు, అతని పుత్రుడు సుదాసు గొప్ప సేనా నాయకులు. సమర్థుడైన పురోహితుడు వారికి బలం. బభ్రు వైఖావసుడు కూడ పార్వతేయ శత్రువులను శిశ్న దేవులన్నాడు (10-99-3). ఆర్యులకు తమకు ఉత్తరాన వున్న శత్రువుల ఇంద్ర జాలం, మాయలంటే భయం. వశిష్ఠుడు కూడ శతయాతు అనగా నూరు మాయలెరిగినవాడు (7-18-21). అసురులు (దస్యులు) కూడ మాయావులే. "మాయావి అగు దానవుని యింద్రుడు మాయచేత పడగొట్టాడు' అని గృత్సమదుడు చెప్పాడు (2-11-10-19). మాయ అంటే వారి ఎత్తుగడలు, గంభీరములు, వారి దెబ్బలు ఆర్యుల కంఠములపై పడుతుండేవి. వాళ్ళు కేవలం ముక్కుకు సూటిగ యుద్ధం చేసేవారు కాదు. వారు తమ తర్వాత కొన్ని వేల సంవత్సరాలకు పుట్టిన కౌటిల్యునికే గురువులు.

శత్రువుల్లో అన్నీ దుర్గుణాలు, మనలో అన్నీ సద్గుణాలు చూచుట నేడుకూడ పరిపాటి. ఆర్యులకు శంబరుని మనుష్యులు దుర్మార్గులుగా కన్పడ్డారు. ప్రజాపతి పుత్ర విమదుడు. వారిని అకర్ములనీ, అమంతులనీ, అన్యధర్మరతులనీ, అమానుషులనీ అన్నాడు. (10-22-8) ఇక్కడ అమానుషులంటే మనువు సంతతి కానివారు అని అర్థం. "దస్యులు మా చుట్టూ వున్నారు. అమిత్ర హంతకుడైన ఓ యింద్రా! నీవు యీ దాసులను చంపు" మని విమదుడు వేడుకొన్నాడు. కాని నిజంగా దస్యులు నలువైపులా వున్నారా? దక్షిణాన మైదాన ప్రాంతంలో వారు లేరు. వారు ఎక్కువగా హిమాలయ పాదప ప్రదేశంలోని టరాయి అడవుల్లో వున్నారు. ఆర్యుల రాకకు ముందే వారక్కడ వున్నారు. గంగా టరాయివలె పంజాబు టరాయి అంత అనారోగ్యంగా వుండేదికాదు. పూర్వీకుల నుండి వున్న భూమిని వారు వదులుకొనుటకు యిష్టపడలేదు. తప్పేముంది. ఆర్య పశుపాలకులు వారి భూభాగంలో ప్రవేశిస్తే వారు ఊరుకొంటారా?

"యత్కరోషి యదశ్నాసి యజ్జుహోషి దదాసియత్! యత్ తపస్యసి కౌంతేయ తత్కురుష్వ మదర్పణమ్॥" ఇందు అంతా కృష్ణార్పణమని చెప్పబడింది. ఇది గీతా వ్యాక్యం. ఋగ్వేద ఋషులు దీన్ని తూ.చా. తప్పకుండ ఆచరించారు. వారుతమ విజయాలనన్నిటినీ యింద్రునికి కట్టబెట్టారు. కాని వాస్తవానికి ఆర్యుల విజయాలకు కారణం బధ్ర్యశ్వ, కుత్స, దివోదాసు, సుదాసులు లేక వారి ప్రధానమంత్రులగు భరద్వాజ, వశిష్ఠ, విశ్వామిత్రులు, ఋగ్వేద ఋషులు "నియతి" (విధివ్రాతకి) తమ విజయాన్ని అంటగట్టలేదు. అన్నిటికీ యింద్రుడే కారణం అన్నారు. ఇంద్రుడు దాసవర్ణమును నీచంగాను, నామరహితంగాను చేశాడు. గృత్సమదుడు (2-12-4) 'ఓ యింద్రా, ధనవంతుడైన దస్యుని చంపుము' - హిరణ్యస్తూపుడు (1-33-4) 'ఓ యింద్రా, దాస ప్రజలను తిరస్కరించుము,' - గృత్సమదుడు (2-1-4).

అయితే ఋషులు సాధానా పద్ధతిలో ఆర్యుల పౌరుషాన్ని అంగీకరించకపోలేదు. కణ్వపుత్ర ఘోరుడు, "అగ్నితోపాటు యదు, తుర్వశులు పిలువబడ్డారు. అగ్ని యీ ఉద్దేశంతో నవవాస్తు బృహద్రథుని, తుర్వీతుని తీసుకొచ్చాడు." అని చెప్పాడు (1-36-18) ఆర్యపంచజనుల్లో యదు, తుర్వశులు ముఖ్యులు. శక్తి వంతులు. నాయకత్వంకొరకు వీరికీ, భరతులకూ మధ్య కొంతకాలం పోరాటం జరిగింది. దివోదాసు వీరిని లోబర్చుకొనగల్గాడు. శంబరునికి వ్యతిరేకంగా అందరినీ కూడగట్టవలసి వుంది. నవవాస్తు (కొత్తగా నివాస మేర్పరచుకొన్న) బృహద్రథుడు. తుర్వీతి యదు తుర్వశ గణాలకు అప్పటిలో నాయకులై వుంటారు. దాసులతో సంఘర్షణ చేయు దేశంలోకి పడమర నుండి వారు ప్రవేశించారు. "ఇంద్రుడు 50,000 కృష్ణులను (నల్లవారిని) పరిమార్చాడు. వారి దుర్గాలను ధ్వంసం చేశాడు" అని వామదేవుడు చెప్పాడు (4-16-13). ఈ 50వేల కృష్ణులు ఎప్పుడు చంపబడ్డారు? దివోదాసు దస్యులతో భయంకర సంగ్రామం చేసినప్పుడు అయి వుంటుంది. ఇంద్రుడు దస్యులను చంపి వారి ఆయసీ పురాలను ధ్వంసం చేశాడు, అని గృత్సమదుడు అన్నాడు (2-20-8). ఇక్కడ మనం అయస్ అంటే యినుమని, రాగియని అనుకోరాదు. ఎందుకంటే అనేకచోట్ల యీ పురాలను ఆశ్మన్యయీ అన్నారు. కాబట్టి యిక్కడ అయస్ అంటే రాయి అను అర్థం. ఆ పాషాణమయ పురాలను ధ్వంసం చేసినవాడు దివోదాసు.

దస్యుల్లో పురుషులతో పాటు స్త్రీలుకూడ యుద్ధం చేశారు. ఆర్యులు తమ స్త్రీలకు ఆయుధాలు యిచ్చేవారుకాదు. సప్తసింధులో 15 తరాలు వున్న తర్వాత ఆర్యులు పరాజిత సింధుజాతి నాగరిక ఆచారాలను ఎన్నో అవలంబించి వుంటారు. స్త్రీలను పురుషుల పంక్తిలోకి తీసుకురాకూడదు అనేది అందులో ఒకటి. 'దాసుడు స్త్రీలను ఆయుధంగా చేసుకున్నాడు' అని బభ్రు ఋషి చెప్పాడు (5-30-9). అంతట యింద్రుడు - 'అతని అబలా సైన్యం నన్నేమి చేస్తుంది' అని అన్నాడు. బహుశా స్త్రీకి 'అబలా' అను పదం ప్రప్రథమంగా యిక్కడనే వాడబడింది. దీన్ని బట్టి ఆర్యుల అభిప్రాయం ప్రకారం స్త్రీలలో యోధులగుటకు యోగ్యత లేదని అనుకోవలసి వుంటుంది.

ఋగ్వేదంలో మనకు తెలిసిన అందరికంటె ప్రాచీన ఆర్య రాజు మనువు. అతడు ఋషి. విజేతకూడ. ఋగ్వేదంలో శంబరయుద్ధానికి పూర్వమున్న ఋక్కులు సంగ్రహింపబడలేదు. అయినప్పటికీ వశిష్ఠపుత్ర శక్తికొడుకు గౌరవీతి, 'ఇంద్రుడు మను ఋషి కొరకు నముచిని చంపాడు' అని చెప్పుట వలన మనువు ఋషి అని తెలియుచున్నది. (10-73-7). నముచి శంబరుని పూర్వీకుడైన కొండరాజు అయి వుండవచ్చును. తర్వాత

పరంపరనుబట్టి యీ నముచి శంబరుని సంబంధీకుడని తెలుస్తుంది. శంబరుని ప్రత్యర్థి అగు దివోదాసుకు ప్రధానమంత్రి భరద్వాజుడు అతడు కూడ 'ఇంద్రుడు నముచిదాసుని తల బ్రద్దలు చేశాడు' అని చెప్పాడు (6-20-6) మరొకచోట 'ఇంద్రుడు నముచి తలను నరికాడు' అని చెప్పాడు (5-30-7, 8) ఈ యుద్ధం మనువు కాలంలో జరిగింది. "ఇంద్రుడు దభీతికొరకు ముప్పదివేల దాసులను నిద్రింపచేశాడు" అని వామదేవుడు చెప్పాడు (4-30-21). ఆర్యరాజు దభీతికి పోటీ అయిన దస్యుడెవ్వడు? అతని తాలూకు 30,000 మంది చనిపోయారంటే అతడు ఎంత బలవంతుడై వుంటాడు? దభీతి దివోదాసుకు పూర్వమున్న ఆర్య నాయకుడై వుంటాడు.

ఆర్యులను ఎదిరించిన దస్యు నాయకుల పేర్లు ఋగ్వేదంలో యిట్లు చెప్పబడ్డాయి.

భరద్వాజుడు (6-18-8) చుమురి, దుని, పిప్రు, శంబర, శుష్ణ.

వశిష్ఠుడు (7-99-4) వృషాశిప్రుడు.

కుత్స అంగిరసుడు (1-103-8) శుష్ణ, పిప్రు, కుయవ, వృత్ర, శంబర.

గృత్సమదుదు (2-14-5) శుష్ణ, అశుష, వ్యంస, రుధిక్ర.

వశ అశ్వపుత్రుడు (8-46-32) బల్బూతుడు. వశ అశ్వపుత్రుడు తనకు బల్బూతుడు నూరుమంది దాసులను యిచ్చినట్లుగ చెప్పుకొన్నాడు.

ప్రాచీన దాసమహావీరుల్లో నముచి, ఋగ్వేద కాలంలో శంబరుడు మహా పరాక్రమం గలవారు. శంబరుని సహాయకుల్లో ఎందరో వీరసేనానులు వున్నారు. పర్వత శత్రువుల్లో శంబరుడొక్కడే మహాసైన్యాధిపతికాదు. ఆర్యులు పేర్కొన్న వారిలో శంబరుని తర్వాత గొప్ప శత్రువు శుష్ణ.

2. శంబర సేనాపతులు

1. శుష్ణ : దివోదాసుకు పోటీ శంబరుడు. కుత్స అర్జునేయ ఔశిజునకు పోటీ శుష్ణ. కాబట్టి దివోదాసుకు కుత్స అర్జునేయుడు, శంబరునకు శుష్ణ సేనానులై వుంటారు. ఋగ్వేదంలో ముగ్గురు కుత్సులున్నారు. కుత్స అంగిరసుడు ఋషి. ఇతడు కుత్స ఆర్జునేయునికి సమకాలికుడై వుంటాడు. పురుగణాల్లో కుత్సుడు పురుకుత్సుడు. ఇతడు శంబర యుద్ధానికి ముందువాడు. దివోదాసుకు సమకాలికుడైన త్రసదస్యుడు (దస్యులను బాధజంచువాడు) కుత్స ఆర్జునేయుని పుత్రుడే. అర్జున పుత్రుడి కుత్సుడు పరాక్రమంలో దివోదాసుకు తీసిపోడు. అతడు శుష్ణని చంపాడు. 'ఇంద్రుడు శుష్ణని సంతానములను కూడ నాశనం చేశాడు' అని నాభాకుడు చెప్పాడు (8-40-10, 11). కణ్వపుత్ర మేధాతిథి (8-1-28) హిరణ్యస్తూపుడు (1-32-12). వామదేవుడు (4-3-3) యిదే విషయాన్ని చెప్పాడు. విశ్వామిత్ర పౌత్రుడు, మధుచ్ఛంద్ర పుత్రుడు జేత (1-11-7) సభ్య అంగిరసుడు (1-56-33) ఇంద్రుడు తన మాయచేత మాయివి అయిన శుష్ణని వధించెనని, అతని పురాలను ధ్వంసం చేసెనని వ్రాశారు. శాశ్వతమైన పురాలను మినహాయిస్తే మిగిలినవన్నీ యుద్ధం కొరకు నిర్మించబడిన పురములే. శుష్ణ, మాయావి. అతనివి ఆయసీ పురాలు.

పై మంత్రాల్లో యింద్రుడు శుష్ణని చంపినట్లుంది. కాని వశిష్ఠుడు 'ఓ యింద్రా ! నీవు కుత్సుని రక్షించావు. నీవు ఆర్జునేయునికై శుష్ణ, కుయువులను సంహరించావు' (7-19-2) అనుటచేత కుత్స ఆర్జునేయునికి ప్రతిద్వంది శుష్ణవేకాదు, కుయవుడకూడ అని తెలుస్తుంది. వశిష్ఠుడు కూడ కుత్స, శుష్ణ యుద్ధాన్ని గురించి చెప్పాడు. 'ఇంద్రుడు సారథి కుత్సుని కొరకు శుష్ణని వంటి మహాశత్రువుని చంపాడు' (7-20-5). భరద్వాజుడు

కుత్సుని సారధి అన్నాడు. ఇక్కడ సారధి అంటే మహారథి అను అర్థము. భరద్వాజుడు కుత్సుని దాతగా వర్ణించాడు. (6-26-3). శుష్ణ, కుత్సులకు యుద్ధం జరిగినప్పుడు కుత్సుడు యువకుడని నోధా గోతముని ఋక్కు వలన తెలుస్తుంది (1-63-3) సవ్యుని ప్రకారం యింద్రుడు యుద్ధ మందు కుత్సుని శుష్ణు నుంచి రక్షించాడు (1-51-6). దీనిని బట్టి శుష్ణ యువకుడగు కుత్సుని అనేక బాధలు పెట్టినట్లు అనుకొనవలెను. 'ఇంద్రుడు కుత్సుని వాయువు గుర్రాలపై వుంచి శుష్ణుని చంపాడు' అనుటవలన (1-175-4). కుత్స ఆర్జునేయుడు గుర్రంపైనెక్కి పారిపోగా, యింద్రుడు వచ్చి తన వజ్రంతో శుష్ణుని తల నరికెనని అన్వయించుకోవలెను.

శుష్ణ సహచరుడగు కుయవునితో కుత్సుడు పోరాడినట్లు వామదేవుడు చెప్పాడు (4-16-12). 'ఇంద్రా, నీవు కుత్సుని కొరకు అసురుడైన శుష్ణుని చంపావు. నీవు కుయవుని, వేలాది దస్యులను వెంటనే చంపావు.' సవ్య అంగిరసుడు శుష్ణుని, అశుషుని చంపినట్లు చెప్పాడు (1-51-6). కుత్స అంగిరస ఋషి కుయవునితోపాటు అతని యిద్దరు భార్యలను చంపినట్లు చెప్పాడు. (1-104-3) కుయవుడు పాలతో స్నానం చేశాడు. పాలతో స్నానం చేయుట ఆ దినాల్లో తంత్రములందు ఆచరణలో వుండవచ్చును. కుయవుని యిద్దరు భార్యలు భర్తతో పాటు ఆయుధాలు పట్టుకొని యుద్ధము చేసి వుండవచ్చు. వారు యుద్ధం చేయకపోయినప్పటికీ ఆర్యులు ఆనాడు యింత ఔదార్యం చూపేవారు కాదు. గృత్సమదుడు సారధి కుత్సునికై శుష్ణ, అశుజ, కుయువులను; దివోదాసుకై శంబరుని 99 పురాలను యింద్రుడు నాశనం చేసినట్లు చెప్పాడు. (2-19-4). గౌరవీతి (5-29-9), భరద్వాజుడు సారధి కుత్సుని పేర్కొన్నారు. సారధి అను విశేషణం ప్రత్యేకంగా కుత్స ఆర్జునేయునికే చెప్పుటలో విశేషముంది.

2. పిప్రు : ఇతడు దస్యుల సేనాని. ఇతన్ని గురించి అనేకచోట్ల ఋగ్వేదంలో వామదేవుడు, బభ్రు వైఖానసుడు, గౌరవీతి, సవ్య అంగిరసుడు పేర్కొన్నారు. 'ఇంద్రా, నీవు విదథీపుత్ర ఋజిశ్వునికై మృగయుడగు విప్రుని చంపావు. 50 వేల కృష్ణులను నాశనం చేశావు. వారి పురాలను ధ్వంసం చేశావు' అని వామ దేవుడు అన్నాడు (4-16-13). 'ఋజిశ్వఔశిజుడు పిప్రుని (వ్రజాన్ని) చెండాడెను' అని, బభ్రువైఖానసుడు చెప్పాడు. దీన్నిబట్టి మనకు యీ విషయాలు తెలుస్తున్నాయి. ఋజిశ్వుడు ఉశిజ వంశజుడు. పిప్రువు తన వ్రజం (ఆలమందలు)తో వుంటున్నాడు. అప్పుడు ఋజిశ్వుడు ఆ ఆవులను దోపిడీచేయుటకు దండెత్తాడు. అతని ధండయాత్ర సఫలమైంది. వశిష్ఠపౌత్ర గౌరవీతి యీ దండయాత్ర సఫలమవుటకు తన గొప్పతనమేనని చెప్పుకొన్నాడు (5-29-11). 'ఇంద్రా, గౌరవీతిస్తుతులు నీ వృద్ధిని పెంపుచేశాయి. నీవు వైదధికొరకు పిప్రుని చంపావు' పిప్రుతో చేసిన యుద్ధంలో ఋజిశ్వురుడు అపాయానికి గురి అయ్యాడో లేక ఇంద్రునికి గౌరవం కట్టబెట్టుటకు యిట్లు రాశాడో తెలియదు' 'ఇంద్రుడు పిప్రుని పురాలను ధ్వంసం చేశాడు. దస్యుహత్య (దాసయుద్ధం)లో ఋజిశ్వుని రక్షించాడు' అని సవ్య అంగిరసుడు చెప్పాడు (1-51-5).

40 సంవత్సరాలకు పైగా శంబరునితోను, అతని సహచరులతోను ఆర్యులు యుద్ధం చేశారు. దీన్ని ఋగ్వేదంలో 'దస్యుహత్య' అన్నారు. హత్య అంటే ఆనాడు వ్యక్తిని చంపుటకే కాదు, యుద్ధమని కూడ అర్థముంది. అట్లే అసుర శబ్దం దాసునకు వాడబడింది.

3. వంగృద 4.కరంజ 5. పర్ణయ : ఋజిశ్వునితో యుద్ధం చేసిన వారిలో వంగృదుడు కూడ వున్నాడు. ఋజిశ్వుడు పిప్రుని నూర్గురి వీరులను ఓడించినట్లు సవ్యుడు చెప్పాడు (1-53-8). కుత్స అంగిరసుడు 'ఋజిశ్వుడు కృష్ణ గర్భులు (దస్యులు) చాలామందిని చంపెనని చెప్పాడు (1-101-1). పిప్రు సామాన్యుడు కాడు. అతనికి బలమైన సాధనములున్నాయి. 'పిప్రుడు మాయావి. ఇంద్రుని సాయముతో ఋజిశ్వుడు అతని ఓడించగల్గాడు' అని అంగ ఔరసుడు చెప్పాడు. (10-138-3)'

వర్చి : ఉదవ్రజంలో శంబరునితోపాటు వర్చీకూడ చంపబడ్డాడు, అని గర్గుని మంత్రం వలన తెలుస్తుంది (6-42-21). వశిష్ఠుడు ఉదవ్రజాన్ని, శంబరుని కలిపి చెప్పలేదు. ఆయన (7-99-5) ఋక్కు యిట్లు తెల్పుతుంది. వర్చి చాలా మంది అసురులను వెంటబెట్టుకుని దివోదాసుని ఎదిరించాడు. నూరువేల వీరులతో వచ్చి హతుడయ్యాడు. అంటే ఒక లక్షమంది ఒకేచోట కూడి యుద్ధం చేసి చంపబడ్డారు. ఇట్లు జరుగుట సాధ్యమా అను ప్రశ్న వుదయిస్తుంది. దీని తాత్పర్యం దాసులు అసంఖ్యాకులుగా యుద్ధంలో చంపబడ్డారు. దాసుల సంఖ్య యింతగా ఉన్నప్పుడు ఆర్యుల సంఖ్య మాత్రం తక్కువగా వుంటుందా ఏమిటి? కాబట్టి ఉదవ్రజమనేది కొండ ప్రాంతములోనే బాగా సమభూమి అయి వుంటుంది. అది కాంగడా కొండల్లోకి ప్రవేశించే ప్రదేశం కావచ్చు. ఘమేరి (నూర్పురము) వంటి ప్రదేశం అయివుండాలి. నూరు వేల మంది హతులైన విషయాన్ని గృత్సమదుడు కూడ చెప్పాడు : (2-14-6), "దాసస్య వర్చినః సహస్రాణి శతావధీః" (అనగా దాసుడైన వర్చి యొక్క నూరువేల మంది చంపబడ్డారు) అని వామదేవుడు చెప్పుట వలన (4-30-15) వర్చి శంబరునికి సామాన్యమైన సహాయకుడు కాదనీ, అతనికి ప్రత్యేకించి ప్రభుత్వమున్నదనీ మనకు తెలుస్తుంది. గృత్సమదుడు (2-12-14) వర్చి యొక్క లక్షమంది ప్రజలు చంపబడ్డారనీ శంబరుని నూరు పురాలు ధ్వంసం చేయబడ్డాయి అనీ చెప్పాడు. ఈ పైన పేర్కొన్న అసుర సేనాపతులే కాకుండా మరి కొంతమంది వుండి ఉంటారు. ఈ పైన పేర్కొన్న అసుర సేనాపతులే కాకుండా మరి కొంతమంది వుండి వుంటారు. ఇంద్ర మహిమను కీర్తించేటందుకు వారి పేర్లన్నిటిని యిక్కడ చెప్పనవసరం లేదు. (7-28-20). మాన్య మానదేవకుని శంబరునితో బాటు యింద్రుడు చంపాడు అని వశిష్ఠుడు చెప్పుట వలన దేవకుడు కూడా శంబరునివలె అనార్య రాజా అను సందేహం కల్గుతుంది. కాని దేవకుడు అతని తండ్రి పేరు మాన్యమనుడు అనుటవలన అతడు ఆర్యజనకుడుగా తోస్తున్నాడు. దేవకుడు తన వారికి వ్యతిరేకంగా అసురుల పక్షాన పోరాడి ఉండవచ్చు. ఇటువంటి ఉదాహరణం మనకు ఋగ్వేదంలో యింకా ఎక్కడా కానరాదు.

సప్తసింధులోని ఆర్యులు శంబరునితో బాగా పోరు సల్పేకాలమది. శంబరుడు బాగా ప్రతీకారం చేస్తున్నాడు. ఆర్యులు కృష్ణగర్భులను నాశనం చేయతలపెట్టారు. శంబరుడు కూడ శ్వేతగర్భులను కనీసం తన సరిహద్దులోనైనా బ్రతకనీయ తలచలేదు. శంబరుని ప్రజలు గొప్పవీరులు, యుద్ధం చేసేవారని ఋగ్వేదం చెప్తుతుంది. ఈనాటి గూర్ఖాలు కూడ గొప్పవీరులు గదా. వీరిలో చాలామంది కిరాతుల సంతానమే. పిప్రు వ్రజమనుట వలన దస్యులకు వేలది గోవులున్నట్లు తెలుస్తుంది. ఆర్యులకు జీవనాధారం గోవులు, గుర్రాలు, మేకలు, గొర్రెలు, దస్యులకు బహుశా అశ్వములు లేకపోవచ్చు. కొండలపై టాంగాలు యింకా తిరుగుట లేదు. ఆర్యుల సైంధవ గుర్రాలు కొండలపై యుద్ధాన్ని చేయటానికి పనికిరావు. కుత్స అర్జునేయుడు సారథిగా చెప్పబడ్డాడు. పర్వత యుద్ధాల్లో

రథాలు పనిచేయవు కాబట్టి యిక్కడ సారథి అంటే సేనాపతివంటి గొప్ప బిరుదు అయి వుంటుంది.

3. శంబరుడు

ఋగ్వేద ఆర్యులకాలంలో రెండు భీషణమైన యుద్ధాలు జరిగాయి; 1. దస్యు హత్య అనగా శంబర యుద్ధం. 2. తమలో తాము చేసుకొన్నది అనగా దాశరాజ్ఞ యుద్ధం. మొదటిది దివోదాసుకు, శంబరునకు మధ్య జరిగింది. రెండవది సూదాసు పదిమంది రాజులతో చేసిన యుద్ధం. ఋగ్వేదంలో శంబరుని యుద్ధాన్ని గురించి ఎక్కువగా చెప్పబడింది. రెండవ యుద్ధాన్ని గురించి తక్కువగా చెప్పబడింది. కారణ మేమిటంటే రెండవ యుద్ధంలో పాల్గొన్న యిరు పక్షాలవారు ఇంద్రుని భక్తులే. ఇంద్రుని మహిమ పెరగాలంటే దాన్ని గురించి ఎక్కువగా వ్రాస్తే ఉపయోగం లేదు. దస్యు హతం 40 సంవత్సరాలు జరిగింది. ఇది యింద్ర పూజకులకు, లింగ పూజకులకు మధ్య జరిగిన యుద్ధం. చివరకు యింద్రపూజకులు గెల్చారు. దస్యులు పూర్తిగా ఓడిపోయారు. కాబట్టి ఋగ్వేదంలో యింద్రునికి సంబంధించిన ఋక్కుల్లో శంబరుని హత్యా వృత్తాంతం ఉంది. భరద్వాజుడు వశిష్ఠుడు, వామదేవుడు శంబర యుద్ధాన్ని గురించి ఋక్కులు చెప్పారు. శంబరుడు కులితర పుత్రుడు. అతడు మహా పర్వతంలో ఉండేవాడు. బృహత్పర్వతమంటే హిమాలయమేకదా! భరతుల భూమి పరుష్ణీ, శుతుద్రి, విపాశుల మధ్య ఉంది. దానికి దగ్గరగా ఉన్న పెద్ద కొండ కాంగడా హిమాలయం. 19వ శతాబ్దం ప్రారంభం వరకు అజేయమై నిల్చిన కాంగడా కోట అక్కడ ఉంది. కాబట్టి శంబరుని పురాలు అక్కడే వున్నాయి. ఈ శతాబ్దంలో వచ్చిన భూకంపం వల్ల ఆ ప్రాచీన అవశేషాలన్నీ ధ్వంసమైనాయి. “ఇందుడు శంబరుని 99 పురాలను ధ్వంసం చేసి 100వ పురాన్ని దివోదాసుకు యిచ్చాడు” అని వామదేవుడు చెప్పాడు (4-6-3). వశిష్ఠుడు కూడా పై విషయాన్నే చెప్పాడు. దివోదాసుకు మరొక పేరు అతిథిగ్వ. అనగా అతిధులకు బాగా సేవ చేసేవాడు. కొందరు. ఋషులు 90 పురాలు అన్నారు. కొందరు 99 పురాలనీ, మరి కొందరు నూరు అనీ అన్నారు. వశిష్ఠుడు, భరద్వాజుడుచెప్పిన ఋక్కులను చూస్తే దివోదాసు 99 పురాలను నాశనం చేసి ఒక పురాన్ని మాత్రం తనకొరకు అట్టి పెట్టుకొన్నట్లుగా ఉంది. “శంబరుడు, వర్చి, వచ్చి యిద్దరూ ఉదవ్రజంలో చంపబడ్డారు” అని భరద్వాజ పుత్రుడగు గర్గుఋషి చెప్పాడు (6-47-21). ఈ ప్రదేశంలో కాంగడా జిల్లాలో ఎక్కడ (ఇతర దాసులవలె శంబరునికి కూడా గోష్టములు - గోసమూహములు) ఉండవచ్చు? ఒక నీటి ఒడ్డున యీ వ్రజముండవచ్చు. అందుచే దాన్ని ఉద వ్రజమన్నారు. ఇది కాంగడా జిల్లాలో ఉంటుంది. అయితే మూడు వేల సంవత్సరాల తర్వాత అదే పేరుతో ఉంటుందని ఆశించకూడదు.

శంబరునితోను, అతని జాతీయులతోను జరిగిన భీషణ యుద్ధాన్ని గురించి దివోదాసు ప్రకరణంలో కూడా వివరించబడింది.

4. కిరాతులు

కాంగడాలో జరిగిన యీ యుద్ధాన్ని గురించి పేరు మార్పుతో కథలు ఉన్నాయి. కాంగడా ప్రదేశాన్ని జలంధర్ అంటారు. హిమాలయంలో 5 భాగాలు ఉన్నాయి. నేపాలు, కూర్మాచలం (కుమాయు), కేదార్ (గర్వార్), జలంధర్ (కాశ్మీరులోని జలంధర్) కాశ్మీరు సరిహద్దునుండి తూర్పున సట్లజ్ వరకు వున్న ప్రదేశం జలంధరుగను, పడమర వున్నది

దుర్గర (డోగ్రా)గను విభజించబడ్డాయి. రెంటికీ సరిహద్దు రావీనది. నేడు జలంధరు అంటే మైదాన ప్రదేశంలో ఉన్న జలంధరు నగరం అనుకొంటారు. కాని ప్రాచీనకాలంలో పర్వత ప్రాంతానికీ పేరు ఉండేది. జలంధరుడనే రాక్షసుని, దేవి చంపినట్లు పురాణాలు చెపుతున్నాయి. నగర కోటలో వున్న ప్రసిద్ధమైన భవానియే ఆ దేవి. చచ్చిన తర్వాత జలంధరుని శరీరం ఏ భూభాగంపైన పడిందో ఆ భాగానికి జలంధరు అని వచ్చింది. జలంధరుని చెవి పడినచోట కాంగడా అయింది. (కనగఢ, కాన్‌గఢ, కాంగడాగా మారింది) జలంధరుడు అంటే శబ్దార్థం జలాన్ని ధరించేవాడు. ఈ భాగం నుండి సట్లజ్, బియాసు నదులు ప్రవహిస్తున్నాయి. కాబట్టి యీ పేరు ఉచితంగానే వుంది.

వైదిక కాలంలో వృత్రుడంటే నీటిని అడ్డగించువాడను అర్థం. ఇంద్రుడు తన వజ్రంతో అతన్ని చంపి నీటిని విడుదల చేశాడు. శంబరునికూడ వృత్రుడన్నారు. సమకాలికులైన ఋషులు అతన్ని అసుర శత్రువు, మాయావి, యింద్ర జాలకుడు అన్నారు. కాని అతడు మానవుడే. కాలం గడచినకొలది శంబరుని రూపం మారిపోయింది. అతన్ని రాక్షసునిగ చిత్రించారు. పూర్వకాలంలో శంబర యుద్ధాన్ని ఇంద్ర వృత్ర యుద్ధంగా చెప్పారు. పౌరాణిక కాలంలో ఇంద్రుని, శంబరుని, దివోదాసుని మరచిపోయారు. ఈ యుద్ధం దేవికి, జలంధరునకు మధ్య జరిగినట్లు వర్ణించారు.

మనకు ఋగ్వేదం ద్వారా శంబర, దివోదాసుల యుద్ధం సంగతి తెలిసింది. శంబర జాతిని గురించి తెలియలేదు. అతని జాతీయులు 40 సంవత్సరాలు యుద్ధం చేసి లక్షలాది సంఖ్యలో చనిపోయారు. మిగిలినవారు యింకా దూరంగా కొండల్లోకి వెళ్ళిపోయారు. బియాసు, దావి ఎగువ ప్రాంతాల్లో వున్న చంబా, కులూ ప్రదేశాల్లో వారు చిరకాలం వరకు క్షేమంగా వున్నారు. కిరాతులను అక్కడ నుంచి వెళ్ళగొట్టిన వారు మధ్య ఆసియాలోని ఖస్సులు. వారు కిరాతభూమి నేపాలులో కూడ ప్రవేశించారు. అప్పుడు కూడ భయంకరమైన యుద్ధాలు జరిగి వుండవచ్చు. కిరాతులు మైదాన ప్రదేశాలను విడచిపోతూ వుంటే ఖస్సులు వాటిని ఆక్రమించుకొన్నారు. లొంగిపోయిన కిరాతులు కాలాంతరమున ఖస్సుల్లో కలిసిపోయారు. శంబర వంశీకులు ఈ విధంగా పరిణామాన్ని చెందారు.

తొమ్మిదవ అధ్యాయం

దివోదాసు

1. ప్రాచీన ఆర్య నాయకులు

1. దధ్యజ (దధీచుడు) :

దధ్యఙ్ హమే జనుషం పూర్వో అంగిరా ః ప్రియమేధ ః కణ్వో ।
అత్రిర్మను ర్విదుస్తే మే పూర్వే, మమర్విదు ః ॥

(1-139-9) పరుచ్ఛేప దివోదాసు పుత్ర (దధీచి, అంగిరా, ప్రియమేధ, కణ్వ, అత్రి, మనువు-యీ పూర్వీకులు నా పుట్టుకను ఎరుగుదురు. వీరు నా పూర్వీకులు, మనువు ఎరుగును.) దివోదాసుకు ముందు మనువు మొదలగు రాజులను గురించి మేము తెల్పియున్నాం. దివోదాసు పుత్రుడు లేక సంతతి వాడగు పరుచ్ఛేపుడు, దధీచి, అంగిరా, ప్రయమేధ, కణ్వ, అత్రి, మనువులను పూర్వీకులని చెప్పినాడు. వీరిలో అత్రి, కణ్వుడు రాజులుగ తోచరు.

2. రుమ 3. రుశమ 4. శ్యావక 5. కృప:

మరికొందరి రాజుల పేర్లు ఋగ్వేదంలో వచ్చాయి. కాని వారు దివోదాసుకు పూర్వం వారో, లేక తర్వాత వారో మనకు తెలియదు.

యద్దారుమే రుశమే శ్యావకే కృపే
ఇంద్రమా దయ సేవచా ।
కణ్వాసస్త్వా బ్రహ్మభిఃస్తోమ వాహస
ఇంద్రాయచ్ఛన్ త్యాగహి ॥ (8-4-2) దేవాతిధి కణ్వపుత్ర.

అనగా ఓ యింద్రా ! నీవు రుమ, దుశమ, శ్యావక, కృపులతో వున్నప్పుడు సోమ కర్తలగు కణ్వులు మంత్రాలద్వారా నిన్ను కీర్తిస్తున్నారు. రమ్ము.

కణ్వపుత్ర దేవాతిథి (8-4-2) మేధాతిథి (8-3-12) రుమ, రుశమ, శ్యావక కవులను పేర్కొన్నారు. పిజవనుడు కూడ ఒకానొక ప్రాచీన వంశస్థాపకుడై వుంటాడు. అతని కులంలోనే దివోదాసు తండ్రి బధ్ర్యశ్వుడు పుట్టాడు. సుదాసు కూడ దివోదాసు పుత్రుడు కాబట్టి ఆ వంశీకుడే. పిజవనుని గురించి యింతకంటె ఎక్కువగా మనకు తెలియదు.

6. బధ్ర్యశ్వ : బధ్ర్యశ్వనితో మన చరిత్రకు గట్టి ఆధారం దొరుకుతుంది. భరద్వాజుడు, సుమిత్రుడు బధ్ర్యశ్వుని పేర్కొన్నారు. సుమిత్రుడు తనను బధ్ర్యశ్వుని సంతానమని చెప్పుకొన్నాడు. బధ్ర్యశ్వునిచే స్థాపించబడిన అగ్ని దర్శనీయమని అతడు చెప్పాడు. (10-69-1, 2-11-12) అగ్ని సప్తసింధు ఆర్యులకు ప్రత్యక్షదైవం. ప్రతి యింటిలోను అగ్నిని స్థాపించి పూజించేవారు. ఆర్యులు అగ్నిభక్తులు. సుమిత్రుడు, బధ్రశ్వుని అగ్నిని ఘృతవర్ధనుడన్నాడు. ఆ అగ్ని వృత్రహా అనగా శత్రు నాశకుడు బధ్ర్యశ్వుడు తండ్రి పుత్రుని పోషించునట్లు ఆ అగ్నికి సపర్యలు చేసేవాడు. సుమిత్రుని ఋక్కులను బట్టి మనకు యీ క్రింది విషయాలు తెలుస్తాయి. బధ్ర్యశ్వుడు ప్రతాపంగల ఆర్యవీరుడు. అతడు శత్రువులను జయించాడు. వృత్రశబ్దం శత్రువను అర్థంలో ప్రయోగించబడింది.

దివోదాసుకు ప్రధాన శత్రువులు దస్యులు. కాబట్టి బధ్ర్యశ్వుడు తన కుమారునికి సహాయపడి వుండాలి. కావున యిక్కడ వృత్రహా అంటే దస్యులను చంపినవాడు. మొదట దస్యులను చంపిన వాడు బధ్ర్యశ్వుడు. కాని పుత్రుని విజయంతో అతని కీర్తి మరుగున పడింది. అతడు భరత, పురు త్రిత్సుగణాలకు చెందినవాడు. అతడు రావీ-సత్‌లజ్ నదుల మధ్యనున్న భూభాగంలో వుండేవాడు.

ఇయమదద దాద్రభ సమృణచ్యుతం
దివోదాసం బధ్ర్యశ్వాయ దాశుషే !
యాశశ్వంత మాచబాదావసం
పణింతా తేదాత్రాణిత విషాసరస్వతి ॥ (6-61-1) భరద్వాజుడు.

అనగా ఈ సరస్వతి భక్తుడగు బధ్ర్యశ్వునకు ఋణమోచకుడును, భయం కరుడును అయిన దివోదాసుని యిచ్చింది. ఓ సరస్వతీ, దానహీనుడైన పణిని చంపావు. నీ దానములు బలమైనవి. సరస్వతి బధ్ర్యశ్వులకి ప్రతాపం గల పుత్రుడు దివోదాసుని యిచ్చెనని భరద్వాజుడు చెప్పుట వలన బధ్ర్యశ్వుడు క్రమేణ ప్రదేశములను జయిస్తూ తూర్పున సరస్వతీ తీరాన్ని చేరుకొని వుండవచ్చు. అక్కడ సరస్వతీ తీరంలో దివోదాసు పుట్టివుంటాడు. సరస్వతీ సప్తసింధులోని పవిత్ర నది. ఆనాడు సరస్వతీ నది మహిమ యీనాడు గంగ మహిమ వలె వుండేది.

భరద్వాజుడు : దివోదాసు విజయాలను గురించి చెప్పేముందు భరద్వాజుని గురించి కొంచెం ప్రత్యేకించి చెప్పవలసి వుంది. ఎందుకంటే అతడు దివోదాసునికి చాణక్యుడు. తనకాలంలో అందరికంటే పలుకుబడి గల పురోహితుడు. అతను వున్నత శ్రేణికి చెందిన కవి. అతని వందలాది ఋక్కులు ఋగ్వేద ఆరవ మండలంలో వున్నాయి. అందుచేత ఆరవ మండలాన్ని భరద్వాజ మండలం అంటారు. అతడు భరతులకే కాదు, యితర గణాలకు కూడా గౌరవపాత్రుడు. ఆయనకు దానమిచ్చిన రాజులను ఆయన స్వయంగా పేర్కొన్నాడు. అతని కుమారుడు గర్గు, యితర ఋషులను పేర్కొనుటను బట్టి ఆ రాజులందరు భరద్వాజ, దివోదాసులకు సమకాలికులై వుంటారనుట స్పష్టం.

7. అభ్యావర్తి చాయమానుడు !

ద్వయాం అగ్నే రధినోవింశతిగా వధూమతో
మఘవామహ్యాం సమ్రాట్,
అభ్యావర్తీ చాయమానో దదాతి దూణాశేయం
దక్షిణా పార్థవానాం ॥ (6-27-8)

అనగా ఓ అగ్నీ, మఘవ (ధనవంతుడు), సమ్రాట్ అభ్యావర్తీ చాయమానుడు వధువులు (దాసీలు) సమేతంగా రెండు రథాలను, ఇరువది ఆవులను యిచ్చాడు. భరద్వాజుడు పార్థవుల యీ చక్రవర్తి వధువులతో రెండు రథాలను, 20 ఆవులను యిచ్చినట్లు చెప్పాడు. దాసీనికూడ వధువు అంటారు. చాయమానుడు వధువులతో కూడ రథాలను ఇచ్చాడు.

8. సుమీఢుడు : భరద్వాజునకు సుమీఢుడు రెండు ఆడ గుర్రాలను, నూరు ఆవులను యిచ్చాడు. పేరుకుడు పక్వాన్న, శాండుడు హిరణ్య సమేతంగా పది రథాలను యిచ్చాడు. (6-63-9) అన్నింటికంటే అధిక దానం శాండుడిచ్చింది.

9. పురునీధుడు : పురనీధ శాతవనేయుదు కూడా భరద్వాజునకు దానమిచ్చెనని నోధాగోతముడు చెప్పాడు (1-59-7) శతవన బహుశా ఒక స్థానం పేరై వుంటుంది.

10. ప్రస్తోకుడు : ఇతడు పది కోశాలను, పది గుర్రాలను యిచ్చినట్లు గర్గు చెప్పాడు. (6-47-22). ఈనాడు ఖజానాను (ట్రెజరీ) కోశమంటారు. కాని ఆనాడు కోశమంటే ఒక నిశ్చిత నిధి. ఇక్కడే గర్గు "దివోదాసు అతిథిగ్వుని నుండి శంబరుని ధనాన్ని మేము పొందాం" అని కూడా చెప్పాడు. (దివోదాసా దతిథిగ్వస్య రాధః శాంబరం వసుప్రత్యగ్రభీష్మ) శంబరుని నుండి పొందిన ధనాన్ని అంతా భరద్వాజునకు ఎట్లా యిస్తారు. ఇంకా భాగస్వాములున్నారు గదా! బహుశా యిందు వల్లనే కాబోలు గర్గు తర్వాత ఋక్కుల్లో యిట్లు అన్నాడు :-

"నేను దివోదాసు నుండి పది గుర్రాలు, పది కోశాలు, పది వస్త్ర భోజనములు, పది హిరణ్య పిండములను (బంగారు ముద్దలు) పొందాను."

దివోదాసు చనిపోయిన తర్వాత భరద్వాజునకు గాని, అతని పుత్రుడగు గర్గునికి గాని పౌరోహిత్యం (ప్రధాన మంత్రి పదవి) లభించలేదు. దివోదాసుని ప్రతాపం గల పుత్రుడు సుదాసునికి వశిష్ఠుడు పురోహితుడయ్యాడు. అప్పుడుకూడ భరద్వాజునకు వశిష్ఠునకు మధ్య వైరం అంతగా వుగ్రరూపము ధరించలేదు. కాని వశిష్ఠుని స్థానాన్ని విశ్వామిత్రుడు తీసుకొన్నప్పుడు ఆ వైరం బాగా తీవ్రమైంది. వశిష్ఠ సంతతిలోకూడ అంత తీవ్రత వున్నట్లులేదు. ఈ విషయం మృళీక వశిష్ఠుని ఋక్కులు వలన తెలుస్తుంది. (10-150-5) "అగ్ని అత్రి, భరద్వాజ, గనిష్ఠర, కణ్వులను రక్షించాడు. అగ్నిని వశిష్ఠుడు ఆహ్వానిస్తున్నాడు." పై ఋక్కును బట్టి భరద్వాజునకు అనేక గణాలందు గౌరవమున్నట్లు తెలుస్తోంది. ఆయన తనకున్న పలుకుబడిని, ప్రభావాన్ని శంబర యుద్ధంలో దివోదాసుని పక్షమునకు సంపూర్తిగా వినియోగించాడు. బయట శత్రువులతో యిటువంటి భయంకర సంఘర్షణ చేసేటప్పుడు ఆర్యుల అంతఃకలహాన్ని రాకుండా కాపాడిన శ్రేయస్సు భరద్వాజునిది. శంబరునిపై విజయాన్ని సాధించుటలో భరద్వాజుని గొప్పతనమేమిటో మనకు యిందుమూలకంగా తెలుస్తుంది.

11. కుత్స ఆర్జునేయ, 12. శ్రుతర్య, 13. తుర్వీతి, 14. దభీతి, 15. ధ్వసంతి, 16. పురుషాంత.

ఆర్య సేనాపతుల్లో కుత్స ఆర్జునేయుడు ముఖ్యుడని కొద్దిగా పైన చెప్పాం. భరద్వాజుడు సారధి కుత్సునికై స్తుతించాడు. సారథి అంటే సేనాపతి.

మహోద్రుహో అపవిశ్వాయుధాయి వజ్రస్య
యత్పతనేపాది శుష్ణః।
కుత్సాయ సూర్యస్యసాతౌ ॥ (6-20-5)

అనగా వజ్రము పడగానే శుష్ణ పడిపోయాడు. అప్పుడు మహాద్రోహి ఆయువు (ప్రాణం) నశించింది. సూర్యోదయ మగునప్పటికి సారథి కుత్సుని కొరకు యింద్రుడు రథాన్ని విస్తృతం చేశాడు. ఇంద్రుడు స్వయంగా కుత్సుని రథంపై కూర్చొని యుద్ధం చేయుటకు వెళ్ళినని వసుక్ర ఋషి చెప్పాడు. (10-29-2) ఇందుచేతనే కుత్సుని సారథి అనలేదు గదా! "ఇంద్రుడు వశిష్ఠ, కుత్స, శ్రుతర్య కుత్స ఆర్జునేయ, తుర్వీతి, దభీతులను రక్షించాడు అని కుత్స ఆంగిరసుడు చెప్పాడు. (1-112-9, 23). వీరంతా సమకాలీనులని చెప్పుట కష్టం. భరద్వాజుడు ఒకే వాక్యంలో (6-19-13) కుత్స, ఆయు, అతిథిగ్వులను రక్షించిన సంగతి చెప్పాడు. అతిథిగ్వుడు దివోదాసు, కుత్స ఆర్జునేయుని మనం ఎరుగుదుము. ఆయనకూడ ఆ కాలం నాటి ఆర్యయోధుడై వుంటాడు.

17. దేవక మన్యుమానుడు : శంబరుడు, అతని జాతీయులకే కాకుండా దేవక మన్యుమానుడను ఆర్య వ్యక్తి ఒకరు ఉన్నారు. అతడు శంబరునితోపాటు చంపబడెనని ఒకే ఋక్కులో వశిష్ఠుడు చెప్పాడు (7-18-20)

'దేవంచిన్ మాన్యమానంజఘన్ ధావ
త్మనా బృహతః శంబరంభేత్ ॥

ఇతర ఆర్యరాజులు లేక గణనాయకుల సంఘర్షణను గురించే ఋగ్వేదంలో చెప్పబడింది. వారు దివోదాసుకు సమకాలికులని నిశ్చయంగా చెప్పలేదు. వారిలో కొందరు ఆయనకు సమకాలికులై ఉండవచ్చు. కొందరు తర్వాతవారై వుండవచ్చు.

18. సుశ్రవ : త్వమేతాన్ జనరాజ్ఞో ద్విర్థ శాబంధునా
సుశ్రవసోప జగ్ముషః ।
షష్టిం సహస్రానవతిం నవశ్రుతో
ని చ క్రేణ రథ్యాదుష్పదావృణక్ ॥

– (1-53-9) సవ్య అంగిరసుడు

అనగా ఓ ప్రసిద్ధుడైన ఇంద్రా! బంధుహీన శుశ్రవునినై దండెత్తివచ్చిన 20 రాజులను, వారియొక్క 60,999 అనుచరులను దుర్లంఘ్యమైన రథ చక్రాలచే నీవు ఓడించావు.

సవ్య ఆంగిరసుడు ఇంద్రుని స్తుతిస్తూ సుశ్రవునినై దండెత్తివచ్చిన 20 మంది గణనాయకులను, 60, 999 అనుచరుల సమేతంగా ఓడించెనని చెప్పాడు. ఈ 20 మంది గణనాయకులు ఎవ్వరు? సుశ్రవుడెవ్వరు? సవ్య ఆంగిరసుడు తర్వాత ఋక్కులో (1-53-10) ఇంద్రుడు సుశ్రవుని రక్షించెనని చెప్పెను. సుశ్రవుని గురిగంచి మనకు యింతకంటె ఎక్కువ తెలియదు.

19. తుర్వయాణుడు : సవ్య ఆంగిరసుడు సుశ్రవునితోపాటు తుర్యయాణుని కూడ ఇంద్రుడు రక్షించెనని చెప్పాడు. (1-53-10). కుత్స, అతిధిగ్వ, ఆయువులు తరుణ మహారాజు సుశ్రవునికి వశులైనట్లు చెప్పబడింది. ఇందువలన సుశ్రవుని గురించి మనకు తెలుసుకొన వలయునను అభిలాష కల్గుతుంది. కాని తర్వాత మనకు ఏమీ తెలియుటలేదు.

20. ఋణంచయుడు : ఇతడు దుశమ గణానికి చెందినవాడు. బాగా డబ్బున్నరాజు. ఇతడు బభ్రునకు 4,000 ఆవులను యిచ్చాడు. (5-30-12, 14) 'రుశమ రాజు నాల్గువేల ఆవులను యిచ్చాడు. ఋణంచయుని ధనాన్ని నేను పొందాను. ఆ రాత్రి నేను రుశమరాజు ఋణంచయునివద్ద గడిపాను.' నాల్గువేల ఆవులు (అంటే 8 లక్షల రూపాయలు) దానం యిచ్చే వైభవం చాలా గొప్పదై వుండాలి.

21. పాకస్థామ కౌరాయణుడు : కణ్వఋషి దివోదాసుకు సమకాలీనుడు. తుర్వశయదు జనములకు పురోహితుడు. కాబట్టి వారికి సహాయకుడు కూడ. ఆయన అప్పటికి బ్రతికివుంటే ఆయన పుత్రులు సుదాసుని విరోధులను సమర్థించి వుంటారు. ఆయన పుత్రుడు మేధాతిథి (మేధ్యాతిథి) కురయాణ పుత్రపాక స్థాముని మహిమను కీర్తించాడు. (8-3-21, 22) 'మరుత్ దేవతలు యిచ్చిన దానిని పాకస్థామ కౌరాయణుడు నాకు యిచ్చాడు. పాకస్థాముడు అందమైన యిరుసుగల ఎర్రని రథాన్ని యిచ్చాడు. అతడు వస్త్రాలను, పుష్టికర భోజనమును యిచ్చాడు. ఎర్రని రథమిచ్చిన ఆ దాతను నేను కీర్తిస్తున్నాను. యదు తుర్వశగణముల భూమి దగ్గరనే పాకస్థాముని భూమి వుండి

వుంటుంది. కురయాణ అతని గణము పేరుగాని, తండ్రిపేరు గాని లేక పూర్వీకుల పేరుగాని అయి వుంటుంది.

22. దేవశ్రవ, 23. దేవవాత : దేవశ్రవ, దేవవాతులు భారతులు అంటే భరతగణంనాగు తర్వాత వున్నటువంటి భరతరాజును గురించి ఋగ్వేదంలో ఏమీ చెప్పలేదు. దేవవాత సంతానమగు సృంజయుని గురించి వామదేవుడు కూడ చెప్పాడు. (4–15–4). కాబట్టి యీ దేవవాతుడు ఎవరో ప్రాచీన కాలపువాడు. దేవశ్రవ, దేవవాతులు అన్నదమ్ములు. అగ్ని పూజకులు. వారిరువురు అగ్ని మహిమను చెప్పుచు యిట్లు స్తోత్రం చేశారు–

అమంధిస్టాం భారతా రేవదగ్నిం
దేవశ్రవా దేవవాతః సుదక్షం !
అగ్నే విపశ్య బృహతాభిరాయేషాం
నోనేతా భవతాదనుద్యూన్ ॥
దశ క్షిపః పూర్వ్యం సీమ జీజనన్ త్సుజాతం మాతృషు ప్రియం ।
అగ్నిం స్తుహి దైవ వాతం దేవశ్రవో యోజనా నామ సద్వశీ ॥ (3)–3–23–2,3

"భరతుల సంతానమగు దేవశ్రవ, దేవవాతలు సుదక్షుడు, ధనవంతుడు అయిన అగ్నిని మథించారు. పదివ్రేళ్ళు పురాతనుడు, సుజాతుడు, మాతలకు ప్రియుడు అయిన అగ్నిని పుట్టించినవి. దేవవాత దేవశ్రవల అగ్నిని మీరు స్తుతించండి... పృధ్వియొక్క శ్రేష్టమైన, ధన సంపన్నమైన స్థానమందు అగ్నిని స్థాపించాం. ఓ అగ్నీ, నీవు దృషద్వతి, ఆపయా, సరస్వతీ తటమందు ధన సహితంగ ప్రజ్వరిల్లుము."

రెండు బద్దలుకల కొయ్యి అరణులందు మథించి అగ్నిని పుట్టించేవారు. ఈ సంగతే యిక్కడ చెప్పబడింది. ఈ ఋక్కుల్లో వర్ణితమైన దృషద్వతి నేటి ఘగ్గరానది. సరస్వతి నేడు కూడ సివాలికు నుండి కురుక్షేత్రం గుండా ప్రవహిస్తూ యీ పేరుతోనే పిలువబడుతూ వుంది. ఈ రెండు నదులమధ్య వున్న నది మరకండాయే ఆనాటి ఆపయా.

24. సృంజయ దైవవాత, 25. మహిరాధపాజ్ర్జయ : భరద్వాజుడు దేవవాత పుత్రుడగు సృంజయుని గురించి చెప్పాడు– 'ఆ ఇంద్రుడు తుర్వశుని సృంజయుని కొరకు యిచ్చాడు. వృచీవతులను దైవవాతునికి యిచ్చెను' (6–27–7) తుర్వశుని, వృచీవతులను, దైవవాత సృంజయుని వశం చేయుట యిక్కడ అభిప్రాయమైవుంది. దైవవాత అపత్యవాచకము ముఖ్యమైన పేరు సృంజయుడు. ఈ విషయం వామదేవుని యీ ఋక్కు వలవ స్పష్టమవుతుంది– 'ఈ అగ్ని పూర్వం దైవవాత సృంజయుని కొరకు ప్రజ్వలితమైంది' (4–15–4). 'సృంజయపుత్రుడు (సాజ్ర్జయుడు) భరద్వాజులను పూజించెను, అని భరద్వాజ పుత్రుడు గర్గఋషి చెప్పాడు. ఈ సృంజయ పుత్రుడెవరు? మహిరాధుడు.

26. పురుకుత్సుడు : కుత్సుడను పేరు గల వారు ముగ్గురు వున్నట్లు ఋక్కుల వలన తెలుస్తుందని పైన మేము చెప్పాం. ఈ కుత్సుడు పురుగణాలకు చెందినవాడు. కావున పురుకుత్సుడని చెప్పబడ్డాడు. ఇతని పుత్రుడు త్రసదస్యుడు. సుదాసుకు సమకాలికుడు. కాబట్టి యీ పురుకుత్సుడు సుదాసు తండ్రి దివోదాసుకు సమకాలికుడై వుండాలి. భరద్వాజుడు యితన్ని కీర్తించుట వలన కూడ పై విషయం బలపడుతుంది. 'ఇంద్రుడు పురుకుత్సుని కొరకు దాసులయొక్క ఏడు శారదీ పురాలను ధ్వంసం చేశాడు' అని భరద్వాజుడు చెప్పాడు (6–20–10). శరత్కాలీన పురములనుటచేత పార్వతీయులు

ఆ కాలంలో చలి నుండి కాపాడుకొనుటకు టరాయిలోని వృష్ణప్రదేశాలకు వచ్చి దుర్గాలను కట్టుకొని వుండేవారు. అని తెలుస్తుంది. కుమాఊఁ-గఢ్వాల్‌లోని చలి ప్రదేశాల్లో వుండేవారు. తమ పశువులతో సహా టరాయిలోని ఎండవేడిమికి గాను వచ్చుట యిప్పుడు కూడ చూస్తున్నాం. పురుకుత్సుడు యిటువంటి ఏడు కిరాత పురాలను దోచివుండవచ్చు. వశిష్ఠుని తమ్ముడు అగస్త్యుడు చెప్పిన ఋక్కు పై విషయాన్ని బలపరుస్తుంది. 'ఇంద్రుడు మృధ్రవాచుని (మ్లేచ్ఛుని) ఏడు శారదీపురాలను ధ్వంసం చేశాడు. యువకుడైన పురుకుత్సునికి అనవద్య అరణా (నది)ని యిచ్చి వృత్రు (శత్రువు)ని వధించాడు. (1-174-2) దీనిని బట్టి పురుకుత్సుడు ఏడు పురాలను తీసుకొన్నాడు. వీని సమీపంలో ప్రవహించే నదినికూడ స్వాధీనపర్చుకొన్నాడు, అని తెలుస్తుంది. నోధా గోతముడు యీ విషయాన్నే చెప్పాడు (1-63-7). 'అశ్విని దేవతలు పృష్ణిగుపురుకుత్సుని రక్షించారు' అని కుత్స ఆంగిరసుడుచెప్పాడు. (1-122-7) వృష్టిగు పురుకుత్సుడు అంటే విచిత్ర గోవులు కల పురుకుత్సుడు. లేకపోతే పృష్టిగు వేరే రాజయి వుంటాడా?

27. త్రసదస్యు పౌరకుత్సుడు : సుదాసుని పురోహితుడగు వశిష్ఠుని ప్రకారం యితడు పురుకుత్సుని పుత్రుడు. 'ఓ యింద్రా, నీవు సుదాసుని రక్షించావు. వృత్రహత్య (శంబర యుద్ధం)లో పౌరకుత్స త్రసదస్యుని రక్షించావు' (7-19-3) త్రసదస్యుడు స్వయంగా చెప్పుకొన్నాడు.

ఆస్మాక మత్ర పితరస్త ఆసన్ త్సప్త ఋషయో
దౌర్గహే బధ్యమానే ।
త ఆయ జంత త్రసదస్యు మాస్యా ఇంద్రం
న వృత్రతురమర్ధదేవం ॥
పురుకుత్సానీ హివామదా శ్రద్ధ వ్యేభిరింద్రావరుణా నమోభి ః ॥
ఆధా రా జానం త్ర సదస్యు మస్యావృత్రహణం దదధురర్ధదేవం ॥ (4-42-8-9)

అనగా ఇక్కడ మా ఏడ్గురు పితర ఋషులున్నారు. దుర్గహ పుత్రుడు బందీ అయినప్పుడు వారు యింద్రునివంటి అర్ధదేవుడును, శత్రునాశకుడు అయిన త్రసదస్యుని పొందారు.

ఓ యింద్ర వరుణులారా ! నమస్కార పురస్సరంగా పురుకుత్సాని మీకు హవిని సమర్పించింది. అప్పుడు మీరు ఆమెకు శత్రుహంతకుడగు త్రసదస్యుని యిచ్చారు.

అతని తల్లి పురుకుత్సాని కావచ్చును. అతడు దస్యులని బాధిస్తాడని అతని పేరులోనేవుంది. అర్ధదేవ యితని పుత్రుని పేరా ఏమిటి; త్రసదస్యుని దౌర్గహ అన్నారు. దుర్గహ అతని పూర్వీకుడై ఉండవచ్చు. సంవరణ్ఋషి గౌరిక్షిత పౌరుకుత్సుని నుండి హిరణ్యయుక్తంగా పది తెల్లని గుర్రాలను పొందినట్లు చెప్పాడు (5-33-8). గౌరిక్షిత అంటే గిరి (కొండ) యందు వుండేవాడు. బహుశా ఉత్తరపు (వ్యాస-సత్‌లజ్‌ల మధ్య) కొండల్లో త్రసదస్యునికి ఏదైన దుర్గం ఉండవచ్చును. వామదేవుడు చెప్పిన ప్రకారం (4-38-1) త్రసదస్యుడు గొప్పదాత అని తెలుస్తుంది. త్రసదస్యుని నుండి దానం పొందినవారిలో సౌభరి కూడ వున్నాడు.

ఆదాన్ మే పౌరుకుత్స్యుః పంచాశతం
త్ర సదస్యుర్భధూనాం ।
మంహిష్ఠో ఆర్య ః సత్ప ః ॥ 36

ఉతమే ప్రయియోర్యయియో ః సువాస్త్వా అధితుగ్వని ॥
తిసృణాం సప్తతీనాం శ్యావ ః ప్రణేతా
భువద్వ సుర్దియానాం పతి ః ॥ 37 - 8 -19-36-37

'అతిమహాన్ ఆర్యుడను, సుస్వామియు అయిన పౌరుకుత్స్య త్రసదస్యుడు నారు 50 వధువులను యిచ్చాడు. సువాస్తునదీ తీరాన 270 నల్లని ఆవులను యిచ్చాడు, అని అతడు చెప్పాడు? ఇక్కడ వధువు అంటే భార్యకాదు. సోభరికి యింత మంది వధువులెందుకు? వారు దాసీలు. పార్వతేయుల కుమార్తెలై వుంటారు. సౌభరి యిదే సూక్తంలో (8-19-32) 'అగ్ని త్రసదస్యు సమ్రాట్టుకు రక్షకుడు' అని అన్నాడు. సమ్రాట్ శబ్దమునకు యింకా అంత ప్రచారంలేదు. అప్పటిలో నేడున్నట్లుగా అంతటి గొప్ప అర్థం కూడ లేదు. పురుకుత్సుని పుత్రుడగుటచేత త్రసదస్యుడు పురువంశజుడు. ఆనాడు ఆ గణంవారు సత్‌లజ్-వ్యాస నదుల తూర్పున కొండవరకు నివాసం ఏర్పరచుకొన్నారు.

28. కురుశ్రవణ త్రసదస్యుపుత్ర : మొదటిసారిగా ఈ పేరుకు ముందు 'కురు' శబ్దాన్ని చూస్తున్నాం. పురుకుత్సుని పౌత్రుడగుటచేత యితడు పురుని కాలంలోను సుదాసుని కాలంలో కూడ ఉన్నాడు. బహుశా యితడు సుదాసుకు శత్రువు కూడ అయి వుండవచ్చు. దాశరాజ్ఞ యుద్ధంలో నీటమునిగి చనిపోయిన కవషఇలూషుడు యితని పురోహితుడు. కవషుడు తన యజమాని దాతృత్వాన్ని గురించి చెప్పాడు (10-3269; 10-33-4). ఏతాని భద్రాకలశం క్రియామకురు శ్రవణ దదతోమఘాని దాన ఇద్వోమఘువానః సఅస్త్వయంచ సోమో
హృదయ బి భర్మి ॥ 9॥
కురు శ్రవణమావృణి రాజానం త్రాసదస్యనం।
మంహిష్టం వాఘతామృషిః ॥ 4॥

'దాత కురుశ్రవణుడు యిచ్చిన ధనం కల్యాణప్రదం. నేను త్రసదస్యుపుత్ర కురుశ్రవణ రాజును యాచించాను. అతడు దాతలలో గొప్పవాడు' అని కవషుడు చెప్పాడు.

2. దివోదాసు కార్యములు

1. దివోదాసు అతిథిగ్వ : దివోదాసు మొదట్లో తన ఆర్యగణాలతోనే కొంత పోరాటం చేయవలసి వచ్చింది. కాని సుదాసు చేసినంత కాదు. దస్యులతో సంఘర్షణ చేయునప్పుడు ఆర్య నాయకులైన కుత్సఆర్జునేయ, ఋజిశ్వవైదదీ మొదలైన వారున్నట్లు మనకు తెలుసును. కుత్స ఆర్జునేయుడు దివోదాసు సేనాపతి అని కూడ తెల్పియున్నాం. పంచజనుల్లో తుర్వశ, యదులు పడమర నుండి వచ్చి దస్యులతో యుద్ధం చేశారు. శంబరునితో తుదిపోరాటం చేయకముందే తుర్వశ, యదులు దివోదాసుతో రాజీపడినట్లుంది. ఈ రాజీ కేవలం శాంతియుతంగా జరుగలేదు. ఎందుకంటే దివోదాసు చనిపోయిన తర్వాత అతని వారసుడైన సుదాసుతో యుద్ధంచేసిన పది రోజుల్లో ఈరెండు గణాలు ముఖ్యమైనవి. దివోదాసుకు సంబంధించినంతవరకు తుర్వశ, యదులు, అతిథిగ్వుని ఆధిపత్యం అంగీకరించిరని వశిష్ఠుడు చెప్పాడు (7-19-8). అమహీయ ఆంగిరసుడు కూడ సోముని మహిమను గురించి చెపుతూ, 'అతడు తుర్వశ. యదులను దివోదాసునికి అధీనంచేశాడు' అని వర్ణించాడు (9-61-2).

దివోదాసు శంబరునే కాకుండా యింకా మరికొంతమంది దస్యు శాసకులను ఓడించాడు. వారిలో వర్చిని శంబరునితోపాటు ఉదవ్రజంలో చంపాడు. సవ్య అంగిరసుడు

'కరంజ వర్ణయులను అతిథిగ్వునికై యింద్రుడు చంపాడు. ఋజిశ్వుడు వంగృదుని నూరుపురాలను ధ్వంసం చేశాడు, అని వర్ణించాడు. (1-5368) నూరు పురాలను ధ్వంసం చేసినవాడు దివోదాసే. వంగృద శంబరుని రెండవ పేరు కాదు. సవ్యుడు చెప్పిన నూరు సంఖ్యను బహుసంఖ్య అను అర్థంలో గ్రహించవలయును. ఒక అజ్ఞాత ఋషి చెప్పిన ఋక్కులో యింద్రునిచే యిట్లు చెప్పబడినట్లు ఉంది- 'నేను గుంగులనుండి అతిథిగ్వ దివోదాసుకు అన్న ధనములను యిప్పించాను. పర్ణయ కరంజలను చంపాను' 10-48-3). గుంగు అనార్య జాతి పేరుగ తోస్తుంది.

దివోదాసు అశోకునివలె 'దేవానాంప్రియ' బిరుదు వహించక పోయినప్పటికీ అతడు దేవులకు ప్రియుడు. అతని కుమారుడు ఋక్కులను రచించి ఋషుల పట్టికలో పేరు ఎక్కించుకున్నాడు. పౌత్రుడు లేక రెండవ పుత్రుడు పరుచ్ఛేపుడు కూడ ఋషి. కాని దివోదాసు ఋక్కు ఏదీ దొరకలేదు. అయినప్పటికీ అతనికి దేవులు ప్రత్యక్షమయ్యేవారు. దీర్ఘతమ పుత్ర కక్షీవానుడు అశ్వినీదేవతలు దివోదాసు వద్దకు వచ్చారని చెప్పాడు (1-116-8). కుత్స ఆంగిరసుడు : అశ్వనీదేవతలు శంబర హత్యలో అతిథిగ్వ దివోదాసుని రక్షించారు అని చెప్పెను. కక్షీవానుడు అశ్విద్వయం ఎక్కువ రక్షణ యిచ్చుటతోపాటు కాపాడినట్లు చెప్పాడు (1-119-4). భుజ్యుడు బహుశా దివోదాసునికి సహాయపడిన ఆర్యనాయకుడై ఉంటాడు.

2. శంబర హత్య : శంబరుని గురించి చెప్పేటప్పుడు మేము యీ మహా యుద్ధమును గురించి కూడా చెప్పియున్నాం. ఈ యుద్ధంలో లక్షమంది చనిపోయారనుట అతిశయోక్తి. దివోదాసు పురోహితుడు (ప్రధానమంత్రి) భరద్వాజుని ప్రభావాన్ని గురించి కూడా చెప్పియున్నాం. ఆ కాలంలో ఆర్యగణాల్లో సమైక్యతను తెచ్చిన గౌరవం భరద్వాజునిది అనుట నిస్సందేహం. ఏ ఆయుధ బలంచేత శంబరుడు జయింపబడ్డాడో ఆ గౌరవం దివోదాసుకు యివ్వవలసి వుంటుంది. తమ దేవతలు స్వర్గంలో ఉండి తమాషా చూచేవారు కాదని ఋషులు నమ్మేవారు. దేవతలు వారితో పాటు ఉండి ప్రత్యక్షంగా యుద్ధంలో పాల్గొనేవారు. కుత్స ఆర్జునేయుని రథంపై యింద్రుడు స్వయంగా ఎక్కి శుష్ణుతో యుద్ధం చేయుటకు వెళ్ళాడు. దేవతలతో యీ సంబంధమెట్లు కల్గెనో ఎక్కడా స్పష్టంగా చెప్పలేదు. కాని వామదేవుడు తన ఋక్కుల్లో యింద్రుడు ఉత్తమ పురుషలో 'నేను' అని చెప్పినట్లు వర్ణించుట వలన దేవతలు శరీరాలపై ఆవేశించేవారని (పూనకం వచ్చుట) చెప్పవలసి వస్తుంది. గఢ్వాల్లో పాండవ నృత్యం జరుగుతుంది. అక్కడ పంచపాండవులు, ద్రౌపది జీవితకాలం అంతా ఒకే వ్యక్తిని ఎన్నుకొంటారు. వారి శరీరాలపై పంచపాండవులు ద్రౌపది ఆవేశించి ఉత్తమపురుషలో మాటలన్నీ చెపుతారు. వారు పాండవనృత్యంలో కూడా ఆ పూనకం వచ్చినవారిని వాహనాలుగా చేసుకొని పాల్గొంటారు. ఈనాడు కూడ కిన్నర దేశంలో దేవతలతో వారి భక్తులకు ప్రత్యక్ష సంబంధాన్ని చూస్తున్నాం. అచ్చటి దేవత ఒకటి ఒక గొప్ప ఇంగ్లీషు ఉద్యోగిపై తన ప్రభావాన్ని కల్గించుట చేత అతడు రాజుతో చెప్పి అతనికి శిస్తు లేకుండా చేయించాడు. ఇందులో సత్యమనేది ఉంటే యిది - మానవుడు హిప్నాటిజంకు లోనై అట్లు చేస్తాడని, ఎక్కువగా మనస్సు ఏకాగ్రతతో నుండుటచేత కొన్ని మాటలు నిజం కావచ్చునని మాత్రం చెప్పవచ్చు. నేడు కూడ ఉన్నత విద్యావేత్తలకు యిందు గురించి మతులు పోతూవుంటే, నేటికి మూడువేల సంవత్సరాలకు పూర్వం యిటువంటి విషయాలను ఎంతగా విశ్వసించేవారో, మనం తేలికగా అర్థం చేసుకొనగలం. ఇంద్రుడు, అగ్ని, సోముడు, అశ్విద్వయం మొదలగు వేదకాలపు దేవతలు ఇట్లే ఏదో రూపంలో తమ భక్తులకు సహాయపడుతూ వుండేవారు.

శంబర హత్యను గురించి భరద్వాజుడు యిట్లు చెప్పాడు *(6-26-3)*

త్వం కవిం చోదయో౽ర్కసాతో త్వం
కుత్సాయ శుష్ణం దాశుషేవర్క్।
త్వం శిరో అమర్మణః పరాహన్న తిథిగ్వాయ
శంస్యం కరిష్యన ॥

"ఓ యింద్రా, నీవు ప్రకాశ ప్రాప్తికై కవిని ప్రేరేపించావు. భక్తుడైన కుత్సుని కొరకు శుష్ణుని చంపావు. నీవు అతిథిగ్వుని క్షేమముకోరి మర్మహీనుని (శంబరుని) తలను నరికావు."

బినత్ పురోనవతి మింద్ర పూరవే దివోదాసాయ
మహిదాశు షేనృతో (వజ్రేణదాశుషేనృతో)
అతిథిగ్వాయ శంబరం గి రేరుగ్రో అవాభరత్।
మహోధనావి దయమాన ఓజసా,
విశ్వా ధనా న్యోజసాః

– (1-130-7) పరుచ్ఛేప దివోదాస పుత్ర "ఓ యింద్రా! నీవు యుద్ధంలో భక్తుడైన పురు వంశజుడగు దివోదాసు కొరకు వజ్రంతో 99 పురాలను నాశనం చేశావు. అతిథిగ్వుని కొరకు ఉగ్రశంబరుని కొండనుండి క్రిందకు పడగొట్టావు. నీ పరాక్రమంతో గొప్ప నిధిని పంచుతున్నావు."

దీనినిబట్టి ఇంద్రుడు దివోదాసు కొరకు 99 పురాలను ధ్వంసం చేసినట్లు, శంబరుని కొండపై నుండి క్రిందకు పడగొట్టి చంపినట్లు వుంది. శంబర హత్యను ప్రత్యక్షంగా చూచిన భరద్వాజుడు ఏమి చెప్పాడో చూడండి–

యస్యత్యచ్ఛమ్బరం మదే దివోదాసాయ రంధయః
అయంస సోమ ఇంద్రతే సుతం పిబ॥ (6-43-1)

"ఓ యింద్రా, నీవు సోమాన్ని త్రాగి మత్తిల్లి దివోదాసు కొరకు శంబరుని చంపితివో, ఆ సోమం నీ కొరకు వడకట్టి సిద్ధం చేయబడివున్నది. నీవు త్రాగుము."

త్వ మిభావార్యా పురు దివోదాసాయ సున్వతే।
భరద్వాజాయ దాశుషే॥ *(6-16-5)*
ఆగ్నిరగామి భారతో వృత్రహా పురుచేతనః।
దివోదాసాయ సత్పతాం ॥ (6-16-19)

"ఓ అగ్ని, నీవు సోమ సవనమును చేయు పురు దివోదాసు కొరకు యీ శ్రేష్ఠ ధనాలను యిచ్చావు. భక్త భరద్వాజునికి కూడ యిచ్చావు." (6-16-5)

"మేధావి, శత్రు నాశకుడు భరత వంశజుడగు
దివోదాసుకు అగ్ని నిజమైన స్వామి" -(6-16-19)

ఈ ఋక్కులను బట్టి శంబరుడు కొండకు దిగువను యుద్ధం చేయవలసి వచ్చింది. యుద్ధరంగం ఉదవ్రజమని గర్గఋషి చెప్పియున్నాడు.

భరద్వాజునకు సమకాలికుడైన వామదేవుడు కూడ శంబర యుద్ధాన్ని గురించి చెప్పాడు.

అహం పురో మందసానం వ్యైర్యం
నవసాకన్నవతీః శమ్బరస్య।

శతతమం వేశ్యం సర్వతా తా
దివోదాస మతి ధిగ్వం యదావం ॥ (4-26-3)

"నేను (ఇంద్రుడు) మత్తుడనై శంబరుని 99 పురాలను ద్వంసం చేశాను. నూరవ పురమును ప్రవేశానికై వుంచాను. యుద్ధమందు దివోదాసు అతిధిగ్వుని రక్షించాను."

అంటే 99 పురాలను ధ్వంసంచేసి నూరవపురం దివోదాసు అట్టి పెట్టుకున్నాడు. ఆ పురం అతని అధీనంలోను, అతని వంశీకుల అధీనంలోను వుండేది. అక్కడ వుండి వారు ఆ కొండ ప్రజలను పాలించేవారు. శంబరుని దేశం సుమంతం అంటే ధన సంపన్నమైంది. ఆ కాలంలో అన్నిటికంటే ఉపయోగమైన లోహం రాగి. దీన్ని ఆర్యులు "అయస్" అన్నారు. శంబరుని దేశమునుండే అది ఆర్యులకు చేరిన దనుట నిశ్చయం. ఆవులు, గొర్రెలు, మేకలు కూడ పార్వతేయుల దగ్గర చాలా వుండేవి.

ఋక్కులు అను అడవిలో చెదరియున్న చారిత్రక సంగతుల వలన మనకు యిట్లు తెలుస్తుంది. దివోదాసు, సుదాసు వారి కాలంలో అందరికంటె గొప్ప ఆర్యనాయకులే. అయినప్పటికిని వారుమాత్రమే ఏకైక నాయకులు కారు. ఇతరులుకూడ వైభవములో గాని, పరాక్రమంలోగాని వారికి తీసిపోరు. పురుగణాల్లో పురుకుత్సుడు, త్రసదస్యుడు, కురుశ్రవణుడు వారికాలంలో గొప్ప పరాక్రమం గల రాజులు. వారు వేల కొలది దానం చేసేవారు. పురుగణాల కీర్తిని వృద్ధిచేయుటకు వీరు గొప్పగా కృషిచేశారు. ఇందుచేతనే వేదకాలం తర్వాత పురు, కురు వంశముల ప్రతాపం వృద్ధిచెందింది. అడవిలో సూదిని వెదకినట్లు 10,000 ఋక్కుల్లో చారిత్రక సత్యాలను వెదకవలసి వుంది. అయితే అది అత్యంత విశ్వసనీయమైంది. దాని తర్వాత చరిత్రాంశాలు మహాభారతం, రామాయణం పురాణాల్లో క్రమబద్ధంగా వున్నప్పటికిని అంత నమ్మదగింది కాదు. ఏమైనప్పటికీ సప్తసింధు తర్వాత గంగా యమునల వుపత్యకలో కురువంశానికి ప్రాధాన్యత స్థాపించబడింది.

3. ఆయుధాలు : ఋగ్వేద ఆర్యులు రాతియుగంలో వున్నారు. సింధు వుపత్యకా నాగరికులు వారికి 1 1/2 వేల సంవత్సరాలు పూర్వం నుండి అదే యుగంలో వుంటూ వచ్చారు. అయస్, లోహ, అశ్మన్ - ఇవి రాగికి పేర్లు. దీనితో ఇషు (బాణము) కులిశ లేక వజ్రం (గద), పరశు (గండ్రగొడ్డలి) మొదలైన ఆయుధాలను తయారు చేసుకొనేవారు. వారి నిషంగం (తూణీరం, అంబులపొది), జ్యా (వింటినారి) చర్మంతో చేయబడినవే. ఆయుధాలు కాని వాటిలో వాశీ (చేబాడిత) మొదలైన రాగితో చేయబడినవి.

1. ఇషు 2. నిషంగం

సంక్రందనేనా నిమి షేణ జిష్ణునాయుత్కారేణ
దుశ్చ్యవనేన ధృష్ణువా ।
తదింద్రేణ జయత తత్ సహధ్వం
యుధోనర ఇషు హస్తేన వృష్ణా ॥ (2)
నిషుహసైః సనిషంగిభిర్వశీ
సంస్రష్టా సయుధ ఇంద్రో గణేన ।
సంసృష్టజిత్ సోమపా బాహుశర్ధ్యు గ్రధన్వా
ప్రతిహితాభిరస్తా ॥ (3) -(10-103-2,3)

ప్రజాపతి పుత్ర యజ్ఞఋషి, "వీరులారా, ఇంద్రుని సహాయం పొంది విజయులు కండు. శత్రువులను ఓడించండి. శత్రువులను ఏడ్పించేవారును, జాగరూకులును,

విజయులుసు, అజేయులును, దుర్దర్షులును అయిన వీరులు చేతులందు బాణాలను పూనియున్నారు.

బాణహస్తములు గల, తూణీరములు గల బాణాలతో స్వీయవశుడు ఇంద్రుడు యుద్ధంలో వున్నాడు. విసరివేయు బాణాలతో శత్రువును జయించువాడును, సోమపానం చేయువాడును, శ్రేష్ఠధనుర్ధనుడును అయిన యింద్రుడు శత్రువులను పరాజితులను చేస్తున్నాడు" అని వర్ణించాడు.

3. ధనుష, 4. జ్యా, 5. వర్మ కవచం)

భరద్వాజ పుత్రప్రాయుడు ఆయుధాలను గొప్పగా ప్రశంసిస్తున్నాడు ఆయన తండ్రి శంబరుని జయించిన దివోదాసుకు పురోహితుడు కదా ! తన తండ్రి వలెనే ఆయన కూడ తన సర్వస్వాన్ని ఒడ్డవలసి వచ్చిందేమో ! ఆయన వర్మ (కవచ), ధనుష, ఇషుది (అంబులపొది) ఆయుధాలను ప్రశంసించాడు. ఆయన జ్యాను (వింటినారి, అల్లెతాడు) గురించి చెపుతూ, ప్రియురాలు తన ప్రియునితో ఆలింగనాన్ని గూర్చి ముచ్చటించునట్లుగా ధనుర్ధరుని చెవిద్గరకు వెళ్ళి అతనికి ప్రియవచనాలు పల్కుచున్నదా అన్నట్లుగావున్న యీ 'జ్యా' యుద్ధము యొక్క అంతు కోరుచున్నదని" వర్ణించాడు. "ధనుష రెండు కొనలు విమనస్క స్త్రీవలె నుండి శత్రువుపై ఆక్రమణ చేయునప్పుడు తల్లి పుత్రుని రక్షించునట్లు దివోదాసు శత్రువులను ఛేదించుగాక." (6-75-1-4)

ఋగ్వేదంలోని ఒక మహావిజేత సుదాసు. అతడు ఆయుధాల మహిమను కీర్తించుటలో ఆశ్చర్యమేముంది? అతడు తన సూక్తంలోని ఏడు ఋక్కుల్లో ఆరింటిలో 'అన్యేషాం జ్యాకా అధిధన్వషు నభంతాం' అనగా ఇతరుల (శత్రువుల) జ్యా ఛిన్నాభిన్న మగుకాక' అని ప్రార్థించాడు.

6. కులిశం : విశ్వామిత్రుడు కులిశాన్ని వర్ణిస్తూ 'మేము యజ్ఞమును పెంపొందించు వైశ్వానర అగ్ని కొరకు పవిత్ర ఘృతం (నేయి) వలె స్తుతించుతాము. గొడ్డలి రథమును నిర్మించునట్లు మనుష్యులు, ఋత్విక్కులు దేవులను ఆహ్వానిస్తూ, గార్హపత్య, ఆహవనీయ అను రెండు రకాల అగ్నులను వెలిగించుతున్నారు అని చెప్పాడు (3-2-1). కులిశమునకు వజ్రము లేక గద అని అర్థమున్నది. గొడ్డలికి కూడ అది పర్యాయపదం.

7. పరశు : పరశు అంటే యుద్ధంలో వుపయోగించే గండ్రగొడ్డలి. పరశురాముని పేరులో కూడా యిది వుంది. విశ్వామిత్రుడు పరశువును వర్ణిస్తూ, ఓ యింద్రా పరశువు తగలగానే శింబల వృక్షం దుఃఖపడునట్లు మా శత్రువులు దుఃఖితులగుగాక. బూరుగు చెట్టుపడునట్లు, వుడుకుచున్న కుండ పొంగును పడగొట్టుచున్నట్లు మా శత్రువులు పడుదురు (చత్తురు) గాక' అని చెప్పాడు (3-53-22).

8. వాశీ 9. ఋష్టి : ఈనాడు బాడితను వాశీ అంటారు. దీన్ని ఆ దినాల్లోగూడ వుపయోగించేవారు. శ్యావాస్యఋషి వాశీ, ఋష్టులను వర్ణించాడు - "సుబుద్ధులు, మనీషులు అయిన మరుత్తులారా, మీరు వాశీ సమేతులై, ఋష్టి (కత్తి) సమేతులై, సుందరమైన ధనస్సును చేతబట్టి, బాణములను ధరించి, తూణీర ధరులై సుందరమైన గుర్రాలతో, సుందరమైన రథములతో, సుందరమైన ఆయుధములతో సన్నద్ధులు కండు," (5-57-2) మరీచి పుత్ర కశ్యపుడు కూడా వాశీని గురించి చెప్పాడు (8-29-3).

వాశీ మేకోబిభర్తి హస్త ఆయసీమంతర్ధేవేషుని ధ్రువిః!

"దేవతల మధ్య నిశ్చల స్థానంలో వున్న ఒక పురుషుడు చేతిలో ఆయుసీవాశి (రాగిబాడిత)ని కల్గియున్నాడు."

10. వజ్రం : వజ్రమును కులిశమని కూడ అంటారు. ఇది ఒక రకమైన గద. ఇది పాషాణయుగం నుండి వస్తూవుంది. విదధిపుత్ర దధీచి ఎముకలతో ఇంద్రుడు వజ్రము తయారుచేసెనను కథ పురాణాల్లో వుంది. కశ్యపుడు వజ్రమును వర్ణించాడు.

"వజ్రమేకో బిభర్తి హస్త అహితం తేన వృత్రాణి జిఘ్నతే!" (8-29-4)

అనగా ఒక చేతితో వజ్రము ధరించి దానితో శత్రువులను సంహరించుతున్నాడు.

11. అత్క : ఇది ఒక వస్త్రం యొక్క పేరు. కాని శున హోత్రుని వర్ణననుబట్టి ఒక ఆయుధమని కూడ అనవచ్చును. (6-33-3)

త్వంత ఇంద్రోభయాం అమిత్రాన్ దాసా
వృత్రాణ్యార్యాచ శూర ।
వర్ధీవనే వ సుధితే భిరత్కైరా
ప్రృత్సుదర్షి నృణాం నృతం ॥

"ఓ శూరుడగు యింద్రా, నీవు శత్రువులగు దాస, ఆర్యుల నిరువురిని బాగా పదునుగల అత్కలతో వనమును ఛేదించునట్లుగా యుద్ధమునందు సంహరించుతున్నావు."

కావున అత్క అంటే ఒక రకమైన గొడ్డలి కావచ్చు.

12. నావ : దీన్ని గురించి మేము వామదేవుని ప్రకరణంలో చెప్పివున్నాం. ఆర్యులు నావలను వుపయోగించేవారు. కాని వ్యాపార దృష్టి వారికి ఎక్కువగాలేదు. వారి నావలు ఎక్కువగా మామూలు రాక పోక సాధనములుగా మాత్రమే ఉపయోగపడేవి. దీర్ఘతమ పుత్రక క్షీవానుడు నూరు తెడ్లుగల నావను వర్ణించాడు (1-116-5).

అనారంభణే తదవీర మేథా మనా స్థానే
అగ్రభణే సముద్రే ।
తుదశ్వినా ఊహథుర్భుజ్యుమస్తం శతారిత్రార ।
నావమా తస్థి వాసం ॥

"ఓ అశ్వనీ కుమారులారా, మీరు ఎటువంటి ఆధారము లేని, అగుటకు వీలులేని అగాధ సముద్రమందు మునుగుచున్న భుజ్యుని నూరు తెడ్లుగల నావపై కూర్చోపెట్టి దాటించారు."

పదవ అధ్యాయం

సుదాసు

1. సుదాసు వీతహవ్యుడు

ఒక మహాప్రతాపం గల రాజు తర్వాత అతని పుత్రుడు అతనికంటె మహా ప్రతాపవంతుడగుటను మనం చరిత్రలో చాలా అరుదుగ చూస్తాం. సుదాసు అటువంటి అసాధారణమైన పుత్రుడు. అతడు దివోదాసు విజయాలను మరింతగ ముందుకు తీసుకొనిపోయాడు. దివోదాసు దస్యుల బాధను బాపి ఆర్యులకు రక్షణ కల్గించాడు. అంతేకాదు. అతడు హిమాలయంలోని పచ్చిక బయళ్ళకు, ఉపత్యకలకు, గనులకు మార్గం తెర్చాడు. సింధునుండి సరస్వతి వరకు ఉన్న ఆర్య గణాల్లో ఐక్యతను నెలకొల్పడానికి ఏకరాజ్య రూపమిచ్చాడు. కాని ఆర్యగణములందుకు సిద్ధంగాలేవు. దివోదాసు చనిపోగానే అన్నిచోట్లా వారు తలయెత్తారు. అందువలన తండ్రికంటే ఎక్కువగా సుదాసు పోరాటం చేయవలసివచ్చింది. సుదాసు, దాశరాజ్ఞ యుద్ధం యొక్క చారిత్రక సామాగ్రి, ఋగ్వేదంలో చాలా దొరుకుతుంది. వశిష్ఠుని ఒక సూక్తమంతా (7-18) దీన్ని గురించి ఉంది. త్రిత్సుగణాలు కూడా మొదట శత్రువులు. త్రిత్సు, భరతుల వైభవం కొరకే అతడు పోరాడింది. పృథు, పర్శు గణాలు కూడ త్రిత్సుల మాదిరి విరోధులే. పృథు పర్శుగణాలు ఈరానీయుల్లో కూడా వున్నవి. దీనినిబట్టి వైదిక పృథు, పర్శుగణాలు ఈరానులో తర్వాత కన్పడు పర్షియనులు, పార్థియనులు అని అనుకోరాదు. ఈరానీయులు, సప్తసింధు ఆర్యులు ఒక వంశానికే చెందిన రెండు శాఖలు. ఈ రెండు శాఖలు ఒకచోట వుండునప్పుడు ప్రాచీన పృథు పర్శుగణాలలో కొందరు ఈరానుకు, కొందరు సప్తసింధుకు వెళ్ళిరనుట అసంభవం కాదు. సుదాసుకు సహాయం చేసినవారిలో భరతుల ప్రాచీన పురోహితుడగు దీర్ఘతముని సంతానముంది. సుదాసుని కాలంలో భరద్వాజ వంశీకులకు పురోహిత పదవి అంటే ప్రధానమంత్రి పదవిలేకుండా చేసినప్పటికిని వారు సుదాసుని విరోధులతో కలిసినట్లుగా ఎక్కడా కనపడదు. వశిష్ఠుడు యుద్ధానికి ప్రధాన సూత్రధారి. అతని సంబంధీకుడు జమదగ్ని కూడ బహుశా అతని వెంట వుండవచ్చును. తర్వాత వశిష్ఠుని స్థానం విశ్వామిత్రుడు తీసుకొన్నాడు. దాశరాజ్ఞ యుద్ధంలో ఆయన, ఆయన గణాలయిన కౌశికులు సుదాసుకు సహాయపడ్డారు.

పదిమంది రాజులు శత్రువులు. కాని శత్రువుల సంఖ్య కేవలం పదిమంది కాదు, ముఖ్య శత్రువులు పదిమంది. వీరి లెక్క ఋగ్వేదంలో చెప్పబడలేదు. ఇంద్రుని గురించి ఋగ్వేద పండితుల్లో అభిప్రాయ భేదముంది. అయినప్పటికీ పదిమంది ప్రధాన శత్రువుల్లో 1. తుర్వశ 2. యదు 3. అను 4. ద్రుహ్యు 5. పురుగణాలు నిస్సందేహంగా వున్నారు. మిగిలినవారిలో 5. శిమ్యు 7. కవష (కురు శ్రవణుని పురోహితుడు) 8. భేద 9-10. వైకర్ణులిద్దరు వుండవచ్చును. తుర్వశ, యదుల పురోహితుడు కణ్వుడు. ద్రుహ్యులకు భృగుడు (గృత్సమదుడు), పురులకు అత్రి. వీరు కూడ వారి యజమానుల పక్షాన ఉన్నారనుట సంభవం. కవషుని వలన అతని యజమాని కురుశ్రవణుడు సుదాసు శత్రువుల్లోకి ఆకర్షింపబడుటలో ఆశ్చర్యం లేదు. తుర్వశయదులు మత్స్యులపై ఒకసారి

దెబ్బతీశారు. కాని ఇప్పుడు మాత్రం మత్స్యులు తమ శత్రువులతో కలిసి సుదాసుకు విరోధులయ్యారు. ఈ ప్రకారంగా మత్స్యులు పదిమంది లిస్టుకు బయటవున్న శత్రువులు. వీరి సంఖ్య 11. 12. ఫక్తులు (ఫక్తూనులు) 13. భలానసులు 14. అలినులు 15. విషాణులు 16. అజులు 17. శివులు 18. శిగ్రులు 19. యక్షులు. వీరంతా ఎప్పుడో ఒకప్పుడు సుదాసుకు శత్రువులు.

సుదాసుకు వ్యతిరేకంగా పోరాడిన వారిలో యధ్యామధి, చాయమానకవి, సతుక, ఉచధ, శ్రుత, వృద్ధి, మన్యు పేర్లు కూడ ఉన్నవి.

1. వశిష్ఠ పురోహితుడు : దివోదాసు కాలంలో భరద్వాజుడు గొప్ప ప్రతిభాశాలి. కాని సుదాసుని దాశరాజ్ఞ యుద్ధ విజయకాలంలో వశిష్ఠుడు అతనికంటె గొప్ప ప్రభావశాలి. వశిష్ఠుడు తన్ను భరతుల (సుదాసు జనముల) విధాత అనుకొన్నాడు. ఆయన స్వయంగా చెప్పుకొన్నాడు. (7-33-6) -"కర్రను చూచి భయపడు గోవువలె భరతులు అనాధలుగ ఉన్నారు. వశిష్ఠుడు పురోహితుడైన తర్వాత త్రిత్సులు (భరతులు) సంతానం బాగా పెరిగింది."

"ఇంద్రునిద్వారా కొట్టబడిన యీ త్రిత్సులు విడువబడిన నీటివలె దిగువకు పారిపోయారు. దుష్టమిత్రులుకల వికలబద్ధులైనవారు బాధించబడి భోజనమంతా సుదాసుపై వైచిరి" (7-33-15) భోజనమంతటిని ఇచ్చిన సంగతిని వశిష్ఠుడు మరల 17వ మంత్రంలో చెప్పాడు. భరద్వాజ కులస్థులు శారీరకంగా కూడ దివోదాసుకు సహాయం చేశారు. అప్పుడు ఇంకా శ్రువాకు, అసికి ఇంత గట్టి వేర్పాటు జరగలేదు అసి (కత్తి)ని ఎత్తేపని ఒక వర్గానికే కట్టిపెట్టలేదు. వశిష్ఠుని ప్రజలు సుదాసునికై బహిరంగంగా పోరాడారు. అందులకు ఆయన వారిని ప్రోత్సహించాడు. - "నాశ్వేత సంతతులారా, కుడివైపున ముడిని వేసుకొన్న మీరు ప్రసన్నులు కండు. మీరు నాకు దూరంగ ఉండవద్దని నేను ఎలుగెత్తి చెబుతున్నాను" (7-33-1).

సుదాసుని విజయానికై తన వంశీకులు చేసిన సహాయాన్ని వశిష్ఠుడు పేర్కొన్నాడు.

ఏవేన్నుకం సింధుమే భిస్తతారే వేన్ను
  కం భేదమే భిర్జ్జఘాన ॥
ఏ వేన్ను కం దాశరాజ్ఞే సుదాసం స్రావదింద్రో
  బ్రాహ్మణావో వశిష్ఠాః ॥ (7-33-3)

"ఈ ప్రకారంగా వీరివలన అతడు సింధును దాటాడు. ఈ ప్రకారంగా వీరి వలన భేదుని చంపాడు. ఈ ప్రకారంగా ఓ వశిష్ఠులారా, మీ బ్రహ్మ (ఋక్కులు) ద్వారా యింద్రుడు సుదాసుని రక్షించాడు."

తలపైన పూర్తిగా జుట్టు ఉంచుకొనుట ప్రాచీనకాలం నుండి మహమ్మదీయులు వచ్చే పర్యంతం మనదేశంలో వాడుకలో వుంది. ఆ జుట్టును బాగా అలంకరించి ముడివేసుకొనేవారు. ఈ చూడ (జడ, ముడి) వేర్వేరు గణాలకు వేర్వేరు విధములుగ ఉండేది. వశిష్ఠుని కులస్థులు తలకు కుడిభాగాన ధరించేవారు. కావున వారిని "దక్షిణతః కపర్దా" (కుడివైపున ముడిగలవారు) అన్నారు. దాదాపు క్రీస్తు శకారంభం వరకు స్త్రీలు కూడా పాగా చుట్టుకొనేవారు. వైదిక స్త్రీలు కూడా పాగా చుట్టుకొని ఉంటారు. కాబట్టి వశిష్ఠకుల స్త్రీలు కూడా "దక్షిణతః కపర్దీ" అయి ఉంటారు. కన్యలు చతుష్కపర్దా అనగా నాలుగు జడలు వేసుకొనేవారు. ఇక్కడ కపర్దా అంటే ముడి కాదు, పిలక (జడ). బహుశా రెండు పిలకలు చెవుల దగ్గర నుండి ముందుకు, రెండు వెనుకకు వ్రేలాడుతుండేవి.

ఋక్కుల్లో ఎక్కడా ప్రమాణం కన్పడక పోయినప్పటికీ సుదాసుకు ప్రతర్దనుడను సోదరుడు ఉన్నాడు. కొందరు వేద పరిశోధకులు-ప్రతర్థనుడు పెద్దవాడు. అతన్ని భరద్వాజుడు గద్దెపై కూర్చోబెట్టాడు. పౌరుషవంతుడగు సుదాసు దీన్ని సహించలేదు- అని అభిప్రాయపడుతున్నారు. అట్లు కాకపోతే ప్రతర్థనుడు తండ్రికి తగిన సమర్థవంతుడయిన పుత్రుడు కాకపోవచ్చు. అతడు దివోదాసు విజయాలను కాపాడలేకపోయాడు. అసంతృప్తులయిన ప్రజలు సుదాసుని పక్షం వహించారు. వారిలో వశిష్ఠుడు ముఖ్యుడు. వశిష్ఠుడు సుదాసుకు అభిషేకం చేసి అతన్ని భరతుల రాజుగ ప్రకటించాడు. అన్నదమ్ముల మధ్య పోరు జరిగింది. బహుశా అందులోనే ప్రతర్థనుడు చనిపోయి వుండవచ్చును. సముద్రగుప్తుని సింహాసనంపై కూర్చొన్న రామగుప్తుని చంపి తమ్ముడు చంద్రగుప్త విక్రమాదిత్యుడు అయినట్లు సుదాసు భరతులకు అధిరాజు అయ్యాడు. ఇట్లు అనుకొంటిమేని త్రిత్సులతో మొదట సుదాసుచేసిన యుద్ధానికి కూడ వ్యాఖ్య కుదురుతుంది.

2. సుదాసు : వశిష్ఠుడు స్వయంగా తనకు సుదాసు దానము లిచ్చిన సంగతి చెప్పాడు ..... (7-28-22, 23)

ద్వేనప్తుర్దేవవాతః శతే గోర్ద్వా రథా
బధూమంతా సుదానః ।
అర్హనగ్నేపై జవనస్య దానం హోతేవ
సర్మ పర్యే మిరేభన్ ॥ 22
చత్వారోమాపైజవనస్య దానాః
స్వద్దిష్టయః కృశనినో నిరేకేః
అజ్రాసో మాపృథివిష్టాః సుదాసస్తోకం
తోకాయశ్రవసే వహంతి ॥ 23

దేవవాతుని మనుమడు సుదాసు వధువులతో కూడ రెండు రథములను, రెండు వందల ఆవులను నాకు యిచ్చాడు. "ఓ అర్హన్ (పూజ్య) అగ్నీ, పైజవనుని (సుదాసుని) దానమును పొంది హోతవలె నేను స్తుతిని గానంచేస్తూ యింటికి వెళ్లుతున్నాను." "సుదాసు బంగారు ఆ భూషణములు కల నాల్గు గుర్రాలను నాకు యిచ్చాడు." (23)

దివోదాసుని పుత్రుడు సుదాసుడగుటను కొందరు పండితులు సందేహిస్తున్నారు. కాని వశిష్ఠని యీ ఋక్కువలన అట్టి సందేహానికి తావులేదు. (7-18-25)

ఇమంసరో మరుతః సశ్చతాను దివోదాసం నపితరం సుదాసః-
అవిష్టనా పైజవనస్య కేతం దూణాశం క్షత్రమజరం దువోయు

"ఓ వీతలగు మరుత్తులారా, తండ్రి దివోదాసునివలె సుదాసుకి సహాయం చేయండి. పజవనుని కోర్కెను నెరవేర్చండి. అతని స్థిరమైన రాజ్యాన్ని రక్షించండి."

సుదాసుని కొక్కనికే వశిష్ఠుడు ఆదరణీయుడుకాదు. అతనికి త్రసదస్యుడు కూడ కృపాపాత్రుడు. కాబట్టి ఆయన ఇంద్రుని మహిమను గురించి చెప్తూ, "ఓ ఇంద్రా, నీవు సుదాసునకు అన్ని రక్షణలు యిచ్చావు. యుద్ధంలో పౌరుకుత్సు త్రసదస్యుని రక్షించావు" అని అన్నాడు. (7-19-6) దీన్ని బట్టి త్రసదస్యుడు సుదాసునితో యుద్ధం చేయలేదను సందేహం కలుగుతుంది. కాని ఇది మరియొక సందర్భమున చెప్పింది.

సనాతాత యింద్ర భోజనానిరాతహవ్యాయ దాశుషే సుదాసే।
వృష్ణే తే హరి వృషణా యునజ్మివ్యంతు బ్రహ్మాణి పురుశాక వాజిం॥ (7-19-6)

"ఓ ఇంద్రా, దాతహవ్య (హవిదాత) సుదాసుని కొరకు నీవు భోజనం (సంపత్తిని) సదా యిస్తున్నావు."

హంతావృత్ర మింద్రః శూశువానః ప్రావీన్ను వీరో జరితారమూతీ।
కర్తా సుదాసే అహవా ఉ లోకం దాతా వసు ముహురాదాశుషే భూత్ ॥ (7-20-2)

"ఇంద్రుడు బలసిన శత్రువును చంపుతూ స్తోతను శీఘ్రంగా రక్షిస్తున్నాడు. సుదాసుని కొరకు ఆయన లోకాన్ని నిర్మించాడు. భక్తునకు అతడు మాటిమాటికి ధనమిచ్చాడు."

"ఓ యింద్రుడా ! నీ వందలాది రక్షకులు, వేలాది ప్రశంసలు సుదాసునికై వుండుగాక." (7-25-3).

నకిః సుదాసో రథం పర్యాస నరీరమత్ ।
ఇంద్రో యస్యావితా యస్య మరుతో గమత్
నగోమతి వ్రజే ॥ (7-32-10)

ఇంద్రుడు రక్షించుతున్న, మరుత్తులు రక్షించుతున్న సుదాసుని రథాన్ని ఎవరూ తొలగించలేరు. అడ్డుకొనలేరు. అది గోవుల గోష్ఠమునకు పోవుచున్నది.

"ఓ యింద్ర వరుణులారా, దాస, ఆర్య శత్రువులను చంపండి. సుదాసుని రక్షించండి (7-83-11). 'ఇంద్ర వరుణల కృపచే పృథు, పర్శులు గోవులను దోచుటకు తూర్పుదిక్కుకు వెళ్ళారు' అని వశిష్ఠుని పై ఋక్కువలన తెలియుచున్నది. 'నీవు దాసులను, వృత్రులను సంహరించావు. ఆర్యశత్రువులను చంపావు. సుదాసుని రక్షించావు' మొదట ఋషి ఏ శత్రువులను సంహరించుటకు ప్రార్థన చేశాడో వారు దస్యులు. కాని యిప్పుడు ఆర్యదాస శత్రువు లిద్దరిని నాశనం చేయుటకు ఆయన ప్రార్థించవలసి వచ్చింది. సుదాసు శత్రువులు మాత్రం ముఖ్యంగా ఆర్యులే.

2. దాశరాజ్ఞ యుద్ధం

1. శత్రువులు : శంబర యుద్ధంవలె దాశరాజ్ఞ యుద్ధం కూడా ఒకటి రెండు సంవత్సరాల యుద్ధం కాదు. అందుకు సుదాసుకు చాలాకాలం పట్టింది.

యువాంహవంత ఉభయాస అభిష్వింద్రంచ
వస్వోవరుణా చ సాతయే !
యత్ర రాజభిర్దశభిర్ని బాధితం ప్ర
సుదాసమావతం తృత్సుభిః సహ॥ 7|83|6
దసరాజానః సమితా అయజ్యవః
సుదాస మింద్ర వరుణా న యయుధుః।
సత్యా నృణామద్ మసదాము పస్తుర్దేవా
ఏషామభవన్ దేవహూతిషు ॥ (7-83-7)

"ధనం కోరి యిరు పక్షాలు సంగ్రామమందు ఇంద్రవరుణులను సహాయం చేయవలసిందిగ ఆహ్వానించారు. త్రుత్సులతో కూడా సుదాసు పదిమంది రాజులవలన యిబ్బంది పడుచుండగా మీరు అతన్ని రక్షించారు."

"ఓ యింద్ర వరుణులారా! యజ్ఞ విముఖులగు పదిమంది రాజులు యుద్ధంలో సుదాసుతో పోరాడలేరు. యజ్ఞమందు కూర్చున్న యీ నరుల స్తుతి సత్యమైంది. దేవతలు వీరి ఆహ్వానం అందుకొని వచ్చారు."

దీని అర్థమేమనగా (7-83-6) త్రిత్సులతో వచ్చిన గృహ కలహం శాంతించింది. ఇప్పుడు పదిమంది రాజులు సుదాసుని, అతని త్రిత్సు గణాలను ఓడించుటకు ప్రయత్నించారు. ఏడవ ఋక్కులో అయజ్ఞ కర్తలు ; అభక్తులగు పదిమంది రాజులు సమితా అనగా కూడి సుదాసుతో యుద్ధం చేశారు, అని చెప్పబడింది. సమితా అంటే అర్థం ఒకటి అగుట, లేక సమితౌ (యుద్ధ క్షేత్రమందు) అందు యుద్ధం చేయు విషయం సుదాసు శత్రువుల్లో తుర్వశయదులు ముఖ్యులు (6-18-6)

పురోళా ఇత్తుర్వ శోయక్షూరాసిద్రాయే
మత్స్యాసోనిశితా అపీవ ।
శ్రుష్టిం చకుర్భృగనో ద్రుహ్యశ్చ సఖా
సఖాయ మమ తరద్విషూచోః ॥
ఆఫక్థాసో భలానసో భనంతాలినాసో విషాణినః శివాసః।
ఆయోన యత్సధమా ఆర్యస్యగవ్యాతృత్సుభో
అజగన్న్య ధాన్వన్ ॥ (6-18-7)
దురాధ్యో అదితిం స్రేవయంతో చేతసో
వి జగృభ్రే పరుష్ణీం ।
మహనా వివ్యక్ పృథివీం సత్యమానః
పశుష్క విరశయ చ్చాయ మానః ॥ (6-18-5)

పై ఋక్కుల వలన మనకు యీ విషయాలు తెలుస్తాయి - తుర్వశులు, మత్స్యులు, భృగులు, ద్రుహ్యులు కలిసి ఒకరి కొకరు సహాయకులై (కలిసికట్టుగా) దండెత్తారు (7-18-6). ఫక్తులు, భలానుసులు, ఆలీనులు, విషాణులు, శివులుకూడా దండెత్తారు. అందు ఆర్యుల గోవులు త్రిత్సులకు దక్కినవి. దుర్దాంతులు, దుర్నీతులు అగు శత్రువులు పరుష్ణిని పట్టుకొన్నారు. కాని చివరకు చాయమాన పుత్రుడు కవి నేలమీద ఒరిగాడు. పరుష్ణివద్ద శత్రువులు ఓడిపోయారు. సుదాసు వారిని చెదరగొట్టాడు. (7-18-10, 8) దాశరాజ్ఞయుద్ధంలో అన్నివైపుల నుంచి ముట్టడించబడిన సుదాసుకు ఇంద్ర వరుణులు సహాయం చేశారు. యుద్ధమందు కపర్థులున్న శ్వేతత్రిత్సులు ప్రార్థిస్తున్నారు (7-83-8).

విశ్వామిత్రుడు వ్యాస, సత్‌లజ్‌లను లోతునుండి, లోతు తక్కువగుటకు అందంగా ప్రార్థించాడు. దాన్ని ఋగ్వేదంలో సర్వోత్కృష్ట కవిత్వమని చెప్పవచ్చు. కాని నదులను లోతు తక్కువచేయు విషయంలో వశిష్ఠుడు కూడ శక్తివంతుడు. నదులు ఋషుల ప్రార్థన విని లోతు తక్కువ కాకపోవచ్చును. కాకతాళీయంగా అట్లు జరుగవచ్చుకూడ. శత్రువులను తరుముకొంటూ సుదాసుని అశ్వికులు నదిలో ఒకచోట నీరు తక్కువగ వుండుటను చూచి వుంటారు. ఇది దాశరాజ్ఞ యుద్ధ సమయంలో జరిగింది. కాబట్టి యీ శ్రేయస్సు వశిష్ఠుని కీయవలసి వుంటుంది. వశిష్ఠుడు స్వయంగా యీ విషయాన్ని చెప్పుకున్నాడు (7-18-5) - "ఇంద్రుడు సుదాసుని కొరకు నదులను లోతు తక్కువగాను, దాటుటకు వీలుగాను చేశాడు" దీని తర్వాతనే తుర్వశ, మత్స్య, భృగు, ద్రుహ్యులు మొదలైన వారిపైన పోరాటం, చాయమానకవి చంపబడుట చెప్పబడింది. దీన్నిబట్టి సుదాసు శుత్రుద్రి, విపాశ్ నదులను కాదు, వరుష్ణీనదిని దాటి శత్రువులపై దండెత్తినట్లు తెలుస్తుంది.

ఏకంచ యోవింశతి చశ్రవస్యా
వై కర్ణయోర్జనాన్రాజాన్యస్యః।

ధస్యోన సద్మన్ని శిశాతి బర్హిః
శూరః సర్గమకృష్ణోదింద్ర ఏషాం ॥ (7-18-11)
అధ శ్రుతం కవషం వృద్ధమప్స్వనుద్రుహ్యుం
నివృణాక్ వజ్రబాహూః
వృణానా అత్ర సఖ్యాయసఖ్యం త్వావయంతో
యే అమదన్న నుత్వా । (7-18-12)
వి సద్యో విశ్వా దృంహితాన్యేషామింద్ర
పురః సహసా సప్తదర్దః ।
వ్యానవస్య తృత్సవే గయం బాగ్జేష్య
పూరుం విదధే మృధ్రవాచం ॥ (7-18-13)
నిగవ్యవ్యోపి నవో ద్రుహ్యవచషష్టిః శతా
సుషువుః షట్ సహస్రా।
షష్టిర్వీరాసోఅధిషడ్డువోయు
విశ్వేదింద్రస్య వీర్యాకృతాని ॥ (7-18-14)
శశ్వంతోహిశత్రవోరారధుష్టేభేదస్య
చిచ్ఛుర్ద్ధతో విందరంధిం ।
మర్తాం ఏనః స్తువతోయఃకృణోతి
తిగ్మం తస్మిన్ని జహి వజ్రమింద్ర॥ (7-18-18)

"ఋత్విజులు యజ్ఞంలో దర్భలను కోసినట్లు, సుదాసు వైకర్ణు లిరువురి యొక్క 21 మందిని నరికాడు" (7-18-11). వజ్రబాహుడైన యింద్రుడు శ్రుతకవషుని, బృద్ధుని, ద్రుహ్యుని నీటిలో ముంచాడు. దీనినిబట్టి శత్రువు లొకసారి వరుష్ణీ నదిని దాటి భరతుల భూమిలోనికి (పరుష్ణీ, శుతుద్రీలమధ్య భూమి) వచ్చినట్లు తెలుస్తుంది. సుదాసుడు వారితో భయంకర యుద్ధం చేయుటవలన వారు పారిపోతూ ఎందరో నదిలో మునిగి చనిపోయి వుంటారు. సుదాసు ఎక్కడో ఒకచోట నదిలోతు తక్కువగ వున్నచోట నదినిదాటి శత్రువులను తరిమాడు. (7-18-120 వశిష్ఠుడు తర్వాత ఋక్కులో (7-18-130

"సుదాసు తన శత్రువులయొక్క ఏడు దుర్గాలను ధ్వంసం చేశాడు. వారి సంపత్తి చాలా త్రిత్సువులకు లభించింది" అని చెప్పాడు. ఈ యుద్ధంలో నరసంహారం ఎక్కువగా జరిగింది. 'దండెత్తి వచ్చిన అను, ద్రుహ్యు వీరులు ఆరు వందలవేల ఆరువందల అరువది ఆరుమంది (600666) చనిపోయారు. (7-18-14) సుదాసు చేసిన మహాయుద్ధం ఈ దాశరాజ్ఞ యుద్ధమే. అతడీ యుద్ధంలో శత్రువులను పూర్తిగా ఓడించి పరుష్ణీనదికి ఆవలవరకు పారద్రోలి వారి భూములను కూడ ఆక్రమించుకొన్నాడు.

సుదాసు భేదుని చంపాడు (7-18-18). కాని భేదుడు ఆర్యునిగా తోచడు. దాశరాజ్ఞ యుద్ధంలో సుదాసు ఇరకాటంలో పడుటచూచి భేదుడను రాజో లేక గణమో రాజ్య విస్తరణకు పూనుకోవచ్చు. అప్పుడు సుదాసు అతన్ని చంపాడు. ఇంతగా ఘనవిజయాన్ని సాధించిన తర్వాత సుదాసు కీర్తి పెరుగుట సహజం. వశిష్ఠుని మాటల్లో "అతని కీర్తి భూమ్యాకాశాలను విస్తరించింది. అతడు బాగా దానం చేశాడు. ప్రజలు అతన్ని యింద్రునివలె స్తుతిస్తున్నారు. అతడు యుద్ధంలో యుధ్యామదిని చంపాడు. మరుత్తులారా, యీ సుదాసుని కూడ తండ్రి దివోదాసుని మాదిరిగ స్వీకరించండి. పైజ్ఞవనుని గృహాన్ని

రక్షించండి. సుదాసుని బలము అవినాశియై అజరమై, అశిధిలమై యుండుగాక. (7-18-24-25)

2. యుద్ధం : వశిష్ఠుని పౌరోహిత్య కాలం (ప్రధానమంత్రిత్వం) లోనే సుదాసు దాశరాజ్ఞ యుద్ధాన్నీ (7-83-1, 10), తూర్పున యమునా నది వరకు విజయయాత్రను చేశాడు. వశిష్ఠుని యీ ఋక్కులవలన పై విషయం మనకు తెలుస్తుంది.

అవదింద్రం యమునా తృత్సవశ్చ ప్రాత్ర భేదం
సర్వ తాతాముషాయత్ ।
అజాసశ్చ శిగ్రవో యక్షవశ్చ బలిం
శీర్షాణి జభ్రు రశ్వ్యాని ॥ (7-18-19)

"యమున, తృత్సులు యింద్రుని సంతృప్తిపర్చారు. ఇక్కడ భేదుని యింద్రుడు చంపాడు. అజ, శిగ్రు, యక్షులు గుర్రాల తలలను కానుకగా తెచ్చారు. భేదు యమున సమీపంలో వున్న రాజుగాని గణంగాని కావచ్చు. అజ, శిగ్రు, యక్షులు యమున, గంగకు మధ్యనుండే ఆర్యేతర జాతులు కావచ్చు. వారు సుదాసునికి లోబడినారు.

వశిష్ఠుడు భరతుల పేరుకు శాశ్వతాన్ని కలిగిస్తూ యిట్లు చెప్పాడు

ప్రప్రాయమగ్నిర్భరతస్య శృణ్వేనియత్సూర్యో
సరోచతే భృహద్భాః।
అభియః పూరుం పృతనాసుతస్థాద్యుతానో
దైవ్యో అతిదిః పూరుం పృతనాసుతస్థాద్యుతానో

"పురులను ఓడించిన ఆ భరతుల అగ్ని చాలా ప్రసిద్ధమైనది. అది సూర్యుని వలె మిక్కిలి కాంతితో ప్రకాశిస్తుంది. ఆ అగ్నిదేవుడు దీప్తిమంతుడై ప్రజ్వలిస్తూ భరతుల స్తుతిని వింటున్నాడు."

వశిష్ఠుడు, అతని గణం సుదాసు విజయముల శ్రేయస్సులో సర్వాధిక్యతను తామే పొందాలనుకొన్నారు. సుదాసు చిరకాలమట్లుండుటకు యిష్టపడలేదు. అభిమానంతో కొంతవరకు తిరస్కారం కూడా చేసివుండవచ్చు. వశిష్ఠుని పుత్రుడు శక్తి తండ్రివలె గాంభీర్యంతో తన వారసత్వాన్ని నిర్వహించకపోవచ్చు. పరంపరగా మనకు తెలియుచున్నదేమనగా, మంత్రి పదవిని సుదాసు యితరుల కిచ్చుట శక్తికి యిష్టంలేదు. అతడు వ్యతిరేకించాడు సుదాసు చేతిలో తుదకు ప్రాణాలు పోగొట్టుకొన్నాడు. సుదాసుకు మొదటి నుండి యుద్ధములలో విశ్వామిత్రుడు సహాయపడుతూ వచ్చాడు. కాబట్టి, వశిష్ఠునితో వైరుధ్యం కల్గినమీదట అతడు ఆ పదవిని విశ్వామిత్రునికి యిచ్చాడు.

3. సుదేవి రాణి : సుదాసు భార్య రాణీ సుదేవి. ఆమె భర్తకు తగిన భార్య. సుదాసు ఆమెను అశ్వినీ దేవతల ప్రసాదమున పొందినట్లు కుత్స అంగిరసుడు చెప్పాడు. (1-112-19)

"యాభిః సుదాస ఊహథుః సుదేవ్యం తాభి రూషు ఊతిభి రశ్వి నా గతం!"

3. అశ్వమేధం

1. విశ్వామిత్రుడు : విశ్వామిత్రుని నదీ సూక్తం చూచినచో అతడు ఋగ్వేద సర్వ శ్రేష్ఠ కవి అని తెలుస్తుంది. ఆయనకు యిందును గురించి కొంత అభిమానం కూడ వుంది. (3-53-12)

య ఇమే రోదసీ ఉభే అహ మింద్ర మతుష్టవం ।
విశ్వామిత్రస్య రక్షతి బ్రహ్మేదం భారతం జనం ॥

"రోదసీ, పృథ్వీ రెంటికి రక్షకుడైన ఇంద్రుని నేను స్తుతించాను. విశ్వామిత్రుని యీ బ్రహ్మ (ఋక్కు) భారత గణాలను రక్షిస్తుంది."

విశ్వామిత్రుడు నదులను లోతు తక్కువగా చేసి సుదాసును దాటించాడు అన్న విషయం తప్పుగా తోస్తుంది. "మహా ఋషి విశ్వామిత్రుడు సింధు ఆర్ణవము (నదిని)ను అడ్డగించగా ఇంద్రుడు కుశికులతో సహా సుదాసును దాటించాడు" అని విశ్వామిత్రుడు (3-53-9) ఋక్కులో చెప్పాడు.

కుశికులు ప్రాచీన పురుగణాలతో సంబంధమున్న గణం. ఆ గణం సరస్వతీ ఉపత్యకలో ఉండేది. వశిష్ఠుని గణంవలె వీరు కూడ చాలా శక్తివంతులు.

అశ్వోనక్రందన్ జనిభిః సమిధ్యతే
వైశ్వానరః కుశికేభిర్యుగేయుగే ।
సనో అగ్నిః సువీర్యం స్వశ్వ్యం దధాతు
రత్న మమృతేషు జాగృవిః॥ – (3-26-3)

"వైశ్వానర అగ్ని అశ్వంవలె సకిలిస్తూ కుశికులచే యుగయుగములందు (సదా) ప్రజ్వలింపబడుతుంది. అమృతములందు జాగరూకమైన ఆ అగ్ని మాకు బలమును, మంచి అశ్వాలను, మంచి రథాలను ప్రసాదించుగాక" అని విశ్వామిత్రుడు తన వంశీకులను గురించి చెప్పుకొన్నాడు. "కుశికులు ప్రతి యింటిలోను అగ్నిని సేవిస్తున్నారు. (3-29-15) మా యొక్క ప్రతి యింటిలోను, అగ్ని ప్రతిష్ఠతమైంది. అందరు అగ్నిదేవుని భక్తులు, అని సరస్వతీ ఉపత్యకలో ఉన్న యీ ఆర్యులు గర్వపడేవారు. గొప్ప శత్రువులను ఓడించుట, యమునా ఉపత్యకలోని అనార్యులను లోబర్చుకొనుట అనునవి వశిష్ఠుని కాలంలోనే జరిగాయి. విశ్వామిత్రుని కాలంలో ఈ విజయాలను స్థిరంగా అట్టిపెట్టుకోవలసివుంది. కాని యిందులో విశేషమేముంది.? అందుకనే విశ్వామిత్రుడు సుదాసు చేత అశ్వమేధం చేయించాడు.

2. అశ్వమేధం : సురభి సుగంధిత అశ్వమాంసం ఆర్యులకు ప్రియమైన ఆహారమని ఋక్కుల వలన తెలుస్తుంది. (1-162-12) కాని అశ్వాన్ని హనన రూపంలో బలి యిచ్చి ఒక పెద్ద యజ్ఞం ద్వారా తన ప్రభుతకు ప్రఖ్యాతి కల్గించుట బహుశా మొట్ట మొదటి పర్యాయం విశ్వామిత్రుని కాలంలో జరుపబడింది. ఋక్కుల్లో ఒక్క ఋక్కు మాత్రమే యీ యజ్ఞాన్ని గురించి పేర్కొంది. అందులో కూడ అశ్వంతోపాటు మేధ శబ్దం ప్రయోగింపబడలేదు. (3-53-11)

ఉపప్రేత కుశికాశ్చేత యధ్వమశ్వం
రాయేప్రముంచతా సుదాసః॥
రాజావృత్రం జంఘనత్ ప్రాగపాగుదగథా
యజాతే వర అపృవాథ్యః (3-53-11)

"ఓ కుశికులారా, దగ్గరకు రండి. జాగరూకులు కండు. ధనం (జయము) కొరకు సుదాసుని అశ్వం విడవండి. రాజు (సుదాసు) తూర్పు, పడమర, ఉత్తరము నందున్న శత్రువులను చంపి పృథ్వియొక్క సర్వశ్రేష్ఠ స్థానమందు యజ్ఞం చేయుగాక" అని విశ్వామిత్రుడు చెప్పాడు. కావున సుదాసు గుర్రాన్ని విడుచుటలో రాజకీయ ఉద్దేశ్యం స్పష్టమవుతుంది. పై ఋక్కునందు తూర్పు, పడమర, ఉత్తరం అని చెప్పబడి దక్షిణం విడువబడింది. దీన్నిబట్టి సుదాసుని విజయం సింధు నది, హిమాలయం, యమునవైపున ఉన్నట్లు తెలుస్తుంది. దక్షిణం (మరుభూమి) చాలా భాగం అప్పుడు కూడా విజేతను

ఆకర్షించగల్గిన సంపన్నదేశం కాక పోవచ్చు. ఈ గుర్రాన్ని బహుశా ఎవరూ అడ్డగించకపోవచ్చు. కాబట్టి ఏ సంఘర్షణా చేయనవసరం లేకపోవచ్చు. అట్లు జరిగివుంటే విశ్వామిత్రుడు తప్పకుండా ఋక్కుల్లో ఆ విషయాన్ని పేర్కొనేవాడే. భరతులకు రాజైన సుదాసుకు విశ్వామిత్రుడు జీవితకాలమంతా పురోహితుడు. భరతుల అభిమానం పట్ల కూడ అతడు ఒక ఋక్కులో తన అసంతృప్తిని తెల్పాడు.

ఇమ ఇంద్ర భరతస్య పుత్రా అప్రపిత్వం
చేకితుర్న ప్రపిత్వం ॥
హిన్వన్త్యశ్వమరణం న నిత్యం జ్యావాజం
పరిణయన్ త్యా జౌ ॥ (3-53-24)

"ఓ యింద్రుడా, భరత పుత్రులకు యుద్ధం తెలుసు. ఐక్యత తెలియదు. శత్రువుల వైపుకు గుర్రం పంపుతారు. ఇక్కడ ప్రతి నిత్యం యుద్ధానికి ధనుస్సు ధరిస్తారు."

సుదాసుని కాలంలో సప్తసింధులోని ఆర్యులు చరమ స్థాయిని అందుకొన్నారు. ఆ కాలంలో సర్వశ్రేష్టులైన ఋషులు పుట్టారు. ఆ కాలంలోనే వేర్వేరు గణ తంత్రములుండాలను భావానికి తీవ్రమైన దెబ్బ తగిలింది. అభిమానం గల ప్రతి ఆర్యగణం తన హద్దుల లోపల ఏ యితర గణ జోక్యము చేసికొనుటకు సహించదు. బలవంతుడైన శత్రువును ఎదిరించనవసరం లేనంతవరకు ఈ విధానం నడుస్తుంది. 'మీ (కంసాలి పొయ్యిలు) వేర్వేరు పొయ్యిలు ఎక్కువకాలం సాగవని దుర్ధాంతుడైన శంబరుడు తన విజయాల ద్వారా ఆర్యులకు తెలియచెప్పాడు. పొరుగునవున్న ఆర్యులు శత్రువులను ఎదిరించుటలో పూర్తి విజయాన్ని పొందలేక పడమర నుండి యదు, తుర్వశులను పిలిపించుకొన్నారు. తర్వాత పృథులు, పర్శులు కూడ యిదే ఉద్దేశ్యంతో తూర్పుకు వచ్చారు. కాని వేర్వేరుగా వుండి ఎవరూ విజయం సాధించలేక పోతున్నారు. దివోదాసు సమస్త ఆర్యగణాల బలంతో శంబరుని బలమును పూర్తిగా నిర్మూలించాడు. దివోదాసు తర్వాత మళ్ళీ ఆర్యగణాలు తమ పాత మనస్తత్వం కావాలనుకొన్నారు. కాని వారు సఫలీకృతులు కాగల్గుతారా. అభివృద్ధిచెందిన ఆర్థిక జీవితం, పరాక్రమంగల సుదాసు యిందుకు బాధాకరంగావున్నారు. అతడు సప్తసింధు నంతా సమైక్య పరుచుటకు పనిచేశాడు. యమునకు తూర్పున కూడ ఆర్యుల వ్యాప్తికి మార్గం తెరిచాడు.

పదకొండవ అధ్యాయం

రాజ్యవ్యవస్థ

1. శాసకులు, శాసితులు

సప్త సింధులోకి ఆర్యులు మొట్టమొదటగా ప్రవేశించేటప్పుడు వారు గణ వ్యవస్థలో ఉన్నట్లుగా వెనుకటి అధ్యాయంలో మీరు చదివారు. ఆర్య గణాల్లో ప్రముఖ్యమైనవి ఐదు. వీరిలో ఒక శాఖ భరతగణం. దివోదాసు, సుదాసు భరత గణంలో పుట్టారు. ఆర్యుల నివాసాన్ని, ప్రభావాన్ని తూర్పునకు విస్తరింపచేయుటలో యీ గణమే అందరికంటే ముందుంది. తర్వాత భరతుడను రాజు ఎవరైనా పుట్టి ఉండవచ్చు. కాని మన దేశానికి ఖ్యాతి ఆయన వలన రాలేదు. ఆ ఖ్యాతి యీ ఋగ్వేద భరతగణంద్వారానే వచ్చింది. గణవ్యవస్థ నుండి బయట పడి ఆర్యులు యిప్పుడు సామంత వ్యవస్థలోకి ప్రవేశించారు. పితృసత్తాక స్వేచ్ఛా వాతావరణం నుండి రాజరిక నిరంకుశత్వంవైపుకు పోతున్నారు. కాని వారు ప్రజాతంత్రం విడువలేదు. ఆర్యుల ఆర్థిక వ్యవస్థ యిప్పటికి పురాతనమైనది. గోవులు, గుఱ్ఱాలు, గొఱ్ఱెలు, మేకలు-ఇవే వారికి గొప్పధనం. ఇవే వారి జీవయాత్రకు సాధనం. పశువుల మేతకు పచ్చిక బయళ్ళు, అవి వుంటానికి గోష్ఠములు కావాలి. ఒక్కొక్కరి వద్ద వేలాది గోవులు, గుఱ్ఱాలు వుండేవి. ఇట్టివారికి జనబాహుళ్యముతో కూడిన నగరాలు పనికిరావు. మొహింజెదారో, హరప్పావంటి నగరాలు వున్నాయి. కాని గ్రామాలే వారికి ఎక్కువ అనుకూలం. ప్రథమంలో గ్రామం అంటే అర్థం గుంపు. హూణుల, తురుష్క బాషలో ఓర్ధూ అంటారు. తర్వాత గ్రామం అంటే మనుష్యల గుంపుకు బదులు యిళ్ళ సముదాయమైంది. అర్యుల నివాసం గ్రామం. రాష్ట్రముగ విభక్తమైనాయి. రాష్ట్రం, జనపదం ఒకే అర్థాన్ని సూచించు పదాలు, జనముల (గణముల) ప్రాధ్యానతను తెలుపు పదం జనపదం- జనముల నివాసస్థానం. సామంతుల ప్రాధాన్యతను తెల్పుపదం రాష్ట్రం. గ్రామ పెద్దను గ్రామణి (గ్రామ+నీ) అనేవారు. రాష్ట్ర పెద్దను రాజు అనేవారు. రాజుకు సమ్రాట్, స్వరాట్, శాస, ఈశాన, భూపతి, పతి శబ్దాలు వాడబడ్డాయి, రాజుల సంతానాన్ని రాజపుత్రుడు, రాజదుహిత అన్నారు.

1. గ్రామణి : నా భానే దిష్టఋషి మనువును గ్రామణీ అన్నాడు. గ్రామ నాయకుడు అను అర్థమందు కాదు, ఆర్యుల సమూహానికి నేత అను అర్థమందు ఇక్కడ ఆయన 'గ్రామణి' పదం వాడారు. తర్వాత వేయి సంవత్సరాలకు సింహళంలో ఒక పరాక్రమంగల రాజును దుష్టుడగుటచేత దుష్టగ్రామణి అన్నారు. అంటే రాజునుకూడ గ్రామణి అనుట వాడుకలో వుంది. మనువు ఔదార్యమును గురించి ఋషి ప్రశంసించాడు (10-62-11) "సహప్రదాతమైన గ్రామణి మనువుకు ఎవరూ అనిష్టం చేయవద్దు. ఇతని దానం సూర్యునితోపాటు సర్వత్రా చేరుగాక, సావర్థి మనువుకు దేవుడు ఆయువునొసంగుగాక. ఇతని నిరంతరదానం మేము పొందుతాం.

2. రాష్ట్రం : వసిష్ఠుడు వరుణుని రాష్ట్రాలకు రాజు అని చెప్పాడు (7-34-10,11)

"ఈ నదుల జలమును సహస్ర నేత్రుడగు ఉగ్రవరుణులు చూస్తున్నాడు"

"అతడు రాష్ట్రాలకు రాజు (రాజు రాష్ట్రాణాం), నదులకు రూపం అతని క్షత్రం (బలం, రాజ్యం) అనుపమం, సర్వగతం."

ఒక కల్పిత మహిళా ఋషి జహూకూడ రాష్ట్రాన్ని పేర్కొంది. (10-109-3)

"యథా రాష్ట్రం గుపితం క్షత్రియస్య"

"ఈమె బ్రహ్మజాయ. ఈమె దేహాన్ని చేతితోనే పట్టుకొనవలెను" అని అందరు చెప్పారు.

"క్షత్రియునిచేత రక్షితమైన రాష్ట్రంవలె ఈమె పంపబడిన దూత యందు ఆసక్తురాలు కాలేదు."

"క్షత్రియ (రాజు) శబ్దం యిప్పటికిని ఆ ప్రాచీన అర్థమందు వాడుకలోవుంది. ఉదాహరణమునకు ఈరాను సమ్రాట్ దారయవహు (దారా) యీ శబ్దం తనకు ఉపయోగించుకొన్నాడు. జుహూను ఆమె భర్త బృహస్పతి విడిచి పెట్టాడు. భార్యను అతను ఏలుకొనవలసినదిగా యీ ఋక్కులందు చెప్పబడింది.

విశ్ : విశ్ అంటే ప్రజలు, తర్వాత దీని నుండి వైశ్య (విశుని సంతానము) శబ్దము వచ్చింది. శక్తివంతులగు గణాలను విశ్ అన్నారు. విశుకు రాజును చేయటానికి, దింపటానికి అధికారము వుంది. రాజు సింహాసనం పై ఎక్కునప్పుడు చెప్పబడు మంత్రం వలన ఈ విషయం మనకు తెలుస్తుంది. అందరికంటే ప్రాచీన ఋషి భరద్వాజుడు విశులు రాజును ఉపస్థానం (సన్నానం) చేసినట్లు చెప్పాడు. (6-8-4).

అపాముపస్థే మహిషా అగభ్ణత
　　విశోరాజానము పతస్థుల్ ఋగ్మియం।
అదూతో అగ్ని మభర ద్వివస్వతో
　　వైశ్వానరం మాతరిశ్వా పరావతః॥

"మహా మూర్తులు ఆకాశమందు అగ్నిని ధరించారు. విశులు అతన్ని పూజ్యుడని తలంచి ఉపస్థానం చేశారు. వివస్వానుని (సూర్యుని) దూత వాయువు దూరం నుండి వైశ్వానర అగ్నిని యిక్కడకు చేర్చాడు."

4. రాజు : రాష్ట్రాలకు రాజును గురించి యింతకు పూర్వం మేము వసిష్ఠుని ఋక్కుల్లో మీకు తెలియచెప్పియున్నాం.ఆయనకు సమకాలికుడగు వృద్ధ ఋషి భరద్వాజుడు అగ్నిని రాజుతో పోల్చాడు. (6-4-4) " ఓ అగ్ని నీవు మాకు అన్నం యిమ్ము. రాజువలే (రాజేవ) శత్రువులను నాశనం చేసి మాకు అన్నం యిమ్ము" తర్వాత 6-12-2 ఋక్కునందు "రాజన్" శబ్దం ప్రయోగింపబడినది. "ఓరాజన్, నీవు కీర్తిమంతుడవు, బుద్ధిమంతుడవు, యజ్ఞం చేయు యజమానులు నీకు హవ్యాన్ని అతి శీఘ్రంగా దేవతల వద్దకు కొనిపొమ్ము,"

త్వమపో విదెరో విఘాచీ రింద్ర
　　ద్రుళ్హా మరుజః పర్వతస్య।
రాజా భవో జగతశ్చర్షణీనాం
　　సాకం సూర్యం జనయంద్యా ముషాసం॥ (6-30-5)

"ఓ యింద్రా, నీవు జలమును విస్తరించుటకుగాను విముక్తం చేశావు. దృఢమైన పర్వతాన్ని బ్రద్దలు చేశావు. నీవు సూర్యున్ని, ద్యౌని,ఉషస్సుని ఒక్కసారిగా ఉత్పన్నంచేసి ప్రపంచ ప్రజలకు రాజైనావు." భరద్వాజుడు మరొక ఋక్కులో (6-36-4) ఇంద్రుని "ప్రజలకు అద్వితీయ ప్రతి అనీ భువనాని కంతటికీ రాజనీ" చెప్పాడు. " పతిర్భభూథా

సమెజానామేకో విశ్వస్య భువనస్య రాజా". వసిష్ఠుడు కూడా ఇంద్రుని గురించి భరద్వాజుడు చెప్పినదానిని సమర్థించాడు. (7-27-3)

ఇంద్రోరాజా జగతశ్చర్షణీ నామధి
క్షమి విషరూపం యదస్తి
తతో తతాతి దాశేషే పసూని చోదద్రాధ
ఉపస్తుతశ్చి దర్వాక్॥

"ఇంద్రుడు జగత్తులోని మానవులకు, పృథ్విపై ఉన్న నానా రకములగు వస్తువులకు రాజు, అతడు యజమానికి ధనమిస్తున్నాడు; అతడు స్తుతులను విని మాకు ధనాన్ని పంపుగాక" వసిష్ఠుడు మిత్రుని (సూర్యుని), వరుణిని ఒక్క సారిగా స్తుతిస్తూ వారిని రాజు అన్నాడు (7-64-20)

"మహాసత్య రక్షకులారా, సింధువులకు పతులు, క్షత్రియు (రాజు)లగు మిత్రా వరుణులు, మీరు ఎదుటకు దయచేయరండి! ఓ దాతలార్హా, మిత్రావరుణులారా, ద్యౌలోకమునుండి అన్నాన్ని వృష్టిని పంపండి."

కణ్వపుత్ర ప్రగాథుడు ఇంద్రుడు గణాలకు రాజు అని చెప్పాడు (8-53-3)

త్వమీశె సుతానా మింద్ర త్వ మసుతానాం।
త్వం రాజా జనానాం ॥

"ఓ యింద్రా, నీవు వడకట్టిన, వడకట్టని సోమానికి స్వామివి, నీవు గణాలకు రాజువు."

2. రాజు

1. రాజ్యాభిషేకం : రాజు సింహాసం అధిరోహించు కాలంలో యిప్పటి వరకు చదువుతున్న మంత్రాలకు కర్త ధ్రువ అంగిరసుడు (10-173). "ప్రజాభిష్టమే నిన్ను స్థిరముగ నుంచగలదు." అను హెచ్చరిక ఆ మంత్రములందు రాజుకు చేయబడింది.

అత్వాహార్షమంతరేధి ధ్రువస్తిష్ఠా విచాచలిః। నిశస్త్వా వాంఛంతు మాత్వద్రాష్ట్ర మధిభ్ర శత

ఇహైవైధి మాపచ్యోష్ఠా పర్వత ఇవా విచాచలిః (1)
ఇంద్ర ఇవేహ ధ్రువస్తిషేహ రాష్ట్ర ముధారయ ॥ (2)
ఇమమింద్రో ఆధీదరద్ ధ్రువం ధ్రువేణ హవిషా।
తస్మైసోమో ఆధి బ్రవత్తస్మా ఉబ్రహ్మాణ స్పతిః॥ (3)
ధ్రువాద్యౌ, ధ్రువాపృధివీ ధ్రువాసః పర్వతా ఇమే।
ధ్రువం విశ్వమిదం జగద్ ధ్రువో రాజా విశాయమం॥
ధ్రువంతే రాజావరుణో ధ్రువందేవో బృహస్పతిః (4)
ధ్రువంత ఇంద్రాశ్యాగ్నిశ్య రాష్ట్రం ధారయాతాం ధ్రువం॥ (5)
ధ్రువం ధ్రువేణ హవిషాభిసోమం మృశామసి।
ఆధోత ఇందః వేశ లీర్విశో బలిహృతస్కరత్ ॥ (6)

"నేను నిన్ను తెచ్చాను. దేశంలోపల వృద్ధిచెందుము. అచలమై ధృవమై వుండుము. ప్రజలంతా నిన్ను కోరుదురుగాక. నీ రాష్ట్రం (రాజ్యం) భ్రష్టం కాకుండా వుండుగాక." (1)

"ఇక్కడనే వుండుము, ఆచలుడవై వుండుము. పర్వతమువలె అచ్యుతుడవై వుండుము. ఇంద్రునివలె ధ్రువముగా నుండుము. ఇక్కడ రాష్ట్రమును వహించుము." (2)

"ఈ రాజును హవ్యముతో ఇంద్రుడు ధ్రువపర్చి ధరింపచేశాడు. ఆతన్ని సోముడు, బ్రాహ్మణ స్పతి ఆశీర్వదించారు." (3)

"ద్యౌలోకము ధ్రువం, పృధివీ ధ్రువం, ఈ పర్వతములు కూడ ధ్రువం, ఈ జగత్తు అంతా ధ్రువం. ఆ విశులరాజు ధ్రువం." (4)

"నీ రాష్ట్రాన్ని బృహస్పతి దేవుడు ధ్రువముగ నుంచెదరు గాత. రాజు వరుణుడు ధ్రువం. ఇంద్రాగ్నులు ధ్రువం." (5)

"ధ్రువమైన హవిస్సుతో మేము ధ్రువమైన సోమాన్ని కలుపుతున్నాం. ఓ యింద్రా, నీ ప్రజలను ఏకంచేసి కరప్రదాతలుగా చేయుము." (6)

2. సమ్రాట్ : సమ్రాట్ అర్థం రాజ రాజు కాదు . యాజ్ఞ్యవల్కుడు బృహదారణ్యక ఉపనిషత్తులో (4-2-1) జనకుని సమ్రాట్ అన్నాడు. కాని జనకుడు కేవలం విదేహ జనపదానికి రాజు, భరద్వాజుడు వైశ్వానర అగ్నిని కూడా అదే అర్థంలో లేక మంచి రాజు అను అర్థంలో సమ్రాట్ అన్నాడు (6-7-1). "కవిం సమ్రాజమతిథిం జానామాసన్నా పాత్రం జనయంతదేవాః" కవి, సమ్రాట్, గణాలకు అతిథి వైశ్వానర అగ్నిని దేవతలు సృష్టించారు"

వసిష్ఠుడు సవితను (సూర్యుని) సమ్రాట్ అన్నాడు. (7-38-4). " అభి సమ్రాజో వరుణోగృణన్తభి మిత్రాసో అర్యమా నజోషాః " అదితి దేవి సవిత్ర దేవుని సేవిస్తూ, అజ్ఞానువర్తియై స్తుతిస్తుంది. వరుణ సమ్రాట్ మిత్ర, అర్యమా సమేతంగా దేవతలను స్తుతిస్తున్నాడు."

3. శాస : రాజు అను అర్థంలో శాస వాడబడింది. శాసనమను శబ్దంలో కూడ ఆ భావమేవుంది. తర్వాత ఈరానులో మాత్రమే రాజుకు శాస (శాహ్, షా) అను శబ్దం వుండిపోయింది. ఈరానీ భాషలో సర్వ సాధారణంగా "స" "హ" గా మారుతుంది. ఇది మన మెరిగిన విషయమే. శాసకు "శాహ్" అనీ, శాసానుశాసకు "శాహంశాహ్" అనీ వచ్చింది. ఋగ్వేదంలో కూడా ఇదే అర్థంలో వాడబడింది. విశ్వామిత్రుని ఋక్కులవలన పై విషయం తెలుస్తుంది (3-47-5)

"మరుత్వంతభం వృషం బా బృధాన మకవారిం
దివ్యం శాస మింద్రం।
విశ్వాసాహమవే పే నూతనాయోగ్రం
సహోదామిహ తం హులేమ ॥

"వృషభుడు, వర్ధనశీలుడు, దివ్వశాస (రాజా) విశ్వవిజేతా ఆగు ఆ ఉగ్ర యింద్రుని మరుత్తుల సమేతంగా మేము నవీన రక్షణకై యిక్కడకు ఆహ్వానిస్తున్నాం".

4. ఈశాన : ఋగ్వేదంలో " ఈశాన" శబ్దం శంకరుని పర్యాయ పదం కాదు తర్వాత చాలకాలం వరకు ఈశ్వర పరేమేశ్వర శబ్దంలె యీశాన శబ్దం కూడ రాజుకు వుపయోగించారు. వసిష్ఠుడు ఇంద్రుని గురించి చెపుతూ యీ శబ్దం ప్రయోగించాడు. (7-32-22)

అభిత్వా శూరనోను దుగ్ధాఇవధనుః
ఈశాన మస్యజగతః స్వర్ద్రుశ మీశానమింద్ర తసుషః

"ఓ వీరుడా, పాలు పితకని గోవువలె మేము నిన్ను ఆహ్వానిస్తున్నాం. ఓ యింద్రా, నీవు యీ జగత్తుకు స్వర్గదర్శకుడవు, స్థావరములకు ఈశానుడవు,"

5. స్వరాట్ : రాట్, రాజా ఒకే శబ్దము. రాట్‌కు స్వ చేరిస్తే స్వరాట్ అయింది. దీని అర్థం స్వయంరాజా, ఇంద్రున్ని స్తుతిస్తూ గౌతమ నోధా చెప్పాడు (1-61-8) "ద్యులోకము. పృథివి, అంతరిక్షముల కంటే అతని మహిమ గొన్నది. ఇంద్రుడు తన గృహమందు స్వరాట్ (స్వరాడింద్రో).

6 నృపతి : ఆంగిరస కుత్సుడు ఇంద్రుని నృపతి అన్నాడు. (1-102-8)

"త్రివిష్ట ధాతుప్రతి మానమోజు సస్తిస్రో
భూమీర్ నృపతే త్రీణి రోచనా।
ఆతీదం విశ్వం భువనం బవక్షిథా శత్రురింద్ర
జనుషాసనా దసి॥

"ఓ నృపతి యింద్రా! నీవు ముప్పేట తాడువలె ఓ జస్సుకు కొలబద్దవు. త్రిభూములు, అనగా ద్యౌ, పృథివి, ఆకాశములు నీవు, మూడు ప్రకాశములు అనగా సూర్యుడు, మెరపు, అగ్ని నీవు. నీవు యీ భువనమంతా వహిస్తున్నావు. నీవు పుట్టుకతోనే సదా శత్రు రహితుడవు."

7. పతి, రాజా : పతి రాజా రెండు శబ్దములను కలిపి అంగిరస, తీరశ్చీ రాజు అను అర్థములో వాడాడు . (8-84-3)

పివాసోమం మదాయక మింద్రశ్వేనా భూతం సుతం।
త్వం హి శశ్వతీ నాం పతీరాజా విశామసి॥

"ఓ ఇంద్రా, శ్యేన (డేగ) పక్షి ద్వారా తేబడింది. వడకట్టింది. సుఖమయమైంది యీ సోమం. దీనిని మత్తుకొరకు త్రాగుము. నీవు శాశ్వతమైన విశులకు (ప్రజలకు) పతివి, రాజువు."

8. రాజపుత్ర, రాజదుహిత : రాజు అయిన తర్వాత రాజపుత్రుడు రాజ దుహిత వుండుట స్వాభావికం, రాజు ప్రజల మనిషి కాదు. అతని సింహాసనం యిప్పుడు ఇంద్ర, అగ్ని, వరుణ, మిత్రులవలె ప్రజలకు పైన వుంది. కాబట్టి రాజుకు పుత్రుడవుట ప్రత్యేక గౌరవాన్ని తెల్పుతుంది. దీర్ఘతమా కక్షావానుని పుత్రిక ఘోష తనను రాజ దుహితగ చెప్పుకొంది. ఇప్పటికి "శబ్దం బాగా వ్యాప్తిలోకి వచ్చినట్లు దీనినిబట్టి మనకు తప్పక తెలుస్తుంది. ఘోష ఆశ్వినీ కుమారులిద్దరిని స్తుతించింది.

ప్రాతర్జరేథే జరణేవకాపయావ స్తోర్వస్తోర్యజతా
గచ్ఛదో గృహం ।
కస్య ధ్వస్రా భవదః కస్వవానరా
రాజపుత్రేవ సవనా గచ్ఛదః ॥ (10-40-3)
యువాం హ ఘోషా పర్వశ్వినా యతీ రాజ్ఞ
ఊచే తుహితా పృచ్ఛేవాం నరా।
భూతం మే ఆహ్నా ఉత ముక్తవే శ్వావతే
రథినే శక్తమవతై (10-40-4)

"ఓ ఆశ్వినీ కుమారులారా! వృద్ధరాజు లిద్దరిని మేల్కొలిపినట్లుగా ప్రాతః కాలమున మిమ్ములను మేల్కొలుపుటకు సుత్తిస్తారు. సేవకొరకు మీరు ఎవరింటికి వెళుతున్నారు? ఎవరిని నష్టపరుస్తున్నారు. ఓ నేతలారా, ఎవరి సోమయాగానికి మీరు రాజపుత్రులవలె వెళుతున్నారు?"

"ఓ ఆశ్విని కుమారులారా, రాజదుహిత ఘోష నలువైపుల తిరుగుతూ, మీవద్దకు వచ్చింది. మీరు నా వద్ద పగలు ఉండండి, రాత్రి వుండండి, ఆశ్వరథియైన ప్రభుని (పురుషుని) నాకు యీయవలసింది అని అడుగుతున్నాను," పైన చెప్పిన యీ అంశముల బట్టి, విశ్ (ప్రజ) యింకా కుంఠితం కాలేదని తెలుస్తుంది. అది ఆయుధం ధరించి ఉంది. దాని శస్త్రములు ప్రతిచోటా అవసరమై ఉంది. గ్రామాల్లో వుండుటచేత ఆర్యులు గణయుగ ఆర్థిక వ్యవస్థ నుండి పూర్తిగా బయటపడలేదు. అందుచేతనే నిరంకుశమైన రాజు పుట్టలేకపోయాడు, అయినప్పటికీ యిప్పుడు కూడ రాజు విశ్ కంటే పైన వున్నాడు.

3. ప్రభుత్వ యంత్రం

ఋగేద్వమును బట్టి ఆనాటి ప్రభుత్వ విధానము సంకేత మాత్రంగా తెలుస్తున్నది. బుద్ధుని సమకాలికులైన లిచ్ఛవి, మఱి ఎన్నో గణాలు ఉన్నాయి, బుద్ధుని కాలంలో గ్రామ పెద్ద ఆగు గ్రామణిని గ్రామ జ్యైష్ఠ అని కూడా అనేవారు. హిమాలయంలో కొన్ని చోట్ల బూధా లేక బుఢేరా అను పదాల్లో గ్రామ జ్యేష్ఠ ప్రతిధ్వని కాన వస్తుంది పెద్దలు గ్రామ వ్యవస్థను చూచుటకు బాధ్యులు, పన్ను వసూలుకు కూడ సహాయముండేది. ఋగ్వేద గ్రామముల గ్రామణికూడ యీ పనే చేస్తూ వుండేవారేమో.

1. సభ : సభ, సమితిని గురించి ఋగ్వేదంలో అనేక చోటులందు వచ్చింది. సభ అర్థము కొంత విస్తృతమైంది. ఆందు గ్రామ, రాష్ట్ర జన సభలే కాకుండ ద్యూతసభ కూడ వుంది. కవష బలూష పుత్రుడు ఈ విషయం చెప్పాడు. (10-34-6)

సభామేతీ కివతః పృచ్ఛమానో " జేష్యమితి"
తన్వాశూశుజాన
ఆక్షాసో అస్యవితిరంతి కామం ప్రతిదీవ్నే
దధత ఆ కృతాని।

"నేను గెలుస్తాను" అని చెప్పుతూ, శరీరాన్ని ఉప్పొంగిస్తూ కబుర్లాడుతూ జూదరి సభకు వెళుతున్నాడు, పాచికలు ఒకప్పుడు యితని కోరికను చెల్లిస్తూ మరొకప్పుడు ప్రత్యర్థి కోరికను చెల్లిస్తున్నాయి."

'సభ' శబ్ద ప్రయోగం తర్వాత ద్యూత సభకు ఎక్కువగా ఉన్నట్లు తోస్తుంది. అందుకనే ద్యూతశాల (జూదమాడు చోటు) అధ్యక్షుని సభికుడన్నాడు. శునహోత్ర పుత్ర గృత్సమదుడు 'సఖేయ' శబ్దమును సభాసదుడను అర్థంలో ప్రయెగించాడు (2-24-13). "బ్రహ్మణస్పతి వాహనములు (గుర్రములు) మా స్తోత్రం వింటున్నాయి. సఖేయ విప్రులు (ఋత్విక్కులు) స్తుతి సహిత హవ్యమును యిస్తున్నారు."

ఆర్యులు తమ యువకులను "సఖేయులు" కందు అని ప్రార్థించేవారు. కాబట్టి వారి సభలు మహత్వపూర్ణములు. అందు యువకులు తమ వాగ్మితను (మాటల చతురతను) చూపేవారు.

ఆశ్వరథీ సురూప ఇద్ గోమాం ఇదింద్రతే సఖా।
శ్వాత్రమాజా మయసాచతే సదాచంద్రెయాతి సమాముపా॥

8-4-9 దేవాతిథి కణ్వపుత్ర

"ఓ ఇంద్రా, నీ సఖుడు, ఆశ్వయుక్త రథికుడు, సురూపుడు, గోమంతుడు, ధనిక వయస్కుడు సదా చంద్రుడై (ఆహ్లాదముతో) సభకు వెళ్లును."

భరద్వాజుడు కూడ గోవులను ప్రశంసిస్తూ సభను పేర్కొన్నాడు (6-28-6)

"ఓ గోవులారా, మమ్ములను మీరు బలిపించండి, మా కృశించిన . అందహీన మైన శరీరాలను అందంగా చేయండి, గృహములకు మేలు చేయండి. ఓ భద్రవాణు లారా, సభలందు మీ మహా భోజనం గురించి చెప్పుకుంటాం."

2. సమితి : సమితే ఐరోపియ బాషాల్లో కమిటీ లేక కమీటి (వతమ్-కేంటమ్ భాషలకువున్న ముఖ్యభేద మేమనగా శతమ్‌లోని 'శ' కేంటమ్‌లో 'క' అవుతుంది). ఈనాడు చిన్న సభను సమితి లేక కమిటీ అంటారు. కాని ఋగ్వేదకాలంలో రాజ సభను, రాష్ట్ర సభను, లేక సంసదును సమితి అనేవారు. బుద్ధుని కాలంలో గణముల పార్లమెంటును 'సంస్థా' అనేవారు. ప్రతియొక గణరాజధానిలో సంస్థాగారం తప్పని సరిగా వుండేది. పాలీ సుత్రాల్లో గణ రాజ్యములకు రాజధానులుగ న్ను నగరాల్లోని సంస్థాగారాలను గురించి చెప్పబడింది, ఋగ్వేదంలో 'సంస్థా' ప్రయోగంలేదు. అప్పుడు కూడా సంస్థ వుండి వుంటుంది. కాని రాజతంత్రానికి సమితి ఎక్కువ అనుకూలంగా వుండేది. మరీచిపుత్ర కశ్యపుడు "రాజు సమితికి వెళ్లినట్లు సోముడు వెళ్లుతున్నాడు" అని చెప్పాడు (10-97-6)

కాని సమితికి అర్థం యుద్ధ క్షేత్రమని కూడ వుంది. కశ్యపుని ఋక్కు ఈ విషయాన్ని తెల్పుతుంది. (9-92-6)

"హోత ఋత్విజులు పశుగృహానికి వెళ్లినట్లు, మంచిరాజు సమితికి (యుద్ధానికి) వెళ్ళినట్లు, పవిత్రుడైన హోత సోముడు కలశాల్లోకి వెళ్ళుతున్నాడు. సంతన ఋషి సమితిని పేర్కొన్నాడు.

"మీ మంత్రం సమానంగాను, సమితి ఒక్కటిగాను వుండుగాక" (10-191-30)

3. వ్రాజపతి, కులప : ప్రభుత్వ వ్యవస్థలో గాని సాంఘిక వ్యవస్థలో గాని కులములకు వ్రాజులకు (సముదాయములకు) కూడా స్థానముంది. ప్రతర్ధనుడు కులప వ్రాజపతులను పేర్కొన్నాడు. (10-179-2)

శ్రాతం హవిరోష్విన్ద్రప్ర యాహి జగామ
  సూరో అధ్వనో విమధ్యం ।
పరిత్వా సతే నిధిభిః సఖాయః
  కులపా వ్రాజపతిం చరన్తం॥

"ఓ యింద్రుడా,హవిస్సు వక్వమైంది, రమ్ము, సూర్యుడు మధ్యాహ్నానికి చేరుకున్నాడు. విచారిస్తున్న వ్రాజపతికై కులపుడు నిరీక్షించినట్లు నిధులతో సఖుడు నీకై ఎదురుచూస్తున్నాడు." దీన్ని బట్టి కుల పెద్దకంటె పైస్థానం వ్రాజపతిదని తెలుస్తుంది. కులముల సముదాయం గ్రామము. బహూశా గ్రామ సముదాయాన్ని వ్రాజ అనేవారేమో. ఆ గ్రామ సముదాయాలకు పెద్ద వ్రాజపతి. ఒక గ్రామం అనేక కులాల్లో విభక్తమై వుండేది. పెద్ద గ్రామాన్ని కాని నగరాన్ని కాని పురమనేవారు కాదు. శంబరుని పురాలు కోటలున్న ప్రదేశాలు అని మనకు తెలుసు.

ఋగ్వేదంలో సంకేతమాత్రంగా వర్ణితమైన దాన్ని బట్టి ఆ కాలం నాటి పరిపాలన యొక్క పూర్తి రూపం వివరించుట సాధ్యం కాని పని. రాజవ్యవస్థలో పరిపాలన, న్యాయపాలన, పన్నులు (బలి) వసూళ్ళ ముఖ్యమైనవి. పరిపాలనకు బహూశా (1) కులపతి (2) వ్రాజపతి, గ్రామణి గణపతి, చివరకు సమితి, దానికి ముఖ్యుడు (3) రాజు వుండి వుండవచ్చు. సివిలు, క్రిమినలు వ్యవహారాలను చూచే బాధ్యత కూడ వీరికే వుండవచ్చు. విశుని బలిహృత్ (పన్ను చెల్లించువాడు) అన్నారు. పన్ను నగదు రూపంలో

కాక వస్తురూపంలో వుండేదనుట సంభవం, పన్ను వసూళ్ళకు కులపతి, గ్రామపతి సహాయకులుగా వుండి వుండవచ్చును. సైనిక విధానాన్ని గురించి చెప్పునప్పుడు ఆర్యులు క్రమశిక్షణ కలవారని మాత్రం చెప్పగలం. వారు వేలసంఖ్యలో శత్రువులపై దాడిచేసేవారు. లేక ఆత్మ రక్షణకై వెళ్ళేవారు. సేనకు అందరికంటె పై అధికారి రాజు కాని ఆర్జునేయకుత్సునికి సారథి బిరుదు వుంది. బహూశా రాజు తర్వాత అందరికంటె పెద్ద సేనాని అతడు కావచ్చు. బహూశా ఆఫీసరులు దశిన్ (దశపతి), శతిన్ (శతపతి) మరియు సహస్రిన్ (సహస్రపతి) వుండవచ్చు, చతురంగ సేనకాదు, త్రిరంగ సేనవుంది- రథాలు, గుర్రాలు, కాల్బలం - ఇంకా ఏనుగుల సేన ఏర్పడలేదు. సప్త సింధులో సింహములు తప్పకుండా వున్నాయి. కాని ఏనుగులు వున్న సంగతి గాని, అవి పెంపుడుగా వున్న సంగతిగాని ఋగ్వేదంలో చెప్పలేదు.

4. పురోహితుడు (ప్రధానమంత్రి) : రాజ పురోహితుని పని కేవలం యజ్ఞం, దార్మిక విషయాల్లో సలహా యివ్వడమే కాదు; వసిష్ఠుడు పురోహితుడవుట తోడనేవారు శక్తివంతులయ్యారు." పురోహితుని బృహస్పతి అనేవారు. వామదేవుడు బృహస్పతి పురోహితునిగ గురించి చెప్పాడు. (4-50-1) వసిష్ఠుడు తృత్సులకు తాను పురోహితునిగ వున్నట్లు చెప్పుకొన్నాడు (7-83-4).

నాల్గవ భాగము
సాంస్కృతికం

పన్నెండవ అధ్యాయం

విద్య, ఆరోగ్యం

1. విద్య: మానవ జాతి ఎంత వెనుకపడిన దైనప్పటికి పూర్వీకుల ద్వారా ఆర్జించుకొన్న జ్ఞానాన్ని, అనుభవాన్ని ఒకతరం నుండి మరొక తరంవారికి అందించవలసిన అవసరం ఉంది. అందుకుగాను ఏదో విధమైన శిక్షా ప్రణాళిక అవలంబించవలసి ఉంది. వైదిక ఆర్యులు తమ పూర్వ ఆర్జిత జ్ఞాన్నాన్ని ఒక తరం నుండి మరొక తరానికి అందించారు వారు వేద మంత్రాలను పరమ పవిత్రమైన జ్ఞానమనుకొన్నారు. ఋగ్వేద ఆర్యులకు పూర్వం మొహింజెదారో, హరప్పా జాతులు ఉన్నాయి. వారికి చిత్రలిపి వుంది. ఒక వేయి వరకు అక్షరాలు దొరికాయి కాని వాటిని చదువుటకు యింత వరకు మార్గం దొరకలేదు. వ్రాతకు పూర్తిగా ప్రచారమున్నప్పటికీ యీనాడు కూడ మన దేశంలో వేదాలను గురుముఖతా చదువుకొను ఆచారానికి యిష్టపడుతున్నాం. అయినప్పుడు ఋగ్వేదకాలంతో దాన్ని లిపి బద్ధం చేసే ప్రయత్నం జరుగుట అసంభవం. ఆర్యులు చాల కాలంవరకు వేదాలను లిపిలో వ్రాయటానికి ఒప్పుకోలేదు. ఎందుకంటే అట్లు వ్రాతలో వుంటే గోప్యత పోతుందని, వైదిక వాఙ్మయమే కాదు, బౌద్ధ, జైన పిటకాలు కూడా శతాబ్ధాల వరకు కంఠస్థం చేయబడ్డాయి. బుద్ధుడు చనిపోయిన నాల్గు శతాబ్ధాల తర్వాత బౌద్ధ పిటకాలు, ఎనిమిది శతాబ్ధాల తర్వాత జైన ఆగమాలు వ్రాతలోకి వచ్చాయి. చెవితో విని నేర్చుకొనుట వలన వేదాన్ని శ్రుతి అన్నారు. అందుచేత గొప్ప పండితుని బహూశ్రుతుడని, (బాగా విన్నవాడ) అంటారు. మన లిపి ఎట్లా పుట్టిందో దానికి ఏ ప్రాచీన లిపితో సంబంధం వుందో యికా నిర్ణయం జరగకుండావుంది. మనకు అన్నిటికంటే ప్రాచీనమైన లిపి బ్రాహ్మీ అని తెలుసు. ఆ లిపి యొక్క నిశ్చిత కాలానికి సంబంధించిన నమూనాలు అశోకుని శిలా శాసనాల్లో దొరుకు తున్నాయి. వాటి కాలము క్రీ.పూ. మూడవ శతాబ్దం లేక బుద్ధ నిర్యాణంకు 250 సంవత్సరాలు తర్వాత. పిపరహవాయొక్క బ్రాహ్మీ అక్షరాలు బుద్ధుని కాలంనాడు అను విషయం వివాదాస్పదమైంది. క్రీ.పూ మూడవ శతాబ్దానికి ముందున్న అక్షరాల నమూనాలు మొహింజెదారొ, హరప్పాలోని చిత్రలిపిలో దొరుకుతున్నాయి, రెండు లిపులకు సంబంధం స్థాపించుట కష్టం. మొహింజెదారో చిత్రలిపి నుండి ఉచ్చరింపబడు వర్ణమాల పుట్టుట పూర్తిగా సంభవం. కాని బ్రాహ్మీ మొహింజెదారో లిపి నుండి పుట్టిదని ఋజువు చేయుట యింకను జరగలేదు.

ఆ కాలంలో ఏదో రకమైన మౌఖిక భాషకు ప్రాచీనమైన (కావున పవిత్రమైన) కవితలు తప్పకుండా ఉండేవి. అవి వేదాల్లో సంగ్రహించబడి ఉండాలి. అట్లు జరుగలేదు. ఋగ్వేదంలోని ప్రాచీనతను ఋషులు, వారి కృతులు మనలను భరద్వాజ వసిష్ఠ, విశ్వామిత్రుని వరకు తీసుకుపోతున్నాయి. వారికంటే ప్రాచీనమైన ఋషులు యిద్దరు ముగ్గురు కానవస్తున్నారు. వారి కృతులు కూడా ప్రాచీనములు కావచ్చు. కాని భాష, సంగ్రహంలో వచ్చిన గందరగోళం వారి ప్రాచీనత్వాన్ని చాల వరకు పోగొట్టాయి. ఋగ్వేద

మహా ఋషులు ఇంద్ర, అగ్ని మిత్రుల పై వేలాది ఋక్కులు రచించారు. వాటిలో కొన్ని శబ్దమందుగాని భావమందుగాని భరద్వాజుని కంటే ప్రాచీనములు కావచ్చునను అనుమానం కల్గుతున్నది. కాని మనం యిదమిద్ధంగా చెప్పలేకపోతున్నాం. ద్యౌ, పృథ్యులు మనకు అత్యంత ప్రాచీనదేవతలు. వీరిని ఋగ్వేదంలో పితరౌ (తల్లిదండ్రులు) అన్నారు. ద్యౌ తండ్రి, పృథివి తల్లి, ద్యౌ-పితరౌ భావం చాల పురాతనమైంది. వీరు కేవలం శతమ్ శాఖకు (అర్యస్లావ వంశీకలకు) చెందిన వారికి మాత్రమే కాదు, కేంటమ్ గ్రీసు రోము మొదలైనవారికి కూడా పూజ్య దేవతలు. దౌ-పితర శబ్దానికి రూపాంతరం జూపిటర్. జ్యౌస్ శబ్దం ద్యౌయే గదా! ద్యౌకు సంబంధించినవి ఎన్నో ఋక్కులు లభిస్తున్నాయి. కాని ఋగ్వేదకాలంలో ద్యౌకు కాదు, ఇంద్రునికి ప్రాధాన్యత ఉంది.

ఋగ్వేదానికి పూర్వమందున్న పరంపరగా వచ్చిన జ్ఞాన సంపత్తి ప్రత్యేకంగా మనకు లభించదు కాబట్టి ఆనాటి శ్రుతి శిక్షణ పరంపర ఎట్టిదో మనం చెప్పలేం. శిక్ష శిక్షణ, ప్రశిక్షణ శబ్దాలకు నేడు వున్న అర్థం అనాడు లేదు. ఋగ్వేదంలో శిక్ష అంటే యిచ్చుట అని వసిష్ఠుని ఋక్కు వలన తెలుస్తుంది (9-27-2),

"య ఇంద్ర శుష్మోమఘవంతే అస్తి శిక్షా సఖిభ్యః పురుహూతనృభ్యః "ఓ పురుహూత (బహు నిమంత్రితుడైన) ఇంద్రా, నీకున్న బలాన్ని మాసఖులైన నరులకు యిమ్ము"

వసిష్ఠుని రెండవ ఋక్కులో శిక్ష అర్థం అనుకరణము (7-10-5)

యదుషా మన్యో అన్య స్య వాచం శాక్తస్యేవ
వదతి శిక్షమాణః!
సర్వం తదేషాం సమృదేవ పర్వయత్
సువానో వదథ నాధ్యప్సు"

"ఈ కప్పల్లో ఒక కప్ప అన్న దానిని రెండవ కప్ప ఆచార్యుని అనుకరించి నట్లుగ అనుకరిస్తున్నది. ఓ కప్పలారా, మీరు బాగా బెకబెక లాడుతున్నప్పుడు మీ అంగాలన్నీ వృద్ధి చెందుతున్నాయి"

ఇక్కడ వర్షారంభమందు కప్పలు ఒకదానిని మరొకటి అనుకరిస్తూ అరుచుటను ఋగ్వేదకాలంలో గురు శిష్యుల పాఠంతో పోల్చబడింది. గోస్వామి తులసీదాసు యీ ఋక్కును బహుశా చూచి వుండాలి. ఈ ఉపమానం పరంపరగా వస్తూ వున్నట్లు ఉంది, అందుకనే ఆయన అన్నారు-

దారుదధుని చహుం ఒర్ సుహాఈ ।
వేదపఢ ఇం జనుబటు సముదాఈ ॥

"వటుల (బ్రహ్మచారులు) సముదాయం వేద మంత్రాలను చదివినట్లు కప్పల అరుపులు నాల్గువైపుల నుండి వస్తూ ఆనందం కల్గిస్తున్నాయి.

ఒక కప్ప అరుపును ప్రారంభిస్తుంది. తర్వాత యితర కప్పలు అనుకరిస్తాయి. ఇంక బెకబెకలు సాగుతాయి! ప్రాచీన కాలపు వేదపాఠ విధానాన్ని యిప్పుడుకూడా చూస్తున్నాం. గురువు సర్వయుక్తంగా మంత్రాన్ని ఒకసారి చదివితే శిష్యులు దాన్ని రెండుసార్లు అంటారు. నేడు గురుశిష్యులు పుస్తకాన్ని ఆధారము చేసుకుంటున్నారు. కాని వేదాలు లిపిబద్ధం కానప్పుడు గురువు కంఠస్థం చేసిన ఋక్కును ఒకసారి అనవచ్చు. దాన్ని శిష్యులు రెండుసార్లు అంటూ వుండవచ్చు ఈ ప్రకారం క్రమంగా పునరుచ్చారణ చేయుటవలన చిన్న వయస్సులోనే పిల్లలకు వారి వేదం కంఠస్తం అయ్యేది. సామవేదం

తప్ప మిగిలిన ఏ వేదాన్ని సంగీత స్వరాలతో చదువుట లేక పునరుచ్చారణ చేయకపోయినప్పటికిని పద్య పఠనంవలె దానికి కూడా లయ వుండేది. పవిత్రమైన ఋక్కులను గాని, ఛందముల శిక్షణగాని యీ ప్రకారంగా శిష్యుడు గురువు నుండి నేర్చుకొనేవాడు. భరద్వాజ, వసిష్ఠుల నాల్గయిదు తరాలవరకే రచించబడిన మంత్రములు ఋగ్వేదంలో లభిస్తున్నాయి. ఋగ్వేదంలోని అందరికంటే చివరి ఋషులు గురుముఖతా తమ పూర్వీకుల బ్రహ్మలను (మంత్రములను, పద్యములను) చదువుకొన్నారు.

బ్రహ్మకు (ఋక్కునకు, అద్భుతమైన శక్తి వుందని నమ్మేవారు. అందుకనే విశ్వామిత్రుడు అన్నాడు- " ఈదౌ, పృధివు లిద్దరిని యింద్రుని బ్రహ్మలతో సంతృప్తి పర్చాను. విశ్వామిత్రుని యీ బ్రహ్మ భారత జనులను రక్షిస్తుంది -(3-53-12).

వేదవాణి యొక్క అద్భుతశక్తిని గురించి స్వయంగా ప్రాచీనతను ఋషులు తమ నోటితో చెప్పారు. అందుచేతనే వాటిని నేర్చుకొనుటకు, కంఠస్తం చేయుటకు ప్రజలు ఎక్కువ శ్రద్ధ చూపుట సహజమే.

వేదవాణియొక్క అద్భుతశక్తిని గురించి స్వయంగా ప్రాచీనతను ఋషులు తమ నోటితో చెప్పారు. అందుచేతనే వాటిని నేర్చుకొనుటకు, కంఠస్తం చేయుటకు ప్రజలు ఎక్కువ శ్రద్ధ చూపుట సహజమే.

కాని దేవతలను ప్రసన్నులుగా చేసినంత మాత్రాన వారి లౌకిక జీవితం జరుగదు. ఆ కాలంలో నేర్చుకొనేవి చాలవుండేవి. ఆర్య యువకులు గురుముఖతా నేర్చు కొన్న యుద్ధ కౌశలమంతా వేదంలో చెప్పబడలేదు. అప్పటిలో అనేక శిల్పాలు వాడుకలో వుండేవి. వాటిని నేర్చుకోవలసిన అవసరముంది. ఈ శిల్పాల్లో కొన్నిటి పేర్లు మాత్రమే ఋగ్వేదంలో దొరుకుతున్నాయి, మొహింజెదారో, హరప్పాలో ఋగ్వేదం కంటే 1,500 లేక 2,000 సంవత్సరాలకు పూర్వమున్న వస్తువులు వారికి లభించాయి, వాటిని బట్టి ఆ కాలంలో వాస్తు శిల్పులు (ఇంజనీయర్లు) తాపీపనివారు, నేతపనివారు, స్వర్ణకారులు, చర్మకారులు, వేణుకారులు, కమ్మరులు, కుమ్మరులు మొదలైన చాలామంది శిల్పులు వున్నట్లు తెలుస్తుంది. వారు ఆ విద్యలను తర్వాత తరం వారికి అందించవలసి వున్నది. వ్యవసాయం, దానికి ఉపకరించే ఋతువుల జ్ఞానం కూడా నేర్పవలసివుంది. ఈ ప్రకారంగా ఋగ్వేద ఆర్యులు నేర్పవలసినదంతా ఋగ్వేదంలో చెప్పబడలేదు.

2. ఆరోగ్యం : ఆర్యులు వాస్తవిక వాదులు. వారికి దేవతలంటే విశేషమైన భక్తివుంది కాని వారు పౌరుషాన్ని వదులుకోలేదు ఇంద్రుడు కూడా దివోదాసు, సుదాసుల పౌరుషం యొక్క సహాయం చేతనే శత్రువులను సంహరించ గలిగినట్లు వారికి తెలుసు. అందుచేతనే శరీరపుష్ఠి ఆరోగ్యం గురించి వారికి ప్రత్యేక శ్రద్ధ వుంది. ఆర్యులకు వేగంగాపోయే గుర్రాలు వున్నాయి. వారికి దేశ ద్రిమ్మరులకుండే యుద్ధ స్వభావం వుంది. ఇంతకంటె వారికి బలమైన శరీరముంది. కాబట్టి వారు తమకంటె నాగరికులు, సంస్కృతీపరులు. సాధన సంపన్నులైన సప్తసింధువారిని ఓడించుటలో కృతకృత్యులయ్యారు. వారి ముందు మొహింజెదారొనాగరికులు క్షీణకాయులు. ప్రతి ద్రిమ్మరులు లేక అర్ధ ద్రిమ్మరులు మాదిరి ఆర్యులకు మైదాన ప్రదేశంలో వుండుట యిష్టం కాబట్టి వారు తమ నివాసాన్ని నగరాల్లో కాకుండా గ్రామాల్లో ఏర్పరచుకొన్నారు. ఆరుబయట నివాసం. పాలు, నేయి, మాంసము వారి ప్రధాన భోజనం, ఆరోగ్యాన్ని పెంపొందించు యిట్టి ఉత్కృష్ట సాధనాలు వారికి వున్నాయి. గుర్రపు స్వారీయే ఒక వ్యాయామం. ఆనాడు మంచి గుర్రపురౌతు కానటువంటి

ఆర్యుడు లేకపోవచ్చు. శత్రువులనుండి కాపాడుకొంటూ ఇతరుల ఆవులను, గొర్రెలను దొంగిలించుటకు సదా వారు ఆయుధాలను ధరించవలసి వుంది. అందుచేత వారు గుర్రపుస్వారిలో కూడ ప్రవీణులు, మల్లులను గురించిగాని మల్లవిద్యను గురించిగాని ఋగ్వేదంలో పేర్కొనలేదు. కాని తర్వాత కాలంలో పంజాబులోను, తూర్పు ఉత్తర ప్రదేశ్‌లోను వున్న ఒక గణము పేరు మల్లగణము అని వుండుటను బట్టి ఆర్యులకు కుస్తీకండూతి వున్నదని చెప్పాలి ముష్టియుద్ధం గురించి విశ్వామిత్ర పుత్ర మదుచ్చందుడు స్పష్టంగా చెప్పాడు (1-8-2) "ఓ యింద్రా నీచే రక్షితమైన గుర్రాలతోను, ముష్టి హత్య (ముష్టి యుద్ధం) తోను మేము శత్రువులను అడ్డగించుతాం".

కుస్తీ (మల్లయుద్ధము) గాని ముష్టియుద్ధంగాని ఆర్యోగానికే కాకుండ యుద్ధానికి కూడ ఉపయోగపడేది. అందుచేత ఆర్య యువకులు వాటిని బాగా అభ్యసించేవారు.

నాట్యం వినోదాన్ని కల్గిస్తుంది. ఇది అత్యంత ప్రాచీన కాలం నుండి మానవులకు వున్న ఉత్తమ లలితకళ. ఇది మంచి వ్యాయమం కూడ. ఘైరమైన చలి దినాల్లో ఒక యువకుడు "అహీరుల (గొల్లవారి) నాట్యం" చేస్తూ వుండగా అతని శరీరమంతా చెమటకారుటను నేను చూశాను. అప్పుడు ఆధునిక వ్యాయామ అభిరుచిగల మరొక యువకుడు నాతో "ఈ నృత్యం వలన నడుముకు ఇరువైపులవున్న మాంస కండరాలకు మంచి వ్యాయాయం కల్గుతూవుంది. ఆధునిక వ్యాయామ విధానంలో అట్టి వ్యాయామం కల్గించుట అసంభవం కాదుకాని కష్టమని చెప్పాడు. అంగిరా గోత్రీకుడగు నవ్యుడు నర్తయన్ (వాల్యము చేస్తూ) శబ్దమును ఆయుధాన్ని నర్తింపచేస్తూ అను అర్థంలో ప్రయోగించాడు. (1-51-3) "ససేనచి ద్విమదాయా బహోవస్వాజా వద్రిం బావస్య నర్తయన్" "ఓ యింద్రా, నీవు ఆంగిరాలకు వర్షం యిచ్చాయవు, విమదునకు అన్నంతో పాటు ధనం యిచ్చావు. సంగ్రామమునందు గదను నర్తింపచేస్తూ స్తుతికర్తను రక్షించావు"

సంస్కారమున్నట్టి, సంస్కారము లేనట్టి అన్ని ఆదిమ జాతుల్లోను అన్ని నాగరక జాతుల్లోను, ఎంతో ముందుకు పోయిన ఆధునిక జాతులందును నాట్యం బహుప్రచలితమైన వ్యాయామం, వినోదంకూడ, ఋగ్వేద ఆర్యులు సోమాన్ని (భంగును) బాగా ప్రేమించేవారు. దాన్ని త్రాగి మత్తిల్లుట వారికి ఆనందదాయకం, మత్తుకు, ఆనందా 'మద' శబ్దాన్ని ప్రయోగించుట ఈ విషయాన్నే తెల్పుతూవుంది. ఆర్య స్త్రీ పురుషులు తమ సోమ గోష్ఠిలో గీత, నృత్యముల ఆనందాన్ని అనుభవించేవారు. దీనివల్ల వారి ఆరోగ్యానికి బాగా లాభముండేది.

3. రోగం : రోగాల్లో యక్ష్మ, హృదయ రోగం, కుష్ఠును గురించి ఋగ్వేదంలో చెప్పబడింది. యక్ష్మ బహూశా జ్వరానికి మరొక పేరు కావచ్చు. క్షయ (టి.బి) కు రాజ యక్ష్మ శబ్దం వాడబడింది. ఆథర్వణ ఋషి యక్ష్మను గురించి చెప్పాడు.

యదిమా వాజయన్న హమో షధీర్హస్త ఆదధే ।
ఆత్మా యక్షస్య నశ్యతి పురా జీవగృభోయధా ॥

"శక్తివంతములైన యీ ఔషధాలను నేను చేతపట్టుకొన్నప్పుడు యక్ష్మ రోగం యొక్క ఆత్మ, మృత్యువు పట్టుకొనక ముందు పోవు జీవునివలె నశిస్తుంది. (11)

"ఓషధులారా, వీర పురుషులు సంగ్రామ మందు యితరులను బాధించురీతిని మీరు యితని ప్రతి కణపుయందు వ్యాపించి యక్ష్మమును హరించండి" (12)

కల్పిత నామధేయుడు ప్రజాపతిపుత్ర యక్ష్మ నాశన ఋషి యక్ష్మకు, రాజయక్ష్మకు భేదాన్ని చెప్పాడు. (10-161-1)

ముంచామిత్వా హవిషాజీవనామ
కమజ్ఞాత యక్ష్మాదుత రాజయక్ష్మాత్ ।
గ్రాహిర్జ గ్రాహయది వైదదేనంతస్యా
ఇంద్రాగ్ని ప్రముముక్త మేనం ॥

"నేను హవి ద్వారా నిన్ను అజ్ఞాత యక్ష్మనుండి, లేక రాజ యక్ష్మ నుండి విముక్తునిగ చేశాను. ఇతన్ని భూత గ్రహాలు పట్టినయెడల ఇంద్రాగ్నులు రక్షించెదరుగాక".

హృదయరోగం (గుండె జబ్బు) పురాతనమైంది. వృద్ధాప్యం వలన శరీరము లోపలవున్న అవయవాలు జీర్ణము లగుటయే దీనికి వున్న ఒక లక్షణం. ఏ జ్వరం లేకుండా రోగంలేకుండా గుండె ఆగిపోయి మనిషి ఆకస్మాత్తుగా చనిపోతే అట్టిచావును ప్రాచీన పరి బాషలో రోగులకు (శ్లాఘనీయ) మృత్యువు, మంచి చావు అన్నారు. చావు రాకుండా బాధపెట్టేదాన్ని ఉత్పీడక రోగమన్నారు. కణ్వపుత్ర ప్రస్కణ్వుడు మిత్రుని (సూర్యుని) యిట్టి రోగము నుండి కాపాడమని కోరారు. (1-50-11)

"నేడు ద్యౌ లోకమునకు పైన ఎక్కుతున్న మిత్రుడు (సూర్యుడు) నా హృదయ రోగాన్ని, పాండురోగాన్ని పోగొట్టుగాక".

పాండురోగం వలన శరీరమంత పచ్చపడుతుంది.

శరీరంలోని అనేక రోగాలను యక్ష్మ అనేవారని తోస్తుంది ఈ విషయం నివృహాకాశ్యపుని సూక్తంవలన (10-162-1-6) తెలుస్తుంది.

"నీ రెండు కన్నులు, రెండు ముక్కు రంధ్రాలు, రెండు చెవులు, గడ్డము, మెదడు, నాలుక నుండి తల వరకు వున్న యక్ష్మను పోగొట్టుతున్నాను. (1)

నీ మెడ నుండి, ధమనుల నుండి, స్నాయువులనుండి, ఎముకలనుండి రెండు ముంజేతునుండి రెండు బాహువులనుండి రెండు భుజముల నుండి యక్ష్మను పోగొట్టుతున్నాను. (2)

"నీ ప్రేవులనుండి, గుదస్థానమునుండి, హృదయమునుండి, మూత్రాశయంనుండి, యకృత్‌నుండి, మాంస కండరాలనుండి యక్ష్మను పోగొట్టుతున్నాను. (3)

నీ తొడలనుండి, రెండు జానువులనుండి, రెండు కాలి పిక్కలనుండి, రెండు మడమలనుండి, రెండు పిరుదులనుండి, నడుము నుండి, మలస్థానంనుండి యక్ష్మను పోగొట్టుతున్నాను. (4)

నీ మూత్ర స్థానంనుండి, వెంద్రుకలనుండి, గోళ్ళనుండి, నీసర్వాత్మ (శరీరం) నుండి, ఈ యక్ష్మను పోగొట్టుతున్నాను. (5)

ప్రతి అవయవంనుండి, ప్రతి రోమంనుండి, శరీరంనుండి, ప్రతి కణుపు నుండి ఉద్భవించిన యీ యక్ష్మను పోగొట్టుతున్నాను. (6)

ఘోష కుష్ఠరోగంతో బాధపడిన సంగతి ఋగ్వేదంలో పేర్కొనబడలేదు. కాని యితరచోట్ల చెప్పబడింది. దీర్ఘతమాపుత్ర కక్షీవానుని సూక్తాన్ని బట్టి (1-117-7) ఆమె ఏదో రోగంతో బాధపడి వివాహం లేకుండానే తండ్రి యింటిలో వుందని తెలుస్తుంది.

"ఓ అశ్వినీ దేవతలారా, మీరు స్తుతికర్తయైన కృష్ణపుత్ర విశ్వకునికి విష్ణావుడను పుత్రుని యిచ్చారు. మీరు తండ్రి యింట కూర్చున్న, బాధతోనున్న ఘోషకు పతిని

ప్రసాదించారు." అప్పుడుకూడ రోగాల సంఖ్య ఎక్కువగానే వుండవచ్చు. కాని ఆ రోగాల వర్గీకరణ ఎక్కువగా జరుగలేదు.

4. చికిత్స : ఋగ్వేదానికి ఆరు శతాబ్దాల తర్వాత బుద్ధుని కాలంలో ఔషధములు బాగా వృద్ధిచెంది విస్తరించాయి. కాని అప్పటికి యింకా రసాలు, లోహ భస్మాలు వాడుకలో లేవు. అవి వచ్చుటకు శతాబ్దాలు గడిచాయి. బుద్ధుని కాలంలో పంచ భైషజ్యములు-ఐదు మందులు (నేయి, వెన్న, నూనె, తేనె, కలకండ) కొవ్వు, మూలికలు, కషాయం, ఆకులు, పండ్లు, జిగురు, లవణములు, పచ్చిమాంసం, రక్తంతో చేసిన మందులు వాడుకలో వుండేవి. అంజనము, తైలము, నస్యము, సాంబ్రాణి, మద్యంతో కూడిన మందులుకూడ ఉపయోగించేవారు. ఆవిరితో చెమట పట్టించుట, కొమ్ముతో నెత్తురుతీయుట, మర్దనము (మాలీషు), కోత (ఆపరేషను), మలాము పట్టి, సర్ప చికిత్స, విషచికిత్స, పాండురోగ చికిత్స, గ్రహ (భూత) చికిత్స, చర్మరోగ చికిత్సలను గురించికూడ వినయ పిటకంలో (మహా వర్గ, భైషజ్య స్కంధకంలో) పేర్కొనబడింది. వీనిలోని ఎక్కువ మందులు, చికిత్సలు అంతకు ముందు కూడ ప్రచారంలో వుండవచ్చు.

ఋగ్వేదంలో పేర్కొనబడిన రోగములు : అగద, అజకా, అజ్ఞాతయక్ష్మ, అనమీవ, అనూక్య, అప్వా, అమ, అశీపద, అశీమిద, జీవగృభ, దుర్నామా (మూలశంక) నవజ్వార, వృషన్య, వృష్ట్యామయీా, యక్ష్మ, రాజయక్ష్మ, వందన బధ్రి, వివబృ, విషూచి, సురామ, శ్రామ, హరిమా, హృద్‌రోగం.

ఔషధముల సంఖ్య కూడ ఎక్కువగా వుంది. కావున అధర్వణ ఋషి యిట్లు చెప్పాడు

యత్రోషధీః సమగ్మత రాజానః నమితావివ ।

విప్రః స ఉచ్యతే భిషగ్రక్షో హామీవచాతనః ॥ (10-97-6)

"సమితిలో రాజులవలె ఔషధాలు ఎవరివద్ద గుమిగూడునో అతన్ని రోగ నాశకుడు, రాక్షసనాశకుడు, విప్రుడు, వైద్యుడు అంటారు."

నేటి వైద్యులు ధన్వంతరిని యిష్టదైవంగా చూస్తారు. కాని వేదకాలంలో అశ్వినీ కుమారుల మహిమను గురించి స్తుతించారు.

"ఆదివ్య భిషగ్గులగు అశ్విద్వయము మాకు శుభం చేకూర్చుగాత. మా బాధలను యిక్కడనుండి తొలగించుగాత" అని ఇరిన్వి ఋషి-చెప్పాడు. (8-18-8) హిరణ్యస్తూపుడు అశ్వినీ కుమారులను స్తుతిస్తూ చెప్పాడు - (4-34-69) "కళ్యాణ దేవతలారా, అశ్వినీ కుమారులారా, మాకు మూడుసార్లు ద్యౌ నుండి, మూడుసార్లు భూమినుండి, మూడు సార్లు నీటి నుండి మందులను యివ్వండి. సంయునివలె నా బిడ్డలకు మూడు విధాలుగా సౌఖ్యం చేకూర్చుడు. (6)

"ఓ అశ్వినీ కుమారులారా, మీ మూడు రథముల, మూడు చక్రములెక్కడ? అడ్డలతో కూడిన మూడు యిరుసులు ఎక్కడ? ఆ బలమైన గాడిదను ఎప్పుడు కట్టుకొని యజ్ఞానికి వస్తారు." (9)

దీన్ని బట్టి అశ్వినీ దేవతల రథానికి రాసభం (గాడిద) కట్టబడేదని తెలుస్తుంది. గుర్రంతో సమానం కాకపోయినా గాడిదలను పెంచుటకు, ఉపయోగించుటకు ఆర్యులకు ఎటువంటి హీనభావం లేదనిపిస్తుంది.

మాదక సోమాన్ని ఔషధంగా వుపయోగించారనుటలో ఆశ్చర్యపడనవసరం లేదు. నేటి మందుల్లో కూడ మద్యసారం ఎక్కువగా వాడబడుతూ వుంది.

"మిత్రావరుణులారా! సూర్యోదయం కాగానే సోమాన్ని పుచ్చుకొంటున్నాం. అది రోగికి మందు," అని ప్రగాథ పుత్ర హర్యతుడు చెప్పాడు.

కణ్వపుత్ర సోభరి ప్రసిద్ధమైన ఋగ్వేద ఋషి. ఆయన అశ్వినీ కుమారుల మహిమను కీర్తిస్తూ "ఓ అశ్వినీ దేవతలారా! మీరు ఏ ఔషధాలచే భక్తులను రక్షించారో, అధ్రిగులను రక్షించారో, అసహాయులైన భభ్రుని రక్షించారో, ఆ ఔషధాలతో వెంటనే రండి, యీ బాధితునికి (రోగికి) చికిత్స చేయండి-" అని చెప్పాడు. (8-22-10).

పదమూడవ అధ్యాయం

వేషభూషలు

ఆర్యులు చలి దేశాన్నుండి వచ్చారు చలి కాలంలో సప్తసింధులో కూడ చలి బాగా వుండే సువాస్తు ఉపత్యకవంటి ప్రదేశాల్లో వుండేవారు. అక్కడ ప్రతి సంవత్సరం మంచు పడుటను చూసేవారు.కాని ఆర్యుల నివాసాలు ఎక్కువగా చలి వున్నప్పటికీ హిమపాత భూమికి దూరంగా వున్న చలినుండి కాపాడుకొనుటకు శరీరాన్ని కప్పుకోవాలి "అగ్నిర్హి మస్య బూషజమ్" (చలికి మందు నిప్పు) అను మాటను సార్థకం చేస్తూ కూడా వారు బట్టలు లేకుండా కేవలం నిప్పు సహాయంతో వుండలేదు. వారు అనేక రకాల దుస్తులు ధరించేవారు. కాని వాటి అన్నిటి వివరణ లభించుట లేదు.

1. వస్త్రాలు

వస్త్రాన్ని వాస అన్నారు, సువాస, దుర్వాస, అర్జునవాస. శుక్రవాస, అని వాస మొదలగు శబ్దాలు ఆర్యులకు వస్త్రముల పట్ల వున్న శ్రద్ధను తెల్పుతున్నాయి, స్త్రీ గాని పురుషుడు గాని సువాసులగుట అవసర మనుకోనేవారు, విశ్వామిత్రుని సువాసను గురించి చెప్పాడు. (3-8-4)

యువా సువాసాః పరివీత ఆగాత్స ఉ
శ్రేయాన్ భవతి జాయమానః ।
తం ధీరాస భవతి జాయమానః
స్వాధ్యో మనసా దూవ యంతః ॥

"సుందర వస్త్రం ధరించిన యువకుని వలె యూప స్తంభం వచ్చింది ఆదిపుట్టి కీర్తిని సంపాదించుకొంటున్నది. జ్ఞానులు, ధీరులు అయిన కవులు మనసారా దేవులను తలుస్తూ యూసం ఎత్తుతున్నారు.

ఇక్కడ యజ్ఞం కొరకు వున్న యూపాన్ని వర్ణిస్తూ దాన్ని సుందర వస్త్రాలు ధరించిన యువకునితో పోల్చారు.

ఋషి కక్షీవానుడు కూడ సువాసా స్త్రీని పేర్కొన్నాడు. (1-124-7)

"సోదరులులేని స్త్రీ పురుషుని ఎదుటకు ధనం కొరకు వచ్చినట్లు, సువాసాపత్ని అభిలాషతో భర్త వద్దకు వచ్చినట్లు నవ్వుతూ ఉషస్సు ప్రకాశిస్తున్నది. " ఈ భావాన్నే బృహస్పతి కూడ చెప్పాడు (10-71-4)

"చూస్తూ కూడ వాణిని ఎవరూ చూడలేరు. వింటూ కూడ వినలేరు. పతిని కోరిన సువాసా స్త్రీ వలె ఎవరికో యీ వాణి తన శరీరాన్ని ఆనావృతం చేస్తుంది"

శుక్ల వస్త్రమంటే ఆర్యులకు మక్కువ వున్నట్లుగ తెలుస్తుంది. కుత్స ఆంగిరసుడు ఉషస్సును వర్ణిస్తూ చెప్పాడు. (1-113-7)

"ధ్యౌని పుత్రిక, యువతి, శుక్రవాసా (శుక్ల వస్త్రధారిణి, తెల్లని వస్త్రమును ధరించినది) ఉషస్సు అంధకారాన్ని తొలగిస్తూ కనబడింది. ఈమె పృథ్వీలోకం ధనమంతటికీ స్వామివి. ఓ సౌభాగ్యవతీ ఉషా, నేడు యిక్కడ నుంచి చీకటిని తొలగించుము".

ఉషస్సును ఆరువాసా అనాలి. కాని శుక్ల వస్త్రం అందేవున్న పక్షపాతం చేత యిక్కడ అమెను శుక్రవాసా అన్నారు. విశ్వామిత్రుడు కూడ ఉషస్సును అర్జునవాసా (శ్వేత వస్త్రధారిణి) అన్నాడు (3-39-2).

దివశ్చిదా పూర్వ్యా యాయమానావి జాగృవిద్విదధే శస్యమానా.

భద్రా వస్త్రాణ్యర్జునా వసానా సేయమస్మే సనజా పిత్ర్యాథీః (3-39-2)

"ఓ యింద్రా, ద్యులోకమందు పుట్టి, యజ్ఞమందు ప్రశంసించబడి, జాగరూకమై, అర్జున (తెల్లని) వస్త్రములను ధరించి శుభదాయిని ఉషస్సు పితరుల నుండి మా వద్దకు వస్తున్నది."

ఆర్యులవి వున్ని వస్త్రాలు, అన్ని చోట్ల వారు అవిని (గొర్రె) ను ఉన్నిని గురించే చెప్పారు. సోమాన్ని వడగట్టుటకు కూడ వున్ని వస్త్రమునే వుపయోగించే వారు. విమద ఋషి వున్ని వస్త్రాలను గురించి చెప్పాడు (10-26-6)

"మిక్కిలి కోరికతో శుచా (ఆడమేక), శువి (మేక)ల యజమానిగా గొర్రెల వున్నితో వస్త్రాలు నేస్తూ వున్నాడు."

దుర్వాసుడు (చెడ్డ వస్త్రములు వేసుకొనుటను) గా వుండుట ఆర్యులకు యిష్టముండేదికాదు. అందుకనే వసిష్టుడు అగ్నిని ప్రార్థించాడు (7-1-19)

"ఓ అగ్ని! మమ్ము నిర్వీరులుగ చేయవద్దు. దుర్వాసులుగా, మతిహీనులుగ చేయవద్దు. మాకు ఆకలిని యీయవద్దు. రాక్షసుని యీయవద్దు, మమ్ము యింటిలో గాని, వనంలో గాని చంపవద్దు."

స్త్రీలు అందముగ వస్త్రాలతో కప్పుకొనుట ఆర్యులకు యిష్టం. ఆశ్వినీకుమారులను స్తుతిస్తూ విశ్వమనా ఆంగిరసుడు చెప్పాడు. (8-26-13)

"ఓ అశ్వినీ కుమారులారా! వస్త్రం ధరించిన వధువులె మీకు యజ్ఞంతో కూడిన పూజను చేసిన వారికి, మీరు యశస్సు, శుభం చేకూర్చుతున్నారు.

వస్త్రాలు వారు ఎక్కువగా వుపయోగిస్తున్నప్పటికి అవి ఎన్ని రకాలో మనకు వాటి వివరణ చాల తక్కువగానే తెలుస్తుంది. వారి దుస్తులు-

1 ద్రాపి : వామదేవుడు యీ వస్త్రం గురించి చెప్పాడు (4-53-2)

"ద్యులోక ధారకుడు, భువనము ప్రజాపతి, కవి (సూర్యుడు) పిశంగ ద్రాపిని ధరిస్తున్నాడు. అతడు స్తుతించబడి విచక్షణతో సుందరమైన ధనములను ప్రసాదించుగాక."

దీర్ఘతమ పుత్ర కక్షీవానుడు కూడ ద్రాపిని వర్ణించాడు. (1-116-10)

"ఓ ఆశ్విద్వయములారా, మీరు జీర్ణమైన ద్రాపివలె చవనుని ముసలితనాన్ని పోగొట్టారు. మీరు అసహాయుడైన చవనుని ఆయువుని వృద్ధిచేసి అతన్ని కన్యలకు భర్తగా చేశారు".

అజీగర్త పుత్ర శునశ్శేపుడు వరుణుని స్తుతిస్తూ ద్రాపిని పేర్కొన్నాడు. (1-25-13)

"బంగారు వన్నె గల ద్రాపిని ధరించి వరుణుడు, తన శరీరాన్ని కప్పుకొంటూన్నాడు. నలువైపుల కిరణాలను ప్రసరింపచేస్తున్నాడు.

ఆర్యులు పిశంగ, హిరణ్యా (పసుపు వర్ణం) బంగారు వన్నె గల ద్రాపిని ధరించేవారని పైఋక్కుల వలన తెలుస్తున్నది. హిమాలయంలోని అనేక స్థానములో స్త్రీలు దోడూ (ఖద్దరు) ను ధరించినట్లు బహూశా యీ ద్రాపిని ఆర్యులు ధరించి వుంటారు.

2. అత్క : భరద్వాజుడు దీన్ని పేర్కొన్నాడు. (6-29-3)

"ఓ యింద్రా, శ్రీ కొరకు మేము నీపాద సేవను చేస్తున్నాం. గదను చేతబట్టి శత్రువులను నీవు బలంతో ఓడించి మాకు దక్షిణలు యిస్తున్నావు. ఓ నేతా, నీవు దర్శనీయమైన, సురభిత అత్కను ధరించి సూర్యునివలె తిర్గుతున్నావు."

కల్పితవేన బార్గవ ఋషి వనదేవతను వర్ణిస్తూ అత్కను పేర్కోన్నారు. (10-123-9). "గంధర్వ స్వర్గం పైనవుండే వేనుడు మాఎదుట విచిత్ర ఆయుధాలను ధరిస్తూ, సురభిత అత్కను వేసుకొని దర్శనీయుడై ప్రియ సుఖం కల్గిస్తున్నాడు.

3. శిప్ర : శిరస్త్రాణం ఉష్ణీషం (తలపాగా) రెంటినీ శిప్ర అంటారు. వసిష్ఠుడు యింద్రుని స్తుతిస్తూ శిప్రను పేర్కొన్నాడు. (7-35-3) "ఓ శిప్రధారీ యింద్రా, సుదాసుని కొరకు నీవే వందలాది రక్షణలు, వేలాది కోర్కెలు, దానములు యిచ్చెదవు గాక. మా క్రూర శత్రువులను చంపుము. మాకు ఉజ్వల రత్నాలను యిమ్ము."

వామదేవుని ఋక్కులవలన శిప్ర అనగా శిరస్త్రాణమని తెలుస్తుంది (4-37-4)

"ఋషులారా, మీ గుర్రాలు బలిసి వున్నాయి, రథములు మెరుస్తున్నాయి. మీరు తామ్రశిప్రులై (ఆయః శిప్రాః) అన్నవంతులై మంచి పిష్కములను (బంగారు ఆభరణములు) ధరించి వున్నారు. ఓ యింద్రపుత్రులారా బలుని మనుమలారా, మీ ఆనందం కొరకు ముందుగా యీ ఆహారం యిస్తున్నాం".

ఇక్కడ శిప్ర అంటే శిరస్త్రాణంగ తోస్తుంది. కాని శిరస్త్రాణము కూడ ఉష్ణీషము యొక్క వికసిత రూపమే గదా! ఈ ప్రకారంగా ఆర్యులు దుస్తుల్లో ఉష్ణీషం కూడ వుంది. దాదాపు క్రీ.శ. 1వ శతాబ్దం వరకు భారతదేశంలో స్త్రీ పురుషులు ఉష్ణీషం చుట్టుకొనేవారు. ఆ కాలంలో భారతదేశానికి బయటకు పోయి వలసను ఏర్పరుచుకొన్న స్త్రీ పురుషులు తమ వెంట అక్కడకు యీ ఉష్ణీషం కూడ తీసుకుపోయారు. బర్మాకు సరిహద్దున చైనాలో- పూర్వకాలంలో పూర్వగంధా ఉపనివేశం ఉన్న చోటులో -నేటికీ స్త్రీ పురుషులు తలపాగ చుట్టుకొంటారు. ద్రాపి యొక్క రూపాంతరమే తర్వాత వచ్చిన ఉత్తరసంగం (ఉత్తరీయ చద్దరు) సువాస లేక మంచి అంతర్వాస్వీకమే తర్వాత దోవతిగా మారింది. స్త్రీలకు ఉత్తరీయంగాను లేక ఉత్తరాసంగంతో కూడిన చీరెగా మారింది. లేక కుచ్చీలను పెంచగా లంగా అయింది మొహింజెదారొ, హరప్పా దుస్తుల్లో కూడ అంతర్వాసం, ఉత్తరా సంగం ఉన్నట్లు తెలిసింది. సుత్తన్ లేక పైజామా శకుల దుస్తులు. అదివారితో క్రీ.పూర్వములోను క్రీస్తుకు తర్వాతను వున్న ప్రథమ శతాబ్దాల్లోను భారతదేశానికి వచ్చింది. తర్వాత మన రాజులు దాన్ని వారి దుస్తుల్లో చేర్చుకొన్నారు. సుత్తన్ ధరించివున్న గుప్తరాజుల నాణెములను చూస్తే యీ విషయం తెలుస్తుంది.

2 భూషణాల (నగలు)

ఆ భూషణాల్లో కుండలములు (చెవి పోగులు), మెడలో తాయెత్తు లేక బిళ్ళ, వక్ష స్థలము పైన హారము, చేతి కంకణములు సంగతి తెలిసింది. ఈ నగలు బంగారం తోను, మణులతోను చేయబడినవే. వైదిక కాలంలో వెండి వున్నప్పటికీ దాని వాడుక చాల తక్కువ. ప్రాచీన కాలంలో వెండి దొరకనందున వెండి, బంగారముల విలువ సమానంగా వుండేది. ఇదికూడ వెండి వాడుకలోని రాకపోవుటకు ముఖ్య ఆటంకం. బంగారం మనదేశంలో కొద్దిగానో, గొప్పగానో దొరికేది. ఇంతకన్న ఎక్కువగా అల్టాయి గనుల నుండి బంగారం, తామ్ర యుగంలో ఆసియాలోని విభిన్న దేశాలకు, మధ్య దేశాలగుండా భారతదేశానికి వస్తూ వుండేది.

1. కర్ణభూషణాలు (చెవులు నగలు) : కురుసుతి ఋషి కర్ణభూషణం (కర్ణశోభన) గురించి చెప్పాడు (8-67-3)

"ఓ వృత్ర నాశకుడైన యింద్రా! నీవు ధన సంపన్నుడవు. నీవు సర్వత్రా స్తుతింపబడు తున్నావు. మాకు అనేక కర్ణ శోభనలు యిమ్ము.

కక్షీవానుడు సర్వదేవలను ప్రార్థిస్తూ చెప్పాడు *(1-122-14)*

హిరణ్య కర్ణ మణి మర్ణ స్తన్నో విశ్వే వరివస్వంతు దేవాః
ఆర్యోగిరః సద్య ఆ జగ్మషీరో స్రాశ్యాకంతూఘయేష్వ స్మే ॥

"ఓ విశ్వదేవులారా, మాకు హిరణ్య కర్ణులను (చెవులకు బంగారు సోగులు కలవారు.) మణిగ్రీవులును(కంఠ మందు మణులు గలవారు), రూపవంతులును అగు పుత్రులను ప్రసాదించండి. ఆశువుగా వెలువడుచున్న మాశ్రేష్ట వాణులును, హవ్యమును ప్రేమతో గ్రహించండి".

2. బంగారు కంఠి : మెడలో నిష్కం (బంగారు నగ) ధరించు సంగతి చెప్పబడింది. నిష్కం బంగారు నాణెంకాదు. కుషానులకు పూర్వ భారతదేశంలో బంగారు నాణెములను ఏ రాజూ ముద్రించనూ లేదు. వాటి నమూనాలు మనకు దొరకనూలేదు. మెడలో వేసుకొనుటకు ప్రత్యేక అకారంలో బంగారపు బిళ్లలు వుండవచ్చు వాటిని నిష్కం అన్నారు. బభ్రు ఆత్రేయుడు మెడలో నిష్కం ధరించిన ఋత్విజులను పేర్కొన్నాడు. (5-13-3)

"స్తుతి కర్తలు, అన్నాకాంక్షలు, నిష్కగ్రీవులు అగు ఋత్విజులు యీ అగ్ని బలమును వృద్ధి చేస్తున్నారు."

నిష్కగ్రీవుని వశిష్ఠుడు సునిష్కుడన్నాడు. *(7-56-11)*

"స్వాయుధాస ఇష్మిరాః సునిష్కాఉత
స్వయం తన్వః శుంభమానాః ॥"

"సుందర ఆయుధాలను ధరించిన, చురుకైన సుందరమైన నిష్కములు ధరించిన మరుత్తులు స్వయంగా మా శరీరమును అలంకరిస్తున్నారు."

కక్షీవానుడు విశ్వదేవస్తుతిలో (1-122-14) మణిగ్రీవుల సంగతి చెప్పాడు. దీన్నిబట్టి ఆర్యస్త్రీలు, పురుషులు మెడలో నిష్కములే కాకుండా మణుల మాలను కూడ వేసుకొనేవారు అని తెలుస్తుంది.

3. రుక్మపక్ష : వశిష్ఠుడు వక్షముపై రుక్మను, భుజమునకు కంకణం ధరించిన సంగతిని పేర్కొన్నాడు. (7-58-13).

అంసేష్వా మరుతః ఖాదయోవోవక్షః సురుక్మా
ఉపశిశ్రియాణాః।
వి విద్యుతోన వృష్టి భీరుచానా అను
స్వధాను యు ధైర్యచ్ఛమానః॥

"ఓ మరుత్తులారా, మీ భుజములకు కంకణాలు, మీ వక్షాలపై రుక్మలు (స్వర్ణ భూషణాలు) అలంకృతములై వున్నాయి. వానలో మెరుపువలె ఆయుధాలను ప్రకాశింపచేస్తూ ప్రయోగిస్తున్నారు."

4. ఖాది 5. ఋష్టి 6. శిప్ర : పై ఋక్కునుబట్టి ఖాది భుజమునకు పెట్టుకొను ఆభూషణమని తెలుస్తుంది. శ్యావాశ్వుడు కూడ పేర్కొన్నాడు (5-54-11) "ఓ మరుత్తులారా, మీ భుజములకు ఋష్టి (ఆయుధాలు), కాళ్ళకు ఖాది, వక్షములకు రుక్మలు

వున్నాయి. రథముపై మీరు శోభిల్లుతున్నారు. కిరణాల్లో నిప్పువలె ప్రకాశించుచున్న తళుకులతో తలపైన విశాలమైన సువర్ణ శిప్రలున్నాయి."

ఇక్కడ ఖాది భుజములకు కాకుండా కాళ్ళకు వున్నట్లు వర్ణితమైంది. కాబట్టి కాళ్ళకున్న కడియాలను కూడ ఖాది అనేవారు. కంకణము (మురుగు) లను కూడ ఖాది అనేవారని శ్యావాశ్వుని ఋక్కువలన తెలుస్తుంది. (5-58-2).

"ఓ విప్రులారా, దీప్తిమంతులు, శక్తివంతులు, చేతులకు కంకణం కలవారు, సుఖదాయకులు, మాయావులు, దాతలు, గొప్ప మహిమ కలవారు, గొప్ప ఐశ్వర్యం కలవారు, నేతలు అయిన యీ మరుత్తులకు మీరు వందనం చేయండి."

భరద్వాజుడుకూడ శిశువు చేతికి ఖాది వున్నట్లు పేర్కొన్నాడు. (6-16-40) "అధ్వర్వులు ఖాదిని ధరించిన నవజాత శిశువువలె సుందరమైన అగ్నిని చేతి యందు గ్రహిస్తున్నారు."

మొహింజెదారో ప్రజల, ఋగ్వేద ఆర్యుల ఆభూషణాల్లో కొంత సమానత్వం తప్పకవుంది. ఎందుకంటే మొహింజెదారో ప్రజలు ఎక్కువ సంస్కృతీ సంపన్నులగుటచేత భూషణాలందును, అలంకరణలోను ఆర్యులకు మార్గ దర్శకులుగా వుండవచ్చు. మొహింజెదారో త్రవ్వకాల్లో ఎన్నో రకములైన నగలు దొరికాయి. స్త్రీలు మణికట్టు మొదలు భుజమువరకు ఏబదేసి కంకణాలు లేక గాజులు ధరించే వారు. వాటిని యిప్పటికీ పాతకాలపు సింధీ, మార్వాడీ స్త్రీల చేతులకు వుండుటను చూస్తున్నాం. ఋగ్వేద ఆర్య స్త్రీలు చేతులకంతా బంగారం ఖాది పెట్టుకొనక పోయినా ఒకటి రెండయినా తప్పక ధరించి వుంటారు. కంకణం స్త్రీలకు మాత్రమే ఆభూషణం కాదు. ఒంటిపేట, నాల్గుపేటలు, ఆరుపేటలు హారములు కూడ మొహింజెదారోలో దొరికాయి. ఈ బంగారు హారాలను ధరించినవారిని ఋషులు రుక్మవక్షులుగా వర్ణించారు.

7. ఓ పశ : ఇది స్త్రీల శిరోభూషణం. బహుశా సౌభాగ్యవతి తిలకంవలె వుండేది.

3. సజ్జా (అలంకరణ)

1. కపర్ద : శరీరాన్ని అలంకరించుకొనుట మానవ సహజం. ఇందుకు మనం కేవలం స్త్రీలను నిందించవలసిన పనిలేదు. పురుషులు కూడ తమ్ము అలంకరించు కొనుటకు ప్రయత్నిస్తున్నారు. ఆర్యులందరూ గడ్డం, మీసాన్ని ఉంచుకొనే వారుకాదు. ఇంద్రుని ముఖమునకు పసుపు గడ్డం మీసం ఉన్నట్లుగ మేము ఇదివరలో చెప్పాం. ఆర్యపురుషులు కూడ ఆర్య స్త్రీలవలె పొడవైన జుట్టును వుంచుకొనేవారు. ఈ అలవాటు మహమ్మదీయులు వచ్చేవరకు వుంది. మొత్తం జుట్టును పోగుపెట్టి కట్టిన జడను కపర్ద అన్నారు. శంకరుని తలపై జటాజూటముంది. కాబట్టి శంకరునికి కపర్ది అను పేరు వచ్చింది. భరద్వాజుడు పూషనుని కపర్దీ అంటూనే ఈశానుడని అన్నాడు. (6-55-2). ఈశానుడు రాజుకు లేక శాసకునికి పర్యాయ పదం. అదే శంకరునికి పర్యాయ పదమైంది. భరద్వాజుని "కపర్దీ ఈశానుణ్ణి" తర్వాత కాలంలో జటాజూట ధారి శంకరునిగ చెప్ప నారంభించారు. ఏమైనా కానీయండి, పూషనుణ్ణి భరద్వాజుడు కపర్దీ అన్నాడు (6-55-2)

రథీతమం కపర్దిన మీశానం రాధసోమహః।
రాయః సఖాయ మీమ హే॥

"సర్వశ్రేష్ఠరథి, కపర్దీ; మహా ఐశ్వర్యవంతుడు, ఈశానుడు, మాకు సఖుడు పూషనుని నుండి మేము ధనాన్ని అడుగుతున్నాం."

ఆయనకు సమకాలికుడగు వశిష్ఠుడు కూడ తన కులంలోని యువకులను తలపై కుడివైపు కపర్దములు ధరించినవారని చెప్పుకొన్నాడు (7-33-1).

"తెల్లని, కుడివైపున ముడులుగల నా పుత్రులు నాకు అన్ని వైపుల నుండి ఆనందం చేకూర్చుతున్నారు. యజ్ఞం నుండి లేస్తూ 'వశిష్ఠసంతానం నాకు దూరముగ పోరాదు' అని చెపుతున్నాను."

దీన్ని బట్టి వివిధ కులస్తులు వారి తలలపై ముడులను వేర్వేరుగా వేసుకొనే వారని తెలుస్తుంది. బైరాగి సాధువులు తమ సాంప్రదాయానుసారంగా తమ తల పాగను కుడికిగాని, ఎడమకుగాని చుట్టుకొంటారు. ఇట్లే రాజపుత్రులు కూడ చుట్టుకొంటారు. హిందువుల చొక్కాలు, మిర్జయీ మెడ కుడివైపునుండి, మహమ్మదీయులవి ఎడమనుండి తెరచు విధానముండుట మనకు తెలుసు. ప్రాచీనకాలంలో కపర్దం సిక్కుల ముడిలాంటిది కాదు. ముడికి పైన పాగాచుట్టి దాన్ని పూలతో అలంకరించేవారు. క్రీస్తుకు పూర్వం రెండు-మూడు శతాబ్దాల విగ్రహాలను చూస్తే మనకీ విషయం తెలుస్తుంది. పువ్వులతో కేశాలను అలంకరించుకొను ఆచారం ఋగ్వేద కాలంలో కూడ వుండవచ్చు.

వేణినికూడ కపర్దమనేవారు. విరూప పుత్రసద్రీ ఋక్కువలన యీ విషయం తెలియగలదు. (10-114-3) "నాల్గు కపర్దులను (జడలను) ధరించినటువంటిది అందకత్తె. సువస్త్ర ఆయజ్ఞ యువతిపై పరాక్రమం గల పక్షులు రెండు కూర్చున్నాయి. అందు దేవతలు తమ తమ భాగాలను పొందారు."

ఇక్కడ యజ్ఞ వేదికను నాల్గు కపర్దులు కల యువతితో పోల్చారు. కన్యలు నాల్గు జడలు వేసుకొని వుండవచ్చు. ఒక జడ, రెండు జడలు వేసుకొను పద్ధతి ఇప్పుడు కూడ వుందిగదా.

2. క్షవరం : గడ్డం, మీసంగాని, గడ్డం ఒక్కటేగాని క్షవరం చేయించుకొను ఆచారమున్నట్లు (10-142-4) ఋక్కువలన తెలుస్తుంది.

"ఓ అగ్నీ, నీవు ఎత్తయిన కొండలను, పల్లపు మైదాన ప్రదేశాలను ఆరగిస్తున్నప్పుడు దోచుకొను సేనవలె వేర్వేరుగా పోతావు. వాయువు నీకు తోడైనప్పుడు మంగలి గడ్డాన్ని మీసాన్ని క్షవరం చేసినట్లు అధిక భూభాగాన్ని ఆరగిస్తావు."

ఋగ్వేదంలో ఆర్య స్త్రీ, పురుషుల వేషభాషల గురించి వర్ణితమైన విషయాలనుబట్టి మనకు ఈ క్రింది సంగతులు తెలుస్తాయి. ఆర్యులకు ఉన్ని గుడ్డలుగాని, చర్మపు దుస్తులుగాని వేసుకొనుట యిష్టం. వారు రకరకాల బంగారు నగలు, మణుల నగలు పెట్టుకొనేవారు. కేశములను పువ్వులతో అలంకరించుకొనేవారు. ఆర్య పురుషులందరకు గడ్డం ఉంచుకొనవలెనను మోజు లేదు. ప్రౌఢులు మాత్రం తప్పక గడ్డం పెంచేవారు.

పదునాలుగవ అధ్యాయం

క్రీడా వినోదాలు

1. నృత్యం : నృత్యగీతాలు, సోమపానం, గుఱ్ఱపుస్వారీ, కుస్తీ, జూదం ఆర్యుల వినోద సాధనాలు. వీటిని గురించి విస్తారంగా ఋగ్వేదంలో వర్ణింపబడకుండుట సహజమే. ఋగ్వేద సంగ్రహం యొక్క ఉద్దేశ్యం అదికాదుగదా! ఆంగిరస సవ్య ఋషి నృత్యాన్ని పేర్కొన్నాడు.

(1-57-3) కాని దాన్ని సాంకేతిక భాషలో అక్కడ ఇంద్రుడు గదను నర్తనం చేయించినట్లు చెప్పాడు.

2. సంగీతం : సంగీతం కూడ ఆర్యులకు ఒకే వినోదసాధనం. ఋగ్వేదంలోని తొమ్మిదవ మండలం, దాదాపు సామవేదమంతా సోమగానం కొరకేవుంది. గానసాధన (గాయత్ర) మగుటచేత ఎనిమిది అక్షరాలతో మూడు పాదములున్న పద్యాన్ని గాయిత్రీ అన్నారు. ఘోర పుత్ర కణ్వుడు అందుచేతనే చెప్పాడు (1-38-11). "నోటిలో శ్లోకం తయారు చేసుకొనుము. పర్జన్య మేఘంవలె దాన్ని విస్తరించుము. ఉక్థ (గేయ) గాయత్రిని గానం చేయుము."

నేడు కూడ కిన్నరులు మొదలగు పర్వత జాతులయొక్కయు, మైదాన ప్రజల యొక్కయు పల్లెపదాల్లో మూడు పాదములున్న యీ పద్యం అధిక వ్యాప్తిలో ఉన్నట్లు మేము యింతకుముందే చెప్పియున్నాం. వైదిక గాయత్ర సామమును, పల్లె పదాల్లో మూడు పాదములున్న పాటల లయను గురించి తులనాత్మక అధ్యయనం చేసినయెడల బహుశా మనకు సప్తసింధులోని ఆర్యుల గాన పద్ధతి పరిచయాత్మకంగా నైనా తెలియగలదు.

3. పానం

1. సోమపానం : మత్తును కల్గించు పానముల్లో సోమపాన మొకటి. ఇది ఆర్యుల్లో చాలా ఎక్కువగా వుంది. ఒకరకమైన సురనుకూడ వారు త్రాగేవారు. కాని దానికి అంతగా ప్రాముఖ్యంలేదు. కణ్వపుత్రకు సీది సోమపానం ఇంద్రునకు ప్రియమైందని చెప్పాడు. (8-71-7, 8) "చమసుల్లో (గిన్నెల్లో), చమూల్లో (కొయ్య పాత్రల్లో) నీ కొరకు సోమాన్ని వడగట్టి ఉంచాం. ఓ ఇంద్రుడా ! నీవు దీన్ని త్రాగుము. నీవు దీనికి యజమానివి." (7)

"పాత్రల్లోని సోమం నీటిలో చంద్రునివలె కనబడుతున్నది. నీవు దీన్ని త్రాగుము. దీనికి నీవు ఈశ్వరుడవు." (8)

సోమాన్ని గురించి ఉన్న తొమ్మిదవ మండలం విశ్వామిత్రపుత్ర మధుచ్ఛందుని సూక్తంతో ప్రారంభమవుతుంది. అందలి మొదటి ఋక్కు యిట్లున్నది. (9-1-1).

స్వాదిష్ఠయా మదిష్ఠయా పవస్వ సోమధారయా ।
ఇంద్రాయ పాతవేసుతః ॥

"ఓ సోముడా, నీవు యింద్రుడు త్రాగుటకొరకు వడకట్టబడి, స్వాదిష్టమై, మదిష్టమై ధారగా ప్రవహించుము."

శునఃశేపుడు సోమాన్ని వర్ణించాడు (9-3-1).

ఏషదేవో అమర్త్యః వర్ణవీరివ దీయతి ।
అభిద్రోణాన్యాసదం ॥

"ఈ అమరదేవుడు ద్రోణము (కలశము)ల్లోనికి పక్షివలె యెగురుతూ పోతున్నాడు."

సోమం గురించి ఎక్కువ సూక్తములు రచించిన ఋషి అసితదేవలుడు. ఆయన ఏమి చెప్పాడో చదవండి - (9-5-1).

సమిద్ధో విశ్వతస్పతిః పవమానో విరాజతి ।
ప్రీణాన్ వృషా కనిక్రదత్ ॥

"పరాక్రమవంతుడు, పతి, ఉద్దీప్తుడు, పవమానుడు అయిన సోముడు శబ్దం చేస్తున్నాడు. సంతోషపెట్టుతూ శోభిల్లుతున్నాడు."

"పవమాన (వడకట్టుటచే పవిత్రమైన) సుందర, మహా సోముడు రాత్రిని, దర్శనీయమగు ఉషస్సును కాంక్షిస్తున్నాడు". (6)

పవమాన సుందర సోముని భార్యలగు భారతి, సరస్వతి, ఇళా-ముప్పురూ మా యీ యజ్ఞంలోకి రావలసింది." (8)

అసిత ఋషి యింకా వర్ణిస్తున్నాడు. (9-8-4-6)

"ఓ సోముడా, నిన్ను పదివ్రేళ్ళు శుభ్రపరుస్తున్నాయి. ఏడు స్తుతులు ప్రసన్నం చేస్తున్నాయి. తర్వాత విప్రులు నిన్ను సేవించి మత్తిల్లుతున్నారు." (9-8-4)

"పసుపుపచ్చని బంగారు వన్నెగల సోముడు కలశాల్లోకి ప్రవహిస్తూ పాలు అను వస్త్రం ధరిస్తున్నాడు."

ఋషి ఇంకా చెప్పుతున్నాడు (9-11-1, 3, 6).

"ఓ నరులారా, పవమాన సోముని కొరకు పాటపాడండి. ఇతడు దేవతల కొరకు యజ్ఞం చేయకోరుతున్నాడు." (1)

"దేవతల కొరకు కోర్కెతో సోమదేవతకు అధర్వులు మధువును చేర్చి కలిపారు. కావున ఓ సోమరాజా, నీవు మా కొరకు ప్రవహించు. మా గోవుల మేలుకోరి, మా గణముల మేలుకోరి, మా గుర్రముల మేలుకోరి, ఔషధముల మేలుకోరి ప్రవహించుము." (3)

"ఎర్రని రంగుగలవాడును, స్వశక్తికలవాడును, ద్యౌను తాకువాడును అగు సోముని కొరకు గాథను పాడండి."

"నమస్కరిస్తూ దగ్గరకు రండి. సోమాన్ని పెరుగుతో కలపండి. ఇంద్రునికి సోమం యివ్వండి. (6)

సోమం గురించిన స్తుతుల్లో ఎక్కువభాగం మూడు పాదాలు గల గాయత్రీ పద్యమందున్నవి అని మీరు గుర్తుంచుకొనవలసి ఉంది. ఉత్తర భారతంలో చాలా ప్రదేశాల్లో పల్లెపదాల్లో (లోక గీతముల్లో) యీ ఛందము (పద్యము) వాడుకలో చింది. చివరి మూడవ పాదాన్ని మరొకసారి అన్నప్పుడు అది నాల్గు పాదములు కల పద్యమవుతుంది. ఋగ్వేదకాలంలో కూడ ఈ విధంగానే ఉండవచ్చు. ఋగ్వేద ఆర్యులకు ప్రియమైన పానం సోమపానం. అది వారి దేవతలకు కూడ మత్తును కల్గించేది. అందుచేతనే అసిత దేవలుడు పులకితుడై సోముని గుణాలను కీర్తిస్తున్నాడు. (9-15-1-2-4).

ఏషధియా యాత్యణ్వ్యా శూరో రథేభి రాశుభిః ।
గచ్ఛన్నింద్రస్య నిష్కృతం ॥ (10

ఏషపురూధియా యతే బృహతే దేవతా తయే ।
యత్రామృతాస ఆసతే ॥ (2)

ఏష శృంగాణి దోధు వచ్ఛిశీతే యూథ్యో వృష్టా ।
నృమ్ణా దధాన ఓజసా ॥ (4)

"ఈ శూరుడు (సోముడు) ఇంద్రుని వద్దకు సూక్ష్మ స్తుతులతో, వేగంగా పోవు రథములపై వెళుతున్నాడు."

"అమరులున్న ఈ మహాయజ్ఞమందు సోముడు చాలా శ్రద్ధవహిస్తున్నాడు."

"యూధపతి వృషభం కొమ్ములను ఆడిస్తున్నట్లు సోముడు తన ఓజస్సుతో పరాక్రమిస్తూ ఉన్నాడు."

అసిత ఋషి యింకా వర్ణించాడు. (9-17-4, 7).

"సోమం కలశాల్లోకి పరుగిడుతూ, పాత్రలను తడుపుతూ, యజ్ఞములందు సామగానముల ద్వారా అభినందించబడుతున్నది." (4)

"ధనవంతుడైన సోముడా ! రక్షిస్తావు అను కోర్కెతో విప్రులు నిన్ను యజ్ఞం కొరకు స్తుతిస్తూ శుభ్రపరుస్తున్నారు." (7)

తర్వాత ఋక్కుల్లో ఏమి చెప్పాడో చదవండి. (9-22-1,2,3,7)

"శీఘ్రగామియగు రథాలవలె, విడువబడిన గుర్రాలవలె సోముడు శబ్దం చేస్తున్నాడు." (1)

"ఈ సోముడు పెనుగాలివలె, పర్జన్య వృష్టివలె, అగ్నిశిఖవలె వ్యాపిస్తున్నాడు." (2)

"దధి మిశ్రిత పవిత్ర సోమాన్ని విప్రులు స్తుతుల ద్వారా విస్తరింపచేస్తున్నారు. (3)

త్వం సోమ పణిభ్య ఆ వసుగవ్యాని ధారయః ।
తతం తంతు మ చిక్రదః ॥ (7)

"ఓ సోముడా, నీవు పణుల నుండి గోవులను హరిస్తున్నావు. గొప్ప యజ్ఞమందు సవ్వడి చేస్తున్నావు."

సోమం ఆ దినాల్లో దొరకంది కాదు. అందుచేతనే దాని వాడకం అమితంగా ఉంది. తొమ్మిదవ మండలంలో-సోమ మండలంలో 114 సూక్తముల్లో సోముని మహత్తును గురించి వర్ణించినంతగా దీని పుట్టుకను గురించిగాని, యితర విషయాలను గురించిగాని చెప్పలేదు. సోమం ఎత్తయిన కొండలపై ఉండేదని రహూగణ పుత్ర గోతముని ఋక్కువలన తెలుస్తుంది. (10-32-2)

వీంద్రయాసి దివ్యాని రోచనాని పార్థివాని
రజసా పురుష్టుత ।
యేత్వావహంతి ముహురధ్వరాం ఉపతేసు
వన్వంతు వగ్వనాం అరాధసః॥

"పర్వతసానువులపై వున్న సోముడా! నీ కొరకు ఆవులు నేతిని, పాలను పిండుతున్నాయి."

రహూగణుడు ప్రాచీన ఋషి భరద్వాజుని కంటెకూడ ప్రాచీన ఋషుల్లోని వాడు. పెవ్యపానమగు సోమం గురించి ప్రశంసిస్తూ ఆయన చెప్పిన గేయగీతములు తరతరాల వరకు ప్రజల నాలుకలపై వుండేవి అని చెప్పితే ఆశ్చర్యపడనవసరంలేదు. రహూగణుడు సోముని గురించి యిట్లు చెప్పాడు. (9-37-1)

ససుతః పీతయే వృషాసోమః పవిత్రే అర్షతి ।
విఘ్నన్ రక్షాంసి దేవయుః ॥

"అతడు రాక్షసులను నాశనం చేస్తాడు. దేవకాముడు, పరాక్రముడు సోముడు నడకట్టబడి పాత్రల్లోనికి పానం కొరకు వెళుతున్నాడు."

"ఆ తడిసిన సోముడు కవి ద్వారా స్తుతించబడి ఇంద్రుని కొరకు కలశముల్లోకి పరుగిడుతున్నాడు." (6)

అయాస్యుడు సోముని కీర్తిస్తూ మూడు సూక్తములను రచించాడు (44, 45, 46). అతడు ఒక సూక్తమందు సోముని యిట్లు వర్ణించాడు. (9-46-1, 2, 5)

"పర్వతంపైన పెరిగిన సోముడు ప్రవహిస్తూ నైపుణ్యం గల గుర్రం వలె యజ్ఞం కొరకు సిద్ధపర్చబడుతున్నాడు." (1)

"తల్లిదండ్రులచే చక్కదిద్దబడు కన్యవలె పరిష్కృత సోముడు వాయువు వద్దకు వెళ్ళుచున్నాడు." (2)

"ఓ ధన విజేతా, మార్గవేత్త సోముడా ! మాకు మహా ధనమును యిప్పిస్తూ ప్రవహించుము." (5)

అవత్సార ఋషికూడ సోముని గురించి చెప్పాడు (9-56-3).

"ఓ సోముడా! జారుణ్ని కన్య పిలిచినట్లుగ నిన్ను పదివ్రేళ్ళు పిలుస్తున్నాయి. ఇచ్చుటకొరకు నిన్ను శుభ్రపర్చుతున్నారు." సోముని సర్వవిజేత అనేవారు. (9-59-1)

"ఓ గోవిజేతా, అశ్వవిజేతా, విశ్వవిజేతా, రమణీయతావిజేతా, సోమా! ప్రవహించుము. నా కొరకు సంతాన సమేతంగా రత్నాలను తెమ్ము."

"సహస్రాక్షుడు, సూక్ష్మదర్శి, వడకట్టబడుచున్న సోముని గాయత్ర నామం గానం చేయండి." (9-60-1)

ఆ మహీయు ఆంగిరసుడు సోముని చారిత్రక కృత్యాలను ఉల్లేఖించాడు.
(9-61-1, 2, 20)

"ఓ సోముడా! త్రాగుటకై ప్రవహించుము. నీ యొక్క మత్తుచేతనే 99 పురాలు ధ్వంసం చేయబడినాయి." (1)

"నీవు యీ ప్రకారంగా శంబరుని పురాలను, తుర్వశ యదులను దివోదాసుకు వెంటనే వశపర్చావు" (2)

"నీవు అమిత్ర పుత్రుని చంపావు. ప్రతిదినం అన్నం యిచ్చావు. నీవు గోదాతవు, అశ్వదాతవు. (2))

విధ్రువ కాశ్యపుడు సోముని మహిమను కీర్తిస్తూ చెప్పాడు. (9-63, 3, 4, 5)

"ఇంద్ర, విష్ణులకై వడకట్టబడి కలశముల్లోకి ప్రవహించే సోముడు వాయు దేవునికి మధురంగ నుండుగాత" (3)

"పింగళ వర్ణుడు, శీఘ్రగాముడు సోముడు యజ్ఞధారలో సుళ్ళు తిరుగుతూ ప్రవహిస్తున్నాడు." (4)

ఇంద్రం వర్ధన్తో అప్తురః కృణ్వంతో విశ్వమార్యం । అవఘ్నన్తో అరావ్ణః ॥ (5)

"ఇంద్రుని ఉత్సాహపరుస్తూ, జలంతెస్తూ, అన్ని పనులుచేస్తూ, పిసినిగొట్టులను నిర్మూలిస్తూ ప్రవహిస్తున్నావు."

ఆర్య సమాజంవారు "కృణ్వంతో విశ్వమార్యం" (అందరినీ ఆర్యులుగా చేస్తూ) అన్న వాక్యం చదువుకొని ఎగిరి గంతు వేస్తారు. అందరినీ ఆర్యులుగా చేసిన శ్రేయస్సు సోమపానానికి (భంగు త్రాగుటకు) విధ్రువ ఋషి యిచ్చిన సంగతిని వీరు తెలుసుకోలేక పోతున్నారు. ఋషి తర్వాత యిట్లు చెప్పాడు. (9-63-12, 13)

"నీవు మాకు ఆవులతోను, గుర్రాలతోను సహస్రధనాన్ని, అన్నాన్ని, యశాన్ని కూడా యిమ్ము." (12)

"రాళ్ళతో కొట్టబడి వడకట్టబడి సోముడు సూర్యుని వలె కలశాల్లోకి చక్కగా ప్రవహిస్తున్నాడు." (13)

జమదగ్ని భృగుపుత్రుడు కూడ సోముని వర్ణించాడు (9-65-1-8, 15)

"గొప్పతనాన్ని కాంక్షించు వ్రేళ్ళు అను చెల్లెళ్ళు ప్రవహింపచేయవలె నను కోర్కెతో సోముని ప్రేరేపిస్తున్నారు." (8)

"పింగళవర్ణుడు: మధురసప్రదుడు సోముని రాళ్ళతో నూరి ఇంద్రుడు త్రాగేందుకు సారం పిండుతున్నారు." (8)

"ఓ సోముడా, రాళ్ళ నుండి తీయబడి మత్తును కల్గించు తీవ్ర రసమగు నీవు పాపాలను హరిస్తూ ప్రవహిస్తున్నావు." (15)

జమదగ్ని తన సోమగాథలో సోముని పుట్టుక చోటును గురించి కొద్దిగా పరిచయమిచ్చాడు.

యే సోమాసః పరావతియే అర్వావతి సున్విరే ।
యే వాదః శర్యణావతి ॥ (9-65-22)

"ఏ సోముడు పశ్చిమాన, ఏ సోముడు తూర్పున, ఏ సోముడు శర్యణావతంలో వడకట్టబడినాడో."

"ఏ సోముడు ఆర్జీకులందు (వ్యాస నదీతీర వాసులందు), ఋత్విజులందు, పస్త్యలందు, పంచజనములందు వడకట్టబడినాడో." (9-65-23)

"ఆ సోముడు ఆకాశం నుండి వృష్టిని, వీరులయిన సంతానాన్ని మాకు తెచ్చుగాత." (24)

ఆవుతోలుపై తయారు చేయబడి, జమదగ్ని ఋషిచే స్తుతింపబడి బంగారు రంగుగల సోముడు ప్రవహిస్తున్నాడు." (25)

అంగిరస పవిత్ర ఋషి యీ క్రింది మంత్రమును సోముని మహిమను కీర్తిస్తూ చెప్పాడు. కాని రామానుజ మతస్తులు 6, 7 శతాబ్దాల నుండి కోట్లాది జనానికి భుజములపై లోహముతో ఆబోతును కాల్చినట్లు కాల్చి శంఖ చక్రాలను ముద్రించారు. గుడ్డి ఎద్దు చేలో పడిన చందమున ఉన్నటువంటి ఈ అన్యాయానికి ఏమైనా అంతమనేది వుందా?

పవిత్రంతే వితతం బ్రాహ్మణస్పతే ప్రభుర్గాత్రాణి
పర్యేషి విశ్వతః ।
అతప్తత నూర్న తదామో అశ్నుతే శృతాస
ఇద్వహన్తస్తత్ సమాశత ॥ (9-83-1)

"ఓ బ్రహ్మణస్పతి (మంత్రపతి) సోముడా । నీ గిన్నెలు అంతటవున్నవి ! ఓ ప్రభూ, నీవు గాత్రములద్వారా అంతటా చేరుతున్నావు. అతప్త శరీరుడు (అపరిపక్వుడు) నిన్ను పొందలేడు. పక్వమైన వారు నిన్ను వహిస్తూ పొందుతున్నారు."

గృత్సమదుడు సోముని వర్ణించాడు (9-83-47) "వడకట్టునప్పుడు నీ ప్రవాహములు గొర్రెయొక్క సూక్ష్మరోమములను దాటుతున్నాయి. ఓ సోముడా, రెండు పాత్రల్లో నీవు గోరసంతో మిశ్రమం చేయబడి, వడకట్టబడి కలశాల్లోకి వెళ్ళుతున్నావు."

వశిష్ఠునకు సోముని మహిమ తెలుసు. యుద్ధమందు సోమపానం చేసి మత్తిల్లినవీరులు అద్భుత పరాక్రమాన్ని చూపేవారు. శాంతికాలంలో సోమాన్ని త్రాగి ప్రజలు ఆనందించేవారు. ప్రాచీనమందు భక్తి వున్నప్పటికీ ఆధునికులకు సోమముపట్ల ఋషులకువున్న భావంలేదు. నేడు అంతటా మద్యపానానికి వ్యతిరేక వాతావరణ

ముండుటయే, అసహ్యత ఉండుటయే దీనికి కారణం. సప్తసింధులోని ఆర్యులు సోమునికి ఎందుకింత భక్తులయ్యారో, వశిష్ఠ మహర్షి ఎందుకింతగా ప్రశంసించాడో సోముని ప్రశంసిస్తూవున్న ఋక్కులను చదివితే తెలుస్తుంది.

"ఓ సోముడా! వీరులు కలవాడవై, బలవంతుడవై, విజేతవై, ధనదాతవై తీక్షణ ఆయుధాలు కలవాడవై, వేగంకల ధనుస్సు కలవాడవై, యుద్ధమందు అజేయుడవై, యుద్ధమందు శత్రువులను పీడించువాడవై ప్రవహించుము." (9-90-3)

ప్రతాపవంతుడైన దివోదాసుని పుత్రుడు ప్రతర్ధనుడు. ఇతడనేక యుద్ధాల్లో పాల్గొన్నాడు. బహుశా ఇతణ్ణి వంచించి సుదాసు భరతులకు రాజై వుండాలి. ప్రతర్ధనుడు దివోదాసు జ్యేష్ఠ పుత్రుడైనప్పటికీ యుద్ధమందునూ, శాసనా పటిమలోనూ తమ్ముడైన సుదాసుకు దీటైనవాడు కాదని భావిస్తున్నారు. కుల పురోహితుడైన భరద్వాజుడు ప్రతర్ధనుని పక్షం వహించి వుండవచ్చు. కాని ఆయన ఏమీ చేయలేక పోయాడు. వశిష్ఠుడు సుదాసు వీపు కాచాడు. ఇంకేముంది అతడు భరతులకు రాజై పోయాడు. ప్రతర్ధనుడు సోముని కీర్తిస్తూ 24 త్రిషుపములు చెప్పి యోగ్య ఋషిగా నిరూపించుకున్నాడు. అతడు సోముని గురించి చెప్పిన ఉపమానాలు సైనికుని మనస్సుకు మాత్రమే తట్టగలవు.

(9-96, 1, 5, 6, 11, 12)

ప్రసేనానీ : శూరో అగ్రేరథానాం గవ్యన్నేతి హర్షతే అస్యసేనా ।
భద్రాన్ కృణ్వన్నింద్ర హవాన్త్సఖిభ్య
ఆ సోమో వస్త్రారభసాని దత్తే ॥ (1)

సోమ ః పవతే జనితా మతీనాం జనితా దివో జనితా పృథివ్యా ః ।
జనితాగ్నేర్జనితా సూర్యస్య జనితేంద్రస్య, జనితో తవిష్ణో ః ॥ (5)

"సేనాని, శూర్యుడు, సోముడు గోవులను దోపిడి చేయతలపెట్టి రథమునకు ముందు పోతున్నాడు. అతని సేన హర్షిస్తున్నది. ఇంద్రుని ఆహ్వానాన్ని కళ్యాణ ప్రదంచేస్తూ సోముడు సఖులకొరకు శీఘ్రంగా వస్త్రాలను యిస్తున్నాడు." (1)

"బుద్ధులకు (కవితలకు) జనకుడు, ద్యౌకు జనకుడు, పృథ్వికి జనకుడు, అగ్నికి జనకుడు, సూర్యునకు జనకుడు, విష్ణువుకు జనకుడు సోముడు ప్రవహిస్తున్నాడు." (5)

"సోముడు దేవులందు బ్రహ్మయై, కవులందు కవితయై, విప్రులందు ఋషియై, మృగములందు మహిషమై, గ్రంథములందు డేగయై, వనములకు కుఠారమై శబ్దం చేస్తూ పాత్రల్లో పొంగుతూ ప్రవహిస్తున్నాడు." (6)

"ఓ పవమాన సోముడా ! నీతో మా పూర్వపితరులు కర్మలు చేశారు. ఓ వీరుడా ! నీవు ఆగని అశ్వాలతో శత్రువులను చంపుతున్నావు. నీవు మాకు యింద్రుడవు కమ్ము." (11)

"ఓ సోముడా ! నీవు మనువుకొరకు ఏ విధంగా ఆయుధం ధరించి, శత్రు నాశనం చేసి ధనయుక్తుడవై, హవియుక్తుడవై ప్రవహించావో, అదే విధంగా మా కొరకు ధనం తెస్తూ ప్రవహించుము. ఇంద్రుని సహాయంతో ఆయుధాలను ఉత్పన్నం చేయుము."(12)

తమ్ముడు సుదాసుతో యుద్ధం చేసేటప్పుడు ప్రతర్ధనుడు సోమ మహిమను కీర్తిస్తూ యీ త్రిష్టుపములను రచించాడా ఏమిటి?

కుత్సఋషి అరువది వేల ధనాన్ని సోముని కృపవలన పొందాడు. (9-97-53)

ఉతన ఏనా పవయా పవస్వాధిశ్రుతే

శ్రువాయ్యస్య తీర్థే ।
షష్టిం సహస్రా నైగుతొ వసూని వృక్షం న పక్వం
ధూనవద్రణాయ ॥

ఓ సోముడా ! నీవు మా కొరకు కీర్తివంతుడవై ప్రసిద్ధ తీర్థమందు ఈ ధారతో ప్రవహించుము. పండిన పండును పొందుటకై చెట్టును ఊపినట్లుగా అడిగిన తోడనే శత్రునాశకుడగు సోముడు 60,000 ధనం మాకు యిచ్చాడు."

సోముని వడకట్టునప్పుడు ప్రాచీన కాలపు గాథలు పాడబడేవని కాశ్యపరేభ ఋషి ఋక్కువలన తెలుస్తోంది. (9-99-4)

"వడకట్టునప్పుడు సోముని ప్రాచీన గాథలతో కీర్తిస్తున్నాం. ఇటునటు తిరుగుతున్న వ్రేళ్ళు దేవుళ్ళను స్మరిస్తూ హవిని ధరిస్తున్నాయి."

విశ్వామిత్ర వాక్పుత్రుడు లేక ప్రజాపతి ఋషి "సోమాన్ని వడకట్టుటకు ఉన్ని వస్త్రం, ఆవుతోలు అవసరమని" చెప్పాడు. (9-101-16)

అవ్యోవారేభిః పవతే సోమో గవ్యే అధి త్వచి ।
కనిక్రదద్ వృషా హరిరాద్రస్యాభ్యేతి నిష్కృతం ॥

"సోమం ఆవుతోలు పైన ఉన్ని రోమముల మధ్యను వడకట్టబడుతున్నది. పరాక్రమవంతుడు బంగారువర్ణం కల సోముడు ఇంద్రుని స్థానమునకు పోతున్నాడు."

కశ్యప మరీచి పుత్రుడు సోమపాన స్థానముల గురించి చెప్పాడు.

(9-113-1, 2, 7, 9, 11)

"వృత్రహంతకుడు యింద్రుడు శర్యణావతంలో సోమాన్ని త్రాగాడు. శరీరమునకు బలము కల్గి మహా విక్రమాన్ని చూపాడు. అట్టి యింద్రునికై ఓ సోముడా ! నీవు ప్రవహించుము. (1)

"ఓ దిక్పతి సోముడా ! నీవు ఋక్కులతో, సత్యవచనములతో, శ్రద్ధతో, తపస్సుతో వడకట్టబడితివి. ఓ సోముడా, నీవు ఆర్జీకమునుండి (బియాసు వుపత్యక నుండి) ప్రవహించుము." (2)

"నిరంతరం జ్యోతి వుండుచోటికి స్వర్గమున్న లోకానికి, అక్షుణ్ణమైన అమర లోకానికి ఓ సోముడా ! నన్ను తీసుకొని పొమ్ము." (7)

"ఏ మూడు స్వర్గములందు యిచ్ఛానువర్తులై కిరణములు ప్రసరించుచున్నవో, ఎచ్చట జ్యోతిర్లోకము లున్నవో, అచ్చటకు నన్ను కొనిపోయి అమరునిగ చేయుము" (9)

"ఎక్కడ ఆనంద మోద, ముద, ప్రముదము లున్నవో, ఎక్కడ కోరికలన్నీ ప్రాప్తించునో, అక్కడకు నన్ను కొనిపోయి అమరునిగ చేయుము. ఓ సోముడా, నీవు ఇంద్రునికై ప్రవహించుము." (11)

సోమం సప్తసింధు ఆర్యులకు ఆనందమునిచ్చే, మత్తును కల్గించే శ్రేష్ఠమైన పేయము. ఇంతేకాదు, దేవతలను సంతృప్తి పర్చుటకు ఆర్యులకిది గొప్పసాధనం అని వేరుగా చెప్పనవసరంలేదు. హోమంలో నెయ్యి, మాంసం మొదలైన హవిస్సును దేవతల కొరకు సమర్పించేవారు. దానిలో చాలా భాగం, నిప్పులో కాలిపోయి పనికిరాకుండా పోయేది. ఆవుతోలుమీద రెండు రాళ్ళమధ్య నూరబడి, వడకట్టబడి కొయ్య పాత్రలోను, లోహ కలశాల్లోనూ పోయబడివుంచిన సోమాన్ని త్రాగుటకు ఇంద్రుడు, అగ్ని మొదలగు దేవతలను ఆహ్వానించేవారు. ఆర్యభక్తుల నమ్మకాన్ని బట్టి ఆ దేవతలు వచ్చి సోమపానాన్ని

చేసి వెళ్ళేవారు. ప్రాచీన ఋషుల గోష్ఠులందు ఇంద్రుడు, అగ్ని, మిత్రావరుణులు సశరీరులై వచ్చి సోమపానాన్ని చేశారు. ఈ విషయంలో శపథం చేయటానికి తర్వాత కాలపు ఋషులు సిద్ధపడ్డారు. దేవపూజకు సోమరసం సాధనమైనందున ఒక్క చుక్క కూడా పోకుండా చూసేవారు. పాత్రల్లోనూ, కలశాల్లోను నిండివున్న పెరుగు, తేనెలతో కలిపిన సోమరసాన్నంతా భక్తులు ఆరగించేవారు.

సోమపానం ఆర్యులకు సర్వ సాధారణమైనప్పటికీ అది దివ్యపానమైంది. కాబట్టి దేవతల పేరుతోనే దాన్ని దివ్య ప్రసాదముగ తీసుకొనేవారు. ఈనాడు కూడ బైరాగి సాధువులు పరమాన్నం కూడ తాము తింటున్నామని చెప్పకుండా ముందుగా 'రామ్‌జీ' పేరు చెపుతారు. అంటే మొదట భోజనమంతా రామునికి ఆరగింపుచేసిన తర్వాత ఎవరివంతు వారు పవిత్ర భోజనం చేస్తారు. ఇదే విధంగా వైదిక ఆర్యులు కూడ దేవతల పేరు చెప్పుకొని ప్రసాదరూపంలో సోమరసాన్ని త్రాగేవారు.

సోమం పవిత్రమైంది. పరమ గ్రాహ్యమైంది. కాని సురను (మద్యమును) హీనంగా చూచేవారు. నేడుకూడా హిందువులు భంగు, సారాయంపట్ల అటువంటి భావాన్నే కల్గివున్నారు. టిబెట్టులో భంగును 'సోమరాజ' మంటారు. అక్కడ అది ఎక్కువగ ఉత్పత్తి అవుతుంది. మత్తును సేవించనివారు టిబెట్టులో లేరనే చెప్పాలి. కాని సోమరాజమును మత్తును కల్గిస్తుందని కాని, అందు పాలు, పంచదార, మిరియం ఏలకులు కలిపి మిక్కిలి రుచికరంగా తయారుచేయవచ్చునని కాని వారికి తెలియదేమో ననిపిస్తుంది. మనకు జనుము, గోగువలె వారికి సోమరాజము ఉపయోగపడుతుంది. వారు దాని నారతో తాడు పేనుతారు. మనదేశంలో కూడ ప్రాచీనకాలంలో భంగు (గంజాయి) నారతో వస్త్రాలను నేసేవారు. ఇప్పుడు కూడ కుమాయూఁ, గఢవాల్‌లో భంగేడా తయారుచేస్తారు. దాన్ని వంద సంవత్సరాల క్రితం ప్రజలు ధరించేవారు. ఇప్పుడది సంచులకు ఉపయోగిస్తోంది. కొరియాలో భంగునారతో వస్త్రాలను నేస్తారు. అచ్చట ప్రజలకు కూడ టిబెట్టువారివలెనే భంగు ఉపయోగం యింతమాత్రం అని తెలుసు. టిబెట్టువారు సోమరాజము దగ్గరకు పోరు. దానికి బదులుగా వారు తమకున్న ఛజ్ (యవలతో తయారుచేయబడిన పచ్చిసారా) త్రాగుతారు. వారికి అర (అరకు, బ్రాంది) అంటే చాలా యిష్టం. కాని అది చాలా ప్రియం. టిబెట్టీయులది ఋగ్వేద ఆర్యులకు పూర్తిగా విరుద్ధమైన పద్ధతి. వారికి భంగు యిష్టంలేదు. కాని సారా త్రాగుతారు.

2. సురాపానం : సప్తసింధు ఆర్యులకు సురతో సంబంధంలేదని చెప్పలేం. కాని వారు సురను హీనదృష్టితో చూచేవారని మేధాతిథి కాణ్వుని ఋక్కువలన తెలుస్తుంది. (8-2-12) "కల్లు త్రాగినవారు మత్తిల్లి పాలులేని గో స్తనాలువలె కొట్టుకొంటూ ప్రేలుతున్నారు."

వశిష్ఠుడుకూడ సురపట్ల తన అయిష్టతను తెల్పాడు. (8-86-6)

"ఓ వరుణుడా ! సుర కోపానికి, జూదానికీ, అజ్ఞానానికి దారితీస్తుంది. గనుక మేము ఆ పాపం చేయుము. సురను సేవించిన పెద్దలు పిన్నలను చెడ గొట్టుతారు. నిద్ర కూడ పాపకార్యం చేయించుతుంది."

కాని సురను ప్రేమించేవారు కూడా వున్నారు. అందుచేతనే "దాత సురను పొందుతున్న"ట్లు చెప్పబడింది. (10-107-9)

భోజా జిగ్యుః సురభిం యోనిమగ్రే
భోజా జిగ్యుర్వధ్వం యా సువాసాః ।
భోజా జిగ్యురంతః పేయం సురాయాః
భోజా జిగ్యుర్యే అహూతా ప్రయంతి ॥

భోజదాత అందరికంటె ముందుగ సుగంధిత స్థానాన్ని పొందుతున్నాడు. భోజుడు మంచి వస్త్రాలు కల బంధువులను పొందుతున్నాడు. భోజుడు ఆంతరిక పేయమగు సురను పొందుతున్నాడు. పిలవని కజ్జాకి వచ్చేవారిని భోజుడు జయిస్తున్నాడు."

3. జూదము : సప్తసింధు ఆర్యుల్లో జూదమాడుట ఎక్కువగా వున్నట్లు కన్పడుతుంది. మహా భారతంలో యుధిష్ఠరుడు దీన్ని తన పూర్వీకుల నుండి నేర్చుకొన్నాడు. జూదమువలన అనేకమంది నాశనమైపోతూ వుండుటవలన ఆర్య ఋషులు జూదమాడరాదని ఉపదేశించారు. కవషైలూషుడు తన ఋక్కుల్లో యిట్లు ఉపదేశించాడు (10-34)

జూదరి అంటున్నాడు - పెద్దపాచికలు కదలుతూ, మెదలుతూ, యిటునటు దొర్లుతూ నన్ను చాలా సంతోషపెట్టుతున్నాయి. ముంజవాన్ పర్వతంలో పుట్టిన సోమం మాదిరిగనే మెలకువతోనున్న యీ కొయ్యపాచికలు నన్ను ఉత్సాహపరుస్తున్నాయి." (1) "నా భార్య నన్ను ఎన్నడూ చికాకు పెట్టలేదు. నాపై కోపం చూపలేదు. మిత్రులకూ, నాకూ మేలు చేసింది. కేవలం జూదానికి లోబడిపోయి అనురాగవతియగు భార్యను విడిచి పెట్టాను." (2)

"అత్త ద్వేషిస్తుంది. భార్య విడిచిపెట్టుతుంది. అడిగినప్పుడు జూదరిని ప్రేమించేవారు ఎవ్వరూ వుండరు. ముసలి గుర్రాన్ని కొననట్లుగానే జూదరి భోగాన్ని ఎవరూ కోరరు."(3)

"ఎవనిని ఆకర్షణీయమైన పాచికలు జూదమందు పట్టుకొని ఉంచునో, అతని భార్యను యితరులు చెరుస్తారు. తల్లిదండ్రులూ, సోదరులూ, "ఇతడు ఎవరో మాకు తెలియదు. ఇతణ్ణి కట్టివైచి పట్టుకొని పొండు అని అంటారు." (4)

"నీవు ముసలివాడవని ఎవరైనా అంటే జూదరి "నేను గెలుస్తాను" అంటూ (జూదమాడు) సభకు వెళతాడు. పాచికలు ఒకప్పుడు అతణ్ణి గెలిపిస్తాయి. ఒకప్పుడు ప్రత్యర్థిని గెలిపిస్తాయి." (6)

"జూదరి భార్య మొత్తుకుంటూ బాధపడుతుంది. అవారాగా తిరిగే కొడుకును గూర్చి తల్లి 'ఎక్కడ వున్నావురా?' అని అడుగుతుంది. అప్పులపాలై, డబ్బు అడుగుతారను భయంతో అతడు పొరుగిండ్లలో రాత్రి గడుపుతాడు." (10)

"భార్యను ఇతరుల భార్యను చక్కగా కట్టిన యిళ్ళను చూచి జూదరి బాధపడతాడు. ఉదయాన అతడు దర్పంతో ఎర్రని గుర్రాలను కట్టాడు. సాయంకాలం వృషలుడై 'నిర్ధనుడై' చలికి భయపడి నిప్పుదగ్గర కూర్చొంటాడు." (11)

"ఓ జూదరీ, నీవు పాచికలతో ఆడకుము. వ్యవసాయం చేయుము. వ్యవసాయాన్ని నమ్ముకొని సంతృప్తిపడుము. అక్కడ నీ కొరకు గోవులున్నాయి. పత్నివుంది. సవితృ దేవుడు నాకీ విషయం చెప్పాడు." (13)

జూదం యొక్క యీ బీభత్స రూపాన్ని చూచికూడ ఆర్యులు జూదం మానేసి వుంటారని చెప్పలేము. జూదమాడినందుకు రాజదండన వున్నట్లు ఋగ్వేదంలో చెప్పలేదు.

పదిహేనవ అధ్యాయం

దేవతలు (ధర్మం)

ఆర్యులు తమ దేవతలకు పరమ భక్తులు, పౌరుష పూజకులు, ఆశావాదులు - వారి దేవతలు కూడ యీ గణములందు నిధులు. దేవతల సంఖ్య 33 అనీ, 3,339 అనీ చెప్పబడింది. కాని అంతమంది దేవతల పేర్లు ఋగ్వేదంలో కానరావు. దేవతలనే కాకుండా పితరులను కూడ (మృతులైన పూర్వులు) పూజ్యులుగా వారు భావించారు. వారు దేవతలను నిష్కామ భావంతో అర్చించేవారు కాదు. నిష్కామోపాసన చాల కాలం గడచిన తర్వాత వచ్చింది. ఆర్యులు పరలోకాన్ని, స్వర్గ నరకాలను నమ్మారు. కాని పునర్జన్మ గురించి ఋగ్వేదంలో ఎక్కడా కానరాదు.

1. దేవతలు

నేడు దేవ శబ్దానికి బదులు దేవతా శబ్దం ఎక్కువ వాడుకలో వుంది. దీనికి రెండు కారణాలు వున్నాయి (1) మొదట్లో రాజును కూడ దేవుడనేవారు. అందుచేత వేరే శబ్దాన్ని ఏర్పాటు చేసుకోవలసిన అవసరం కల్గింది. (2) పార్శీ భాషా సంపర్కం కల్గిన తర్వాత రాక్షసులను కూడ దేవులంటారని తెలిసినందువల్ల దేవుల పట్ల తమకున్న పూజ్య భావాన్ని గౌరవించుకొంటూనే సందిగ్ధంగా వున్న దేవ శబ్దాన్ని విడిచి దేవత శబ్దాన్ని చెప్పుటను ప్రారంభించారు. వివస్వాన్ పుత్రుడు మనువు చెప్పిన ప్రకారం దేవుళ్ళలో మైనర్లు వుండరు (8-30-1)

"ఓ దేవులారా, మీలో శిశువులుగాని, పిల్లలుగాని ఎవరూ లేరు. మీరు అంతా పెద్దలే".

1. దేవుళ్ళ సంఖ్య : ఋగ్వేదంలో రకరకాలుగా లెక్కింపు జరిగింది. భరద్వాజుడు దేవుళ్ళ సంఖ్య చెప్పాడు (6-50-1) అయన లెక్క ప్రకారం అతిథి, కరుణ, మిత్ర, అగ్ని, ఆర్యమా, సవిత, భగ, రుద్ర, వసుగణ, మరుత్, రోదసి, ద్యా-పృథివి, అశ్వినీ దేవులు, నాసత్య, సరస్వతి, వాయువు, ఋభుక్ష పర్జన్యులు దేవుళ్ళు, ఆయన ద్యౌను తండ్రిగా, పృథిని తల్లిగా, అగ్నిని అన్నగా చెప్పాడు. ఆదిత్యుని, అతిదిని కూడ పేర్కొన్నాడు. ఋషులు భూమిపైనున్న అందమైన వస్తువులను కూడ దేవతలని అనుకొనేవారు. అందుచేతనే భరద్వాజుడు ఉషస్సును, పర్వతాలను, పితరులను, సింధువులతో (నదులతో) పాటు సరస్వతిని, పర్జన్యమును కూడ రక్షించమని కోరాడు. (6-52-4-6) "ఉదయించే ఉషస్సులు నన్ను రక్షించుగాక, పొంగే నదులు నన్ను కాపాడుగాత, అచల పర్వతం నాకు రక్షణ నిచ్చుగాక. దేవయజ్ఞంలో దేవతలతోపాటు ఆహ్వానింపబడిన పితరులు నన్ను రక్షించుగాక"4.

"మేము సదా సుందరమైన మనస్సులతో ఉదయించే సూర్యుని చూచెదము గాక. దేవుల వద్దకు హవిస్సును కొనిపోవు వసుపతి అగ్ని శక్తిముక్తుడై వచ్చు గాక." 5

"ఇంద్రుడు రక్షణతో మా వద్దకు వచ్చుగాక, సింధువుల సమేతంగా ఉప్పొంగుచున్న సరస్వతీ, ఔషధులతో పర్జన్యమూ, తండ్రివలె సుందరమైన స్తుతులతో ఆహ్వానములతో కల్గించు అగ్ని మా వద్దకు వచ్చుగాక." 6

వసిష్ఠుడు దేవుళ్ళను పేర్కొన్నాడు. (7-35; 7-41-1). వసిష్ఠుని లెక్క ప్రకారం - ఇంద్రాగ్నులు, ఇంద్ర వరుణులు, ఇంద్రసోములు, ఇంద్రపూషలు, భగపురంధి, ఆర్యమా. ధాత, రోదసి, అద్రి (పర్వతము). అగ్ని మిత్రావరుణ, అశ్విద్వయం, అంతరిక్షం, ఇంద్రుడు, వసుగణం, రుద్రుడు, త్వష్ట గ్నాయీ (దేవుళ్ళ స్త్రీలు), సోముడు, బ్రహ్మ, గ్రావా, యజ్ఞం, సూర్యుడు, నాల్గు దిక్కులు, పర్వతం, సింధువులు (నదులు), అప, ఆదితి, మరుత్ గణం, విష్ణువు, పూషన్, వాయువు. సవిత, ఉషస్సు, పర్జన్యం, క్షేత్రపతి, విశ్వదేవుడు (దేవసముహం) దేవుళ్ళు.

"సహస్రసూనుడు, యువకుడు అద్రోఘవాచ్యుడు, అతి తరుణుడు అయిన నిన్ను స్తుతుల ద్వారా మేము పిలుస్తున్నాం. నీవు జ్ఞానివి, అద్రోహివి, సర్వప్రియ దనధాతవు".

అని భరద్వాజుడు అగ్ని మహిమను గురించి చెప్పాడు. (6-5-1)

"ఆ వ్రత పాలకుడగు అగ్ని పరమవ్యోమమందు పుట్టి వ్రతములను కాపాడుతున్నాడు. ఆ సుకర్ముడు ఆకాశాన్ని కొలుస్తున్నాడు, వైశ్వానర అగ్ని తన మహిమ చేత నాకమును (స్వర్గమును) తాకుతున్నాడు".

"మహిషులు (గొప్పవారు) అంతరిక్షమందు అతన్ని ధరించారు. విశులు ప్రజలు పూజ్యుడైన రాజు అనుకొని గౌరవించారు. వివస్వాన్. (సూర్యుడు) దూత యగు వైశ్వానర అగ్ని వాయువు దూరం నుండి తెచ్చి ధరించింది."-4

భరద్వాజుడు ఆగ్ని ని "యుగయుగాల అమరదూత" అన్నాడు (6-15-8)

త్వాం దూత మగ్నే అమృతం యుగే యుగే
హవ్య వామం దధిరే పాయమీడ్యం।
దేవాసశ్చ మర్తాసశ్చ జాగృవిం విభుం
విశ్పతిం నమసా నిషేదిరే

"హవ్య వాహకుడు, పూజ్యుడు అయిన ఓ అగ్నీ అమర దూత వైన నిన్ను ప్రతియుగంలోను ప్రజలు ధరిస్తారు. నీవు విభుడవు. జాగరూకుడవు, ప్రజాపతివి. నిన్ను దేవులు, మానవులు నమస్కరించి స్థాపన చేస్తారు.

విశ్వామిత్రుడు కూడ అగ్నిని స్తుతించాడు. "హవిస్సు కల్గిన, ధనముకోరుచున్న కుశికులైన మేము సత్యానువర్తియు స్వర్గవేత్తయు, సుదాతయు, అశ్వసారథియు, అణు (సూక్ష్మ) రూపియు అయిన వైశ్వానర అగ్నిని మనస్సుతో తెలుసుకొని ఆహ్వానిస్తున్నాం" (3-26-1) గలగల నవ్వుచున్న స్త్రీల ద్వారా వెల్గించబడిన వైశ్వానర అగ్ని కుశికులచే యుగయుగాలనుండి పోషింపబడుచున్నాడు. అమరులందు జాగరుకుడైన అగ్ని మాకు అందమైన వీరులను, అశ్వాలను రత్నాలను యిచ్చు గాక". (3)

అగ్ని రస్మి జన్మనా జాతవేదా ఘృతంమే
చక్షురమృతం వేలాసన్।
అర్క స్త్రీ ధాతూ రజసో విమానో జస్రో
ధర్మోహ విరస్మిన్నామ *11 (3-26-7)*

"నేను అగ్నిని, పుట్టుకతోనే అంతా ఎరుగుదును. నెయ్యి నా కన్ను. అమృతం నా నోటిలోవుంది. నేను త్రివిధ ఆర్కుడను (సూర్కుడను). లోకాలను కొలిచే వాడను. సదా వేడిగ వుండేవాణ్ణి. హరిపేరు కలవాణ్ణి, అగ్నిని" వామదేవుడు అగ్నిని సుత్తించాడు.

"పిడుగుపాటుతో చనిపోయేముందు నీవే రుద్రుడును, దౌపృధ్వీహోతలకు నిజమైన యజమానియు, సువర్ణ రూపుడును, యజ్ఞరాజును అగు అగ్నిని రక్షకునిగా చేసికొనుము." (4-3-1)

"ఓ అగ్నీ! పతిని కోరుతూ సుందరమైన వస్త్రముల నలంకరించుకొన్న పత్ని వలె మేము నీ కొరకు యీ స్థానమును ఏర్పాటు చేస్తున్నాం. తేజోవంతుడవై ఎదుటకు వచ్చి యిక్కడ కూర్చొనుము. స్వపాకము వెనుకవైపున వుంది". -2

సప్తసింధుని భరతుల సంతానములైన దేవశ్రవా, దేవవాతులు అగ్నిని స్తుతిస్తున్నారు- లో (3-23-4).

"ఓ అగ్నీ, మేము అన్న స్థానము కల ఉత్తమ భూమియందు మంచి దినములకై నిన్ను స్థాపన చేస్తున్నాం. నీవు దృషద్వతీ (ఘగ్గరా), ఆపయా (మరకండా), సరస్వతీ తలమున ధనయుక్తుడవై ప్రజలందు ప్రకాశించుము".

2 అరణ్యం : పూజనీయము, దాత, ప్రకాశవంతము అయిన ఏ వస్తువునైనా సరే ఋషులు దేవత అని నమ్మారు. అందుచేతనే అరణ్యం కూడ వారికి దేవత అయింది. మనం భారతమాతను స్తుతిస్తూ వందేమాతరం పాడుకుంటున్నాం ఇదేవిధంగా వారి మనసుల్లో భావకల్పన తిరిగి వుండవచ్చు. సప్తసింధు ఆర్యులకు ఆవులు. గుర్రాలు మేకలు, గొర్రెలు గొప్పధనం. వాటికి ఆరణ్యాలు ఎంతో ఆధార భూతాలు. కాబట్టి ఇరమ్మద పుత్ర దేవముని ఆరణ్యాన్ని భక్తిభావంతో స్తుతించాడు (10-146-6)

నవా అరణ్య నిర్హన్త్యన్యశ్చేన్నాభి గచ్ఛతి ।
స్వాదోఃఫలస్య జగ్ధ్వాయ యథాకామం ని పద్యతే॥

॥ ఇతరులు దురాక్రమణ చేయకపోతే ఆరణ్యం చంపదు తియ్యని పండ్లు తింటూ యథేచ్ఛగా పడి వుండవచ్చు".

అజంనగంధి సురభిం బహ్వన్నాను కృషీవలాం।
ప్రహం మృగాణాం మాతరమరణ్యాని మశంసిషం ॥ - (10-146-6)

"నల్లని వర్ణం కలది, సుగంధ భరితమైంది. సేద్యం లేకనే ఆధిక అన్నం యిచ్చేది. మృగములకు మాత అయిన అరణ్యాలను నేను స్తుతిస్తున్నాను."

3 ఆప : జలమును, నదిని ఆప అంటారు. ఈ రెండు ఆర్యులకు పూజనీయాలే. వారి బంధుకోటిలోని వారగు పారశీకులు కూడ .అర్యులతో పాటు ఆప ను దేవతగ విశ్వసిస్తారు. సింధు దీపపుత్ర అంబరీషుడు ఆప ను స్తుతిస్తూ చెప్పాడు (10-9-1, 2-4)

"ఆపదేవి సుఖంగ నుండుగాక, అమె మాకు ధనం యిచ్చుగాక. మహత్తరమగు రామణీయతను చూచుటకు శక్తినిచ్చుగాక"

"ఓ ఆపదేవి, నీవు నీ కళ్యాణతమమైన జలాన్ని వాత్సల్యం గల తల్లివలె ప్రసాదించుము".

శంనో దేవిరభిష్టయ ఆపో భవంతు పీతయే.
శంయోరభి శ్రవంతునః ॥ (10-9-4)

"దివ్య ఆపలు కళ్యాణప్రదంలై ఆనందదాయకంలై మాకు త్రాగుటకై వుండు గాక మీరు మా ఆరోగ్యం కొరకు ప్రవహించండి!"

4 ఇళా : సరస్వతి, ఉషస్సు, ఆప మాదిరిగా ఇళా కూడ ఆర్యులకు దేవి ఇళా అంటే అర్థం అన్నం. అన్నం దేవత కంటే గొప్పదే కదా! విశ్వామిత్రుడు ఇళతో పాటు భారతిని, సరస్వతినీ స్తుతించాడు. (3-4-8)

ఆ భారతీ భారతీభిః సజోషా ఇళా
దైవైర్మనుష్యేభి రగ్నిః
సరస్వతి సారస్వతే భిరర్వాక్
తిస్రోదేవిర్బర్హి రేదం సదస్తు ॥

"భారతీలతో భారతి, దేవుళ్ళతో ఇళా (దివ్యాన్నం), మనుష్యులతో అగ్ని సరస్వతీ తీరస్థ దేవులతో సరస్వతి యీ ముగ్గురు దేవతలు వచ్చి ఈ దర్భాసనం పై ఆసీనులుకండు".

భారతి అంటే నేటి సరస్వతి కాదు. అనేక భారతీలతో భారతి వున్నదనుటలో కొంత విశేషార్థమయింది. చాలమంది భారతీలు అనుటచేత యిక్కడ భారతదేశ పూజ్య దేవతలు అను అర్థం కావచ్చు. సారస్వతులనుచేత సరస్వతీ తీరమందున్న దేవీదేవతలు అను భావం.

5. ఇంద్రుడు : ఇంద్రుడు ఆర్యులకు సర్వశ్రేష్ఠుడైన తేజోవంతుడైన దేవత. ఈరానీ ఆర్యులు జరథుస్తుని మతం అనుసరించి దేవ శబ్దంకు అర్థం రాక్షసుడు అన్నాడు. దేవులకు రాజు కాబట్టి ఇంద్రుడు రాక్షస రాజు అయ్యాడు. కాని జరథస్తునికి పూర్వం కూడ 'దేవ' శబ్దానికి అర్థం ఇదే అక్కడ వున్నదనుట తప్పు అవుతుంది. ఎటువంటి మినహాయిపులు లేకుండా ఇండో యూరపియును జాతులు పూర్వీకులు అంతా దేవశబ్దాన్ని దివ్యడను అర్థంలోనే వుపయోగించేవారని మహిమను గురించి చెప్పాడు.

సీం సాహియ ఋజీషీతరుత్రో
యః శిప్రవాన్ వృషభో యోమతీనాం।
యోగోత్రబిద్వజ్ర భృద్యోహరిష్ఠాః
సఇంద్ర చిత్రాం అభితృన్ధి వాజాన్ ॥

"ఓ ఇంద్రుడా, రక్షించుము. నీవు శత్రువుల నుండి కాపాడతావు. నీవు కోర్కెలను తీర్చువాడవు. (వృషభుడవు), శిప్రము కలవాడవు, మనోభీప్సితాలను యీడేర్చువాడవు. కొండలను నరకు వజ్రము ధరించినవావు. ఆశ్వారోహకుడవు. అటువంటి నీవు మాకు అద్భుతమైన అన్నాన్ని, ధనాన్ని ఇమ్ము (6-17-2)

భరద్వాజ పుత్రుడు గర్గ ఇంద్రుని రక్షకుడని చెప్పుతూ స్తుతించాడు (6-47-11,18)

త్రాతారమింద్ర మవితార మింద్రం హవే హవే
సుహవం శూరవింద్రం ।
హ్వామాశిశక్రం పురుహూతమింద్రం స్వస్తి
నో మఘవా ధాత్విన్ద్రః *(11)*

త్రాత అయిన ఇంద్రుని, రక్షకుడైన ఇంద్రుని, ప్రతి యజ్ఞంలోను చక్కగా ఆహ్వానింపబడు ఇంద్రుని, శూరుడైన ఇంద్రుని, శక్రుని, పురుహూతుని (ఎక్కువగ ఆహ్వానింపబడువానిని) నేను ఆహ్వానిస్తున్నాను. మఘవన్ (ధనవంతుడు) ఇంద్రుడు మాకు మేలు చేయుగాక"

"ఇంద్రుడు తన రూపం ప్రకటించుటలో విభిన్న రూపుడై వున్నాడు. అతడె తన మాయలచే బహురూపుడై వున్నాడు. అతని రథమందు వేయి గుర్రాలు కట్టబడినాయి.(18)

వసిష్ఠుడు ఇంద్రుని సోమపానం కొరకు ఆహ్వానిస్తున్నాడు (7-29-1)

"ఓ ఇంద్రా, ఈ సోమం నీకై వడకట్టబడివుంది. ఓ అశ్వారోహీ, నీవు శీఘ్రంగా సోమం దగ్గరకు రమ్ము. చక్కగా వడకట్టిన యీ సోమాన్ని త్రాగుము. ఓ మఘవా, వచ్చి మాకు మఘాన్ని (ధనాన్ని) యిమ్ము".

ఆర్యులకు, వారి దేవతలకు సోమం మిక్కిలి యిష్టమైన పేయం. దాన్ని త్రాగి వారు ప్రసన్నులై మత్తిల్లుచు వుండేవారు. అందుచేతనే వసిష్ఠుడు చెప్పాడు (7-32-4)

"ఈ దధ్యాశిరం (పెరుగు కలిపి వడకట్టబడిన సోమం) సిద్ధముగ వుంది ఓ వజ్రహస్తుడా! నీవు రెండు గుర్రాలతో శీఘ్రంగా మత్తును పొందుటకు సోమం వున్నచోటకు రమ్ము." వసిష్ఠుని శతయాతు (నూరు మాయలు ఎరింగినవాడు) అంటారు కాని ఆయన ఇంద్రుని బలముచేతనే మాయలో చతురుడయ్యాడు. కాబట్టి ఆయన యింద్రుని యిట్లు స్తుతించాడు (7-104-24)

ఇంద్రజహిపుమాసం యాతుధానముత
  స్త్రీ యం మాయయా శాశదానాం
విగ్రీవాసో మురదేవా బుదస్తు మాతే
  దృశస్తూ సూర్యముచ్చరంతం ॥

"ఓ ఇంద్రుడా, పరుషమాతుధానుని (రాక్షసుని)- మాయచే అపకారం కల్గించు స్త్రీ యాతుధానుని చంపుము మూరదేవుని (మూర్ఖుడు లేక హింపకుడు అయిన కాక్షసుడు) తలను త్రుంచుము. అతడు ఉదయించే సూర్యుని చూడరాదు".

విశ్వామిత్రుడు ఋషిత్రయంలో చివరకు అధికారానికి వచ్చాడు. ఆయన సుదాసుతో ఆశ్వమేధ యాగం చేయించాడు. ఆయన ఇంద్రుని స్తుతిస్తూ చెప్పాడు (3-32,2,3,8)

"ఓ ఇంద్రుడా, గవాశిర శుక్ర సోమం (పాలు కలిసిన తెల్లని సోమం) త్రాగుము. నీ మత్తుకొరకు మేము దీన్ని ఇస్తున్నాం బ్రహ్మకృత్తులతో (మంత్ర కర్తలతో) మరుత్ గణములతో , రుద్రులతో తనివితీర సోమం త్రాగుము". (2)

"ఓ ఇంద్రా, నీ బలమును తేజస్సును వృద్ధిచేయు మరుత్తులు నీకు మరింతగా ఓ జస్సును ప్రసాదించుగాక. ఓ వజ్రహస్తా! సుశిప్రుడవై (మకుట ధారిమై) రుద్రులతో, గుణములతో మధ్యాహ్నపు సవన మందు సోమాన్ని త్రాగుము." (3)

"ఇంద్రుడు ద్యాలోకాన్ని, పృథివిని వహించి వున్నాడు. అతడు సుందరమైన పౌర్ణమిని ఉషస్సును సృషించాడు. అట్టి ఇంద్రుని సుకర్మను బహూకర్మలను దేవులందరూ నష్టపర్చలేదు." (8)

విశ్వామిత్రుడు ఇంద్రుని గుర్రాలను నెమలి ఈకలు కలవిగా వర్ణించాడు (3145-8)

"ఓ ఇంద్రుడా, మత్తిల్లిన నెమలి యీకలు గల గుర్రాలతో రమ్ము, పక్షులను పట్టువానివలె నిన్నెవరూ అడ్డగించలేరు. మరుభూమినివలె నీవు వాటిని దాటిరమ్ము"

వామదేవుడు ఇంద్రుని యిట్లు స్తుతించాడు (4-16-14,17,18)

"ఓ ఇంద్రుడా, సూర్యుని వద్ద కూర్చున్నప్పుడు నీ శరీరం, నీ అమరరూపం విప్పారుతుంది. తేజస్సుతో శత్రువులను కాల్చుతున్నప్పుడు మృగహస్తి వలె ఉంటావు. ఆయుధాలను ధరించినపుడు సింహంవలె భయంకరంగా కన్పడతావు". - 14

"ఓ శూరుడైన యింద్రా, మాకు యే గణాల యుద్ధం మధ్యలోనైనా పిడుగు పడునప్పుడు, ఘోర యుద్ధం జరుగునప్పుడు, నీవు మా శరీరాలను రక్షించవలసినదిగా ఎరుంగుము"-17

"వామదేవుని ఆలోచనలను రక్షకునిగా ఉండుము. నీవు యుద్ధమందు నిష్కపటమైన సఖునిగా ఉండుము. రక్షకుడవైన నీ దగ్గరకు మేము వస్తాం. నీవు ఎల్లప్పుడు నిన్ను స్తుతించువారలకు బహు ప్రశంసనీయుడవు కమ్ము ".

వామదేవుడు యింకా స్తుతించాడు-

"త్వం మహాం ఇంద్రతుభ్యం హక్షా
అనుక్షత్రం మహనా మన్య తద్యోః"।
త్వంవృత్రం శవ సా సఘన్వాన్ త్సృజః
సింధు రహినా జగ్రపానాన్ ॥ (4-17-1)

"ఓ ఇంద్రా, నీవు గొప్పవాడవు, మహా పృథ్వి నిన్ను అమోదించింది. దౌ నిన్ను ఒప్పుకొంది నీవు నీ బలంతో వృత్రుని సంహరించావు. ఆహి (వృాత్రుడు) చే గ్రహింపబడుచున్న సింధువులను (నదులను) విముక్తం చేశావు. (4-17-1)

"నీ ప్రకాశంచే దౌప్రకాశించ మొదలిడింది. నీ కోపంచే భీతిల్లి భూమి కంపించింది. సుందరమైన పర్వతాలు చలించాయి. మరుభూమి తడిసింది. నదులు ప్రవహించాయి" (4-17-2)

వామదేవుడు యింకను స్తుతించాడు-

"వృష్టిధారకుడును, కామదాయకుడును, రెండు చేతులతోను, నాల్గువైపుల పదును గల వజ్రం విసరువాడును, ఉగ్రుడును, మహాగొప్ప నాయకుడును, శచీ యుక్తుడును అగు ఇంద్రుడు ఉన్నిని సేవించినట్లు పరుష్ణీ నదిని (రావీనదిని) శ్రీ కొరకు సేవిస్తున్నాడు. దాని ప్రదేశాలను మైత్రి కొరకు కప్పినాడు" (4-22-2)

"ఇంద్రుడు బహు అన్నములతో, మహావేగములతో, బలములతో పుట్టి దేవుళ్ళలో సర్వశ్రేష్ఠ దేవుడైనాడు. రెండు చేతులతోను కాంతి గల వజ్రం పట్టుకొని ద్యా పృథ్వీలను కంపింపచేశాడు." (4-22-3)

వామదేవుడు ఇంద్రుని మహిమను ఇంద్రునితోనే చెప్పించాడు.

"నేను మానవుని, నేను సూర్యుడును, నేను కక్షివాన్ విప్రఋషిని, నేను ఆర్జునేయ కుత్సుని సమర్థించాను. నేను 'ఉశనా' కవిని. మీరు నన్ను చూడండి." (4-26-1)

"నేను ఆర్యునికి భూమి యిచ్చాను. దాత మానవునికి సృష్టిని యిచ్చాను. గలగల పారునట్టి నదులను తెచ్చాను. దేవులు నా సంకల్పాన్ని అనుసరిస్తారు" (4-26-2)

"నేను యుద్ధమందు దివోదాసుని రక్షించాను. మత్తుతో శంబరుని 99 పురాలను ధ్వంసం చేశాను. నూరవ పురాన్ని దివోదాసుకు వుంటానికి యిచ్చాను." (3)

ప్రసిద్ధులైన ఋగ్వేద ఋషుల్లో గృత్సమదుడు ఒకడు. ఆయన ఇంద్రుని సర్వశక్తి మత్తతను కీర్తించాడు (2-12-7)

"ఎవ్వని గుర్రాలు, గోవులు, గ్రామాలు, రథాలు అన్ని దిశలందున్నవో ఎవ్వడు సూర్యుని, ఉషను సృజించాడో, వాడు నదులకు నేతయై వెన్నాడో ఓ ప్రజలారా, అతడే యింద్రుడు."

యః శమ్బరం నర్వతేషు క్షియంతం
చత్వారింశ్యాం శరద్యన్వవిందత్
ఓ జాయమానం యో అహింజఘాన
దానుంశయానం సజనాస ఇన్ద్ర ః ॥ (2-12-11)

"ఎవడు పర్వతములందుండు శంబరుని నలభైయో శరత్తులో (సంవత్సరంలో) సంహరించాడో, ఎవడు శక్తివంతుడై నిద్రించు దానవ అహిని (వృత్రుని) చంపాడో ఓ ప్రజలారా, అతడు ఇంద్రుడు".

వసిష్ఠుడు ఆర్యుల విజయాల శ్రేయస్సు అంతా ఇంద్రునికి యిచ్చాడు. ఈయన చెప్పిన రెండు సూక్తాల్లో (7-18-2) ఋగ్వేద ఆర్యుల సంఘర్షణల గురించి బహు మూల్య విషయాలు అవగత మగుచ్నువని మేము ఇదివరలో తెల్పియున్నాం. ఆయన చెప్తుతున్నారు. (7-18-1)

"ఓ ఇంద్రుడా. మా పితరులు నిన్ను స్తుతించి విలువైన ధనములన్నీ పొందారు. నీ వల్లనే పాడి ఆవులను పొందారు. గుర్రాలను పొందారు. దేవుల భక్తునికి నీవు చాల ధనాన్ని యిస్తావు. స్త్రీలతో నున్న రాజువలె నీవు వున్నావు. నీవు విద్వాంసుడవు. కవివి. మాకు యశస్సు నిమ్ము. ఓమాఘవన్ ఆవులను గుర్రాలను యిస్తూ మా స్తుతులను ఆమోదించుము. భక్తులైన మాకు ధనం యిమ్ము" (7-18-2)

"ఓ యింద్రా, పోటిపడుచు, హర్షప్రదములై దేవులను కోరుచు మాయీ స్తుతులు నిన్ను చేరుతున్నాయి. నీ ద్వారా మాకు ధనం చేరుగాక. నీ స్తుతివలన మేము సుఖులమై వుంటాం". 3

"పాలు పిండుటకొరకు ఆవుకు మంచి గడ్డిని వేసినట్లుగా, వసిష్ఠుడు నీ కొరకు మంత్రములను రచించాడు. నీవే గోపతివని అందరూ నాకు చెప్పుతున్నారు. ఇంద్రుడా నీవు మా స్తుతిని వినటానికి దగ్గరకు రమ్ము" 4

ఆంగిరస ప్రయమేధుడు ఇంద్రుని స్తుతించాడు (8-58-6,8,9,15,16)

"వజ్రధారి ఇంద్రుడు దగ్గరకు వచ్చినప్పుడు అతనికొరకు గోవులు తియ్యని పాలు యిస్తాయి", 6

"ప్రియ మేధులరా! పూజించండి. బాగా పూజించండి.పూజించండి ఓ పుత్రులారా! పూజించండి దృఢమైన పురమును అర్చించినట్లు అర్చించండి.

"గర్గర (బాకా) వినవస్తోంది. ఇంద్రునికొరకు మంత్రాలు ఘోషింపబడినాయి. గోధా (చర్మ వాయిద్యము) చప్పుడు నాల్గువైపుల వినవడుతోంది, పింగా (తంతు వాయిద్యం) నాల్గువైపుల మ్రోగుతూంది." (9)

"శిశు కుమారునివలె నూతన రథంపై అదుగో ఇంద్రుడు కూర్చున్నాడు. అతడు తల్లిదండ్రుల కొరకు బలిష్టమైన మహిషమును ఐక్యం చేశాడు". (15)

"ఓసుందరమైన శిరస్త్రాణధారీ, నీవు మా గృహాలకు యజమానివి. బంగారు రథంపై వచ్చి కూర్చొనుము. సహస్రపాదుడు, కోపరహితుడు నిష్పాపుడు అయిన నీవు చక్కగా నడిచే బంగారు రథంపై కూర్చొనుము. అప్పుడు మన మిద్దరం కలుసు కొందాం."(16)

భృగు గోత్రీయడగు నేమ ఋషి ఋక్కు (8-89) బట్టి ఆర్యుల్లో కొందరు ఇంద్రుని ఆస్తిత్వంపట్ల సందేహించేవారని తెలుస్తుంది.

"ఓ యుద్దేచ్ఛకులారా, ఇంద్రుడు నిజమైతే అతని కొరకు సత్యమైన స్తుతులు చదవండి. నేమ ఋషి మాత్రం ఇంద్రుడు లేడని చెపుతున్నాడు. ఇంద్రుడు చూచింది ఎవరు? అట్లు కానప్పుడు ఎవరిని స్తుతించాలి"?

నేమ ఋషి కిట్టి సందేహం కల్గినప్పుడు ఇంద్రుడు స్వయంగా సమాధానం చెప్పాడు.

"ఓ భక్తులారా ఇదిగో ఉన్నాను చూడండి నన్ను. ఇక్కడ సృష్టినంతా నా మహిమచే నేను అదుపులో ఉంచుతున్నాను. దిక్కులు నా సత్యమునకు స్వాగతం పల్కుతున్నాయి. నేను పురములను ధ్వంసం చేశాను," (4)

ఋషులు యింద్రుని శరీరధారి అనుకొన్నారు. అతని మకుటాన్ని రెండు చేతులను పైన ఋక్కుల్లో వర్ణించారు. ప్రజాపతిపుత్ర విమదుడు ఇంద్రుని శ్మశ్రువులను (మీసమును గడ్డమును) వర్ణించాడు (10-23-1,4)

"కుడిచేతిలో వజ్రమును పట్టుకొని యున్నవాడు, కార్యకౌశల్యము గలవాడు, గుర్రం పూన్చిన రథముపై కూర్చున్నవాడు, ఆ ఇంద్రుడిని మేము పూజిస్తున్నాం. సోమునిద్వారా ప్రసన్నుడై, సేనలతోను, ఆహారంతోను ఇంద్రుడు శ్మశ్రువులను వూపుకొంటూ శత్రు సంహారంకై వచ్చాడు", (1)

"వృష్టి పశువుల గుంపును తడిపినట్లు ఇంద్రుడు తన బంగారు రంగుగల మీసమును సోమంతో తడుపుతున్నాడు. తరువాత సుందరమైన యజ్ఞానికి వెళ్ళి వడకట్టిన స్వాదిష్ట సోమం త్రావి వాయువు వనాన్ని కదిలించినట్లు అతడు తన శ్మశ్రువులను ఊపుతున్నాడు." (4)

విమదఋషి సోమపానంచే ఇంద్రుడు తృప్తి చెందడనుకొని అతని భోజనం గురించి వర్ణించాడు. "ఓ ఇంద్రా, విమద ప్రజలు సుదాతవైన నీ కొరకు అద్భుతమైన విస్తృతమైన స్తోమములను రచించారు. రాజైన నీవు తిను భోజనం సంగతి మాకు తెలుసు. అందుచేతనే గోపాలకులు గడ్డినిచూపెట్టి గోవులను దగ్గరకు పిల్చునట్లు నిన్ను మేము భోజనానికి ఆహ్వానిస్తున్నాం (10-23-6)

అసంభవాన్ని సంభవంగా చేయగల యింద్రుని ఆద్వితీయ శక్తిపట్ల వసుక్ర ఋషికి నమ్మకం వున్నట్లు తోస్తుంది (10-28-3)

"ఓ ఇంద్రుడా! నీకొరకు ఋత్విక్కులు శీఘ్రంగా మత్తును కల్గించు సోమాన్ని రాళ్ళతో నూరి వడకట్టి సిద్ధం చేస్తున్నారు. నీవు సోమాన్ని త్రాగుతున్నావు. వారు నీ కొరకు వృషభాన్ని వండుతున్నారు. నీవు భోజనానికి ఆహ్వానింపబడి ఆ ఆహారమును తింటున్నావు."

"ఓస్తోతా, నాకున్న యీ సమస్యను తీర్చుము. ఇంద్రుడు తలచుకుంటే నదులు తమ వరదను ఎదురు తన్నుతాయి. గడ్డితిను పశువు సింహాన్ని తరుముతుంది. నక్క వరాహాన్ని అడవి నుండి పారత్రోలుతుంది". (4)

"ఇంద్రుడు తలిస్తే కుందేలు తోడేలును ఎదిరిస్తుంది. ఒక మట్టిగడ్డను విసరివైచి పర్వతాన్ని నిర్మూలిస్తాను. పెద్దవాడు చిన్నవాని చేతిలో చిక్కుతాడు. దూడకూడ ఆబోతుతో పోరుతుంది." (9)

"ఇంద్రుడు కోరితే పంజరబద్ధమైన సింహం నాల్గువైపుల తన పంజాలను రుద్ధకొన్నట్లు, గరుడపక్షి తన గోళ్ళను రుద్దుకొంటుంది. దప్పికకొన్న మహిషం పట్టుబడుతంది, చర్మపుత్రాడు చిక్కుకొనియున్న దాని కాళ్ళను బంధించి వుంచుతుంది."(10)

అంగిరసవరు ఋషి ఇంద్రుని రూపం గురించి వర్ణించాడు (1096-3-8)

"ఇంద్రుని వజ్రం హరితం. (బంగారువర్ణం కలది) అది అయస్సు (రాగి లేక రాయి) తో చేయబడింది: మిక్కిలి అందంగా వుంది. దాన్ని అతడు రెండు చేతులతోను పట్టుకొని వున్నాడు. ధనికుడు, సుశిప్రుడు (మకుటధారి) అందగాడు క్రోధం అను బాణం కల యింద్రునికి బంగారు రంగు కల సోమంచేత అభిషేకం చేస్తాను." (10-96-3)

"ఆ యింద్రుడు బంగారు గడ్డం, మీసం కలవాడు, బంగారు జుట్టు కలవాడు రాయివలె దృఢమైనవాడు. అశ్వస్వామి. అతడు సోమపానం చేసి శరీరాన్ని వుప్పొంగిస్తున్నాడు. అతన్ని హరితగుర్రాలు యజ్ఞంలోకి తీసుకుపోతున్నాయి. అతడు వేగంగా పరుగెత్తు గుర్రాలను అధిరోహించి కష్టములను పోగొట్టుతున్నాడు." -(8)

ఇంద్రుడు మనుష్యునివలె సాకారుడని యాస్కుడు కూడ చెప్పుతున్నాడు. (నిరుక్తం -ఉత్తర షట్కం) (7-2-7)

"దేవతల ఆకారాన్ని గురించి ఆలోచిస్తే వారు పురుషులుగా అగపడుతున్నారు మానవుని వలె చైతన్యం కల ఋక్కులు పురుషుల వంటి వారి ఆవయవాలను స్తుతిస్తున్నాయి".

ఇంద్రుని గురించిన ఋక్కులు చూస్తే యాస్కుడు చెప్పింది నిజమని తెలుస్తుంది. ఇంద్రునికి శిప్రముంది. అతడు గుర్రాలు పూన్చిన రథంపై వెళ్ళేవాడు. సోమాన్ని త్రాగి మత్తిల్లుతాడు. ఆయన రెండు చేతుల్లోను నాల్గు వైపుల పదును వున్న వజ్రముంది. ఆయన గుర్రాలు నెమలి యీకలు కలవి. ఆయన మూతిని బంగారు రంగుగల మీసముంది, గడ్డముంది. ఆయన భుజించుటకై భక్తసమూహం వృషభాన్ని వండుతున్నారు. శచి ఆయన భార్య మొదలైనవి.

6. ఋభులు : ఇంద్ర పుత్రులైన ఋభులను వామదేవుడు స్తుతించాడు.

"ఈ యజ్ఞమందు ఋభులు నాకు రత్నాలను యిచ్చారు. బాగా వడకట్టిన సోమం త్రాగారు. మంచి పనులతో, అందమైన చేతులతో వారు ఒక పాత్రను నాల్గుగా చేశారు (4-35-2)

"ఆ పాత్ర ఎట్టిది? దాన్ని నైపుణ్యంతో నాల్గుగా చేశారు. మళ్ళీ మత్తు కొరకు సోమం వడకట్టండి. ఋభులారా, మధురమైన సోమాన్ని త్రాగండి" (4-35-2)

"అందమైన చేతులుకల ఓ ఋభులరా, మీరు తృతీయ సవనంలో (సాయంకాల యజ్ఞంలో) మీ సుకర్మలచే ఆర్జించిన రత్నాలను దానం చేస్తున్నారు. మీరు యీ వడకట్టిన సోమాన్ని ఇంద్రియాలు సంతృప్తి చెందునట్లు త్రాగండి". -9

వామదేవుడు దేవవైద్యులగు అశ్వినీ కుమారులుకూడ ఋభుల అనుగ్రహం పొందినట్లు వర్ణించాడు (4-36-1)

"ఓ ఋభులారా, ఆశ్వద్వయం మీరిచ్చిన మూడు చక్రాల రథంపై గుర్రాలు లేకుండ, కళ్ళెపుత్రాడు లేకుండా ఆకాశంలో నాల్గువైపుల త్రిఊగుతున్నారు. ఇట్టి మీ పని స్తవనీయమైంది మీరు ద్యౌని, పృథివిని పోషించుతున్నారు. ఇది మీ దివ్యత్వానికి ఘనమైన కీర్తి".

7. క ప్రజాపతి : క ప్రజాపతిగాను లేక స్వతంత్రమైన దేవతగాను క ఋషులకు-ముఖ్యంగా తర్వాత వచ్చిన ఋషులకు-పూజ్యుడైనాడు. ఆయన ఐతిహ్యాం గురించి సందేహముంది. ప్రజా పతిపుత్ర హిరణ్యగర్భుడు ఒక పూర్తి సూక్తం ప్రజాపతిని స్తుతిస్తూ చెప్పాడు. (10-12)

ఋషులకు-ముఖ్యంగా తర్వాత వచ్చిన ఋషులకు-పూజ్యుడైనాడు. ఆయన ఐతిహ్యాం గురించి సందేహముంది. ప్రజా పతిపుత్ర హిరణ్యగర్భుడు ఒక పూర్తి సూక్తం ప్రజాపతిని స్తుతిస్తూ చెప్పాడు. (10-12)

"హిరణ్యగర్భుడు మొదట వున్నాడు. అతడు పుట్టిన ప్రాణులకు ఏకైకపతి. అతడు పృథివిని, ద్యోలోకాన్ని ధరించాడు. క దేవతకు మేమ హవిస్సు ఇస్తున్నాం." 1

"ఎవ్వడు శరీరం యిచ్చునో, బలమొసంగునో, ఎవనిని అందరు పూజించెదరో, దేవతలందరు ఎవని ఆజ్ఞకు బద్ధులైవున్నారో, ఎవ్వని ఛాయ అమృతమో. ఎవ్వని ఛాయ లేనప్పుడు మృత్యువో, అట్టి "క" దేవతకు మేము హవిస్సును యిస్తున్నాం. 2

"ఎవ్వడు శ్వాసిస్తూ, కండ్లు తిప్పుతూ జగత్తుకు తన మహిమచే ఏకైక రాజై వున్నాడో, ఎవ్వడు ద్విపాదులను, చతుష్పాదులను శాసిస్తున్నాడో అట్టి క దేవతకే మేము హవిస్సును యిస్తున్నాం." 3

"ఎవ్వని మహిమచే ఈ హిమవంతుడు వున్నాడో, పృథ్వీ సమేతంగా సముద్రమున్నదో, ఈ దిక్కులు ఎవ్వని భుజాలో, అట్టి క ప్రజాపతికి మేము హవిస్సును యిస్తున్నాం." 4

"ఎవ్వనిచేత ద్యౌ ఎత్తుగా వుందో, పృథివి దృఢంగా వుందో, ఎవ్వడు ఆకాశాన్ని స్వర్గలోకాన్ని పట్టివుంచాడో, ఎవ్వడు అంతరిక్షమందు జలమును నిర్మిస్తున్నాడో అట్టి క ప్రజాపతికి మేము హవిస్సును యిస్తున్నాం." 5

క దేవతను గురించి యీ మహిమలో ఉపనిషత్తుల ఋషుల బ్రహ్మ యొక్క ఆభాస గోచరిస్తుంది క ప్రజాపతి ఉపనిషత్తుల కాలంలో సర్వోన్నత దేవతగా వుండడు కాని యీ సూక్తం చెప్పిన ఋషికి మాత్రం క ప్రజాపతి ప్రజలందరికి మహాదేవుడను అభిప్రాయముంది. ఈ సూక్తంలోని చివర మంత్రం (10) లో ఈ విషయం మనకు తెలుస్తుంది అందు చివర పాదమును తిర్గి వుచ్చరించుటను విడచాడు.

ప్రజాపతే న త్వదేతాన్యాన్యో విశ్వా
జాతాని పరితా బభూవ ।
యత్ కామాస్తే జుహుమస్తన్నో అస్తు
వయం స్యామపతయో రయీణాం॥

"ఓ ప్రజాపతీ, నీవు తప్ప యీ సృష్టిని అదుపులో పెట్టువారు ఎవ్వరూ లేరు. మేము ఏ కోర్కెతో హవనం చేస్తున్నామో, ఆ కోర్కె నెరవేరుగాక. మేము ధనానికి పతుల మగుదుముగాక. (10)

8. పర్జన్యం : ఇతడు మేఘానికి, సృష్టికి దేవత, ఇంద్రుణ్ణి కూడా మేఘాధిపతి అన్నారు. ఇంద్రుడూ, పర్జన్యమూ - ఒక్కరా లేక వేరా ఏమిటి? వేరైతే వారికి వున్న పరస్పర సంబంధమెట్టిదో తెల్పుట కష్టం. వశిష్ఠుడు పర్జన్యాన్ని స్తుతించాడు. (7-102-1,2,3)

"ద్యౌపుత్రుడు, సేచనకర్త పర్జన్యాన్ని స్తుతించండి. అతడు మనకు అన్నం యిచ్చుగాక"-1

"ఆ పర్జన్యం నోటిలో యీ అతి మధురమైన హవిస్సును హవనం చేయండి. అతడు మనకు అన్నం యిస్తాడు" (3)

9. పితరులు : ద్యౌను, పృథివిని ఋషులు తండ్రీ, తల్లీ అన్నారు. వారికి ద్వివచనశబ్దమైన 'పితరౌ'ను ఉపయోగించారు. భరద్వాజుడు యిట్లు స్తుతించాడు. (6-7-5)

"ఓ వైశ్వానర అగ్నీ, నీవు చేసిన ఆ గొప్ప పనులను ఎవరూ చెరపలేరు. నీవు పితరుల ఒడిలో పుట్టినపుడు, నీవు దినముల మార్గములో వెలుతురుని (సూర్యుని) స్థాపించావు."

పృథివిని, ద్యౌలోకమును ఋషులు తల్లితండ్రులుగా స్తుతించారు.

10. పురుషుడు : పురుష సూక్తం ఋగ్వేదం చివర సూక్తాల్లో వుంది. (10-90) దీని కర్త నారాయణ ఋషి కల్పితుడుగా తోస్తున్నాడు. సూక్తంలో బ్రహ్మాండమయ విరాట్ పురుషుని కల్పన వుంది.

సహస్ర శీర్షాపురుషః సహస్రాక్షః సహస్రసాత్ ।
స భూమిం విశ్వతో వృత్వా () తిష్ఠ ద్దశాంగులం ॥ 1
పురుష ఏ వేదం సర్వం యద్భూతం యచ్చ భవ్యం ।
ఉతామృతత్వ స్యేశానో యదన్నేనా తిరోహతి ॥ 2
యత్ పురుషేణ హవిషాదేవా యజ్ఞ మతన్వత ।
వసంతో అస్యాసీ దాజ్యం గ్రీష్మ ఇద్మః ॥ శరద్ధవిః ॥ 6
తస్మాదశ్వా అజాయంత రోకేచో భయాదతః ।
గావో హజజ్ఞి రేతస్మాజ్ఞాతా అజానవయః ॥ 10
బ్రాహ్మణో స్య ముఖమాసీద్ బాహూరాజన్య కృతః ।
ఊరూ తదస్యయద్ వైశ్యః పద్భ్యాం శూద్రో అజాయతః ॥ 12

"పురుషుడు సహస్రశీర్షుడు, సహస్రాక్షుడు, సహస్రాపాదుడు. అతడు భూమిని నాల్గువైపులనుండి ఆవరించి దశాంగుళుడై వున్నాడు." 1

"ఈ భూత, భవిష్యత్తులు ఏవైతే ఉన్నవో, అవి అన్నీ ఆ పురుషుడే. అన్నం చేత పెరిగే ఆ పురుషుడు అమృతత్యంకు స్వామి." 2

"ఆ పురుషు నుండి గుర్రాలు, నోటిలో రెండు వైపులా దంతాలు కల ప్రాణులు పుట్టాయి. ఆవులు, గొర్రెలు, మేకలు ఆయన నుండి పుట్టాయి. 10

"ఆయన ముఖం బ్రాహ్మణుడు, చేతులు క్షత్రియులు, తొడలు వైశ్యులు, రెండు కాళ్ళ నుండి శూద్రులు పుట్టారు." 12

11. పూషన్ : పుష్టిని కల్గించు దేవతను పూషన్ అన్నారు. ఈయన గుణాలు సూర్యునికి సరిపోతాయి. ఒక దేవత యొక్క అనేక గుణాలను తీసుకొని ఋషులు అనేక దేవతలను కల్పించేవారు. ఉదాహరణకు సూర్యుడే వున్నాడు. అతనికి ఆదిత్యుడని, సవితృడని, మిత్రుడని, సూర్యుడని, పూషనుడని పేర్లు పెట్టి వారు వేర్వేరు దేవతలని నమ్మారు. ఋషిత్రయంలో అందరికంటె పెద్దవాడైన భరద్వాజుడు పూషనుని స్తుతిస్తూ ఆరు సూక్తాలు రచించాడు. (6-53 నుండి 58 వరకు) దీన్ని బట్టి మనం యీ దేవత మహత్తును తెలుసుకోగలం. భరద్వాజుని ఋక్కుల ద్వారా పూషనుని వ్యక్తిత్వం కూడా తెలుస్తుంది.

"త్రోవలకు స్వామి అగు ఓ పూషన్, అన్నం దొరుకుట కొరకు మేము రథం వలె ఎదురుగా నిన్ను వుంచాము." (6-53-1)

ప్రకాశవంతుడగు ఓ పూషన్, దానం చేయనివారిని దానం యిచ్చునట్లు ప్రేరేపింపుము. పిసినిగొట్టు అయిన పణి మనస్సును కోమలంగా చేయుము." 3

భరద్వాజుడు తర్వాత సూక్తం (6-54) యిట్లు చెప్పాడు ;

"ఓ పూషన్, ఎవ్వడు మమ్ములను క్రమశిక్షణలో పెట్టగలవాడో, 'ఇదే' అని చెప్పగలవాడో, అట్టి విద్వాంసుని వద్దకు నీవు మమ్ము కొనిపొమ్ము." (6-54-11)

"మా గోధావనికి నష్టం వాటిల్లరాదు. మా గోవులు బావుల్లో, నూతుల్లో పడిపోరాదు. మా గోవులను కాపాడుతూ రావలసిందిగా నిన్ను ఆహ్వానిస్తున్నాం."

"పూషనుడు తన కుడిచేతిని నలువైపులకు చాచి మా పోయిన గోవులను మరల మాకు తెచ్చిపెట్టవలసిందిగా స్తుతిస్తున్నాం." 10

పూషనుడు దారితప్పిన వారికి దారిచూపు దేవతని, గోవులను రక్షించు దేవత అని భరద్వాజుడు చెప్పిన పై మంత్రాలు తెల్పుతున్నాయి. పూషనుని తలపై కపర్ధమున్నట్లు ఆయన చెప్పిన మరియొక మంత్రం ద్వారా తెలుస్తుంది. (6-55-2)

రథీతమం కపర్థిన మీశానం రాధపోమహేః
రామంః సఖాయమీ మహే॥

"ఏపూషనుడు మహారథికుడై వున్నాడో, కపర్తధారియై వున్నాడో మహదైశ్వర్యానికి స్వామియైవున్నాడో, అట్టి స్నేహితుడైన పూషనుని మేము ధనంకై ప్రార్థిస్తున్నాం." భరద్వాజుడు పూషనుని కరంభ ప్రియుడన్నాడు.

"ఏ మనుష్యుడు యీ పూషనుని కరంభ దానంతో ప్రార్థన చేస్తాడో, అతడు యితర దేవతలను ప్రార్థించనవసరం లేదు." (6-56-1)

"మహారథీ, నిజమైన స్వామి అగు ఇంద్రుడు తన సఖుడైన పూషనునితో కూడి శత్రువులను చంపుతున్నాడు."-(2)

"మహారథీ సూర్యుడు (పూషనుడు) బంగారు రంగుగల చక్రం నడుపుతున్నాడు."-3

ఇక్కడ పూషన్ సూర్యునిగా చెప్పబడ్డాడు. ఇంద్రునికి సోమపానం యిష్టమైనట్లుగా పూషనుకి కరంభం యిష్టమని భరద్వాజుని ఋక్కువలన తెలుస్తుంది.

"ఇంద్ర, పూషనులారా, మీలో మొదటివారు వడకట్టిన సోమం త్రాగుటకు దగ్గరకు రాగా రెండవవారు కరంభం కోరుతున్నారు." (6-57-2)

"పూషనుని వాహనం మేక, ఇంద్రుని వాహనం రెండు గుర్రాలు. ఈ యిరువురి సహాయంతో మేము శత్రువులను చంపుతున్నాం." -3

"ఆజవాహనుడు, పశుపాలకుడు, ధాన్యములను పతి, స్తుతిప్రియుడు అయిన పూషన్ విశ్వమంతటా వ్యాప్తమై వున్నాడు. ఆదేవత భువనాన్ని ప్రకాశింపజేస్తూ చేతి యందు పదునైన రంపం తీసుకొని తిరుగుతున్నాడు". 2

"పూషను ద్యావృథ్వీలకు మంచి బంధువు. ధాన్యానికి పతి, ధనవంతుడు దర్శనీయమైన రూపవంతుడు, శక్తిమంతుడు. స్వేచ్ఛతో సుందరమైన గమనం కలవాడు. దేవతలు ప్రేమతో అతన్ని సూర్యలోకానికి యిచ్చారు. 4

పూషనుకు సూర్యునితోను, పశుపోషణతోనూ ఎక్కువ సంబంధమున్నట్లును అతడు ఇంద్రునకు సఖుడని, అన్న దేవతని, కరంభ ప్రియుడని, పై ఋక్కులను బట్టి తెలుస్తుంది. నేటి టిబెటీయులవలె నాడు ఆర్యులందరికి యవలపిండి యిష్టం

12 ప్రజాపతి : పరమేష్ఠి ప్రజాపతి ఋషి అను పేరు కల్పితంగా తోస్తుంది. ఈ పేరుతో రచించబడిన సూక్తానికి ఋగ్వేదమంతటిలోను గొప్ప విశేషముంది. ఈ సూక్తం ఋగ్వేదం 10 వ మండలంలో కడపటి సూక్తముల్లో ఉన్నప్పటికీ (10-129) యిందే

మొట్ట మొదటగా ఉపనిషత్తుల్లో చెప్పిన రహస్య వాదం. అజ్ఞేయ బ్రహ్మ వర్ణించబడింది.

నాసదాసీన్నో సదాసీత్త దానీం దాసీద్రజో నావ్యోమా పరోమత్।
కిమావరీవః కుహకస్య శర్మన్నంభః కిమాసీత్ గహనం గంభీరం॥ 1
సమృత్యురాసీ దమృతం నతర్హి నరాత్ర్యా అహ్న ప్రకేతః
అనీదవాతం స్వధయా తదేకం తస్మాద్ధాన్యద్ధ పరః కిచనాస॥ 2
తమ ఆసీత్త మసా గుహాళమగ్రే ప్రరేతం సలిలం సర్వమా ఇదం।
తుభ్యే నాభ్వపిహితం యదాసీత్తా పసస్తన్మహి నాజాయతైకం॥ 3
కామస్తద గ్రే సమవర్త తాధి మనసోరేతః ప్రథమం యనాసీత్।
సతో బంధుమసతి నిరవిన్దన్ హృది ప్రతీష్య కవయోమనీషా ॥ 4
తిరశ్చనో వితతో రశ్మిరేషామధః స్విదాసీ దుపరి స్విదాసీత్ ।
రేతోధా ఆసన్ మహిమాన ఆసన్ త్స్వధా
అవస్తాత్ ప్రియతిః పరస్తాత్॥ 5
కో అద్ధావేద క ఇహప్రవోచత్కుత ఆ.ఆతా కుత ఇయం విసృష్టిః ।
అర్వాగ్దేవా అస్యవిసజర్నే నాధాకోవేద యత ఆ బభూవ ॥ 6
ఇయం విసృష్టిర్యత ఆ బభూవ యదివా దధేయ దివాన।
యో అస్యాదక్షః పరమేవ్యోమన్త్సో అంగవేదయదివానవేద॥ 7

"అప్పుడు అసత్తువలేదు, సత్తులేదు. లోకాలు లేవు ఆకాశానికి ఆవల అంటూ ఏదీలేదు. ఆవరణ ఏమిటి? ఎక్కడ దేనికి స్థానం? ఆహా! జలము ఎంత గహనమైన గంభీరంగా వుంది." 1

"అప్పుడు మృత్యువు లేదు, అమరత్వం లేదు, రాత్రి పగలు అను భేదం లేదు. వాయువు లేకుండా అతడొక్కడే సహజత్వంతో వున్నాడు. అతడు మినహా మరొకరు లేరు."2

"అంధకారం వుంది ఇది అంతా పూర్వకాలమందు చీకటితో కప్పబడిన అజ్ఞాత సలిలం. ఇది అంతా శూన్యంతో కప్పబడినప్పుడు తపోమహిమచేత అతడు జన్మించాడు. -3

"అప్పుడు మొట్ట మొదటగా కోరిక వుంది. అదే మనస్సులోని ప్రథమరేతస్సు. కవులు బుద్ధి ద్వారా ఆలోచించి అసత్తునందు ఆ సత్తును పొందారు." 4

"అతని కిరణం ఏటవాటుగా వ్యాపించింది. క్రిందకు వుంది లేక పైకి వుంది బీజం కలవాడు. అతని మహిమలు ఉన్నాయి. స్వతంత్రమైన పనులున్నాయి. పరమైన ప్రగతి ఉంది. శక్తి ఉంది." 5

"సరిగ్గా ఎవరికి తెలుసు? ఇక్కడ అతన్ని గురించి ఎవరు చెప్పుతారు ఎక్కడ నుండి పుట్టింది, ఎక్కడ నుండి ఈ సృష్టి జరిగింది? ఇది సృజించిన పిమ్మట దేవలోకాలు పుట్టాయి. ఎక్కడ నుంచి యీ సృష్టి వచ్చిందో యెవరికి తెలుసు?" 6

"ఈ సృష్టి ఎక్కడ నుండి వచ్చింది ఎవ్వరు దీన్ని సృష్టించారు లేక ఎవ్వరు దీన్ని సృష్టించలేదు. దీనికి అధ్యక్షుడు పరమైన ఆకాశంలో ఎవరయితే ఉన్నాడో, ఓ మిత్రులారా, అతడు ఎరుగును లేక ఎరుగడు" -7

ప్రజాపతిపుత్ర యజ్ఞఋషి కూడ కల్పితనామం ఈయన రచించిన సూక్తాల్లోకూడ ప్రజాపతి వర్ణించబడ్డాడు. కాని అతడంత రహస్యమయుడు కాడు. (10-130)

"తంతువులో నలువైపుల వ్యాపించిన యజ్ఞం ఒక నూరు దేవకర్మలతో విస్తృతమైంది. వచ్చిన పితరులు దీన్ని నేస్తున్నారు. "పొడవు నేయండి వెడల్పునేయండి" అంటూ పొడుగు పన్ని పనిలో మగ్నులైనారు." 1

దేవతలు ప్రజాపతి యజ్ఞం ప్రారంభించినప్పుడు, ఆ యజ్ఞంయొక్క ప్రతిమా ప్రతిమలు (రూపం) ఏమిటి, సంకల్పం ఏమిటి, నెయ్యి ఏమిటి, పరిధి ఏమిటి? ఛందస్సు ఏమిటి? గానం ఏమిటి?" 3

"అగ్నికి గాయత్రీ, ఉష్ణిక్కుతో సవితృడు కలిశారు. అనుష్టుప్‌తో సోమం ఉక్థలతో సూర్యుడు, బృహస్పతి వాణికి బృహస్పతి సహాయకులయ్యారు." 4

మిత్రావరుణులను విరాట్ ఛందస్సు ఆశ్రయించింది. ఇంద్రుని, పగలు త్రిష్టప్ ఛందము (పద్యం), దేవతల నందరినీ జగతీఛందం ఆశ్రయించినది. వాటితో ఋషులు, మనులు యజ్ఞం చేశారు." 5

"స్తోమం, ఛందం (పద్యం), కొలతతో ఏడుగురు దివ్యఋషులు అవృతులై ఉన్నారు. సారథి కళ్ళెపు త్రాటిని పట్టినట్లు ధీరులు పూర్వీకుల మార్గం పొందారు."

మొదటి సూక్తంలో ఉన్నట్లుగా యీ సూక్తంలో ప్రజాపతిని గురించి చమత్కారం లేదు. కాబట్టి మొదటి సూక్తాన్ని ఉపనిషత్తుల పూర్వరూప మనుకోవాలి. ఆ సూక్తం చెప్పిన పద్ధతిలో సప్తసింధు ఆర్యులు తత్వచింతనలో ఎగరటం ఆరంభించారనుటలో సందేహం లేదు. రెండవ సూక్తంలో ఛందముల (పద్యముల) పేర్లు ఒకచోట గ్రహించబడ్డాయి. స్తోమం (స్తుతి), ఉక్థ (సామగానం) పేర్కొనబడ్డాయి.

13. మన్యు : ఈ దేవతా శతాబ్దికి చాల వ్యాపకార్థం వుంది. ఆయనలో సృష్టిలో దాగిన చమత్కార శక్తులతో పాటు మనుష్యుని లోపల వుండు శక్తులు కూడా వున్నాయి. సప్తసింధు ఆర్యులకు శాంతి, అహింసల పాఠం వల్లించుటకు సమయం యింకా రాలేదు. శత్రువులపై దెబ్బ తీయటానికి వారికి మన్యు (కోపం) అవసరం. కాబట్టి తన పుత్ర మన్యుఋషి మన్యుదేవతను స్తుతించాడు. (10-33)

వజ్రంతోను బాణంతోను సమానుడైన ఓ మన్యూ, నిన్ను పూజించువాడు సమస్తం జయించగల ఓజస్సును పోషిస్తాడు. సాహసకారి, శక్తివంతం అయిన నీతో కూడి మేము దాసులను, ఆర్యులను ఓడిస్తాం." 1

"మన్యు ఇంద్రుడు, మన్యుదేవత, మన్యుహోత, వరుణుడు అగ్ని (పురోహితుడు) మనువు సంతానం, మన్యుని స్తుతిస్తున్నారు. ఓ మన్యూ, తపంతో కూడిన, నీవు మమ్ములను రక్షించుము." 2

"బలవంతులతో మేటి బలవంతుడయిన మన్యూ, నీవు తపస్సుతో రమ్ము శత్రువులను సంహరించుము. నీవు ఆమిత్రహంతవు, వృత్రహంతవు, దస్యుహంతవు. నీవు మా కొరకు ధనములన్నీ తెమ్ము." 3

ఆ కల్పిత నామం కల ఋషి యింకా మన్యుని వర్ణిస్తూ చెప్పాడు. (10-34)

"ఓ మన్యూ నీతోకూడ రథంపైన ఎక్కి హర్షోల్లాసముతో వాయువేగంతో పోవు తీక్షణ బాణములను ధరించి ఆయుధాలను పదును పెట్టుతూ అగ్నిరూపులైన నరులు ప్రయాణం సాగింతురుగాక." 1

అగ్ని వలె ప్రజ్వలిస్తూ యజ్ఞానికి ఆహ్వానింపబడు ఓ మన్యూ, మా సేనానివై ముందుకు సాగుము. శత్రువులను చంపి మాకు ధనం యిమ్ము. శక్తిని పెంచుకొని శత్రువులను అణచుము." 2

14. మిత్రదేవత : మిత్ర, (మిధ్ర-మిహోరక) - ఈరానీయులకు, వైదిక ఆర్యులకు సమిష్టి దేవత మన దేశంలో తర్వాత వున్న దేవతల్లో యీ దేవత పేరు లేదు. కాని ఈరాన్

మిత్రుని మహిమ తర్వాత కాలంతో చాల పెరిగింది. ఒక కాలంలో రోము సామంతులు కూడ యీ దేవతలను ఉపాసించుటకు యెక్కువ ఆకర్షించబడ్డారు. ఆ కాలంలో క్రైస్తవానికి మిత్ర భక్తికి పోటి ఏర్పడింది. అప్పటిలో క్రైస్తవం గెలుపొందుతుందో లేక మిత్రమతం విజయాన్ని సాధించుతుందో చెప్పుట కొంత కాలం వరకు కష్టమైంది. మిత్రదేవతా స్తుతి సందర్భంలో విశ్వామిత్రుని ఋక్కులు కొన్ని యిక్కడ పొందుపరుస్తున్నాం.(3-59)

"పిలచుటతోనే మిత్రుడు ప్రజలను ప్రేరేపిస్తాడు. అతడు ద్యౌ, పృథ్వీలను వహిస్తున్నాడు. అతడు ప్రజలను కృపాదృష్టితో చూస్తున్నాడు. మిత్ర దేవత కొరకు నేతితో హవిస్సును హవనం చేయండి." 1

"ఓ మిత్ర ఆదిత్యా, నిన్ను యజ్ఞంతో సేవించువాడు సర్వశ్రేష్ఠు డగుచున్నాడు. నీచే రక్షణ పొందిన వానిని ఎవరూ చంపలేరు. ఎవరూ గెల్వలేరు. దగ్గర నుండి గాని దూరంనుండి గాని అతనికి కీడు మూడదు." 2

"మహాన్ ఆదిత్యుడు నమస్కార పురస్సరంగా పేప్యుడు గణాలను ప్రోత్సహిస్తాడు. అతడు స్తుతికర్తలపట్ల దయగలవాడు. అటువంటి మిక్కిలి స్తుత్యుడయిన మిత్రుని కొరకు ఈ ప్రియమయిన హవిస్సును అగ్నిలో పూజిస్తున్నారు. అతడు దేవులనందరిని పాలిస్తున్నాడు."

15 రుద్రుడు : విశేషార్థంలో రుద్రుడంటే ఏడిపించేవాడు. వేదంలోని రుద్రునకు తర్వాత వచ్చిన శంకరునికీ ఏమీ సంబంధం లేదు. అయినప్పటికీ ఇద్దరూ ఒక్కటేనను భావంతో తర్వాత కాలంతో రుద్రుని గూర్చి చెప్పిన, ఋక్కులను సంగ్రహించి 'రుద్రాష్టాయీ'ని కూర్చారు. వసిష్ఠుడు తన యజమానులైన భరతులను ఉద్దేశించి యిట్లు చెప్పాడు (7-46)

"ఓ భక్తులారా! వినండి రుద్రుడు స్థిరమైన విల్లు కలవాడు. బాణాలను వేగంగా వేయగలవాడు. అన్నం కలవాడు, విజేత, విధాత, పదునైన ఆయుధాలు కలవాడు. అతని కొరకు నేను స్తోత్రం చేస్తున్నాను."

"ఓరుద్రుడా! ద్యౌ లోకానికి పైనుండి నీవు వేసే పిడుగు పృథ్వీతలంపై చర్చించునప్పుడు మమ్ములను దానినుండి కాపాడుము. ఓ దయామయా! నీకు వేలాది ఔషధాలు వున్నాయి. మా పుత్రులకు పౌత్రులకు హాని కల్గించవద్దు." 3

"ఓ రుద్రుడా! మమ్ము చంపవద్దు. దూరం చేయవద్దు. నీ కోప బంధంలో మేము పడకుండా వుండునట్లు చేయుము. ప్రాణులకు క్షేమం కల్గించే మా యజ్ఞానికిరమ్ము. నీవు సదా మాకు మేలుచేసి మమ్ము రక్షించుము" 4

ఆంగిరసకుత్సుడు చెప్పిన సూక్తంవలన రుద్రుని రూప గుణాలు తెలుస్తున్నాయి (1-144)

"శక్తివంతుడు, జటాధరుడు, శత్రునాశకుడు అయిన రుద్రుని మేము స్తుతిస్తున్నాం. ఈ స్తుతి వలన ఈ గ్రామంలోని ద్విపాదులకు, చతుష్పాదులకు మేలు కల్గాలి. అందరూ పుష్టి కలవారై ఎట్టి రోగం లేకుండా వుందురు గాక." 1

"దీప్తిమంతుడు, యజ్ఞ సాధకుడు, వక్రుడు, కవి అయిన రుద్రుని ఆహ్వానిస్తున్నాం. అతడు తన దివ్యమైన క్రోధాన్ని మాకు దూరంగా ప్రయోగించుగాక. మేము అతని ప్రసన్నత కొరకు స్తుతిస్తున్నాం." 4

"కాంతివంతుడు, సుందరకరమైన కపర్థము కలవాడు ఐన రుద్రుని ఆహ్వానిస్తున్నాం.

శతమ్ శాఖకు చెందినవారు. దీని రెండవ శాఖకు చెందిన స్లావుల్లో (రష్యనులు, చెక్కులు మొ॥) క్రైస్తవమతాన్ని స్వీకరించక ముందు పేరున్ (పరున) దేవతకు గొప్ప మహిమ వుండేది. పేరున్ ఈ వరుణుడే అనుటలో సందేహంలేదు. భారతదేశంలో ఇంద్రుడు వరుణుని తేజస్సును తగ్గించాడు. అయినప్పటికి ప్రాచీన ఋక్కులు వరుణుని గద్గదస్వరంతో స్తుతించారు. వసిష్ఠుడు వరుణుని స్తుతిస్తూ అనేక ఋక్కులు చెప్పాడు కాని ఆయనకూడా విశ్వదేవతలతో చేర్చుటవలన వరుణుడు గౌణుడైనాడు. వసిష్ఠుడు యిట్లు స్తుతించాడు. (7-34)

"సహస్రాక్షుడు, ఉగ్రుడు అయిన వరుణుడు యీనదీ జలాలను చూస్తున్నాడు."10

అతడు రాష్ట్రాలకు రాజు, నదులకు గౌరవం; అతని రాజ్యం విశ్వవ్యాప్తమై, అద్వితీయమైంది." 11

ఈ ఋక్కులు జలంకు, వరుణునకు సంబంధమున్నట్లు తెల్పుతున్నాయి. వసిష్ఠుడు వరుణుని భార్య వరుణానిని కూడ పేర్కొన్నాడు. (7-34)

"దాన నిపుణులగు దేవ పత్నులు మాకు ధనం యిచ్చెదరుగాక. ద్యౌపృథ్వులు వరుణాని మా ప్రార్థన విందురుగాక. త్వష్టా, ఆశ్రయదాయిని, సుదాని, రక్షిత అగు వరుణాని ఇతర దేవతా స్త్రీలతో పాటు మాకు ధనం ఒసంగునుగాక." 2

వసిష్ఠుడు తన ఏడవ మండంలోని 82-85 సూక్తాల్లో ఇంద్రుని వరుణుని కలిపి స్తుతించాడు. 83-89 సూక్తాల్లో వరుణుని మాత్రమే స్తుతించాడు. 60-85 స్తూక్తాల్లో మిత్రారు వరుణులను స్తుతించాడు. ఈ సూక్తాల వలన వరుణుని గురించి తెలుస్తుంది.

"ఆహ్వానింపబడి వుదయించుచున్న ఓ సూర్యుడా! నీవు నేడు మమ్ములను పాపరహితుల చేయుము. మిత్రావరుణులకు సత్యం చెప్పుము. ఓ అదితీ. మేము దేవులకు ప్రియుల మగుదుము గాక. ఒ ఆర్యమా స్తుతించుచున్న మేము నీకు ప్రేమాస్పదుల మగుదుం గాక" (7-60-1)

వరుణుణ్ణి మాత్రమే స్తుతించినవి కొన్ని ఋక్కులు వసిష్ఠునివి వున్నాయి. (7-86)

"ఈ వరుణుని మహిమవలన ప్రజలు ధీమంతు లగుదురు. ఈ వరుణుడే విశాలమైన ద్యౌపృథ్వులను నిల్పియున్నాడు. ఉచ్చవాకాన్ని (స్వర్గం) బృహత్ నక్షత్రాన్ని ప్రేరేపించి, భూమిని విస్తృత పర్చాడు."!

ఓ వరుణుడా, చూడాలను కోర్కెతో నేను చేసిన ఆ పాపం గురించి అడుగుతున్నాను. ప్రశ్నిస్తున్న నేను విద్వాంసులను అడిగాను. 'ఈ వరుణుడు నీ పై కినుక వహించి వున్నాడు.' అని కవులు ఒకే రీతిని ఒకే మాట నాకు చెప్పాడు." 3

"నేను నీయొక్క జ్యేష్ఠసఖుడనగు స్తోతను. నన్ను నీవు చంపదలచావు నేను చేసిన పాపమేమిటి? ఓ శక్తివంతుడా, ఆ పాప మేమిటో చెప్పుము. నేను నీ వద్దకు వందన పురస్సరంగా వస్తాను." 4

"పాప రహితులై దాసునివలె వరుణదేవుని సేవించండి. అజ్ఞానులమైన మనలను ఆ దేవత మేలుకొలుపు గాక. ఆ మహాకవి వరుణుడు స్తుతికర్తకు ధనం యిచ్చుగాగ". 7

భరద్వాజుడు దేవతా సముదాయంలో వరుణుని పేరుమాత్రం చేర్చి వెట్టిచాకిరిని టలాయించినట్లుగా దాటవేశాడు. విశ్వామిత్రుడు మాత్రం వరుణునిపట్ల కాస్త ఔదార్యం చూపాడు. కాని వసిష్ఠుడు చూపినంతగా చూపలేదు. ఈ కారణం చేతనే వసిష్ఠుని మైత్రావరుణు డనలేదు గదా! విశ్వామిత్రుడు తన మండలంలోని చివర సూక్తంలో (3-62) ఇంద్రమిత్రులతో పాటు వరుణుని స్తుతించాడు.

"ఓ ఇంద్ర వరుణులారా, ధనం కాంక్షించు ఈ గొప్ప యజమాని మిమ్ములను సదా రక్షణకొరకు ఆహ్వానిస్తున్నాడు. మరుత్తులారా, ద్యౌ పృథ్వీలతో మీరునూ మా స్తుతిని వినండి." 2

"ఓ సుకర్ములైన మిత్రా వరుణలారా! మీ ఇరువురు మా గోశాలలను నేతితో నింపుడు. మా నివాసములను మధువుతో నింపుడు, తడుపుడు" 16

"వరుణిని గురించి వసిష్ఠుడు చెప్పిన సూక్తాన్ని మేము పైన పేర్కొనివున్నాం (7-34-22)

17. వాయువు : విశ్వామిత్రుని పుత్రుడు మధుచ్ఛందుడు వాయుదేవుని స్తుతించాడు. (1-2)

"ఓ సుందరమైన వాయుదేవ! రమ్ము, సోముని అలంకరించాం. నీవు సోమపానం చేసి మా స్తుతిని వినుము". 1

"ఓ వాయుదేవుడా. సోమం వడగట్టునప్పుడు ఎరుకగల స్తుతికర్తలు నిన్ను ఉక్థలతో బాగా స్తుతిస్తున్నారు". 2

18. వాస్తోష్పతి : గృహముల దేవతను ఈ పేరుతో పిల్చేవారు. వసిష్ఠుడు యిట్లు స్తుతించాడు. (7-55)

"ఓ రోగనాశక వాస్తోష్పతీ, నీవు అన్ని రూపాల్లోను ఆదేశించి మాకు సుఖం చేకూర్చు సఖుడవు కమ్ము." 1

'ఓ శేత, పింగళ సరమా పుత్రా, నీవు దంతాలను చూపునప్పుడు అవి పెదవులకు దగ్గరగా కత్తులవలె బయటకువచ్చి అందంగా వున్నాయి. నీవు నిద్రించుము." 2

19. విశ్వకర్మ : ఋగ్వేదంలోని విశ్వకర్మకూ, తర్వాత కాలంలో వచ్చిన దేవశిల్పి విశ్వకర్మకూ ఏమీ సంబంధం లేదు. ఋగ్వేదంలో అన్నిటికంటే చివర వున్న పదవ మండలంలో విశ్వకర్మ వర్ణన వుంది. ఆ వర్ణనలనుబట్టి అతడు విశ్వ నిర్మాతగ కనపట్టుతున్నాడు. భువన పుత్ర విశ్వకర్మ ఈ సూక్తం ఋషి (10-81) అతడు కల్పిత ఋషిగా తోస్తున్నాడు. భువనమను పేరు సూక్తం మొదటిమంత్రం నుండి గైకొనబడింది. ఈ సూక్తంలో నాల్గుసార్లు విశ్వకర్మ పేరు వచ్చింది.

"ఈ భువనము లన్నిటికీ హవనం చేయుహోత, ఋషి, మన తండ్రి విశ్వకర్మ కూర్చొన్నాడు. ధనం కాంక్షిస్తూవున్న ప్రథమ భక్తులందు అతడు ఆశీస్సుల ద్వారా ప్రవేశించాడు." (10-81-1)

"అప్పుడు ఆధార మేమిటి? ఆరంభ మేమిటి? పని ఎట్లు జరిగింది? విశ్వదర్శి విశ్వకర్మ భూమిని నిర్మించి తన మహిమచేత ద్యౌను నిర్మించాడు." 2

"అన్ని వైపుల చక్షువులు కలవాడు, అన్ని వైపుల ముఖాలు కలవాడు, అన్ని వైపుల పాదాలు కలవాడు ఆ దేవుడు ఒక్కడే. ద్యౌను, భూమిని సృష్టించి తన రెండు బాహువులు అను రెక్కలతో కంపింపజేస్తున్నాడు." 3

"ఆ విశ్వకర్మ ఏ వనంనుండి, ఏ వృక్షంనుండి ద్యౌ పృథ్వీలను నిర్మించాడు? ఓ మనీషులారా, భువనములను ధరించి నిల్చొనివున్న ఆ పురుషు డెవడో మీ మనస్సులను ప్రశ్నించండి." 4

20. విష్ణువు : ఇతడు ఋగ్వేదంలోని దేవతల్లో ఒకడు. ఋగ్వేదంలోని కపర్ధీ రుద్రుని నుండి తర్వాత కాలంలో శివుని కల్పించినట్లు గానే ఈ విష్ణుమంత్రము లను

ఆధారంగా చేసుకొని తర్వాత కాలంలో విష్ణువును కల్పించారు. కాని వైదిక ఆర్యులకు పౌరాణిక లేక మహాభారత విష్ణువుతో, రుద్రునితో ఏమి సంబంధంలేదు. వసిష్ఠుడు ఒక సూక్తంలో (7-100)

విష్ణుని స్తుతించాడు.

"దానమందు కోర్కెగల పురుషుడు అనేకులచే స్తుతించబడిన విష్ణువుకు హవిస్సు యిస్తున్నాడు. విష్ణుని మనస్సుతో సేవించువానికి శీఘ్రంగా ఫలితం లభిస్తుంది."

"శత కిరణాలతో కూడిన విష్ణువు తన మహిమ చేత పృథ్విని మూడుసార్లు చుట్టాడు. అతడు వృద్ధుల్లో అతి వృద్ధుడు. శక్తివంతుల్లో అతి శక్తివంతుడు అగు గాక. అతడు దీప్తిమంతుడవుగాత." 3

"ఈ విష్ణువు మనువుకు క్షేత్ర మీయవలెనను తలంపుతో ఈ పృథ్విని లంఘించాడు. ఇతన్ని స్తుతించు జనులు అచలురై ఉన్నారు. ఇతడు విశాలమైన క్షితిని సుందరమైన జనులతో ఏర్పరచాడు." 4

21. సరస్వతి : సరస్వతి వేదంలో ముఖ్యమైన దేవత. తర్వాత కాలంలో పవిత్రతకు ప్రసిద్ధికెక్కిన గంగానది వలెనే కురుక్షేత్రంలో ప్రవహించే ఈ సరస్వతీ నదికూడ ఋగ్వేద ఆర్యులకు పవిత్రమైన దేవత. సరస్వతి శబ్దానికి అర్థం సరం (జలం)కలది గంగానది తన ప్రవాహమును వదిలి దేవతగా ఉండలేదు. కాని సరస్వతి నదియే కాదు దేవతకూడాను. వసిష్ట విశ్వామిత్రుల ఋక్కులవలన ఈ సరస్వతీ రూపం కొద్దిగా తెలుస్తుంది. వసిష్ఠుడనేక సూక్తాల్లో (7-95-96) సరస్వతిని స్తుతించాడు. ఆ ఋషి మొదటి సూక్తంలో యిట్లు చెప్పాడు.

"ఈ సరస్వతి పాషాణ దుర్గంవలె ప్రవాహంతో కూడి ప్రవహిస్తున్నది. ఈ సింధువు రథివలె తన మహిమచేత ఇతర నదులను బాధిస్తున్నది." 1

"గిరులనుండి సముద్రంకు పోవు నదుల్లో పవిత్రమైన ఈ సరస్వతి ఆద్వితీయమైంది. మానవులకు విరివిగా భువనముల నుండి ధనం, నేయి, పాలు యిస్తుంది." 2

"ఓ సరస్వతి! సుభగా! ఈ వసిష్ఠుడు నీకొరకు యజ్ఞద్వారాన్ని తెరుస్తున్నాడు. ఓశుభ్రవర్ణా, ముందుకు రమ్ము, స్తోతకు అన్నం యిమ్ము. నీవు ఎల్లప్పుడు స్వస్తితో కాపాడుము." 6

తర్వాత సూక్తంలో వసిష్ఠుడు యిలా చెప్పాడు (7-96) :

"ఓ వసిష్ఠుడా నదుల్లో బలవతి అయిన సరస్వతిని స్తుతించుము. ద్యౌ పృథ్వీలందు సరస్వతినే సుందర స్తోమములతో పూజింపుము." 1

"ఓ శుభ్రవర్ణా, నీ మహిమచేత పురజనులు (దివ్య, మానుష)రెండు రకాలైన అన్నం పొందుతున్నారు. మరుత్తుల, సఖి, రక్షిక, సరస్వతి ధనికుల ధనాన్ని మాకు పంపుగాక."2

విశ్వామిత్రుడు సరస్వతీ మహిమను మిక్కుటంగా కీర్తించాల్సిఉంది. ఆయన కులస్తులు కుశికులు సరస్వతీ తటాన ఉన్నట్లుగ చెప్పబడుతున్నారు గదా. కాని అతడు పక్షపాతం చూపలేదు. ఒకచోట, ఇళా భారతితోపాటు సరస్వతిని, సారస్వతులను పేర్కొన్నాడు. (3-4-8). ఈ సంగతి ఇళా ప్రకరణంలో మీరు చదివి ఉంటారు.

భరత గణాల ఋషులైన దేవశ్రవ, దేవవాతలు ఒకేచోట సరస్వతితో పాటు దాని సహాయక నదుల రెంటిని వర్ణించారు. (3-23-4)

"ఓ అగ్ని మేము అన్నస్థానమైన ఉత్తమ పృథ్విలో సదా సుదినం కొరకు నిన్ను స్తుతిస్తున్నాం. దృషద్వతి, ఆపయా, సరస్వతి తట ప్రజలకు ధనం యిస్తూ ప్రకాశించుము." 4

ఈ ఋక్కుల్లో వచ్చిన దృషద్వతి, ఆపయా, సరస్వతులు హరియాణలో ప్రవహించు ఘగ్గర, మరకండా, సరస్వతి నదులను మేము ఇదివరలో చెప్పాం

భరద్వాజుడు చెప్పిన ప్రకారం చూస్తే సరస్వతియే దివోదాసుని ప్రసాదించినట్లు కూడ తెలుస్తుంది. (6-61)

ఇయమదా దద్రభ సమృణచ్చుతం
దివోదాసం బధ్ర్యశ్వాయ దాశు షే।
యాశ్వశ్వన్త మాచఖాదావసం పణిం
తాతే దాత్రాణి తవిషా సరస్వతీ ॥ 1

"ఈ సరస్వతి బధ్రశ్వుడనగు నాకు ఋణమోచక అది భయంకర దివోదాసుపుత్రుని ప్రసాదించింది. దానహీనుడైన పణీని భక్షించినట్టి ఓ సరస్వతి, నీ ఆ దానములు బలిష్టములైనవి."

"ఈ సరస్వతి మట్టిని త్రవ్వువానివలె తనశక్తితో, వేగయుక్త తరంగాలతో పర్వత పాదభాగాలను భగ్నం చేస్తూవుంది. తటాలను ధ్వంసంచేయు సరస్వతిని రక్షణ కొరకు మేము స్తుతులద్వారా, గీతములద్వారా ఆహ్వానిస్తున్నాం." 2

"ప్రియతమ, సుసేవిత, ఏడ్గురు తోబుట్టువులుకల సుప్రసన్నురాలు సరస్వతీ మా స్తుతులకు యోగ్యురాలగుగాత." 10

ఓ సరస్వతీ, మాకు ఉత్తమ ధనాన్ని తెచ్చి యిమ్ము. మాకు హాని కల్గించవద్దు. జలంతో మాకు వినాశనం చేకూర్చవద్దు. మా మిత్రత్వాన్ని పొరుగును స్వీకరించుము. నీ క్షేత్రమందు మేము ఆరణ్యంలో దారితప్పకుండా ఉందుంగాత." 14

22. సవిత : గాయత్రీ ఛందస్సులో విశ్వామిత్రుని ద్వారా రచింపబడిన సవిత స్తుతి ప్రసిద్ధమైంది. ఎనిమిది అక్షరములుకల మూడు పాదములున్న ఏ గీతాన్ని అయినా గాయత్రి అంటారు. కాని సవిత మహిమలు కీర్తించుట వలన ఈ ఋక్కుకు సావిత్రి లేక గాయత్రి అను పేరు వచ్చింది. (3-62-10)

తత్ స వితుర్వరేణ్యం భర్గో దేవస్య ధీ మహి।
ధియో యోనః ప్రచొదయాత్ ॥

"సవితృదేవుని ఆ మహా తేజస్సును మేము పొందెదంగాక. ఆ సవిత మా బుద్ధిని దీప్తవంతం చేయుగాక."

"భగవంతుడగు సవితృదేవుని నుండి మేము అన్నాన్ని అడుగుతున్నాం." 1

"ఆ సుకర్ముడగు సవితాదేవుడు సవనం కొరకు తన బంగారు బాహువులను పైకి ఎత్తుతున్నాడు. మహా యువకుడు, సుదక్షుడు అయిన సవిత లోకముల రక్షణ కొరకు ఘృతయుక్తమైన తన చేతులను ప్రేరేపించుతున్నాడు." (6-71-1)

"బంగారు జిహ్వగల ఓ సవితా, హింసారహితమైన, కళ్యాణదాయకమైన రక్షణలద్వారా నేడు మా నివాసాలను నలువైపుల నుండి కాపాడుము. నూతనసుఖం కొరకు రక్షించుము. చెడును కోరువాడు మాకు శాసకులుగా ఉండకుండా వుందురు గాక." 3

ఓ సవితా, నేడు మాకు ధనం యిమ్ము. రేపు మాకు ధనం యిమ్ము. ప్రతి దినం మాకు ధనం ఇమ్ము. ఓ దేవుడా, నీవు చాల ధనానికి గృహానికి యజమానివి. ఈ స్తుతి ద్వారా మేము ధనానికి భాగస్వాముల మవుదుముగాక." 6

ఓ సవితా, నేడు మాకు ధనం యిమ్ము. రేపు మాకు ధనం యిమ్ము. ప్రతి దినం మాకు ధనం ఇమ్ము. ఓ దేవుడా, నీవు చాల ధనానికి గృహానికి యజమానివి. ఈ స్తుతి ద్వారా మేము ధనానికి భాగస్వాములమవుదుముగాక." 6

23 సోముడు : ఋగ్వేదములోని తొమ్మిదవ మండలం సోముని మండలం, భరద్వాజుడు, వసిష్ఠుడు, విశ్వామిత్రుడు ఈ ముగ్గురు ఋషులు సోముని ప్రశంసిస్తూ సూక్తాలను రచించారు. సోమం భంగు జాతికి చెందిన మొక్క. ఆది మత్తును కల్గిస్తుంది. దానికి ఋషులు దివ్యత్వాన్ని కల్పించారు. పేయమైన సోమాన్ని అందుండే సోమదేవత గుణాలను కూడ వర్ణించారు. ఇంద్రుడు, అగ్ని, తదితర దేవతలు సోమాన్ని బాగా ప్రేరేపించేవారు. భరద్వాజుడు సోమ ప్రకరణంలో సోముని మహిమను కీర్తించాడు. అతని పుత్రుడు గర్గఋషి (6-47) ఒకే సూక్తం సోముని గురించి రచించాడు. అందు పేయమైన సోమం యొక్క గుణాలు కూడ వర్ణించబడ్డాయి.

"ఇది నిశ్చయంగా రుచిగా ఉంది. ఇది తీవ్రమైన తీపి కల్గివుంది. ఇది రసవంతమైంది. దీన్ని త్రాగే యింద్రుని యుద్ధంలో ఎవ్వరు ఓడించలేరు." 1

"ఇది రుచి కలది మిక్కిలి మత్తును కల్గిస్తుంది దీనిని సేవించి ఇంద్రుడు వృత్ర యుద్ధంలో మత్తిల్లాడు. శంబరుని 99 పురాలను ధ్వంసం చేశాడు." 2

"పృథ్వీ విస్తారమును, ద్యౌ శరీరాన్ని నిర్మించినవాడు సోముడు. సోముడు మూడు వస్తువులకు (ఔషధములు, జలము, గోవులు) అమృతం యిస్తాడు. అతడు విస్తృత ఆకాశాన్ని ధరిస్తున్నాడు." 4

వసిష్ఠ, విశ్వామిత్ర, వామదేవులు సోముని ప్రశంసిస్తూ దాన్ని దేవతల దివ్యపానంగా వర్ణించారు.

అసిత దేవల ఋషులు యిద్దరు అను సందేహం వైదిక పరంపరలో వుంది కాని ఋషి అసలు పేరు దేవలుడు. బాగా తెల్లగా వుండుటచేత అతన్ని అసితుడన్నట్లుగా తోస్తుంది. ఆయన్ని బౌద్ధ పిటకాలుకూడ పేర్కొన్నాయి. మధ్యం నికాయంలో అశ్వలాయన సూత్రంలో (2-5-3) బుద్ధుడు అసిత దేవలుని ఒక మహాఋషిగా పేర్కొన్నాడు. దేవలుడు సప్త బ్రాహ్మణ ఋషుల గర్వాన్ని అణచాడు.

అప్పుడు వారందరు ఆయనపై కోపించి శపించారు. కాని ఆ శాప ప్రభావం అతని మీద కించిత్తుకూడ పడలేదు. అప్పుడు ఋషులు మీరెవ్వరు? అని ప్రశ్నించారు.

"మీరు అసిత దేవల ఋషి పేరు విన్నారా?" అను సమాధానం వచ్చింది.

"అవును, ఆర్యా."

"ఆతణ్ణి నేనే".

అతడు కశ్యప గోత్రజుడు. సోమాన్ని గురించి విశేషంగా రచించిన ఋషి తొమ్మిదవ మండలంలొ అతడు 19 సూక్తాలను (6-24) రచించాడు.

తొమ్మిదవ మండలమంతా సోముని కీర్తించు సూక్త సంగ్రహం. ఆ మండలంలోని ఋషులు: 1. విశ్వామిత్ర పుత్ర మధుచ్ఛందుడు 2. మేధాతిథి 3. కణ్వ అంగిరసుడు. 4 అజీగర్త పుత్ర శునశ్శేపుడు 5. హిరణ్యస్తూప ఆంగిరసుడు 6. ఆసిత దేవలుడు. 7 దృడచ్చుతుడు 8. దృఢచ్చుత పుత్ర పుత్ర ఇధ్మబాహుడు 9. నృవేధ ఆంగిరసుడు 10. ప్రియమేధ కాణ్వుడు 11. బిందు ఆంగిరసుడు 12. రహూగణ గోతమపిత 13. శ్యావాశ్చ ఐతరేయుడు 14 తృత ఆప్త్యుడు 15. ప్రభువసు అంగిరసుడు 16. బృహస్పతి ఆంగిరసుడు

17. మేధ్వాతిది కాణ్వుడు 18. అయాస్య ఆంగిరసుడు 19 కవిభృగు పుత్రుడు 20. ఉచధ్య ఆంగిరసుడు 21. అయాస్య అంగిరసుడు 22. అమహీయు అంగిరసుడు 23. యమదగ్ని భార్గవుడు 24. నిధ్రుబి కాశ్యపుడు 25. కశ్యప మరీచి పుత్రుడు 26. భృగువరుణ పుత్రుడు 27. వైఖానసుడు 28. భరద్వాజ బృహస్పతి పుత్రుడు 29. భౌమ ఆత్రేయుడు 30 విశ్వామిత్ర గాది పుత్రుడు 31వసిష్ఠ మిత్రా వరుణ పుత్రుడు 34. రేణు విశ్వామిత్ర పుత్రుడు 35. ఋషభ విశ్వామిత్ర పుత్రుడు 36 హరిమంత ఆంగిరసుడు 37. కక్షివాన్ దీర్ఘ తమ పుత్రుడు 38 వసు భరద్వాజుడు 39 ప్రజాపతి వాక్పుత్రుడు 40. వేన భార్గవుడు. 41 అకృషమాష ఆత్రేయుడు 42. సికతా ఆత్రేయ 43. ఆజ ఆత్రేయుడు 44. గృత్సమదుడు 45. ఉశనాకావ్యుడు 46. నోధా గోతమ పుత్రుడు 47.ప్రస్కణ్వ కణ్వ పుత్రుడు 48. ప్రతర్థన దావోదాస పుత్రుడు 49. ఇంద్ర ప్రమతి 50. వృషగణుడు 51. మన్యుడు 52. ఉష మన్యుడు 53 వ్యాఘ్రపాద వాసిష్ఠుడు 54 శక్తి వసిష్ఠ పుత్రుడు 55. కర్ణ శ్రుత్ 56. మృతీకుడు 57. వసుక్రుడు 58. పరాశర శక్తి పుత్రుడు 59 వత్స ఆంగిరసుడు 60 అంబరీష వృషాగిర పుత్రుడు 61. ఋజిశ్వా భరద్వాజ పుత్రుడు 62 రేభకాశ్వపుడు 63 అధ్రిగుశ్యా వాశ్వ పుత్రుడు 64. యయాతి నహుష పుత్రుడు 65 నహుషమను పుత్రుడు 66. మనుసంవరణ పుత్రుడు 67 విశ్వామిత్ర వాక్పుత్రుడు 68 ప్రజాపతి వాక్పుత్రుడు 69 పర్వత కాణ్వుడు 70. శిఖండిని కాశ్యపీ 71. నారద కాణ్వుడు 72. అగ్నిచక్షు పుత్రుడు 73 చక్షు మనుపుత్రుడు 74. మను అపపుత్రుడు 75. గౌరవీతిశక్తి పుత్రుడు 76. ఉరు అంగిరసుడు 77. ఊర్ధ్వద్మాం ఆంగిరసుడు 78. కృతయశా ఆంగిరసుడు 79. దిష్ణ్య ఈశ్వర పుత్రుడు 80. త్ర్యరుణుడు 81. త్రసదస్యుడు 82.ఋణంచయుడు 83 అనానత పరుచ్ఛేప పుత్రుడు 84. శిశు ఆంగిరసుడు.

ఈ 84 ఋషులచేత రచించబడిన సోమస్తుతులు తొమ్మిదవ మండలం రూపంలో సంగ్రహించబడ్డాయి ఇందు ఒకవైపు భరద్వాజుని కంటే ప్రాచీన ఋషులు కూడ వున్నారు. రెండోవైపు వసిష్టుని పుత్రుడు శక్తి. అతని పుత్రుడు పరాశరుడు. గౌరవీతి రచించినవి కూడ వున్నాయి. విశ్వామిత్ర పుత్ర మధచ్ఛందుని ఋక్కుతో తొమ్మిదవ మండలం ప్రారంభమైంది.

3. పితృదేవతలు మొదలైనవారు : ఆర్యులు యింద్రాది దేవతలనే కాకుండా తమకు ముందున్న పూర్వీకులను, పితరులను పూజించేవారు. వారంతా దేవతల లోకంలో వున్నారని ఆర్యులు విశ్వసించారు కూడ. యమ పుత్ర శంఖుడు కల్పిత నామంగా తోస్తుంది. అట్లే వివస్వత్ పుత్రయముడు కూడ కల్పిత ఋషియే. వీరిరువురు - అంటే తండ్రి కొడుకులు పితరులను గురించి ఎక్కువగా స్తుతించారు. (10-14)

"అందరికంటే ముందుగా యముడు మన మార్గాన్ని తెలుసుకొన్నాడు. ఈ పచ్చిక బయలును మననుండి ఎవ్వరూ లాక్కోలేరు. మన పితరులు వెళ్ళినచోటుకు, అదే మార్గాన జనం పోతారు. - 2

"కవ్యం (పితరులకు వుంచిన పూజా ద్రవ్యం) చేత మాతలి, అంగిరుల చేత (పురోహితులచేత) యముడు, ఋక్వుల (ఋక్కుల) చేత బృహస్పతి వృద్ధి చెందారు. దేవతలు ఎవరిని వృద్ధిచేశారో, దేవతలను ఎవరు వృద్ధిచేశారో వారు స్వాహాతోను

పితృదేవతలు స్వధాతోను ప్రసన్నులవుతున్నారు." – 3

"ఓ యముడా ! అంగిరులతో, పితరులతో నీవు వచ్చి యీ యజ్ఞమందు కూర్చొనుము. కవులు ప్రశస్తమైన మంత్రాలతో నిన్ను ఆహ్వానిస్తున్నారు. ఓ రాజా నీవు యీ హవిస్సుతో సంతృప్తి చెందుము." – 4

"మా పూర్వీకులు వెళ్ళిన చోటుకు ఆ ప్రాచీన మార్గాలగుండా వెళ్ళుము. యను, వరుణులను చూడుము. ఆ యిరువురు రాజులు స్వధాచే (చేసిన పనులు) ప్రసన్నులై వున్నారు." – 7

"ఓ యముడా ! రక్షకులైన, మార్గ రక్షకులైన, మానవులను కాపాడునట్టి నాల్గుకన్నులు కల నీ రెండు కుక్కలను మా పితరుల రక్షణకు యిమ్ము. వీరికి క్షేమాన్ని కల్గిస్తూ రోగ రహితులుగా చేయుము." – 11

"పొడవైన ముక్కు కల్గినటువంటి, ప్రాణ భక్షకులైనటువంటి, మిక్కిలి బలం కల్గిన యముని దూతలు ప్రజల వెనుక వెనుక నడుస్తారు. ఆ రెండు దూతలు సూర్యుని దర్శించుటకు యిక్కడ మాకు కళ్యాణప్రదమైన ప్రాణములను ప్రసాదించుగాత." – 12.

"యముని కొరకు సోమాన్ని వడకట్టుము. యముని కొరకు హవిస్సును హవనం చేయుము. అగ్నిదూత అలంకృతుడై యముని వద్దకు వెళ్ళుతున్నాడు." 13

"యమరాజు కొరకు అతి మధురమగు హవిస్సును హవనం చేయుడు. ప్రాచీన పథకర్తలగు ప్రాచీన ఋషులకు నమస్కారం" 15

యముడను కల్పిత నామధేయుడగు ఋషి తన సూక్తంలో యముని మహిమను కీర్తించాడు. ఆయన కల్పిత పుత్రుడగు శంఖుడు పితృదేవతలను గురించి వర్ణించాడు (10–15)

"సోమపానం చేయుచున్న ఉత్తమ ఉద్యమ, సాధారణ పితరులు దయను చూపుదురు గాక. సజ్జనులు, సత్యమెరింగినవారు అయిన పితరులు పిల్చినప్పుడు మాకు రక్షణ నొసంగెదరుగాక." – 1

ముందుగాని, తర్వాత గాని చనిపోయిన పితరులకు పార్థివలోక మందుగాని, ప్రజల మధ్య యందుగాని కూర్చొన్న పితరులకు నేడు నమస్కారం చేస్తున్నాం." – 2

"పితరులారా, ఎర్రని జ్వాల దగ్గర కూర్చొన్న దాతకు ధనం యివ్వండి. పుత్రుని యివ్వండి. అతని గృహమందు ఉల్లాసం కల్గించండి." – 7

"మా పూర్వీకులైన పితరులకు వశిష్ఠులు సోమపానం కోరియున్నారు. వారితో పాటు యముడు హవిస్సును పొంది సఖుడగుగాత, సంతుష్టుడగుగాత." – 8

"అగ్నిచేత దగ్ధులైనవారు, అదగ్ధులైనవారు, ద్యౌలోక మధ్యలో స్వధాచే సంతుష్టులైనారు. ఓ అగ్నీ, ఆ పితరులకు యధాశక్తి ప్రాణంతో కూడిన శరీరం యిమ్ము."14

ఈ ఋక్కులు ఆర్యులకు పితరులపట్లవున్న నమ్మకాలను తెల్పుతున్నాయి. పితరులకు యమ దేవునితో సంబంధముండేదనీ, వారు ఆ దేవుని దయకు పాత్రులనీ ఆర్యులు అనుకొనేవారు. వారు తమ బిడ్డలు యిచ్చే పూజలను అందుకొనుటకు వచ్చేవారని వారు విశ్వసించారు. యమునికి నాల్గు కళ్ళువున్న రెండు కుక్కలు వున్నాయి. అవి పరలోక యాత్రీకులకు చాలా భయంకరంగా వుండేవి. పొడవు ముక్కులు కల ప్రాణాలను తీసే యముని దూత లిద్దరుకూడ భయంకరంగా వుండే వారు. దేవతలకు స్వాహా రూపంలోవున్న అన్నం ఆధారం. పితరులకు స్వధా (తాను చేసిన పనులు) అనేవి ఆధారములు.

4. కామ్య కర్మలు : ఋగ్వేద ఋషులకు, వారి ప్రాచీన వంశీకులకు నిష్కామ కర్మలతో పనిలేదు. "సురులు, నరులు, మునులు స్వార్థ బుద్ధితో ప్రేమిస్తారు." అని తులసీదాసు చెప్పిన యీ వాక్యం మన ప్రాచీన ఋషులకు వర్తిస్తుంది. వారు దేవతలకొరకు యజ్ఞంగాని, హవనంగాని, సోమపానం గాని చేస్తూ చేయిస్తూ ఆ దేవతలముందు క్రమంగా తమ కోర్కెలను వుంచేవారు. 'దేహిమే దదానితే' (ఇచ్చుకో వాయనం, పుచ్చుకో వాయనం) అన్నదే వారి అభిమతం. బృహస్పతి పుత్రుడగు భరద్వాజుడు అగ్నిని ప్రార్థించాడు. ఆ ఋక్కులను చదివితే ఆర్యుల మనోభావాలు తెలుస్తాయి. (6-1)

"ఓ అగ్నీ నీవు నీ తేజస్సు ద్వారా ద్యౌ పృథ్వులను కప్పావు. నీవు యశస్సుల కంటే యశస్సు కలవాడవు. విజయుడవు. గొప్పశక్తిని, శాశ్వతమైన ధనాన్ని యిస్తూ ప్రకాశించుము. (6-1-11)

"ఓ వసూ (దనికుడా), మాకు నీవు మానవువలె ధనం యిమ్ము. మా పుత్రులకు, పౌత్రులకు విరివిగా పశువుల నిమ్ము. మొట్టమెదట మేము కోరినటువంటి ఆ భూరి ధన్నాన్ని, భద్రయశాన్ని మాకు ప్రసాదించుము." (6-1-12)

"ఓ అగ్నిరాజా, నీ వలన మాకు అనేక రకాల ధన ధాన్యాలు ప్రాప్తించుగాక. ఓ సర్వప్రియుడా, అగ్నీ నీవు శ్రేష్టమైన రాజువు. నీవద్ద చాల ధనం వుంది." (13)

భరద్వాజుడు తనకు నూర ఏండ్లు జీవితం ప్రసాదించమని అగ్నిని కోరాడు. (6-8)

"ఓ అగ్నీ, నీవు మా వద్దకు సుఖంగా బాధలేని ధన మార్గాల ద్వారా రమ్ము. ముమ్ము కష్టాలనుండి కాపాడుము. స్తోతలకు శూరులకు సుఖం ఒసంగుము. మాకు అందమైన శూరవీర సంతానం యిమ్ము, శత శరత్తులు మేము ఆనంద పూర్వకంగా జీవింతుము గాక." (4)

ఆయన అగ్నిని మరియొకటి కోరాడు. 6-5

"ఓ అగ్నీ నీ సహాయం చేత మేము ఆ కోర్కెను పొందెదముగాక. ఓ ధనవంతుడా, మేము వీరులైన సంతానంతో ఐశ్వర్యాన్ని పొందెదంగాక, శక్తి యందు ఆభిలాష కల్గిన మాకు శక్తి లభించుగాక. ఓ అజ. రుడా, మాకు నీ యువ ప్రతాపం లభించుగాక." 7

ఇంకను ఆయన కోరాడు : "ఓ యింద్రుడా, నీవు స్తోతవద్దకు రక్షణ కొరకు రమ్ము. గృహమందును, అరణ్యమందును శత్రువులనుండి కాపాడుము. మేము అందమైన వీరులైన సంతానంతో నూరు శరత్తులు ఆనందపూర్వకంగా జీవించుదము గాక." (6-24-10)

వసిష్ఠుడు కూడ ఆదిత్య దేవతలను స్తుతిస్తు నూరు సంవత్సరముల జీవితాన్ని కోరాడు- 7-66

"సర్వశ్రేష్టుడు. చరాచరములకు పతి, సమస్త ప్రజలకు సమీపవర్తి సూర్యుని బంగారు రథం పై నిడుకొని శుభము కొరకు ఏడ్గురు తోబుట్టువులు (ఏడునదులు) తీసుకొని పోతున్నారు 15

"ఆదిగో దేవహితై షి శ్వేతనేత్రం వుదయిస్తూవుంది. మేము అతన్ని నూరు శరత్తులు చూచెదంగాక - మేము నూరు శరత్తులు జీవించెదంగాక " 16

వశిష్ఠుడు మరుత్తులను కూడ స్తుతించి తన కోర్కెలను సఫలం చేయమన్నాడు. 7-59

"సుగంధం గలవాడు, పుష్టిని యిచ్చువాడు అయన త్ర్యంబకుని మేము స్తుతిస్తున్నాం. అతడు నన్ను రేగుపండువలె బంధంనుండి ముక్తుని చేయుగాక, అమృతంనుండి కాదు."12

ఎల్లప్పుడూ క్షేమ పూర్వకంగా కాపాడుము." -7

విశ్వామిత్రుడు ఒకసారి కంటే ఎక్కువ పర్యాయాలు ప్రార్థించాడు. 3-30-22, 3-31-222

"శీఘ్రగామి, ధనవంతుడు, శ్రేష్ఠుడు, నాయకుడు శ్రోత, ఉగ్ర శత్రు ఘాతకుడు యింద్రుని యీ వచ్చిన యుద్ధమందు రక్షణకై యజ్ఞానికి ఆహ్వానిస్తున్నాను." 10

వామదేవుడు ఇంద్రుని స్తుతించాడు - (4-30)

"జీ వృత్రహంతా! నీవు విడువబడిన గ్రుడ్డివారిని, కుంటివారిని కాపాడితివి. నీవు యిచ్చిన ఆ సుఖం అలభ్యమైంది"-19

దివోదాసు పుత్రుడు పురుచ్ఛేపుడు పిశాచాలనుండి కాపాడమని ఇంద్రుని ప్రార్థించాడు (1-133)

"ఓ యింద్రా, అరచేటటువంటి పిశంగ వర్ణంగల పిశాచాన్ని నాశనం చేయుము రాక్షసుల నందరిని సంహరించుము."-5

సూర్యా అను పేరుగల స్త్రీ ఋషియో లేక పురుష ఋషియో భార్యను కోరుతూ స్తుతించాడు (10-85) "పతిపత్నులారా మీరిరువురు యిక్కడే వుండండి విడిపోవద్దు. దీర్ఘాయువులు కండు. పుత్ర పౌత్రులతో ఆడుకొంటూ ఆనందపడుతూ యింటిలోనే ఉండండి." 42

5 పూజా ద్రవ్యములు : దేవతలను సంతృప్తి పర్చుటకు సప్తసింధు ఆర్యుల వద్ద రెండు చిట్కాలున్నట్లు పైన మేము పేర్కొని యున్నాం. ఒకటి అగ్నిలో హోమం చేయుట. రెండు సోమాన్ని తయారుచేసి చెంబుల్లోనూ, కడవల్లోను వుంచి దేవతలకు అర్పించుట. హోమ సామాగ్రి అనేక రకాలుగా వుంటుంది విశ్వామిత్రుని ఋక్కుల ద్వారా మనకు ఎన్నో వస్తువుల గురించి తెలుస్తుంది. 3-28

"ఓ అగ్నీ, నీవు స్తుతుల నందుకొనుటలో ధనికుడవు. సర్వజ్ఞుడవు. మా ప్రాతఃకాల యజ్ఞమందు హవిస్సును (పురోడాశమును) స్వీకరించుము." 1

"ఓ అగ్నీ, పక్వమైన పరిష్కృతమైన పురోడాశం సిద్ధంగా వుంది. ఓ యువక శ్రేష్ఠుడా, దాన్ని స్వీకరించుము." 2

"2 సాహస పుత్రా, నీవు యజ్ఞమందున్నావు. ఓ అగ్నీ, దినాంతమందు హవనం చేయబడ్డ పురోబాశం ఆరగించుము."-3

"ఓ కవీ, సర్వజ్ఞా! మధ్యాహ్నకాలం యజ్ఞంలో పురోడాశం ఆరగించుము. ఓ అగ్నీ, యజ్ఞమందు ధీరవంతులు నీ సౌభాగ్యాన్ని నష్టపర్చలేరు." 4

"ఓ సాహస పుత్ర అగ్నీ, తృతీయ సవనమందు సిద్ధము చేయబడిన పురోడాశం స్వీకరించుము. ఓ అవినాశీ, రత్న యుక్తుడు జాగరూకుడు అయిన సోముని స్తుతిద్వారా అమరదేవుల వద్దకు తీసుకుపొమ్ము." -5

దేవతల కొరకు హోమం, సోమపాన క్రియలు మూడు వేళలందు జరిగేవి. వాటిని మూడు సవనములనేవారు. ఉదయం జరిగేదాన్ని ప్రాతః సవనమనీ మధ్యాహ్నం జరిగేదాన్ని మధ్యందిన సవనమనీ, సాయకాలం జరిగేదాన్ని తృతీయ సవనం లేక సాయం సవనమనీ అనేవారు. విశ్వామిత్రుడు పై సూక్తంలో మూడు సవనములను పేర్కొన్నాడు. అనంతరకాలంలో పురోడాశాన్ని పాలలో వండిన బియ్యపు పాయసం అన్నాడు. కాని సప్తసింధు ఆర్యులు బియ్యం గురించి ఎక్కడా చెప్పలేదు. దీని అర్థం సప్తసింధులో బియ్యం

లేవని కాదు. మొహింజెదారొ, హరప్పా నివాసులు బియ్యం తినేవారు. ఈ విషయం అక్కడి త్రవ్వకాలవల్ల తెలుస్తూవుంది కాని నేటి పంజాబీయుల మాదిరిగానే మూడువేల సంవత్సరాలకు పూర్వమున్న ఆర్యులు కూడ బియ్యాన్ని ఉపేక్షా భావంతో చూచు వారనిపిస్తుంది.

యవలు, పాలు కలిపి తయారుచేసిన హవిస్సును విశ్వామిత్రుడు పేర్కొన్నాడు . - 3-42

"ఓ యింద్రా నీవు మా కోర్కెలను నెరవేర్చువాడవు. నీవు వచ్చి యీ గవాశిరం యవాశిరం త్రాగుము."-7

"ఓ ఇంద్రుడా, సోమం త్రాగుటకు నిన్ను మా యింటికి ఆహ్వానిస్తున్నాను. ఈ సోమం నీ హృదయాన్ని ప్రసన్నం చేయుగాక."-8

"ఓఇంద్రుడా, కుశికులమగు మేము నీ రక్షణ కోరి వడకట్టిన సోమం త్రాగువలసిందిగా సనాతనుడవగు నిన్ను ఆహ్వానిస్తున్నాం."9

పాలలో వండినదాన్ని ఆశిరమనేవారు. యవల పాయసాన్ని యవాశిరమనీ ఆవే పాలతో మాత్రమే వండినదాన్ని గవాశిరమనీ అనాన్నరు. ఇవి పురోడాశంలోని రకాలు.

విశ్వామిత్రుడు మరికొన్ని హవిస్సులను పేర్కొన్నాడు. 3-52

"ఓ ఇంద్రుడా, ఉదయమందు వేయించిన గింజలుగల కరంభం (పిండి)తో కూడినటువంటినీ, ఆపూపము (రెట్టె) కల్గినటువంటినీ, ఉక్త సహితమైనటువంటినీ సోమాన్ని స్వీకరించుము."1

"ఓ ఇంద్రుడా, వండిన పురోడాశం సేవించుము, తినుము. ఈ హవ్యం నీకుగాను వడ్డించడమైంది." -2

"మా పురోడాశం తినుము. వధువును వరుడు స్వీకరించిన చందమున నీవు మా స్తుతులను స్వీకరించుము."-3

"ఓ ఇంద్రుడా, నీవు సనాతన ప్రసిద్ధుడవు, ప్రాతః సవనమందు మా పురోడాశం సేవించుము, నీ క్షమత మహత్తరమైంది" 4

"ఓ యింద్రా యిక్కడ మధ్యాహ్న సవనమందు వేయించిన గింజలు (ధానా), సుందరమైన పురోడాశం నీకు రుచించుగాత. శీఘ్రగాములగు వృషభముల వలె గాయక స్తోతలు స్తుతులద్వారా నిన్ను స్తుతిస్తున్నారు." 5

"బహుస్తుతులు కలవాడు, తృతీయ సవనమందు మా ధానాను, ఆహుతి యివ్వబడిన పురోడాశాన్ని భక్షించుము. ఓ కవీ మేము తత్పరులమై స్తుతుల ద్వారా నిన్ను సేవిస్తూ ప్రార్థిస్తున్నాం. -6

"ఆకు పచ్చని ఆశ్వములు కల పూషనుడా, నీ కొరకు కరంభం, ధానా తెస్తున్నాం. ఓ శూరుడా, విద్వాంసుడా, వృతహంతా, మరుత్తులతో గణ సమేతంగా ఆపూపం తినుము. సోమాన్ని త్రాగుము."-7

ఇందు వేయించబడిన యవలగింజలు , వేయించిన యవలను విసరి తయారు చేసిన కరంభం (పిండి), యవల రొట్టి సోమరసం దేవతల పూజా ద్రవ్యంగా తెలుపబడింది.

సోమం త్రాగవలసిందిగా ఇంద్రుని ప్రార్థిస్తూ విశ్వామిత్రుడు మళ్ళీ చెప్పుచున్నాడు. 3-53

"ఓ యింద్రుడా, ఆ సోమాన్ని త్రాగి వెళ్ళుము. నీ భార్య కళ్యాణీ, నీ గృహం

సోమం త్రాగవలసిందిగా ఇంద్రుని ప్రార్థిస్తూ విశ్వామిత్రుడు మళ్ళీ చెప్పుచున్నాడు. 3-53

"ఓ యింద్రుడా, ఆ సోమాన్ని త్రాగి వెళ్ళుము. నీ భార్య కళ్యాణీ, నీ గృహం రమణీయమైంది. అక్కడ నీ పెద్ద రథముంది. అది దక్షిణలతో గుర్రాలను విడచు స్థలం". -6

వామదేవ గౌతముడు ఇంద్ర పూజను గురించి చెప్పాడు-4.32

"మేము వేయి గుర్రాలను, నూరు ఖార్యముల సోమాన్ని యివ్వండని యింద్రుని అడుగుతున్నాం." -17

వెనుకటి కాలంలో అనేక మణుగుల బరువును ఖారి అనేవారు. పాలీభాషలో కొలగారంనే కాదు, జోలిని కూడా ఖారి అనేవారు. ఇక్కడ వామదేవుడు నూరు సంచులను లేక నూరు మోపుల సోమాన్ని ఆడిగివుండవచ్చు.

సుతంభర ఋషి స్తుతివలన (5-14) స్రువయందు నెయ్యి తీసుకొని ఋషులు అగ్ని లో వేసేవారని తెలుస్తుంది.

"హవ్యం వహించుటకొరకు ఆ అగ్ని దేవుని సదా నేయి కారుచున్న స్రువలతో పూజిస్తున్నాం."3

2 పశు బలి

అన్నం, సోమాన్నే కాదు, పశువులను కూడ దేవతలకు హవనం చేసేవారు. వీతహవ్య పుత్ర ఆరుణఋషి యజ్ఞ పశువుల కొన్నిటి పేర్లు పేర్కొన్నాడు. (10-91)

"అందు గుర్రాలు, వృషభాలు, ఆవులు, గొర్రెలు హవనం చేయబడుతున్నాయి. జలమును త్రాగుచున్నటువంటి, సోముని వీపుమీదుంచుకున్న విధాత అగ్ని కొరకు నేను హృదయ పూర్వకంగా సుందరమైన స్తుతులు చేస్తున్నాను."14

ఓ అగ్నీ స్రువయందు నేయివలె, చెంబుయందు సోమం మాదిరి నీ నోటి యందు హవిస్సు హవనం చెయబడింది. నీవు మాకు అన్న సమేతంగా ధనాన్ని సుధీరులైన సంతాన సహితంగా గొప్ప యశస్సును ప్రసాదించుము"-15

వసుక్ర ఐంద్ర ఋషి ఇంద్రుని కొరకు ఆబోతును బలిసిన గొర్రెను వండిన సంగతి చెప్పాడు. 10-27

ఇంద్రుడంటున్నాడు : ఓ భక్తుడా, సోమ యజ్ఞంచేయు యజమానికి ధనమొసంగుట నా స్వభావం. ఎవడు హవ్యంకాని వస్తువు యిస్తున్నాడో, సత్యాన్ని నాశనం చేస్తున్నాడో, పాపియో, దొంగయో అట్టివానిని నేనే నాశనం చేస్తున్నాను -1

ఋషి బుదులు పలుకుతున్నాడు. శారీరకంగా బలిసిన ఆ దేవ భక్తులకు వ్యతిరేకంగా నేను యుద్ధానికి బయలుదేరినప్పుడు నీకొరకు బలిసిన గొర్రెను వండుతాడు. అమావాస్యనాడు ఘాటైన సోమాన్ని త్రాగిస్తాను. -2

ఆ ఋషియే యింకా చెప్పుచున్నాడు. (10-27)

"బలిసిన గొర్రెను వండినారు. జూద స్థలమందు పాచికలు విసిరివేయబడ్డాయి. రెండు పెద్ద ధనస్సులను తీసికొని అతడు పవిత్రుడై వెదుకుచు జలంతో తిరుగు చున్నాడు."-7

దీర్ఘతమ ఋషి మంచి వాసనతో ఉడుకుచున్న గుర్రం సంగతి చెప్పుచున్నాడు. (10-162)

"ఉడుకుచున్న గుర్రాన్ని చూసినవారు " మంచి వాసన వస్తూవుంది. దేవతలకు ఆర్పించండి" అని అంటున్నారు, గుర్రపు మంసాన్ని తినుచున్నవారు వీరి సంకల్పం మాకు సహాయం చేయుగాక." 12

"మాంసం వండె ఉఖాను (కుండను) చూస్తున్నారు. రసాన్ని వేసే పాత్ర లున్నాయి. పాత్రల వేడిని కాపాడే మూకుళ్ళు వున్నాయి. సూనా (పశువును నరుకుటకు వుంచిన పీట) పై అశ్వాన్ని అలంకరిస్తున్నారు.

ఆవులు, గుర్రాలు, గొర్రెలేకాదు, మేక మాంసాన్ని కూడ దేవతలకు అర్పించేవారిని వేరుగ తెలుప పనిలేదు.

6. మంత్ర తంత్రాలు : ఋషులు దేవతలను హవిస్సుతో, సోమంతో ప్రసన్నుల గావించి ప్రియమైన వస్తువులను కోరుతూ అప్రియమైన వాటిని తొలగించమని ప్రార్థిస్తూ వుండేవారు. ఇంతేకాదు వారు మంత్ర తంత్రాలద్వారా కూడ తమకు కల్గే అనిష్టాలను నివారణ చేసుకొనుటకు ప్రయత్నం చేసేవారు అయితే వేదకాలంలో తర్వాత వున్నంతగా వీనికి అంత ప్రభావంలేదు. ఆర్య స్త్రీలకు మంత్రతంత్రాలంటే ఎక్కువ నమ్మకం వుండేది. వారు ఇందులకు గాను మూలికలు, చెట్టువేళ్ళను ఉపయోగించువారు, ఇంద్రాణి అను పేరుతో ఒక కల్పిత స్త్రీ సవతినుండి కాపాడవలసిందిగా యిట్లు చెప్పింది.

"అత్యంత శక్తి గల ఈ వనస్పతి ఔషధాన్ని త్రవ్వుచున్నాను. దీనిచేత సవతిని బాధించగలను. భర్తను బాగా పొందగలను."-1

"ఓ ఉత్తాన పర్ణీ, దేవ ప్రియా, శక్తిదాయినీ, సుభగా, నీవు నా సవతిని పారద్రోలుము, భర్తను కేవలం నా వానిగా చేయుము."-2

"ఒ ఉత్తరా (ఉత్తమ ఔషదీ)! నేను ఉత్తమురాలు కావాలి. సర్వోత్తమురాలు అవ్వాలి. నా సవతి వుంది కదా ఆమె నా కంటే హీనాతి హీనురాలు అవ్వాలి" 3

"ఆ సవతి పేరు ఎత్తను. ఆమె అంటే నాకు సరిపడదు. నేను సవతిని చాల దూరం పంపుతాను." 4

"ఓ ఔషధీ, నేను పరాక్రమం కలదానిని. నీవు కూడ మిక్కిలి పరాక్రమం కలదానిని. మన మిద్దరం శక్తివంతులమై నా సవతిని ఓడించాలి." 5

ఈ మంత్ర తంత్రాలు ఋగ్వేదంలో పదవ మండలంలోని కడపటి భాగము లందున్నవి. ఆథర్వవేదమందు మంత్ర తంత్రాల ప్రయోగం ఎక్కువగా చెప్పబడింది.

7. పరలోకం : సప్తసింధు ఆర్యులు పునర్జన్మను విశ్వసించినట్లు తెలుపు వర్ణనలు ఋగ్వేదంలో ఎక్కడా కానరావు. చనిపోయిన తర్వాత చేసుకున్న కర్మలను బట్టి యితర లోకాలకు మృతులైనవారు వెళ్తారను నమ్మకం వారికి వుంది. యమలోకం, స్వర్గలోకం యీ రెండు పరలోకాల సంగతి మనకు తెలుస్తుంది.

1. యమలోకం : ఈ యమలోకం గురించి మేము యమదేవతా ప్రకరణంలో తెల్పియున్నాం, ఆర్యులు యమలోకాన్ని గూర్చి యిట్లు చెప్పారు. (10-14-12)

యమలోకానికి మన ప్రాచీన పితరులు వెళ్ళారు. యమలోకానికి పోవు మార్గంలో వుండే నాల్గు కండ్లుకల భయంకరమైన నల్లని కుక్కల సంగతికూడ అదే ప్రకరంలో తెల్పియున్నాం

2. స్వర్గం : కక్షివాన్ ఋషి దేవభక్తులు దేవులవద్దకు వెళ్ళే సంగతి తెల్పాడు (1-125)

"దేవులను తృప్తిపర్చువాడు దేవులున్న చోటుకు వెళ్లతాడు. నాక (స్వర్గ) పీఠమును

ఆశ్రయించి వుంటాడు. అతనికి సింధు జలములను, నేతిని ఆర్పిస్తారు ఈ దక్షిణ అతనికెల్లప్పుడు తృప్తిని కల్గిస్తుంది."5

కశ్యప మరీచి ఋషి స్వర్గాన్ని సదా జ్యోతివంతమనీ, సుఖవంతమనీ అమృతలోకమనీ వర్ణించాడు (9-113-7-11)

అక్కడ ఆనందం మోద ప్రమోదా లుండవని కూడ చెప్పాడు.

ఋగ్వేదమందు వర్ణించబడిన ధర్మకర్మలు, దేవతలు, పుజాద్రవ్యాలు స్వర్గ పరలోకాలు గురించి సంక్షిప్తంగా యిందు చెప్పబడింది.

పదహారవ అధ్యాయం

జ్ఞాన - విజ్ఞానాలు

ఋగ్వేద ఆర్యులు తామ్రయుగపు చివర భాగంలో వున్నారు. వ్యవసాయము కూడ వారికి జీవనాధారం. బట్టనేయుట మొదలగు ఆనాటి శిల్ప విద్యలగూర్చి మేము ఇదివరలో తెల్పివున్నాం. వారికి ఆ విద్యలన్నీ తెలుసును.

1. వ్యవసాయం

1. నాగలికర్ర : ఆర్యుల వ్యవసాయాన్ని గురించి మేము ఇదివరలో వివరించివున్నాం. వారు నాగలిని ఉపయోగించేవారని బుధసౌమ్యుడు కూడా తెల్పాడు. (10-101)

"సీరా (నాగలి)ను దున్నుము. కాడిని సరిచేయుము. ఇక్కడ సిద్ధం చేయబడిన పొలంలో విత్తనాలు నాటుము. మా స్తుతులతో పొలం సస్యశ్యామలంగా వుండుగాత. పండిన సస్యముల వద్దకు కొడవళ్ళు చేరుగాత." - 3

"దేవుల సుఖంకై ధీరులగు కవులు నాగలిని జోడించి కాడిని కట్టుతున్నారు" - 4

"మోటను తయారుచేయుము. మోకును వుంచుము. బాగా తడిపే తరుగని జలమున్న పెద్దబావి నీటితో మేము తడుపుతాము." - 5

"అన్నానికి కారణభూతమైన మోట, చక్కని మోకు, సుందరమైన సేద్యానికి అనువైన అక్షయ జలముకల బావి ద్వారా నేను పొలం తడుపుతున్నాను." - 6

"అశ్వాలను తృప్తిపర్చుము. మేలును పొందుము. క్షేమంగా పోవు రథాన్ని తయారుచేయుము. కొయ్యమోటతో రాతి చక్రాలపై నుండి వడపోత గుడ్డ కప్పియున్న కుండను మంచినీటికై నింపుము." - 7

వామదేవుడు 4-19 సూక్తంలో నాగలిని పేర్కొన్నాడు.

"ఇంద్రుడు వృత్రుని చంపి ప్రథమ ఉషస్సులను, శరత్తులను, అడ్డగించబడిన సింధువులను విముక్తం చేశాడు. నలువైపుల సిద్ధం చేయబడి కట్టుబడి ఉన్న సీరా భూమిపై ప్రవహించుటకు విముక్తం చేశాడు." - 8

ఇక్కడ సీరా నదిగా చెప్పబడింది. నదిని, నాగలిని వాటి ఆకారాన్ని బట్టి సీరాగా చెప్పారు.

2. నుయ్యి : పంజాబు వంటి ప్రదేశంలో ఆ కాలంలో కూడ వ్యవసాయానికి మనుష్యులు, పశువులు త్రాగడానికీ నేటి మాదిరిగానే నూతులు అవసరమై వుండేవి. బావులు రెండు రకాలు - సహజములు, ఖనిత్రియములు (త్రవ్వి తీసినవి). ఈ విషయం వశిష్టుని సూక్తం ద్వారా మనకు తెలుస్తుంది (7-49). "ఆకాశ జలము, త్రవ్వగా వచ్చిన జలము లేక సహజమైన జలము, శుచి, పవిత్రమైన సముద్రంకు పోవు జలమునకు అధిష్టాత్రులైన జల దేవతలు యిక్కడ మమ్ములను రక్షించుగాత". 2

భరద్వాజుడు కూడ నుయ్యిని గురించి చెప్పాడు. (6-54) "గోవులకు, అశ్వారులకు నష్టం కలుగకుండ వుండుగాత. వాటిని ఎవ్వరినీ కొట్టకుండా వుందురు గాత. అవి బావుల్లోను, గోతులోను పడకుండ వుండుగాత. ఎటువంటి హానిలేకుండా అవి గోశాలకు తిర్గి వచ్చుగాత." 7

గృత్సమదుడు కూడ నుయ్యిని పేర్కొన్నాడు. (2-16)

"నీవు శత్రు నాశకుడవు. యుద్ధమందు నావవలెమేము మీ వద్దకు వస్తున్నాం. సవనమందు మంత్రాలతోపాటు వస్తున్నాం. మా యీ మంత్రాన్ని బాగా తెలుసుకొనండి. మేము యింద్రుని ధనంతో బావి వలె తడుపుతాం. - 7

3. కుల్య (కాలువ) : అనంతర కాలంలోనూ, నేడు కూడ చిన్నా పెద్ద కాలువలను కుల్య అంటారు. కాని ఆ కాలంలో కుల్య అర్థం కూలము లేక తటముకలది. నదికి, కాలువకు ఆ పేరు వుండేది. కృష్ణ ఆంగిరసుడు 10-43 సూక్తంలో యిట్లు చెప్పాడు.

జలం సింధువైపుకు ప్రవహించునట్లు, కుల్య హ్రదం వైపుకు పారునట్లు సోమం యింద్రునివైపుకు ప్రవహించుగాత. దివ్య దాతద్వారా పంపబడిన వృష్టి జలం యవలను వృద్ధిచేస్తునట్లు యజ్ఞశాల యందు బ్రాహ్మణులు దీని యొక్క తేజస్సును వృద్ధి చేస్తున్నారు. 7

భౌమ అత్రేయుడు కూడ కుల్యను పేర్కొన్నాడు. (5-83)

"ఓ పర్జన్యమా ! నీ మహత్తర కోశం మేఘాన్ని ఎత్తితడుపుము. అడ్డగించబడిన కుల్య తూర్పు వైపుకు ప్రవహించుగాత. నేతితో (జలంతో) ఆకాశాన్ని, భూమిని తడుపుము. ఆవులకు అందమైన జలాశయాలుండుగాత." 8

2. వాస్తు

ఆర్యులు నగరవాసులుకాదు, సప్తసింధు నగరాలను గురించికూడా తెలియుట లేదు. కాని సింధు ఉపత్యకావాసులు మొహింజెదారో, హరప్పావంటి చక్కగా కట్టిన, జనసమ్మర్దమైన పట్టణాల్లో వుండేవారను విషయం మనకు తెలుసు. వైదిక ఆర్యులు కేవలం దేశదిమ్మరులు, పశుపాలకులు కాదు; రైతులు కూడ. వారు తమ పశువుల సౌకర్యాన్ని చూచుకొని గ్రామాల్లో ఉండేవారు. వారి గ్రామాల్లో ఇళ్ళు, శాలలు, గుడిసెలతోపాటు వేయి స్థంభాల మిద్దెలు, మేడలుకూడ వుండేవి. హర్మ్యాన్ని తర్వాత రాజప్రసాదమన్నారు. కాని వశిష్ఠుడు చెప్పిన సూక్తంబట్టి అట్లుకాదని తోస్తుంది. (7-56)

"మరుత్‌గణాలు గుర్రంవలె అందమైన నడక కల్గినవారు. ఉత్సవాన్ని చూచే మనుష్యులవలె అందంగా ఉన్నారు. వారు హర్మ్యంలోనున్న శిశువుల వలె పరిశుభ్రంగాను, క్రీడలందు ఆసక్తిగల కోడెదూడవలె జలం ధరించి వున్నారు." 16

శ్రుత విధ అత్రేయుడు సహస్ర స్థూణములుకల హాలును పేర్కొన్నాడు. (5-62-6)

"ఓ మిత్రా వరుణులారా ! యజ్ఞమందు దానశీలుడైన యజమాని అన్నాన్ని రక్షించండి. కోపగించకుండా మీరిరువురు వేయి స్థంభాల గృహమును ధరించండి."

3. కాలం

ఋగ్వేదంలో ఏడు రోజులు పేర్కొనబడలేదు. పన్నెండు రాసులను మాత్రం గ్రీకులతో సంబంధం కల్గిన పిమ్మట మనం తీసుకొన్నాం. నేడు కూడ రైతులు సౌరమానం యొక్క అవసరాన్ని అనుభవంలో చూస్తున్నారు. కాని వర్షాకాలాన్ని బహు పురాతన కాలంలో మాదిరిగా నక్షత్రాలను బట్టి లెక్కిస్తున్నారు. ఆర్ద్రా నుండి హస్త వరకు ఉన్న కాలాన్ని వానాకాలంగా గుర్తిస్తున్నారు. ఆ ప్రకారమే పంటలను వేస్తున్నారు. ఆర్యులకు నెలలు తెలుసును.

1. మాసాలు : శునఃశేప వైశ్వామిత్రుడు (అజీగర్త పుత్రుడు) పన్నెండు నెలలను పేర్కొన్నాడు. (1-25)

"వేదమాసో ధృతవ్రతో ద్వాదశ ప్రజావతః ।
వేదాయ ఉపజాయతే ॥ 8

"వ్రతధారియగు వరుణుడు ప్రజలు కల పన్నెండు మాసాలను ఎరుగును. అధిక మాసాన్ని కూడ అతడు ఎరుగును."

2. ఋతువులు : కణ్వపుత్ర ప్రగాధుని సూక్తం (8–52) ద్వారా ఆ కాలంలో కొన్ని ఋతువులు కూడ ఆర్యులు ఎరుగుదురన్న విషయం తెలుస్తుంది.

"ఓ యింద్రుడా, నీవు యజ్ఞఋతువులు కల్గి ప్రకాశిస్తున్నావు. ఓ శూరుడా, మేము నిన్ను ఋక్కులతో స్తుతిస్తున్నాం. నీ వలన మేము విజయుల మవుతాం."

భరద్వాజుడు శరత్తు, హేమంత ఋతువులను పేర్కొన్నాడు. (6–24)

అతన్ని శరత్తు కాని, మాసాలు కాని వృద్ధుని చేయలేవు. దినములు యింద్రుని కృశింపచేయలేవు. వృద్ధుని ఈ శరీరము స్తోమములతోను, ఉక్థలతోను ప్రశంసించబడి వృద్ధిచెందుగాక." – 7

"ఓ యింద్రుడా, యుద్ధమందు స్తోతను రక్షించుటకు ప్రయత్నించుము. దాపునుండిగాని దూరంనుండి గాని కల్గుభయం నుండి అతన్ని రక్షించుము. గృహమందును అరణ్యమందును శత్రువుల బారినుండి అతన్ని కాపాడుము. మేము సుందర వీర పుత్రులతో నూరు హేమంతములు ఆనందంతో తులతూగెదంగాక." –10

ఆర్యులు సప్తసింధులోకి వసంత జ్ఞానాన్ని తమ వెంటకొనితెచ్చారు. భారతదేశానికి వెలుపలవున్న ఆర్య పరివారానికి చెందిన రష్యనులు వసంతమును వ్యహ్నా, శరత్తును ఖలద్, హేమంతమును జిమ్ అన్నారు. అక్కడ ఉచ్చారణ భేదం మాత్రమే ఉంది. ఈ ప్రకారంగా ఈ మూడు ఋతువులను సప్తసింధులో పూర్వంవలె వ్యవహరిస్తూ వుండేవారు. నారాయణ ఋషి వసంతం, గ్రీష్మం, శరత్తులను పేర్కొన్నారు. (10–90)

"దేవులు పురుషరూపంతో వున్న హవిస్సుతో యజ్ఞం చేసినప్పుడు దాని నెయ్యి వసంతమయ్యెను. చిదుగులు గ్రీష్మం, హవిస్సు శరత్తు అయ్యెను." – 6

కల్పిత ఋషి యక్ష్మనాశన ప్రజాపతి కూడ ఋతువులను గూర్చి చెప్పారు. (10–161)

"వృద్ధిచెందుతున్న నూరు శరత్తులు, నూరు హేమంతాలు, నూరు వసంతాలు నీవు జీవించుము. ఇంద్రాగ్ని సవితా బృహస్పతులు శతాయు రూపమైన హవిస్సుతో యితనికి మరల శతాయువు నొసంగుగాత." – 1.

ఏడాదిని మొదట్లో సంవత్సరమనేవారు. తర్వాత వచ్చిన వర్షశబ్దం వర్షాకాలమునుబట్టి వచ్చింది. దీర్ఘతమ ఉదథ్య పుత్రుడు "ద్విజన్ముడగు అగ్ని మూడు రకాల అన్నం (సోమం, నెయ్యి, పురోడాశం) భుజిస్తున్నాడు. అతడు భుజించిన అన్నం మరల సంవత్సరంలో వృద్ధిచెందుతుంది. అభీష్ట ప్రదమైన అగ్ని ఒక జిహ్వతో వృద్ధిచెందుతూ, రెండవదానితో యితరములను తొలగించి వనాన్ని నాశనం చేస్తారు." అని చెప్పాడు.

4. నక్షత్రాలు

ఆర్యులకు నక్షత్రాల గురించి తెలుసు
'సూర్యాయా వహతుః ప్రాగాత్
సవితా యమ నా సృజత్ ।

మఘాసు హన్యన్తే గో వో ఉ తర్జున్యోః
పర్యుహ్యాతే *10-85-13* సూర్యాఋషి

"సవిత ఎవరి కిచ్చెనో అతడు సూర్య, పెళ్ళివారికి మున్ముందు వెళ్ళాడు. మఘా నక్షత్రమందు పెళ్ళి విందుకు ఎద్దులు చంపబడ్డాయి. పూర్వా, ఉత్తరా ఫాల్గుణీ నక్షత్రములందు ఆమె వివాహం జరిగింది."

4. తూకం, కొలత

తూకానికి తరాజు లేదు. ఈనాడు హిమాలయంలోను, తమిళనాడులోను శేరు మానిక, పడి మొదలైనవి వుపయోగిస్తున్నట్లుగా ఆర్యులు తూకానికి గాను ప్రత్యేక ఆకారంగల పాత్రలను ఉపయోగించేవారు. ఖారి, ద్రోణం అతి పురాతనమైన కొలతలు, వామదేవుడు ఖారీని పేర్కొన్నాడు. (4-32)

"మేము రథానికి కట్టే వేయి గుర్రాలను, నూరు ఖారీల సోమాన్ని యింద్రుని అడుగుతున్నాం." 17

ద్రోణం గురించి బుధసౌమ్యుని ఋక్కును యింతకు ముందు ఉదహరించి ఉన్నాం. (10-101-7) ఈ రెండును భారీ కొలతలు. వీటికంటే చిన్న తూకపు కొలతలు కూడ వుండవచ్చును.

కొలతలో అంగుళాన్ని నారాయణ ఋషి పేర్కొన్నాడు. (10-90)

"వేయి తలలు కల్గిన, వేయి కళ్ళు కల్గిన వేయి పాదాలు కల్గిన ఆ పురుషుడు భూమిని నలువైపుల నుండి ఆవరించి పది అంగుళముల కంటె అధికుడై ఉన్నాడు." 1

అంగుళానికి యోజనానికి మధ్య హస్త ధనుస్సు కొలతలు ఆ కాలంలో వుండి వుండవచ్చును. కక్షీవానుడు యోజనాన్ని పేర్కొన్నాడు. 1-123

"ఉషస్సు నేడు ఎట్లో రేపుకూడ వరుణుని విశాల గృహాన్ని సేవిస్తున్నది. దోష రహితమైన ఒక్కొక్క ఉషస్సు శీఘ్రంగా మూడు యోజనాలు పోతుంది." - 8

10-83-20 ఋక్కులో కూడ 'యోజన' ఉల్లేఖించబడింది.

5. సంఖ్యలు

ఋగ్వేదంలో సంఖ్యలు ఆయుతం (పదివేలు)తో సమాప్తం చేయబడింది. ఆపైన పది, నూరు, వేయి చేర్చి సంఖ్య విలువను పెంచడమైంది. ఈ క్రింది విధంగా ఋక్కులందు సంఖ్యలు పేర్కొనబడినవి.

ఒకటి, అర్ధ, ఉభయ, (6-30)

"పరాక్రమం కొరకు అతడు మరింత వృద్ధి అయ్యెను. అతడు జరారహితుడై ఒక ధనాన్ని యిస్తున్నాడు. ఇంద్రుడు మహత్తులో భూమ్యాకాశములకంటె గొప్పవాడు. ఆ ఉభయులు ద్యౌ పృథ్వులు అతనిలో సగంకు (అర్ధకు) సమానం". - 1

రెండు, యిరువది : భరద్వాజుడు 6-27-8లో యీ సంఖ్యలను పేర్కొన్నాడు.

"ఓ అగ్నీ, ధనవంతుడు, పార్థివసమ్రాట్టు అయిన చాయమాన పుత్ర అభ్యావర్తి నాకు వధువుల సమేతంగా రెండు రథాశ్వాలను, పది ఆవులను యిచ్చాడు. అతని దక్షిణ యితరుల కంటె గొప్పది."

ఒకటి, రెండు : బృహస్పతి పుత్రశంయుడు 6-45-5లో వీటిని పేర్కొన్నాడు.

"ఓ వృత్రహంతా, నీవు మావలె వున్న ఒకరికి, యిద్దరికి రక్షకుడవు."

ప్రథమ : వశిష్ఠుడు (7-44-14)

"వేగంగా పరుగెత్తు గుర్రాల్లో దీధిక్రం ప్రథమం. అది రథాలకు ముందు వుంటుంది." (దీధిక్రం యింద్రుని గుర్రం)

మూడు, నాల్గు, ఏడు, తొమ్మిది, పది : గృత్సమదుడు (2-18-1)

"అప్పుడు నూతనంగా తెల్లవారింది. నాల్గు యిరుసులు, మూడు కొరడాలు, ఏడు లగాములువున్న నవీన రథాన్ని కట్టారు. పది తెడ్లుకల మనుష్యులున్నటువంటి హితకరమైన ఆ రథం యజ్ఞములతో, స్తుతులతో వేగాన్ని అందుకొంది."

ప్రథమ, ద్వితీయ, తృతీయ : గృత్సమదుడు (2-18-2)

"ఆ యజ్ఞం ప్రథమ, ద్వితీయ, తృతీయ సవనములకు సరిపోయింది. అది మానవునికి శుభదాయకమైంది."

నాలుగు : ప్రతిరథుడు (5-47-4) "నల్గురు ఋత్విజులు శుభం కోరుతూ హవిస్సును పట్టుకొంటున్నారు. పది దిక్కులు గర్భస్తమైన సూర్యుని ప్రేరేపిస్తున్నాయి. మూడు రకాలైన అతని శ్రేష్ఠ కిరణాలు యిప్పుడే ఆకాశం చివరివరకు చరిస్తున్నాయి.

ఐదు : వశిష్ఠుడు (7-45-2) "యువకుడు, కవి, గృహపతి అయినవాడు ప్రతి యింటిలోను పంచగణాల ముందు కూర్చొంటాడు. (3-27-19)

విశ్వామిత్రుడు "ఓ శతక్రతూ, ఇంద్రా! పంచగణాల్లో నీ ఇంద్రత్వ మున్నందున వారిని నీ వాళ్ళనుకొంటున్నాను."

అరువది, వేయి : వశిష్ఠుడు (7-18-14) గోవులను దోపిడి చేయాలను కోర్కెగల అరువది వందల వేల అరువది ఆరు అను, ద్రుహ్యు వీరులు హతులై నిద్రపోతున్నారు. భక్తులకొరకు యివన్నీ యింద్రుడు చేసిన పరాక్రమ కృత్యాలు."

ఏడు : భరద్వాజుడు (6-74-1) "ఓ సోమ రుద్రులారా, మీరు అసురబలమును వహించండి. మా కోరికలు శీఘ్రంగా మీకు ప్రాప్తించుగాత. ఇంటింటా మీరు ఏడు రత్నాలను వుంచుతూ మా ద్విపాద చతుష్పాద జీవులకు మేలు చేకూర్చండి." 35

ఎనిమిది : హిరణ్యస్తూపుడు (1-35-8) "అతడు పృథ్వియొక్క ఎనిమిది దిక్కులను, మూడు మరుస్థలాలను, ఏడు నదులను ప్రకాశింపచేశాడు. బంగారు కన్ను కల సవితృడు దాతలకు ఉత్తమ రత్నాలను తీసుకొని వచ్చాడు."

తొమ్మిది, తొంబది : వశిష్ఠుడు (7-19-5) "ఓ వజ్రహస్తా, నీకు శీఘ్ర కాలంలో తొంబది తొమ్మిది పురాలను ధ్వంసం చేయగల శక్తి వుంది. ఉండుటకు నూరవ పురాన్ని ఉంచావు. వృత్రుని, సముచిని సంహరించావు."

పది : గృత్సమదుడు (2-18-1) "పదితెడ్లు కల్గిన నావ"

పదకొండు : సూర్యా (10-85-45) "వర్షమునిచ్చు ఓ ఇంద్రా, ఈమెను సుపుత్రవతిగాను, సౌభాగ్యవతిగాను చేయుము. ఈమెకు పది పుత్రుల నిమ్ము. భర్తను పదునొకటవ వానిగా చేయుము."

పన్నెండు : వామదేవుడు (4-33-7) "పన్నెండు నక్షత్రాల్లో అగోపనీయ సూర్యుని ఆతిథ్యంలో ఋషులు సంతోషంగా ఉంటున్నారు. క్షేత్రములకు సుఖం చేకూర్చుతూ, సింధువులను ప్రవహింపచేస్తూ, మరు భూమిలో వనస్పతులను, పల్లానికి జలం తీసుకుపోతున్నారు."

పదునాలుగు - ఏడు : సధ్రివైరూపుడు (10-114-7) "ఈ రథానికి యింకా పదునాల్గు మహిమలున్నాయి. ఏడ్గురు ధీరులు దీన్ని స్తుతులద్వారా ముందుకు తీసుకుపోతున్నారు. ఏ మార్గానవెళ్ళి వడకట్టిన సోమాన్ని త్రాగుతున్నారో, ఆ మార్గం ఎవరు చెప్పుతారు."

పదునైదు : సధ్రివైరూపుడు (10-114-8) "వేల రకాల్లో పదునైదు ఉక్తలున్నవి. ఆకాశం, పృథ్వీ ఉన్నంతవరకు యివి వ్యాపించి ఉన్నాయి. వానికి వేలాది మహిమలు కలవు. ఋక్కు వ్యాపించినంతవరకు వాణి ఉంది."

పదునెనిమిది : గృత్సమదుడు (2-18-4) "ఓ యింద్రుడా, ఆహ్వానింపబడిన నీవు రెండు, నాల్గు, ఆరు, ఎనిమిది, పది గుర్రాలతో సోమపానం కొరకు రమ్ము. ఓ సుయజ్ఞుడా, ఈ సోమం వడకట్టబడి వుంది. దీన్ని పాడుచేయకు." 20, 30, 40, 50, 60, 70, 80, 90 గృత్సమదుడు - (2-18-5-6) "ఓ యింద్రుడా, సుందరమైన రథం కల్గిన, ఉత్తమమైన నడక కల్గిన 20, 30, 40, 50, 60, 70. గుర్రాలను కట్టుకొని సోమపానం కొరకు రమ్ము."

"80, 90, 100 గుర్రాలను కట్టుకొని రమ్ము. ఓ యింద్రుడా, మత్తు కొరకు ఈ సోమం నీ కొరకు పాత్రలందు ఉంచబడింది."

1000, 10,000 : సోభరి (8-21-18) "సరస్వతీ తీరమందున్న చిత్రరాజు యితర రాజుల కంటె గొప్పవాడు. పర్జన్యం వృష్టి ద్వారా వ్యాపించినట్లు అతడు వేయి, పదివేల గోవులను దానంగా యిస్తున్నాడు."

పై సంఖ్యలను చూచినచో అందు దశోత్తర, ఏకాదశ, ద్వాదశ మొదలగు క్రమం కూడ అనుసరించినట్లు తెలుస్తుంది. దశిక సంఖ్య సప్తసింధు ఆర్యులకు తెలుసు. కాని కొలతకు గాని, తూకానికిగాని వారు తమకంటె పూర్వమున్న సింధు నాగరికుల పద్ధతిని అనుసరించారు. ఈ కారణం చేతనే కొలతకు గాని, తూకానికిగాని నాలుగు, పదునారు మొదలగు క్రమం అనంతర కాలంలో స్వీకరించారు.

పదిహేడవ అధ్యాయం

ఆర్య మహిళలు

ఋగ్వేదాన్ని బట్టి సప్తసింధు ఆర్య స్త్రీల స్థితి అనంతర కాలంలో వున్నంత అధ్వాన్నంగా లేదని చెప్పవలసి వుంటుంది. నాడు ఆర్యులు సామంతవాద వ్యవస్థలో వున్నమాట నిజం. ఆ వ్యవస్థలో పితృస్వామిక వ్యవస్థలోవున్న అధికారాలు సులభంకావు. శుద్ధగణ వ్యవస్థలో స్త్రీలు ఆయుధాలు తీసుకొని యుద్ధం చేయ కల్గేవారు. క్రీ॥ పూ॥ ఆరవ శతాబ్దంలో మధ్య ఆసియాలో శకులందు యిట్లాగే ఉండేది. అక్కడ ద్రిమ్మరులగు స్త్రీలు ఎన్నో పర్యాయాలు ఆయుధాలు చేపట్టారు. కాని స్త్రీలు యుద్ధం చేయుటను ఆర్యులు తప్పుగా భావించేవారు. శంబరునియొక్క పార్వతేయులు గణ వ్యవస్థలో వున్నారు. దివోదాసుతో జరిగే జీవన్మరణ పోరాటంలో పురుషులవలె స్త్రీలు కూడా పాల్గొనుట వారికి సహజమే. కాని ఆర్యఋషులు "అబల ఏమి చేస్తుందిలే" అంటూ ఎగతాళి చేశారు, అని వెనుకటి అధ్యాయంలో వివరించి వున్నాం. ఈ విధంగా ఆర్యస్త్రీలు బాహాటంగా యుద్ధంలో పాల్గొనే అవకాశం సప్తసింధులో లేదు. దీనికి భిన్నంగా అడపాదడపా ఆర్యస్త్రీలు ఆయుధాలు చేపట్టారనేది వేరే విషయం.

యుద్ధం తర్వాత పేర్కొనవలసిన మహత్తర విషయం ఋక్కులను రచించుట, ఋక్కులను రచించిన పురుషులను ఋషులని, స్త్రీలను ఋషికలనీ అన్నారు. ఋషికల సంఖ్య ఋగ్వేదంలో రెండు డజనులకంటె తక్కువలేదు. కాని పరిశీలించిన పిమ్మట వారిలో చాలామంది మానవులు కాదనీ, కల్పితమనీ తోస్తుంది. ఘోషా, విశ్వవారాలను మాత్రం చారిత్రక ఋషులుగా విశ్వసిస్తున్నారు. ఋషికల పేరుతో ఋగ్వేదంలో సంగ్రహించబడిన ఋక్కులను రచించినవారు రచయిత్రులు అని చెప్పుట కష్టం. అయితే యీ ఋక్కులవలన ఆర్యస్త్రీల జీవితాన్ని గురించిన అనేక విషయాలు తప్పక తెలుస్తాయి. ఈ కల్పిత అకల్పిత, ఋషికల సూక్తాలు కొన్ని దిగువ యివ్వబడ్డాయి.

1. అదితి : ఋగ్వేదంలోని పదవ మండలంలోని 72వ సూక్తం బృహస్పతి లేక అదితి రచించినట్లు చెప్పుతారు. దీనిలో అదితి వచ్చింది. కాబట్టి బహుశా దీన్ని రచించింది అదితి అన్నారు. అదితిని (ద్యౌ) దక్షపుత్రిక అన్నారు. దక్షుని (సూర్యుని) కూడ అదితి పుత్రుడన్నారు.

"ఉత్తాన పదం (వృక్షం) నుండి భూమి పుట్టింది. భూమి నుండి దిక్కులు పుట్టాయి. అదితి నుండి దక్షుడు, దక్షుని నుండి అదితి పుట్టారు." 4 "ఓ దక్షుడా, నీ కుమార్తె అయిన అదితి దేవులను కన్నది. తర్వాత మహా అమృత బంధువులు (అమరులు) పుట్టారు."– 5

అదితి తన శరీరం నుండి పుట్టిన ఎనమండుగురు పుత్రుల్లోంచి ఏడుగురిని వెంటబెట్టుకొని దేవతల వద్దకు వెళ్ళింది. కాని మార్తాండుని అందరికంటె పైన స్థాపించింది.

మిత్ర, వరుణ, దాత, అర్యమా, అంశ, భగ, వివస్వాన్, ఆదిత్య–వీరు అదితి పుత్రులు. ఈ సూక్తమందు దివ్య అదితి (ద్యౌ) వర్ణించబడింది. ఆమె సప్తసింధు ఋషిక కాదు.

2. ఇంద్రమాతలు : ఇంద్రమాతల సూక్తం కూడ (10-15-3) యిటువంటి

2. ఇంద్రమాతలు : ఇంద్రమాతల సూక్తం కూడ (10-15-3) యిటువంటి కల్పితమైన పేరుతోనే వుంది. ఇందు ఇంద్రుని పుట్టుక, వీరత్వం వర్ణించబడింది. అసలు వ్రాసిన ఋషి పేరు తెలియపోవుటచేత ఇంద్రుని కన్నటువంటి ఇంద్రమాతలను యీ సూక్తానికి రచయిత్రులుగా అంగీకరించారు. ఇందున్న కొన్ని మంత్రాలను చదవండి.

"కర్మరతులైన ఇంద్రమాతలు ఇంద్రుడు పుట్టునప్పుడు సువీర్యాన్ని గ్రహిస్తూ దగ్గరకు వచ్చారు." - 1

"ఓ యింద్రా, నీవు విక్రమంతోను, ఓజోబలంతోను పుట్టితివి. ఓ వీరుడా నీవు శక్తివంతుడవు." 2

"ఓ యింద్రా, నీవు నీ రెండు చేతుల్లో వజ్రాన్ని ఓజస్సుచే తీక్షణపరుస్తూ సూర్యునితోపాటు ధరించావు." - 4

3. ఇంద్రాణి : ఇదికూడ కల్పితమైన పేరే. 10-145. ఈ ఋక్కులందు ఎక్కడా కూడా యింద్రాణి పేరు రాలేదు. స్త్రీ సవతికి భయపడుట సహజం. సవతిని భాధించుటకు యిందు మూలికలను వుపయోగించుట వర్ణించబడ్డది. ఈ విషయాన్ని మేము మంత్ర తంత్ర ప్రకరణంలో వివరించి వున్నాం. ఇంద్రాణి రచించిన (10-86) సూక్తం కూడ వుంది. అందు యింద్రాణి తేజస్సు తప్పక మనకు కన్పడుతుంది. ఇంటిలో వృషాకపి (అగ్ని) కి అధిక గౌరవముండుటను ఇంద్రాణి సహించలేకపోయింది. కావున ఆమె యిద్రునిపై కోపగించుకొంటుంది. ఇంద్రుడే అగ్నియందు ఆజ్యం వేస్తూ ప్రారంభించాడు.

"అక్కడ ప్రజలు సోమాన్ని వడకట్టుట మానివేశారు. వారు యింద్రుని దేవునిగా అనుకోలేదు. మత్తుచేత తృప్తులైన వారియందు నా సఖుడైన వృషాకపి వున్నచోటున ఇంద్రుడు అందరికంటె ఉత్తముడు." 1

"ఇంద్రాణి : ఓ యింద్రా, నీవు విచలితుడవై వృషాకపి వద్దకు పరుగిడుతున్నావు. ఇతర చోటుకు పోవుటలేదు." 2

"నిన్ను యీ బంగారు వర్ణంకల వృషాకపి ఏమి మాయ చేశాడో, మరి నీవు అతనికి పుష్టిని కల్గించు ధనాన్ని యిస్తున్నావు." 3

"ఓ యింద్రా, ఏయీ ప్రియ వృషాకపిని నీవు రక్షిస్తున్నావో, అతని చెవిని వరాహాన్ని కొరకు కుక్క కాటు వేయుగాత." 4

"నా కొరకుగాను శుభ్రం చేయబడి సిద్ధంగా వుంచబడిన ప్రియ వస్తువును వృషాకపి దూషితం కావించాడు. అతని శిరస్సు ఖండించుము. ఇట్టి దుష్కర్మునికి సుఖం కల్గకుండా పోవుగాత." 5

ఇంద్రుడు : "అందమైన బాహువులు కల్గిన, చక్కని వ్రేళ్ళుకల్గిన, దీర్ఘమైన కురులు కల్గిన, లావైన తొడలు కల్గిన ఓ వీరపత్నీ యింద్రాణి, నీవు వృషాకపిపై ఎందుకు కోపగించుకున్నావు." 8

ఇంద్రాణి - "ఈ దుష్టుడైన వృషాకపి నన్ను అవీరమాత అని అనుకొంటున్నాడు. కాని నేను వీరమాతను, ఇంద్రుని పత్నిని. నా సఖులు మరుత్తులు." 9

"హోమ కాలమందుగాని యుద్ధ సమయమందుగాని స్త్రీ అక్కడకు ముందుగా వెళ్ళుతుంది. సత్యవిధాత, వీరపుత్రులను కన్న ఇంద్రపత్ని పూజ జరుగుతుంది." 10

ఇంద్రుడు - ఈ మహిళలందు ఇంద్రాణి సౌభాగ్యవతి యని నేను విన్నాను. ఇతరులవలె ఈమె భర్త వృద్ధాప్యంచే మరణించడు" 11

"ఓ యింద్రాణి, నా ప్రియమిత్రుడైన వృషాకపి లేకుండా నాకు సంతృప్తి లేదు. అతని ద్వారా ప్రాప్తమైన హవిస్సు దేవత వద్దకు పోతుంది." 12

ఇంద్రాణి – "వృషాకపిపత్నీ, నీవు ధనవతివి. సుపుత్రవతివి. మంచి వధువై వున్నావు. ఇంద్రుడు నీ ప్రియమైన ఎద్దుల హవిస్సును భక్షిస్తాడు." 13

ఇంద్రుడు : "భక్తులు నా కొరకు 35 ఎద్దులను వండారు. వాటిని తిని నేను బలిశాను. నా రెండు కుక్షులను భక్తులు నింపుతారు." 14

"ఓ వృషాకపీ, మరుభూమి, నరుకుటకు తగిన వనాలు ఎన్నో యోజనాలు (విస్తరించి) వున్నాయి. కాబట్టి దగ్గరవున్న ఆ గృహములకు రమ్ము." 20

వృషాకపి అగ్ని. అగ్ని ముఖంద్వారానే ఇంద్రుడు హవిస్సు గ్రహిస్తాడు. కాబట్టి అతడు వృషాకపిని తనకు ప్రియమిత్రునిగా భావించితే ఏమీ ఆశ్చర్యంలేదు. ఈ కారణంచేత ఇంద్రాణికి వృషాకపిపై కోపం కల్గింది. దేవతల్లో కూడ కుటుంబ కలహం ఎంతగా ఉండేదో చూడండి.

4. ఊర్వశి : ఊర్వశి, అప్సర. ఆమెను పురూరవుడు ప్రేమించాడు. నేడు పంజాబులో హీరా–రాంఝా, సోహనీ–మహీవాలుని ప్రేమ కథలు ప్రచారంలో వున్నట్లే నాడు సప్తసింధులో అదే రీతి ఊర్వశీ–పురూరవుల ప్రేమకథ వాడుకలో ఉంది. వారు మానవజాతికి చెందిన ప్రియుడు, ప్రియురాలు అయివుండవచ్చు. కాని వారిని మానవునిగా, దేవకన్యగా చిత్రించడం జరిగింది. ఋగ్వేదంలోని యీ ప్రేమ కథానికా సూక్తాన్ని (10–95) ఊర్వశీ పురూరవులు రచించినట్లుగా చెప్పుతారు. దీన్ని బట్టి యీ సూక్తం రచించిన అసలు రచయిత పేరు మరుగున పడినట్లు తెలుస్తుంది. తన్ను విడిచిపోవు ఊర్వశిని పురూరవుడు ఎంతో బ్రతిమిలాడుతాడు. ఆమెను ఘోర (చండిక) అంటాడు. కాని ఊర్వశి అతడు చెప్పిన దేమీ వినిపించుకోదలచలేదు. పైగా ఆమె "స్త్రీలలో ప్రేమ ఉండదు, వారి హృదయాలు తోడేళ్ళ హృదయాల వంటివి" అనికూడ అనేస్తుంది. (10–95–15) 17వ ఋక్కులో వశిష్ఠుని పేరు వచ్చింది. దీన్నిబట్టి వశిష్ఠుడే యీ ఋక్కులకు కర్త యను సందేహం కల్గుతూ వుంది. (10–95–17)

"అంతరిక్షాన్ని నింపే, లోకాలను కొలిచే ఊర్వశిని వశిష్ఠుడనైన నేను ప్రార్థిస్తున్నాను. సుకృతుడు దాత అయిన పురూరవుడు నీవద్ద నుండుగాత. నా హృదయం తపిస్తూ ఉంది. తిరిగిరమ్ము."

ఋగ్వేదంలో వుత్తమ కావ్యములని చెప్పుకొను సూక్తాల్లో యీ సూక్తం కూడ ఒకటి. ఈ సూక్తాన్ని మేము యిదివరలో పొందుపరచి ఉన్నాం.

5. కక్షీవానుని పుత్రి ఘోష : అశ్వినీ కుమారులిద్దరినీ స్తుతిస్తూ ఘోష రెండు సూక్తాలను రచించింది. (10–39–40) ఆమె మొదటి సూక్తంలో వేర్వేరు వ్యక్తులకు అశ్వినీ కుమారులు చేసిన మేలును వర్ణించింది. తుగ్ర సంతాన త్యవానుడు (10–39–5) విమదుడు, శున్ద్యుడు, పురమిత్రుడు, బధ్రీమతి (7), పేరు (10), శంయుడు (13), భృగుడు (14) వీరందరు వుపకారం పొందినట్లు పేర్కొనబడింది. చక్కని రచనతో ఘోష ఏ ఋషితోనైనా పోటీ చేయగలదు. ఆమె యిట్లు చెప్పింది. (10–39).

"ఓ అశ్వినీ కుమారులారా, మీచే చక్కగా నిర్మితమైన రథం పృథ్వి అంతా తిరుగుతుంది. హవిస్సు నొసంగు యజమానులు ప్రతిదినం, ప్రతిరాత్రి, ప్రతి ఉషస్సునందు మీ రథాన్ని ఆహ్వానిస్తారు. నీ తండ్రి యొక్క అందమైన పేరును పిల్చినట్లుగ మీ పేరునుకూడ మేము నిత్యం ఆహ్వానిస్తున్నాం." 1

"ఓ అశ్వినీ కుమారులారా ! భృగులు రథం నిర్మించునట్లు నేను మీ కొరకు యీ స్తోమం రచించాను. భర్తకొరకు వధువును అలంకరించినట్లుగ నేను నిత్యం పుత్ర పౌత్రులను ధరించెదను అన్నట్లు దీన్ని అలంకరించాను." 14

రెండవ సూక్తంలో (10-40) ఘోష కుత్సుని (6) భుస్యుని, వశుని, శింజారుని, ఉశనాని (7), కృశుని, శయుని, (8) పేర్కొంది. ఘోష రాజకుమార్తె. ఈ సంగతి 10-40 ఋక్కులవలన తెలుస్తుంది.

"ఓ అశ్వినీ కుమారులారా, రాజకుమారి, ద్రిమ్మరి అగు ఘోష మీతో మాట్లాడుతూ వుంది. "ఓ నేతలారా, రేయింబవళ్ళు ఆమెవద్ద ఉండుటకు అశ్వాలు కలిగిన రథం కలిగిన సమర్థవంతుడైన భర్తను వెదకుటలో ఆమెకు సహాయం చేయండి" అని ఆమె మిమ్ములను అడుగుతూ వుంది." 5

అశ్వినీ కుమారులకు తన కోర్కెను తెల్పి ఘోష వరం అడుగుతూ ఉంది.

"యువకుడు యువతి ఇంటిలో ఎట్లు ఉంటాడో నాకు తెలియదు. మీరే ఆ యువకునికి తెల్పండి. భార్యయందు ప్రేమ కలవాడును, పరాక్రమం కలవాడును, యువకుడు అయినవాని యింటిలోకి నేను వెళ్ళాలనుకొంటున్నాను. ఓ అశ్వినీకుమారులారా, నా యీ కోర్కెను నెరవేర్చండి." 11

సప్తసింధులోని ఆర్యకన్యలకుండే కోరిక ఘోషా సూక్తంద్వారా తెలుస్తుంది. ఆరోగ్యవంతుడైన, ప్రియమైన భర్తను పొందుట వారి జీవిత లక్ష్యమై ఉంది. ఘోషా పుత్ర కక్షీవాన్ దీర్ఘతమా పుత్రుడు ఒక గొప్ప ఋషి. ఆయన ఋక్కులు ఋగ్వేదంలోని మొదటి మండలంలోని పది సూక్తములందున్నవి. కక్షీవానుడు రాజు అన్నట్లు ఎక్కడా పేర్కొనబడలేదు. ఘోష ఎవరిని పెండ్లాడిందో అతని పేరుకూడ తెలియదు. ఆమెను పుత్రుడగు సుహస్తుని తల్లి పేరిటే గుర్తుంచుకొంటున్నాం. పుత్రుడు కూడ తల్లి మాదిరిగా అశ్వినీ కుమారుల నిద్దరిని ప్రార్థించాడు. (10-41-1-3) ఘోష చిరకాలం తండ్రి ఇంటిలోనే కన్యగా ఉండి పోయింది. (1-117-7).

6. జుహూ : ఈ పేరుకూడా కల్పితంగానే తోస్తుంది. 10వ మండలంలో జుహూ సూక్తం ఒకటి ఉంది. (10-109) అనంతర కాలంలో జుహూను బ్రహ్మ వాదిని అని అన్నారు. కాని యిందు ఆమె బ్రహ్మన్ని గురించి ఏమీ చెప్పలేదు. విశ్వదేవులను గురించి మాత్రమే స్తుతించారు. ఆమె బ్రహ్మచారిని మాత్రం పేర్కొంది. ఈ సూక్తాన్ని గురించి యిట్లు చెప్పబడుతూ ఉంది. జుహూ భర్త బృహస్పతి. అతడు ఏదో కారణం చేత ఆమెను వదిలేశాడు. అతనికి నచ్చచెప్పి దేవులు అతన్ని దారికి తీసుకువచ్చుటలో కృతకృత్యులయ్యారు. ఈమె రచించిన కొన్ని ఋక్కుల ద్వారా సప్తసింధు ఆర్యుల దాంపత్య జీవితాన్ని గురించి తెలుస్తుంది. (10-109)

"ఆ పూర్వజులు - సూర్యుడు, వాయువు, అనంతజలం, ప్రజ్వలిత ఉగ్రాగ్ని, సుఖదాయకమైన ఋతోత్పన్న జలదేవతలు బ్రాహ్మణులకు విరుద్ధమైన పాపాన్ని గురించి చెప్పారు." 1

"సోమరాజు తొలుత మోహించి తర్వాత బృహస్పతికి బ్రహ్మపత్నిని యిచ్చాడు. మిత్రావరుణులు ఆమెను అనుసరించారు. హోత అగు అగ్ని చేయి పట్టుకొని ఆమెను తీసుకొని వచ్చాడు." 2

"ఈమె బ్రహ్మపత్ని. ఈమె దేహాన్ని చేతితో గ్రహించాలని అందరూ అన్నారు. క్షత్రియునిచేత రక్షితమగు రాష్ట్రంవలె ఈమెకూడ పంపబడిన దూతతో సంపర్కం చేయలేదు."3

"బ్రాహ్మణుని ధీమపత్నిని తీసుకొని రావలసింది. ఆమె పరమమైన వ్యోమ మందు దుష్ట వ్యవస్థను స్థాపిస్తున్నది." అని ప్రాచీన దేవులు, తపస్సు చేస్తున్న ఆ ఏడ్గురు ఋషులు చెప్పారు." 4

"పత్ని లేకుండా బ్రహ్మచారిగా తిరుగుచున్న బృహస్పతి దేవతలకు అంగమైనాడు. సోమునిద్వారా కొని రాబటిన పత్నియగు జుహూను దేవునివలె బృహస్పతి పొందాడు."6

"దేవులు మరల ఆమెను బృహస్పతికిచ్చారు. మళ్ళీ మానవులు యిచ్చారు. రాజులు ఈ విషయాన్ని సత్యమంటూ బ్రహ్మపత్నిని మళ్ళీ ప్రదానం చేశారు." 6

ఋక్కులకు సంబంధించినంత వరకు జుహూ అగ్ని దేవతకు పత్నిగా తోస్తుంది. సప్తసింధులోని ఆర్య పురుషులు తమ తమ భార్యలతో యిట్లే తగవు లాడుచు మళ్ళీ యిదే విధంగా కలుసుకొనివుంటూ ఉండవచ్చును.

7. దక్షిణ : ఈ పేరుకూడా కల్పితమే. దక్షిణను ప్రజాపతి పుత్రి అన్నారు. ఈమె సూక్తమందు (10-107) దాన దక్షిణల మహిమ కీర్తించబడింది.

"మఘవా (ధనవంతుడు) సూర్యుని మహా తేజస్సు ఆవిర్భవించింది. ఆ తేజస్సు జీవులందరిని అంధకారం నుండి విముక్తం చేసింది. పితరులచే యీయబడిన గొప్ప జ్యోతి వచ్చింది. దక్షిణయొక్క విశాలమైన రెక్క కనబడింది." 1

"దానం చేసినవారు ఉన్నతమైన ద్యౌ లోకానికి వెళ్తారు. అశ్వాలను దానం చేసినవారు సూర్యునితోపాటు ఉంటారు. బంగారాన్ని యిచ్చినవారు అమరత్వాన్ని పొందుతారు. వస్త్రాలను యిచ్చినవారు సోముని చేరి ఆయుస్సును పొందుతారు." 2

"దేవతల పూజ కల్గిన దక్షిణ దివ్యమూర్తి. ఆ దేవతలు లోభిని సంతృప్తి పర్చజాలరు. తప్పులకు భయపడి దక్షిణ నొసంగు చాలామంది తృప్తిపడతారు." 3

"దాతను ముందుగా పిలుస్తారు. దాత శ్రేష్ఠమైన గ్రామణి అవుతాడు. ఎవడు మొదట దక్షిణ యిస్తాడో, అతన్ని గణముల నృపతిగా స్వీకరిస్తాను." 5

"యజ్ఞకర్తలు. సామగాయకులు, ఉక్థలు చెప్పువారు అతన్ని ఋషి, అతన్ని బ్రహ్మ అంటారు. ఎవడు మొదట యిస్తాడో, అతడు శుక్రుని (అగ్ని) మూడు శరీరాలను తెలుసుకొంటాడు." 6

"దక్షిణ అశ్వాన్ని, దక్షిణ గోవుని యిస్తుంది. దక్షిణ వెండిని, బంగారాన్ని యిస్తుంది. మనకు ఆత్మ అయిన అన్నాన్ని దక్షిణ యిస్తుంది ఇది తెలుసుకొని మానవుడు దక్షిణను కవచంగా చేసుకొంటాడు." 7

"అన్నదానం చేసినవాడు మృతుడు కాడు, దరిద్రుడవ్వడు, క్లేశాన్ని పొందడు. అన్నదాత బాధపడడు. ఈ భువనం నంతటినీ, స్వర్గాన్ని - అన్నిటినీ దక్షిణ వారికి యిస్తుంది." 8

"అన్నదాతలు అందరికంటె ముందు సురభి నివాసం పొందుతారు. అన్నదాతలు సువస్త్రయగు భార్యను పొందుతారు. అన్నదాతలు ఆంతరిక పేయమగు సురను పొందుతారు. ఆహ్వానించకుండా ఆక్రమణ చేయువారిని భోజులు (అన్నదాతలు) జయిస్తారు." 9

"అన్నదాత కొరకు ప్రజలు వేగంగా పరుగెత్తు అశ్వాలను వుంచుతారు. దాత కొరకు అందమైన కన్య వుంది. అన్నదాత యొక్క యీ గృహం పుష్కరిణి వలె, దేవ విమానంవలె అద్భుతంగా పరిష్కృతమై వుంటుంది." 10

దాన మహిమ ఆర్యుల్లో ఎక్కువగా వుంది. అతిథులకు భోజన మొసంగుటలో వారు చాలా ఉదారులు. సంపత్తి వున్న ప్రతి ఆర్యులు తన యింటిని దేవ విమానంవలె, పుష్కరిణి మాదిరి కనబడవలె ననుకొనేవాడు.

8. నివావరి లేక సిక్తా : వీరిని అత్రిగోత్రీకులైన ఋషిక లంటున్నారు. కాని యివికూడా కల్పిత నామములే. మూలమును వ్రాసినవారి పేర్లు తెలియవు. నివావరి తన ఋక్కుల్లో (9-86) సోమ మహిమను కీర్తించింది.

"విచక్షణుడు, నూరు ధారలు కలవాడు, ద్యోపతి అయిన సోముడు ధ్వనిచేస్తూ కలశంలోకి వస్తున్నాడు. పసుపు వర్ణంతో కోర్కెల నొసంగు అతడు సింధుమేషముల రోమాలతో వడకట్టబడుచు మిత్రుల యింటిలో కూర్చుంటున్నారు." 11

"స్తుతించబడుచు మేష రోమాలందు వడకట్టబడుచు, తరంగితుడైన సోముడు పక్షివలె వెళుతున్నాడు. ఓ కవీ, యింద్రా, నీ కర్మచేత ద్యౌ, పృధ్వీలకు మధ్య సోముడు శుచియై స్తుతులతో పవిత్రుడవుతున్నాడు." 13

"ద్యౌను చుంబించుతున్న, అంతరిక్షాన్ని, పూరించుతున్న భువనములందు అర్పించబడిన యజ్ఞద్రాపిని ధరించి యజనీయ స్వర్గజ్ఞాత సోముడు మేఘుని ద్వారా వచ్చి తన ప్రాచీన పితరుడైన యింద్రుని సేవిస్తున్నాడు. 14

ఈ సూక్తం రచించినది స్త్రీ యని చెప్పుటకు ఏ విశేషం కానరాదు.

9. యమీవైవస్వతి : ఇది కూడ కల్పిత నామమే. వివస్వాన్ పుత్రి ఎవరో యమీ ఆమె తన అన్నయైన యముని ప్రేమించదలచింది. ఈ విషయమే యమ, యమి సంవాద రూపంలో యిక్కడ తెలుపబడింది. (10-10)

యమీ అంటుంది: విశాల సముద్రాన్ని చేరిన యీ స్థానమందు సఖినై నిన్ను సఖునిగా కోరుతున్నాను. విధాత ఎక్కువగా ధ్యానించి భూమిపైన తండ్రి సంతానం వుంచాడు. 1

యముడు సమాధానం చెప్పాడు. నేను సఖుడనై యీ సఖ్యతను కోరను. ఎందుకంటే నీవు నా సోదరివి. ఇందులకు పనికిరావు. విశాల ఆకాశాన్ని ధరించు పరమ దేవుల వీరమహాపుత్రులు నలువైపుల నుంచి మనలను చూస్తున్నారు. 2

యమి : ఇది మానవులకు ఉచితం కాకపోయినా ఆ అమరులు దీన్ని కోరుతున్నారు. నా విషయంలో నీవు మనస్సు వుంచుము. మనకు జన్మించే పుత్రుని కనుటకు నా శరీర మందు ప్రవేశించుము." 3

యముడు : మనం పూర్వమెప్పుడు యిటువంటిది చేయలేదు. సత్యవాదులమైన మనం అబద్ధం ఎట్లు ఆడగలం? జల గంధర్వులు, జలయోష (స్త్రీ) అదే మన పరమ సంబంధం, అదే మన బంధుత్వం. 4

యమి : యమునిపట్ల యమి అయిన నాకు కోరిక వుంది. ఒక స్థానమందు జంటగా నిద్రించుటకుగాను వచ్చాను. భర్త కొరకు భార్యవలె నేను నా శరీరాన్ని బహిరంగ పరుస్తాను. రథంయొక్క పెద్ద చక్రంవలె మన మిద్దరం ప్రేమించుకొందాం. 7

యముడు : భగినులు అభగినులయ్యే కాలం మున్ముందు తప్పక వస్తుంది. మరియొక వృషభం యొక్క బాహువును ఆలింగనం చేసుకొనుము. ఓ సుభగా, నేను కాకుండా మరియొకనిని పతిగా చేసుకొనుము. 10

యమి : అన్న వుండగా చెల్లెలు అనాథ అయితే ఆ సోదరుడు ఎందుకు? దుఃఖపడే ఆ చెల్లెలు ఎందుకు? కామమునకు లోనై నేను యిదంతా చెప్పుతున్నాను. నీ శరీరంతో నా శరీరాన్ని తృప్తిపర్చుము. 11

యముడు : నేను శరీరంతో నీ శరీరాన్ని ముట్టుకోను. చెల్లెలితో సంపర్కాన్ని పాపమన్నారు. నాకు భిన్నమైన వానితో నీవు ఆనందించు ఓ సుభగా, నీ సోదరుడు ఇట్లు ఆచరించ తలచుట లేదు. 12

యమి : ఓ యముడా, నేను నీ మనస్సును, హృదయాన్ని అర్థం చేసుకొనలేక వున్నాను. వృక్షాన్ని తీగవలె, లేక తాడువలె కలసి మరొక స్త్రీ నిన్ను కౌగలించుకొంటుంది. 13

యముడు : ఓ యమీ, అన్యుని కోరుము. మరొకడు నిన్ను చెట్టును తీగవలె ఆలింగనం చేసుకొనుగాక. అతని మనస్సును నీవు కోరితే లేక అతడు నిన్ను కోరితే మీకు మంగళకరమైన సంబంధం కల్గుగాత. 14

యమ - యమీల యీ వుక్తుల ద్వారా రెండు తరుణ హృదయాల ప్రేమాలాపం ప్రకటితమవుతూ వుంది. ఇంకా ఆర్యుల్లో అన్నాచెల్లెళ్ళ వివాహం నిషిద్ధంగా వున్న సంగతికూడా తెలుస్తుంది. ఇక్ష్వాకు వంటి వున్నత వంశంలో కనీసం ఆపత్కాలంలో అన్నా చెల్లెలు వివాహం వున్నట్లు బుద్ధవచనములందు చెప్పబడింది. ఇక్ష్వాకుని నల్గురు పుత్రులు చెల్లెండ్రను వివాహమాడి తమ కులాన్ని కాపాడుకొన్నారు. తర్వాత అది శాక్యవంశంగా ప్రసిద్ధికెక్కింది. ఇక్ష్వాకుని దాసి పుత్రుడు తర్వాత ఋషి కృష్ణునిగా పేరొంది కూడ తన సవతి చెల్లెలిని వివాహమాడాడు. (దీర్ఘనికాయము, అశ్వలాయన సూత్రం). జాతక కథల్లో సీతారాముల వివాహం కూడ చెల్లెలు అన్న వివాహంగా చెప్పబడుతూ వుంది. (దశరథ జాతకకథ) అత్యంత ప్రాచీనకాలంలో అన్నాచెల్లెళ్ళ వివాహాలు జరిగేవని తెలుస్తుంది. థాయిలాండు రాజవంశంలో ఇప్పటికీ ఈ ఆచారముంది. ఈరానులోని సాసానీ రాజవంశంలో కూడా ఈ ఆచారం కన్పట్టుతుంది. ఈజిప్టులోని ఫర్వా వంశీకులు కూడ రక్తాన్ని పవిత్రంగా వుంచుకొనుటకు యిట్లే చేసేవారు. యమ-యమీల ఈ సంవాదం వలన సప్తసింధులోని ఆర్యులు ఈ ఆచారాన్ని మంచిదిగా అంగీకరించలేదని తెలుస్తుంది.

యమీ వైవస్వతి రచించిన మరియొక సూక్తం (10-154) వుంది. సూక్తం యొక్క భాష చాలా నవీనంగా ఉంది. ఇందు ప్రేతను గురించి చెప్పబడింది.

"ఎవరి పితరుల కొరకో సోమం వడకట్టబడి వుంది. ఒకరు ఘృతాన్ని సేవిస్తున్నారు. ఓ దేవాపీ (ప్రేతా), ఎవరికొరకు మధువు ప్రవహిస్తూవుందో, వారి వద్దకు నీవు వెళ్ళుము." 1

"తపస్సుచే దుర్ధర్షులైన వారివద్దకు, తపస్సుచే స్వర్గం పోయినవారివద్దకు, గొప్ప తపస్సు చేసినవారివద్దకు - ఓ దేవాపీ (ప్రేతమా) నీవు వెళ్ళుము." 2

"ఎవరు యుద్ధమందు పోరాడుదురో; ఏ వీరులు అక్కడ శరీరం విడుస్తారో, ఎవరు సహస్రాది దక్షిణలు యిస్తారో, ఓ దేవాపీ, నీవు వారివద్దకు పొమ్ము." 3

వైదిక ఆర్యులు యముని మృత్యుదేవతగా భావించి పితరులు వారివద్దకు వెళ్ళెదరని నమ్మేవారు. ఆ యముని గురించి, మృత్యువుని గురించి యమి చెప్పిన ఈ సూక్తంలో తెలుపబడింది.

10. రాత్రి : భారద్వాజి రాత్రి కూడ కల్పిత ఋషికయే. (10-127) సూక్తంలో రాత్రి వర్ణించబడింది. మరొక పరంపరనుబట్టి విశ్వామిత్ర వంశ స్థాపకుడగు సోభరిపుత్ర కుశికుడు ఈ సూక్తాన్ని రచించెనని అంటున్నారు. గాయత్రీ ఛందస్సులో నుండుటచేత యివి గానం చేయుటకు వీలైన ఋక్కులు.

"రాత్రిదేవి నలువైపుల నుండి వచ్చి ప్రకటితమైంది. ఆమె నక్షత్రాలచే సౌందర్యం అంతటినీ ధరించింది." 1

"రాత్రిదేవి వచ్చేటప్పుడు తన సోదరియైన ఉషస్సును ప్రతిష్ఠించింది. ఆమె తమస్సును తొలగించింది." 3

"గ్రామం సద్దుమణగింది. బాటసార్లు ఆగిపోయారు. పక్షులు నిశ్శబ్దంగా ఉన్నాయి. వేటాడు డేగలు కూడా సంచరించుటలేదు." 5

"మాకు నలువైపుల నల్లని అంధకారం కన్పడుచున్నది. అది స్పష్టంగా అవస్థితమై వుంది. ఓ ఉషస్సా, నీవు ఋణం మాదిరి రాత్రిని తొలగించుము." 7

లోపాముద్ర : వశిష్ఠుని సోదరుడైన అగస్త్యుని భార్య లోపాముద్ర. పతి వియోగం భరించలేని లోపాముద్ర అగస్త్యునితో జరిపిన సంవాదం ఈ సూక్తమందున్నది. (1-179).

11. లోపాముద్ర – మొదటి సంవత్సరాల్లో రేయింబవళ్ళు వృద్ధాప్యమును కొనితెచ్చు ఉషస్సులను నేను సహిస్తూ వచ్చాను. ముసలితనం శరీర సౌందర్యాన్ని కూడ పాడుచేస్తుంది. భర్త భార్యవద్దకు ఎట్లు పోగలడు?

ప్రాచీనులైన సత్యపాలకులు దేవతలతో నిజం పల్కేవారు. వారు అంతమును కోరుకొనేవారు. కాని ఆ అంతం వారికి రాలేదు. 2

అగస్త్యుడు – దేవతలు మమ్ము రక్షిస్తున్నారని మేము అలసిపోలేదు. మేము అన్ని భోగాలను అనుభవిస్తున్నాం. మనం యిరువురం సరిగ్గా ప్రయత్నిస్తే ఇక్కడ మన కనేక సుఖాలు లభిస్తాయి. 3

కామాన్ని నేను నిరోధించాను. కాని అది ఎక్కడనుంచో ఉత్పన్నమవుతూ వుంది. లోపాముద్ర పతితో సంగమిస్తూ వుంది. నిట్టూర్పులతో వ్యాకులత చెంది ఆమె ఆ ధీరుని ముద్దిడుచున్నది. 4

12. వసుక్రపత్ని : ఇంద్రుని పుత్రుడగు వసుక్రుని భార్య పేరుతో (10-28) సూక్తముంది. అందు వసుక్రపత్ని యింద్రుని మధ్య జరిగిన మాటలు వున్నాయి. వసుక్రపత్ని అంటూ వుంది :

"ఇతర దేవతలందరు వచ్చారు. కాని నామామ రాలేదు. ఆయన వస్తే అతడు వేయించిన గింజలను తిని సోమాన్ని త్రాగేవాడు. బాగా తిని మళ్ళీ తన యింటికి వెళ్ళేవాడు." 1

వసుక్రుడు ఈ సూక్తాన్ని రచించినట్లుచెప్పుతారు. ఇంద్రుడే కాదు, సప్తసింధులోని ఆర్యులకు కూడా వేయించిన యవలను తినుట, సోమపానం చేయుట చాలా యిష్టం. 'యదన్నం పురుషోహ్యాత్తి తదన్నం తస్యదేవతా' (ఏ భోజనాన్ని మానవుడు తింటాడో, అతని దేవతకూడ ఆ భోజనమే చేస్తాడు.)

13. వాక్కు : అంభృణ ఋషి కుమార్తె – వాక్కు కూడ కల్పిత నామమే. ఇందు వాగ్దేవి మహిమ వర్ణించబడింది. (10-125)

"రుద్రులతోను, వస్తువులతోను, ఆదిత్యులతోను, దేవత లందరితోను నేను ఆలోచిస్తాను. నేను మిత్రావరుణ లిద్దరిని ధరిస్తున్నాను. నేను ఇంద్రాగ్నులను, అశ్వినీ కుమారులిరువురిని ధరిస్తున్నాను." 1

"దేవతలచేతను, మానవులచేతను సేవించబడు ఈ మాటను నేనే చెపుతున్నాను. నే నెవరిని కోరుదునో, అతన్ని ఉగ్రునిగా, బ్రహ్మగా, ఋషిగా, సుమేధునిగా చేస్తాను."5

14. వివృహ : కశ్యపగోత్రియైన ఈ ఋషిక కూడ కల్పితమే. ఈమె యక్ష్మరోగ నివారణకు కొన్ని మంత్ర తంత్రాలు చెప్పింది. వాటిని మేము రోగ ప్రకరణంలో వివరించి వున్నాం. (10-163-1, 2)

15. విశ్పల : ఈమె ఋషిక కాదు. కాని ఈమెకు అశ్వినీ కుమారులు ఉపకారం చేసినట్లు చెప్పబడుతూ వుంది. (1-181-1).

"ఓ మనీషులారా అశ్వినీ కుమారుల యొక్క తృప్తిని కలిగించు సుఖదాయక మగు రథం వచ్చింది. వారు సుకర్ములు, శుచివ్రతులు ద్యౌని బిడ్డలు. వారు విశ్పలకు మేలుచేశారు" - ఇట్లు నా మనస్సుకు అనిపిస్తూవుంది."

16. విశ్వవార : ఘోష వంటిది ఈమెకూడ. ఈమెను చారిత్రక మహిళగా గుర్తిస్తున్నారు. ఈమెది అత్రిగోత్రం. ఈమె తన సూక్తంలో (5-28) త్రిష్టుప్, అనుష్టుప్, గాయత్రీ ఛందస్సులందు అగ్ని మహిమను కీర్తిస్తూ తన పేరు కూడ చెప్పుకుంది.

"ప్రజ్వలితాగ్ని ద్యౌలోకమందు కిరణాలను ప్రసరింప చేస్తున్నది. ఉషస్సుకు ఎదుటగా విస్తృతమై శోభిల్లుచున్నది. హవి సమేతంగా, స్రువాను తీసుకొని నమస్కార పురస్సరంగా దేవులను పూజిస్తూ విశ్వవార తూర్పు దిక్కునకు పోవుచున్నది." 1

"ఓ అగ్నీ, మహా సౌభాగ్యమునకై నీ జ్వాలలు వుత్తమంగా నుండుగాత. నీవు శత్రువులను నాశనం చేయుము. దాంపత్య సంబంధాన్ని నీవు నియమబద్ధం చేయుము. శత్రుత్వం వహించువారి తేజస్సును నష్టపరుచుము." 3

17. శచి : పౌలోమి శచి కూడ కల్పిత నామం. పురాణాల ద్వారా ఇంద్రుని భార్య పేరు శచి. ఆమె అసుర పులోముని పుత్రిక అని మనకు తెలుసు. (10-159) ఈ సూక్తంలో సంతృప్తిచెందిన, శక్తివంతమైన మహిళ ఒకర్తు అభిమానంతో తన స్థితిని వర్ధిస్తూ ఉంది.

"నా భాగ్యోదయమా అన్నట్లు అదిగో సూర్యుడు ఉదయించాడు. నేను సవతులను ఓడించాను. భర్తను వశపర్చుకొన్నాను." 1

"నేను కేతువుని (జెండాను), నేను మస్తకాన్ని, నేను తీవ్రంగా, అందంగా మాట్లాడుతాను. భర్త నా యిష్టానుసారం నడుస్తాడు. 2

"నా పుత్రుడు శత్రునాశకుడు. నా కుమార్తె సుందరి. నేను బాగా గెలుస్తాను. భర్తదగ్గర నన్ను గురించి మంచిగా చెప్పుకొంటారు." 3

18. శశ్వతి : అంగిరాగోత్రి అయిన యీ ఋషిక కూడ కల్పితంగా తోస్తుంది. ఈమె పేరుతో ఒక మంత్రముంది (8-1-34) అందు అశ్లీల రతిని గురించి చెప్పబడింది.

19. శిఖండినీ కాశ్యపి : ఇదికూడ కల్పిత నామమే. ఈమె సూక్తాన్ని (9-104) కశ్యప పుత్రుడగు పర్వతుడును, నారదుడును రచించినట్లు చెప్పుతారు. ఈ సూక్తమందు సోముని మహిమ చెప్పబడింది. అందు విశేష మేమీ లేదు.

20. శ్రద్ధా కామాయని : ఇదికూడ కల్పిత నామమే. ఈ సూక్తమందు శ్రద్ధ మహమ కీర్తించబడింది. (10-151)

"శ్రద్ధవలన అగ్ని ప్రజ్వరిల్లుతూ ఉంది. శ్రద్ధవలన హవిస్సు హోమం చేయబడుతూవుంది. ఐశ్వర్య శిఖరంపై ఉండే శ్రద్ధను గురించి నేను వాణి ద్వారా తెల్పుతున్నాను." - 1

"ఓ శ్రద్ధా, దాతకు ప్రియం చేకూర్చుము. ఓ శ్రద్ధా, దానం చేయ దలంచు వారికి ప్రియం చేకూర్చుము. అన్నం నొసంగు అన్నదాతకు ప్రియం చేకూర్చుము. యజ్ఞం చేయువారికి నేను చెప్పింది చేయుము." - 2

"దేవతలు శత్రువులపట్ల శత్రుత్వాన్ని చూపినట్లు నేను చెప్పిన విధము అన్నదాతలపట్ల, యజ్ఞదాతల పట్ల శ్రద్ధవహించుము. " - 3

దోపిడిని గురించిన కోర్కెను సరమ పణులముందు ఎట్లు వెల్లడించిందో, మేము యిదివరలో వివరించి ఉన్నాం. (10-108)

22. సార్పరాజ్ఞి : ఇది కూడ కల్పిత నామమే. ఈమె సూక్తాన్ని కక్షీవానుని పుత్రుడైన శబర ఋషి రచించినట్లుకూడ చెప్పుతారు. ఈ సూక్తమందు ఆవు వర్ణించబడింది.

"సుఖదాయకమైన గాలి ఆవుల వద్ద వీచుగాత. అవి బలకరమైన వనస్పతులను మేయు గాత. శక్తినిచ్చు నీటిని ఎక్కువగా త్రాగుగాత. ఓ రుద్రా, కాళ్ళు కల్గిన ఆవులకై నీవు సుఖకరమైన ఆహారం సిద్ధము చేయుము." 1

"ఏ గోవులు తమ శరీరాన్ని దేవులకు యిచ్చునో, ఏ గోవుల రూపముల నన్నిటినీ సోముడు ఎరిగియున్నాడో, ఏ గోవులు సంతానవతులై మమ్ములను పాలతో పరిపూర్ణం చేయునో, అట్టి గోవులను గోష్ఠముకు తెమ్ము." 3

23. సిక్తా : ఈ పేరు కూడ కల్పితమే. నివావరితోపాటు ఈమె రచించిన ఋక్కులు లభించాయి. (9-86-11-2) ఆ ఋక్కులు సోముని గురించి వర్ణించాయి. నివావరి ప్రకరణంలో ఋక్కుల అనువాద మిచ్చి యున్నాము.

24. సుదేవి : ఒక ఋక్కులో (1-112-19) సుదాసు పట్టపురాణియైన సుదేవి పేర్కొనబడింది.

యాభి : పత్నీర్విమదాయ న్యూహథు రాఘవాయాభిరరుణీర శిక్షతం ।
యాభి : సుదాస ఊహథు : సుదేవ్యం తాభిరూషు ఊతిభిరశ్వినాగతం ॥

"ఓ అశ్విద్వయులారా, మీరు ఏ సహాయముల ద్వారా విమదునికై భార్యను తెచ్చారో, ఎర్రని ఆవులను ప్రదానం చేశారో, సుదాసుకు సుదేవిని తెచ్చారో ఆ సహాయముల ద్వారా మీరు రండు" - కుత్స ఆంగిరసుడు.

25. సూర్య : ఈ పేరు కూడ కల్పితమే. ఈమెను సూర్యుని భార్య లేక పత్నిగా చెప్పుతున్నారు. కల్పితమైన పేరుతోనైనా సంగ్రహించబడిన యీ సూక్తం (10-85)లో ఆర్య పత్నిని గురించిన అనేక విషయాలు వచ్చాయి. ఈ సూక్తంలోని మంత్రాలను నేడుకూడ వివాహసమయంలో చదువుతారు. సూర్య తన ఋక్కుల్లో యిట్లు చెప్పింది-

పత్యే నో త్తభితా భూమిః సూర్యేణోత్తభితా ద్యౌః ।
ఋతే నాధిత్యాస్తిష్ఠిన్తి దివిసోమో అధిశ్రితాం ॥ 1
సోమేనాదిత్యాబలినః సోమేన పృథ్వీమహీ ।
అధోనక్షత్రాణా మేషామపస్థే సోమ ఆహితః ॥ 2
రైభ్యాసీదనుదేయీ నారాశంసన్యోచనీ ।
సూర్యాయా భద్రమిద్వాసో గాథయైతి పరిష్కృతం ॥ 6
చిత్తిరా ఉపవర్హణం చక్షురా అభ్యంజనం ।
ద్యౌర్భూమికోశ ఆసీద్యదయాత్ సూర్యాపతిం ॥ 7
స్తోమా ఆసన్ ప్రతిధయః కురీరం ఛంద ఓపశః ।
సూర్యాయా అశ్వినావరాగ్ని రాజీత్ పురోగవః ॥ 8
సోమో వధూయురభవ దశ్వీరాస్తాముభావరా ।
సూర్యాంయత్ పత్యేశం సన్తీం మనసాసవితా దదాత్ ॥ 9
మనో అస్యా అనాసీద్ ద్యౌరాసీదుతాఛదిః ।
శుక్రావనడ్ వాహావాస్తాం యదయాత్ సూర్యాగృహం ॥ 10

శుచీతే చక్రేయాత్యావ్యానో అక్ష అహతః ।
నోమనస్యయం సూర్యారోహత్ ప్రయతీ పతిం ॥ *12*
సూర్యాయావహతు ః ప్రాగాత్ సవితాయ మవాసృజత్ ।
అఘాసు హన్యన్తే గావో ఉ ర్జున్యేః పర్యుహ్యాతే ॥ *13*
సుకింశుకం శల్మలం విశ్వరూపం హిరణ్యవర్ణం సువృతం సుచక్రం ।
ఆరోహ సూర్యే అమృతస్యలోకం స్యోనం పత్యేవహాతుం కృణుష్వ । *20*
ఉదీషర్వాతః పతివతీహ్యేషా విశ్వావసుం నమసాగీర్భిరీశే ।
అన్యామిచ్ఛ పి తృషదం వ్యక్తాం సతేభాగో జనుషాతస్యవిద్ధి ॥ *21*
సుమంగలీరియం వధూరిమాంసమే తపశ్యతి ।
సౌభాగ్యమ స్యైదత్వా యాధాస్తం విపిరేతన ॥ *23*
ఇహైవస్తం మావియౌష్టం విశ్వమాయుర్ వ్యశ్నుతం ।
క్రీళన్తౌ పుత్రైర్నప్తృ భిర్మోదమానౌ స్వేగృహే ॥ *42*
ఇమాంత్వ మింద్రమీఢ్వః సుపుత్రాం సుభగాం కృణు ।
దశాస్యాం పుత్రనాధేహి పతిమేకా దశం కృధి ॥ *45*
సమ్రాజ్ఞీశ్వశురే భవ సమ్రాజ్ఞీశ్వశ్ర్వాం భవ ।
ననాందరి సమ్రాజ్ఞీభవ సమ్రాజ్ఞీ అధిదేవృషు ॥ *46*

"సత్యం వలన భూమినిల్చి ఉంది. సత్యం వలన ద్యౌ నిల్చివుంది. సత్యం వలన దేవ, ఆదిత్యులు ద్యౌయందు నిల్చి ఉన్నారు. ద్యౌయందు సోముడు ఆశ్రయం పొందివున్నాడు." 1

"సోమునికంటె ఆదిత్యుడు బలీయుడు. సోమునికంటె పృథ్వి మహత్తరమైంది. ఈ నక్షత్రములవద్ద సోముడు ఉంచబడ్డాడు." 2

"రైభి (ఋక్కులు) అనుదేయి (వధువుతో దానముగ యివ్వబడు సఖి) నారాశంసీ (ఋక్కులు) వధువు దాసీలు, సూర్య ధరించిన శ్రేష్ఠ వస్త్రం గాథచే పరిష్కృతమైంది."6

"సూర్య పతి వద్దకు వెళ్ళినప్పుడు చింతనం దిండు, చక్షువు అంజినం, ద్యౌపృథ్వీలు కోశములై ఉన్నాయి." 7

"స్తోమములు యిరుసులు. కురీర ఛందస్సు ఆమె శిరోభూషణం, అశ్వినీ కుమారులు సూర్య వరులు, అగ్నినేత." 8

"సోముడు పెండ్లియాడాలనుకొంటున్నాడు. అశ్విద్వయం వరులు, పతిని కోరుచున్న సూర్యను సవితృడు తన మనసారా అశ్వినికుమారులకు యిచ్చాడు." 9

"సూర్య భర్త యింటికి వెళ్ళినప్పుడు మనస్సు యీామెకు శకటం, ద్యౌ కప్పు, రెండు శుక్రములు రథానికి రెండు ఎద్లు." 10

"వెళ్ళునప్పుడు యిరుసునందున్న ఆకులు శుభ్రంగా ఉన్నాయి. భర్తవద్దకు వెళ్ళే సూర్య మనోమయ రథంపై ఎక్కింది." 12

"సవితృడు ఎవ్వనికి ప్రదానం చేశాడో అతడు సూర్యయొక్క పెళ్ళివారికి ముందుగా వెళ్ళాడు. మఘా నక్షత్రమందు ఎద్లు చంపబడ్డాయి. పూర్వా - ఉత్తరా ఫాల్గుణలందు పెండ్లి జరిగింది." 13

"ఓ సూర్యా, నానా రూపములుకల బంగారు వర్ణంతో, బాగా కప్పబడిన, సుందర

"ఓ సూర్యా, నానా రూపములుకల బంగారు వర్ణంతో, బాగా కప్పబడిన, సుందర కింశుక, శాల్మలీ చక్రములుకల రథంపైన ఎక్కుము. వెళ్ళి భర్తను సుఖమయ అమృత లోకానికి వెళ్ళుటకై తయారు చేయుము." 20

"విశ్వావసు (వసులందరిని)ను నమస్కార పూర్వకవాణితో ప్రార్థిస్తున్నాను. మీరు యిక్కడనుండి లేవండి. ఈమె భర్తకలది. మీరు తండ్రి యింట కూర్చొనియున్న మరియొక తెలివికల కన్యను కోరండి. మీ కొరకు జన్మించిన అట్టి కన్యను వెదకుడు." 21

ఈమె సుమంగళియైన వధువు. వచ్చి ఈమెను చూడండి. ఈమెకు సౌభాగ్యమును ప్రసాదించి మీరు మీమీ గృహములకు పొండు." 23

"మీ భార్యాభర్త లిరువురు యిక్కడే వుండండి. విడిపోవద్దు. పూర్ణాయుస్సును పొందండి. పుత్రపౌత్రులతో ఆడుకొంటూ మీ యింటిలో ఆనందడోలికలనూగండి."42

"ఓ యింద్రా, నీవు యీ వధువును సుపుత్రవతిగా, సౌభాగ్యవతిగా చేయుము. ఈమెకు పది పుత్రులను ప్రసాదించుము. పదునొకండవ వానిగా ఈమె భర్తను చేయుము."45

"ఓ వధూ, నీవు మామక సమ్రాజ్ఞివై, అత్తకు సమ్రాజ్ఞీవై, ఆడుబిడ్డకు సమ్రాజ్ఞివై, మరదులకు సమ్రాజ్ఞివై ఉందువుగాక." 46

ఋగ్వేదంలోని ఋషికల సంఖ్య రెండు డజనులు ఉన్నప్పటికీ వారిలో చారిత్రక ఋషికలు మాత్రం ఘోష, విశ్వవారలు. "నాడు స్త్రీలకు తగినంత స్థానముండేది. కాని పురుషులతో సమానంగా లేదు." అని ఋక్కుల వలన తెలుస్తుంది. ఆడబిడ్డపైన, మరదిపైన, అత్తమామలపైన పెత్తనం చేయాలను కోరిక స్త్రీకి వుండేది. ఆమె తలనొప్పికి బలవత్తర కారణం సవతి.

పదునెనిమిదవ అధ్యాయం

భాష - కావ్యం

1. భాష

శౌనకుని పట్టిక ననుసరించి ఋగ్వేదంలో 10,414 మంత్రాలు, 1,53,826 శబ్దాలు, 4,32,000 అక్షరాలు ఉన్నాయి. ఋక్కుల సంఖ్యను లెక్కించగా అవి 40,467 ఉన్నాయి. ఋగ్వేదాన్ని రెండు రకాలుగా విభజించారు : 1. మొదటి దానియందు మండలం, సూక్తం, ఋక్కుల (మంత్రం) క్రమం ఉంది. ఋగ్వేదంలో 10 మండలాలు, 1,017 సూక్తాలు, 10,414 మంత్రాలు ఉన్నాయి. 2. రెండవ దానియందు ఋగ్వేదంలో 8 అష్టకాలు, 64 అధ్యాయాలు, 1,017 సూక్తాలున్నాయి. మండలం, అనువాకం, వర్గమునుబట్టి లెక్కిస్తే ఋగ్వేదంలో 10 మండలాలు, 85 అనువాకాలు, 2,008 వర్గాలు (బాలఖిల్యుని 16 సూక్తాలను విడచిపెట్టి) ఉన్నాయి. మండలం, సూక్తాం, ఋక్కుల క్రమం యీనాడు అన్నిటి కంటె ఎక్కువ ప్రచారంలో ఉంది.

విభిన్నమైన మండలముల భాషను చూస్తే అన్నింటి భాష సమానంగా లేదని తెలుస్తుంది. ఋగ్వేద ఆర్యులు ఈరానీయులు. శకస్లావులు ఉన్న హిందూ ఐరోపీయ వంశానికి చెందినవారు. ఈ శాఖను శతమ్ శాఖ అంటారు. శతమ్ శాఖలోని ఏ జాతీ 'ట' వర్గాన్ని ఉచ్చరించలేదు. కావున సప్తసింధులోకి వచ్చిన ఆర్యులు 'ట' వర్గమును (మూర్ధన్య వర్ణమును పలుక కలిగేవారు కాదనుట నిశ్చితం. ఋగ్వేదంలో ఆదియందు 'ట' వర్గీ యాక్షరమున్న ఏ శబ్దమూ లేక పోయినప్పటికీ మూర్ధన్య వర్ణముల ప్రయోగం అవశ్యం లభిస్తుంది. ఈ 'ట' వర్గము ఎప్పటినుండి ఆర్యుల్లో వాడుకలోకి వచ్చింది? సప్తసింధులోని ప్రాచీన జాతితో గాఢ సంబంధం చేతనే ఉచ్చారణలో యీ మార్పు వచ్చినదనుట నిశ్చయం. ద్రావిడ భాషల్లోని ట వర్గం యొక్క ప్రాచుర్యం ఉత్తర భారతీయుల చెవులకు యీనాడు కూడ బాధాకరంగా ఉంటుంది. సప్తసింధులోకి ఆర్యులు ప్రవేశించిన మూడు వందల సంవత్సరాల పిమ్మట ఋగ్వేద మహర్షులు జన్మించారు. వారు ట వర్గమును పల్కే వారని చెప్పుట సులభం కాదు. ఎందుకంటే శతాబ్దాల వరకు ఋక్కులు లిపి బద్ధం చేయబడక కంఠస్థం చేయబడి ఉన్నాయి. మూల పాలీ త్రిపిటకాలు (బుద్ధుని సూక్తులు) మాగధీ, కోసలీ భాష యందున్నాయి. అందు ల, శ అక్షరాలు ఎక్కువగాను, ర, స అక్షరాల చాలావరకు లేనట్లుగా ఉంది. కాని నేటి పాలీ త్రిపిటకంలో మాగధీ భాషయొక్క యీ విశేషాక్షరాలను నిషేధించినట్లు ఉంది. 'శ' ప్రయోగం బొత్తుగా లేదు. ఈ మార్పుకి కారణముంది. శతాబ్దాల వరకు బుద్ధుని సూక్తులు మాగధీ భాషీయుల్లో లేకుండా పశ్చిమ భాషా భాషీయుల్లో ముఖ్యంగా లాట్ – గుజరాతుల నుండి వెళ్ళిన ఉప నివేశికుల కంఠంలో ఉన్నాయి. అందుచేతనే ఈ మార్పు జరిగింది. కాబట్టి ఋక్కుల రచనకు, అవి లిపిబద్ధం అయిన కాలానికి మధ్యలో అక్షరములందు మార్పు జరిగి ఉండదు అని మనం చెప్పలేం. వైదిక భాషా ప్రకాండ విద్వాంసుడు డాక్టరు బట్టే కృష్ణఘోష ఋగ్వేదాక్షరములు, వాని ఉచ్చారణ గురించి సూక్ష్మ వివేచన చేశారు. ఆర్యుల భాషలో మూర్ధన్య వర్ణముల ప్రచారం వారు భారతదేశానికి వచ్చిన పిమ్మటనే జరిగింది. డా॥ ఘోషు 'ర' కంటె 'ల' యొక్క

ప్రాచుర్యత, ఆర్యులు భారతదేశంలో తూర్పుకు సాగిన ప్రభావం అంటారు. కాని స్లావు భాషల్లో కూడ 'ర'కు బదులుగా "ల" ప్రయోగం అధికంగా ఉంది. కాబట్టి "ర" కు బదులుగా "ల" ప్రాచుర్యానికి సంబంధించిన ప్రశ్న వరకు అది శతమ్ వంశానికి చెందిన యితర శాఖల్లో కూడ కానవస్తుంది అని మనం అంగీకరించవలసి ఉంటుంది.

భాషా ప్రశ్నకు సంబంధించినంతవరకు ఋగ్వేదంలోని తొమ్మిది మండలముల భాష ఒకే మాదిరిగా ఉంది; పదవ మండలం భాషలో అవశ్యం మార్పువుంది అను నిర్ణయానికి డా॥ ఘోషు వచ్చారు. [The Vedic Age pp 33-40] పదవ మండలంలో కూడా ఎన్నో ఋక్కుల, ఎన్నో సూక్తముల భాష ప్రాచీనంగా అగపడుతుంది. ఇంతేకాదు. యితర మండలాల్లో ఎన్నటి భాషో నవీనంగా తోస్తుంది. అయినప్పటికీ మొదటి తొమ్మిది మండలాల భాష పురాతనమైంది అని అంగీకరించుటకు బహుశా ఏ ఆక్షేపణ ఉండరాదు. ఈ తొమ్మిది మండలాల్లో కూడ ఋషుల కాలక్రమాన్ని చూచినట్లయితే మొదట భరద్వాజ మండలం (ఆరవ మండలం) తర్వాత వశిష్ఠ మండలం (ఏడవది), విశ్వామిత్ర మండలం (మూడవది), వామ దేవ మండలం (నాల్గవది) వస్తాయి. ఈ భాషాభేదం భరద్వాజుని యొక్కయు, (6-1, 2) రక్షోహా యొక్కయు ఋక్కులను (10-162-1-2) పోలిస్తే తెలియదు.

త్వం హ్యగ్నే ప్రథమో మనోతాస్యాధియో అభవో దస్మహోతా ।
త్వం సీం వృషన్నకృణోర్దుష్టరీతు సహో విశ్వస్మై సహసే సహధ్యై ॥

"ఓ అగ్నీ, నీవు ఈ బుద్ధికి ప్రథమ మనన కర్తవు. అద్భుతమైన హోతవు. ఓ వీరుడా ! నీవు మాలో దుర్ధర్షమైన బలము నంతటినీ ఉత్పన్నం చేయుము. దానిచే మేము శత్రుల నందరినీ ఓడించగలం." 1

అధాహోతా న్యసీదో యజీయానిళ స్పద ఇషయన్నీళః సన్ ।
తం త్వా నరః ప్రథమం దేవయంతో మహోరాయే
చియంతో అనుగ్మన్ ॥ 2

"ఓ స్తుతి యోగ్యహోతా, పూజనీయుడవై నీవు పూజ్యస్థానమందు అన్నమిస్తూ విరాజిల్లుము. నిన్ను ప్రధానమైన దేవునిగా అనుకొంటూ మహా ధనమును కోరుతూ మానవులు నిన్ను అనుగమిస్తారు." 2 (భరద్వాజుడు (6-1-1-2)

బ్రహ్మణాగ్నిః సంవిదానో రక్షోహా బాధతామితః ।
అమీవాయస్తే గర్భం దుర్నామా యోనిమాశయే ॥ 1

"రాక్షసాంతకుడైన అగ్ని మా బ్రహ్మతో (ఋక్కు, స్తుతితో) ఏకమవుగాక. ఇక్కడనుండి నీ గర్భరోగాన్ని యోని స్థానమందున్న రోగాన్ని అతడు తొలగించుగాత." 1

యస్తే గర్భమమీవా దుర్ణామా యోనిమాశయే ।
అగ్నిష్టం బ్రహ్మణా సహ నిష్క్రవ్యా దమనీనశత్ ॥ 2

"నీ గర్భమందున్న రోగాన్ని, యోనిస్థానమందున్న రోగాన్ని బ్రహ్మతో పాటు (మంత్రంతోపాటు) అగ్ని దాన్ని అమాంసభక్షణగా చేసి నాశనం చేయుగాత." 2 రక్షోహా బ్రహ్మపుత్ర (10-162-1, 2)

ఋగ్వేదభాష అత్యంత పురాతనమైంది. తామ్రయుగీన వ్యవస్థ భాష, పాలి, ప్రాకృతం, అపభ్రంశం మరియు మన భాషలు ఆధునిక కాలంలోకి ప్రవేశించినంతగా వైదికభాష అంతగా వికాసాన్ని చేరుకొనలేదు. ఈ ప్రకారంగా వైదిక భాషను అపరిచితమైన,

దురూహ్యమైన శబ్దములుకల భాషగా చెప్పుతారు. కాని భాష యొక్క ప్రకృతికి సంబంధించినంతవరకు అది సరళంగా ఉండాలి. ఎన్నో విషయాల్లో అది సరళమైంది కూడ. ఆ భాషను మనం పాణినీ సంస్కృతాన్ని ఆధారం చేసుకొని చదవాలనుకొంటున్నాం కాబట్టి ప్రతి పాణినీయ నియమమునకు ఉన్న అపవాదం (మినహాయింపు)ల సంఖ్యను చూచి వైదిక భాషా ప్రకృతి అత్యంత క్లిష్టమైన గనుకొంటున్నాం. కాని వేదభాషను వైదిక ఉదాహరణములతో అనగా వైదిక పాఠమాలల సహాయంతో అధ్యయనం చేస్తే ఆ భాష తప్పక సరళంగా తోస్తుంది. భాష ఎక్కువ సరళం అనుటకు అర్థం సందిగ్ధమనుటకూడ ఉంది. చైనాభాష ప్రపంచభాషల్లో మిక్కిలి సరళమైంది. ఇక్కడ దాని లిపిని గురించి చెప్పుటలేదు. ఆ లిపి నిశ్చయంగా చాలా కఠినమైంది. చైనా భాష యొక్క పూర్తి వ్యాకరణాన్ని వ్రాయుటకు బహుశా 5/6 పేజీలుకూడ అవసరముండదు. కాని యిందుచేత ఆ భాషకు సందేహాస్పదమైన విషయాలుకూడ ఉండుటకు అవకాశముంది. క్రియలందు వచనం, కాలం, పురుషలు అంటూ లేవు. మాట్లాడునప్పుడు స్వరముల ఆరోహ, అవరోహములబట్టి సందిగ్ధాన్ని అసందిగ్ధం చేసుకొనుటకు ప్రయత్నం జరుగుతూ ఉంది. వైదిక కాలంలో ఒకే క్రియయొక్క కాలాన్ని నిశ్చయించకుండా పాఠకుడు ప్రకరణాన్ని బట్టి అర్థం చేసుకొనవలసిన అగత్యం కల్గించబడుతుండేది. "భవతి" అర్థంవున్న "ఉండుగాక" రెండూను, వైదిక భాషలో ఇటువంటి అనిశ్చిత అపవాద పూర్ణక్రియ పదాలను "లేట్‌లకారంలో" చేర్చారు. ఈ విధంగా వైదికభాష కాఠిన్యాన్ని కాదనలేము. కాని సంస్కృతం ద్వారా కాకుండా ఋక్కులద్వారా వచ్చిన వ్యాకరణాన్ని, దాని ప్రయోగాలద్వారా నేర్పినట్లయితే ఈ భాష అంత కఠినంగా తోచదు.

శబ్దములకు సంబంధించినంతవరకు ఋగ్వేదంలోని ఎన్నో శబ్దాలు వేరే అర్థంలో ప్రయోగింపబడుతున్నాయి. కారు శబ్దమున్నది. పనిచేయు వానిని కారు అనాలి. కాని ఋగ్వేదంలో కవిని కారు అంటారు. అతడు ఋక్కులను రచిస్తాడు (చేస్తాడు). ఈ విధమైన యితర శబ్దములు కూడ ఋగ్వేదంలో వున్నాయి.

సంధి నియమాలను ఋగ్వేదంలో పాటించలేదు. అచ్చు తర్వాత అచ్చు వచ్చినప్పటికీ దాన్ని అట్లాగే ఉంచారు.

2. ఛందస్సు

ఋక్కు యొక్క అర్థం పద్యం. ఋగ్వేదమంతా పద్యబద్ధం. ఏడు ఛందములు ప్రసిద్ధములు. కాని ఛందముల సంఖ్య యింకా ఎక్కువగా ఉంది. యజ్ఞ ఋషి ఋక్కుల్లో (10-130-3-5) గాయత్రి, ఉష్ణిక్, అనుష్టుప్, బృహతి, విరాట్, త్రిష్టుప్, జగతి - ఈ ఏడు ఛందములు పేర్కొనబడ్డాయి. ఇవే మూల చందములు కూడ. గానము కొరకు గాయత్రీ ఛందం అన్నిటికంటే ప్రచారంలో ఉంది, అని మేము యిదివరలో తెల్పియున్నాం. సోమపానం చేసేటప్పుడు ప్రతియొకని కంఠం విప్పుకొంటుంది. నేడు కూడ మద్యం త్రాగేటప్పుడు మనమీ విషయాన్ని చూస్తూనే వున్నాం. ఋగ్వేదంలోని తొమ్మిదవ మండలం సోమమండలం. అందు నూటికిపైగా ఋషులు సోమ గుణాలను గానం చేశారు. ఈ మండలంలోని ఋక్కులు చాలావరకు గాయత్రీ ఛందంలో ఉన్నాయి. గాయత్రి ఛందం గానాన్ని గాయత్రి సోమమంటారు.

ఋగ్వేదంలో 10,414 మంత్రాల్లోని ఛందములు :

1.	గాయత్రి	2,467
2.	ఉష్ణిక్	341
3.	అనుష్టుప్	855
4.	బృహతి	181
5.	త్రిష్టుప్	4,253
6.	పంక్తి	312
7.	జగతి	1,348
8.	అతిజగతి	17
9.	శాక్వరి	19
10.	అతిశాక్వరి	9
11.	అష్టి	6
12.	అత్యష్టి	84
13.	ధృతి	2
14.	అతి ధృతి	1
15.	ఏకపాదం కలది	6
16.	రెండు పాదాలు కలది	17
17.	ప్రగాథ బార్హత	194
18.	కకుభ	55
19.	మహా బార్హత	257

దీన్నిబట్టి 300 కంటె ఎక్కువ పర్యాయాలు వచ్చిన ఛందములు గాయత్రి, ఉష్ణిక్, అనుష్టుప్, పంక్తి, త్రిష్టుప్, జగతి. వీటిలో కూడ అన్నిటికంటే ఎక్కువ ఉపయోగించబడిన చందం త్రిష్టుప్, తర్వాత గాయత్రి, మూడవది జగతి, నాల్గవది అనుష్టుప్. తర్వాత సంస్కృతంలో అనుష్టుప్ ఎక్కువగా వాడబడింది. గాయత్రిని గానం చేయుటకు అంతిమ చరణాన్ని మరొకసారి అనాలి. అప్పుడది కూడ అనుష్టుప్ అవుతుంది. ఈ రెంటిని ఏకం చేసినప్పుడు అనుష్టుపుల సంఖ్య 3322 అవుతుంది.

3. రచన

1. వాణి : పద్య రచనను వాణి అన్నారు. వశిష్ఠుడు 7-31లో చెప్పాడు. ఇంద్రం వాణీరనుత్తమన్యు మేవసత్రా రాజానందధిరే సహధ్యై హర్యశ్వాయ బర్హయా సమాపీన్ ॥-12

శత్రువులను అణచుటకు "వాణి అప్రతిహతమైన క్రోధంకల ఇంద్రుని శాశ్వతంగా రాజును చేసింది. ఇంద్రుని కొరకు భక్తులను వృద్ధిచేయండి."

2. సూక్తం : వశిష్ఠుడు సూక్తాన్ని కూడ పేర్కొన్నాడు. (7-29-3)

కాతే అస్త్యరజ్ కృతి సూక్తః కదా నూనంతే మఘవన్ దాశేమ ।

విశ్వామ తరాతత నేత్వాయాధామ ఇంద్రశృణవో హవేమా ॥

"ఓ మఘవన్, మేము సూక్తముల ద్వారా నిన్ను స్తుతించునప్పుడు నీకెంత తృప్తి కల్గుతుంది? నీ కొరకు మేము స్తుతుల నన్నిటినీ రచిస్తున్నాం. ఓ యింద్రా, నా స్తుతులను వినండి."

"మరుత్తులారా ! ఈ సూక్తాన్ని స్వీకరించండి" (7-58-6)

3. శ్లోకం : శ్లోకం కూడ ఋగ్వేదమందు పేర్కొనబడింది. కాని దీని అర్థం పుణ్య శ్లోకంలో ఉన్నదే. అనగా శ్లోకమంటే అర్థం ప్రశంస, కీర్తి, కణ్వుడు (1-38-14) చెప్పాడు.

"మిమీహి శ్లోకమాస్యే పర్జన్య ఇవ తతనః ।
గాయ గాయ త్రముక్థ్యం"
"నోటితో శ్లోకం రచించి మేఘంవలె
విస్తరించుము, గాయత్ర గానాన్ని గానం చేయుము."

4. సామం : గీతికను సామ మన్నారు. ఋగ్వేదంలోని అనేక ఋక్కులను గానంతో సంగ్రహించారు. ఈ సంగ్రహాన్ని సామ వేదమన్నారు. సామవేద మంతటిలోను ఋగ్వేదంలోని మంత్రములు నూరుకంటె తక్కువే. కుత్సఋషి సామంతో విశ్వదేవుల స్తుతిని పేర్కొంటూ చెప్పాడు. (1-107-)

ఉపనోదేవా అవసాగమన్ త్వంగిరసాం సామభిః
స్తూయ మానాః॥
"సామములద్వారా స్తుతించబడిన దేవులు
రక్షణలతో మా వద్దకు వచ్చెదరు గాత."

గృత్సమద ఋషి త్రిష్టుప్, గాయత్రీ సామం గూర్చి ఉల్లేఖించాడు. (2-43-1)

"ఋతువులందు పక్షులవలె కుడివైన కవులు స్తోత్రం చేస్తున్నారు. సామ గాయకులు గాయత్రమును, త్రైష్టుపమును రెండు వాణుల్లోను గానం చేస్తూ ఆనందింపచేస్తున్నారు." కణ్వ గోత్రీకుడగు కుసీది ఋషి చెప్పాడు.

"ఓ ఇంద్రా, గేయమాన సామం వినుము నీ స్తుతి గానం చేస్తున్నాం. నీవు మాపై కృపతో అన్నాన్ని ప్రసాదించుము." (8-70-5)

5. స్తోమం : స్తుతిని, సోమమును ఆ కాలంలో స్తోమం అనేవారు. కుత్స అంగిరసుడు ఇంద్రుని, అగ్నిని స్తుతిస్తూ అన్నాడు.

"ఓ ఇంద్రాగ్నులారా, మీరు అల్లునికంటెను, బావమరది కంటెను కూడ ఎక్కువగా యిచ్చేవారని విన్నాం. కావున సోమప్రదాన సమయంలో నేను మీ కొరకు నూతన స్తోమమును రచిస్తున్నాను." (1-109-2)

4. కావ్యం

నదీసూక్తం (3-33-1-13)ను పురూరవ - ఊర్వశీ సూక్తం (10-95). చూచినచో ఋగ్వేద ఆర్యుల్లో మనోహర కవితా శైలి వున్నట్లు తెలుస్తుంది. కాని ఋషుల ఋక్కులను కవితా దృష్టితో సురక్షితంగా వుంచలేదు. దేవతలను సంతుష్టులుగా చేయుటయే ఆ ఋక్కుల ప్రయోజనం. ఆ కాలంలో మధుర జానపద గేయాలు, వీర గాథలు (పవాడాలు జానపథాలు.) వాడుకలో వుండుట సంభవమే. వాటిని ఆనాడు ఎంతగానో ఆదరించేవారు కూడ.

ఉపమ : కవిత్వాన్ని అలంకరించుటలో ఋషులు అలంకారములను కూడ వుపయోగించారు. అలంకారాల్లో అన్నిటికంటె ఎక్కువగా ఉపమాలంకారాన్ని వుపయోగించినట్లుగా కన్పడుతూ వుంది. అందులకు 'ఇవ' లేక అదే అర్థంలో 'న'ను ఎక్కువగా వుపయోగించారు. గృత్సమదుడు ఒక సూక్తంలో ప్రతి పంక్తిలోను ఈ ప్రయోగం ఒకటికంటే ఎక్కువ పర్యాయాలు చేశాడు. (2-36-1, 3)

"అశ్వినీ కుమారులారా, రాతివలె శత్రువును బాధించండి. గ్రద్దవలె నితోధి కూడిన వృక్షాన్ని పొందండి. బ్రహ్మవలె యజ్ఞమందు ఉక్థలు గానంచేయు వారుండుగాక, దూతవలె అనేకులకు ఆహ్వానింపతగిన వారగుగాత."

ఈ సూక్తమందు యింకా ఉపమానాలీయబడ్డాయి. రథి, అజ (మేక), స్త్రీ, దంపతి, కొమ్ము, ఖురము (గిట్టలు), చక్రవాకము, నావ, యిరుసు, నాభి, ఉపధి, ప్రది, శ్వనము, కల్వము, వర్మము, వాత (గాలి), నది, చేయి, పాదము, ఓష్ఠము, స్తనము, నాసిక, కర్ణము, పృథ్వీ, శానము, ఖడ్గము. ఇన్ని ఉపమాలు ఏడు త్రిష్టుప ఋక్కులందు వుపయోగించబడ్డాయి. అన్నిటికి "ఇవ" వుపయోగించి చివరకు ఋషి యిట్లు అన్నాడు. (2-39-8)

"ఓ అశ్వినీ కుమారులారా, గృత్సమదుడు మిమ్ములను అభినందిస్తూ మంత్రాలను, స్తోమాలను రచించాడు. ఓ నరులారా, వాటిని స్వీకరిస్తూ మా వద్దకు రండి. యజ్ఞమందు సుందరమైన వీర్యవంతులమై మేము అధికంగా చెప్పెదము గాక."

వాజంభర పుత్రుడు సప్తి క్రియ యొక్క ఉపమాను "ఇవ"తో యిచ్చాడు (10-79-6)

"ఓ బంగారు వర్ణంగల అగ్నీ, నీవు దేవులపై కోపగించితివా ఏమిటి? తెలియక నిన్ను అడుగుతున్నాను. అవును కత్తి ముక్కలు ముక్కలు చేసి కోస్తున్నట్లు నీవును ఆడుతూ పాడుతూ చిన్నా భిన్నం చేస్తావు."

విశ్వామిత్రుడు తన సుందర కావ్యమైన నదీ సూక్తంలో (3-35) వ్యాపసతలజ్‌ల ఉపమాను 'ఇవ' పదంచేర్చి అశ్వ, గౌ, రథీ, వత్స, యోష (తల్లి) మర్త్య (పతి)లతో ప్రయోగించాడు. 'న'తో కూడ వున్న వుపమాలు ఋగ్వేదంలో వున్నాయి. ఈ ప్రయోగం తర్వాతలేదు. 'న' "లేదు", "కాదు" అను అర్థంలో కూడ ఉపయోగంలో వున్నందున సందిగ్ధమేర్పడు చున్నందున ఉపమార్థంలో 'న' ప్రయోగాన్ని వదిలేశారు. భరద్వాజుడు అన్నాడు-

"ఓ అగ్నీ నీవు దీప్తిమంతుడవు. నీ ఉజ్వల ధూమం విస్తృత ద్యోలోమందు ప్రసారితమై ఉంది. ఓ పావకుడా, కృపాలుడవై నీ కాంతిలో సూర్యునివలె (సూరోన) ప్రకాశిస్తున్నావు-"(6-2-6)

"ఓ అగ్నీ, నీవు ఘర్షణతో ద్రోణమందు ప్రకాశిస్తున్నావు. అశ్వంవలె కార్యకర్తవు. అన్నిచోట్లకు పోవు వాయువువలె స్వయంగా పోగలవాడవు. గుర్రము వలె (అశ్వోన) వక్రంగాపోవు శిశువై ఉన్నావు." 8

తర్వాత సూక్తంలో (6-3-4-8) భరద్వాజుడు 'న'తో కూడిన ఉపమాను అశ్వ ద్రవి, పరశు, ఆయస్సు పక్షి, రేభ, ద్వా, ఘృణ, విద్యుత్, ఋభులతో చెప్పాడు.

5. కవులు

వశిష్ఠుని కొన్ని కావ్యమయ ఋగ్వేద సూక్తుల పరిచయం మీకు మేము యిదివరలో యిచ్చాం. వశిష్ఠుడు ఒక సూక్తంలో (7-75) ఉషస్సును చాలా అందంగా వర్ణించాడు.

వ్యుషా అవో దివిజా ఋతేనా విష్కృణ్వానా మహిమాన మాగాత్ ।
అపద్రుహస్తమ ఆవరజుష్ట మంగిరస్తమా పథ్యా అజీగః ॥ 1
ఏతేత్యేభా నవో దర్శతా యాశ్చిత్రా ఉషసో అమృతాస అగుః ।
జనయంతో దేవ్యాని ప్రతాన్యా పృణన్తో అంతరిక్షా వ్యస్థుః ॥ 3
ఏషాస్యాయు జానా పరాకాత్ పంచక్షితీః పరిసద్యో జిగాతి ।

అభిపశ్యన్తీవ యునాజనానాం దివోదుహితా భువనస్యపత్నీ ॥ 4
వాజినీవతీ సూర్యస్య యోషా చిత్రామఘారాయ ఈ దేవసూనాం ।
ఋషిష్టుతా జరయన్తీ మహోన్యుషా ఉచ్ఛతి వహ్నిభిర్గుణానా ॥ 5
ప్రతి ద్యుతా నామరుషాసో అశ్వాశ్చిత్రా అదృశ్రన్నుషసం వహన్తః
యాతిశుభ్రా విశ్వపిశారథేన దధాతి రత్నం విధతేజనాయ ॥ 6
సత్యాసత్యే భిర్మహతీ మహద్భిర్దేవీ దేవే భిర్యజతా యజ్రైః ।
రుజద్రుహ్ళాని దదుస్రియాణాం ప్రతిగావుషసంవావశన్త ॥ 7
నూగోమద్వీరవద్ధేహి రత్నము అశ్వావత్ పురుభోజో అస్మే ।
మానోబ్బర్హిః పురుషతానిదే కర్యాయం పాత స్వస్తిభిః సదానః ॥ 8

"ద్యౌపుత్రి ఉషస్సు ప్రకాశించింది. ఆమె సత్యంతో తన మహిమను ప్రకటిస్తూ వచ్చింది. తమస్సును తొలగించింది. జీవుల శ్రేష్ఠతను మార్గాన్ని ప్రకాశింపచేసింది." 1

"ఉషస్సుయొక్క దర్శనీయ, విచిత్ర, అమృత కిరణాలు వచ్చాయి. ఆమె దివ్యకర్మల నుత్పన్నం చేస్తూ అంతరిక్షాన్ని నింపుతూ నిల్చివుంది." 3

"అదిగదిగో ద్యౌపుత్రి ఉషస్సు, భువనరక్షిక, గణముల జ్ఞానాన్ని ప్రకాశింపచేస్తూ శీఘ్రమే పంచగణాల నలువైపులకు చేరుతూవుంది." 4

"సూర్యుని భార్య ఉషస్సు అన్నము కలది. విచిత్రమైంది. ధనవంతురాలు - ధనంకొరకు వసువుల (ధనమును) శాసిస్తూవుంది. జరను (ముసలితనాన్ని) జీర్ణం చేస్తూ, ఋషుల ప్రశంసలను అందుకొంటూ, ఋత్విజుల స్తుతులను స్వీకరిస్తూ ఉషస్సు ప్రకాశిస్తూవుంది." 5

"ప్రకాశించుచున్న ఉషస్సును మోయుచున్న విచిత్రాశ్వములు కన్పట్టుతూ ఉన్నాయి. శుభ్రవర్ణంతో, నానా రూపాలతో ఆమె రథంపై పోతూవుంది. ఆమెను సేవించువారలకు రత్నములిస్తూ ఉంది." - 6

"ఉషస్సు సత్యములతో సత్యమై, గొప్పవారితో గొప్పదై, దేవులతో దేవియై, పూజ్యులతో పూజనీయయై దృఢమైన దుర్గములను భేదిస్తూ, గోవులను మేపుతూ ఉంది. గోవులు ఉషస్సు కొరకు రంకె వేస్తున్నాయి." - 7

"ఓ ఉషస్సా, మాకు నీవు గోవులతో పాటు, వీరులతోపాటు రత్నాలను యిమ్ము. అశ్వాలతోపాటు బహు భోగాలిమ్ము. పురుషుల ఎదుట మా యజ్ఞాన్ని నిందించకు. నీవు ఎల్లప్పుడూ మాకు ఆరోగ్యం యిస్తూ రక్షించుము." - 8

2. విశ్వామిత్రుడు : విశ్వామిత్రుడు కూడా అనేక సూక్తములను ఉషస్సును ప్రశంసిస్తూ వ్రాశాడు. వాటిలో ఒక సూక్తంలోని రుక్కులను ఇక్కడ పొందుపరుస్తున్నాం:

ఉషోవాజేన వాజిని ప్రచేతాఃస్తోమంజుషస్వ గృణతో మఘోని ।
పురాణీదేవి యువతిః పురన్ధి రనువ్రతం చరసి విశ్వవారే ॥ 1
ఉషోదేవ్యమర్త్యా విభాహి చంద్రరథా సూనృతా ఈరయన్తీ ।
అత్వావహన్తు సుయమాసో అశ్వా హిరణ్యవర్ణాం పృథుపాజసోయే ॥ 2
ఉషః ప్రతీచీ భువనాని విశ్వోర్ధ్వా తిష్ఠస్యమృతస్య కేతుః ।
సమానమర్థం చరణీయమానా చక్రమివ న వ్యస్యావ వృత్స్వ॥ - 3

• "ఓ ఉషస్సా, నీవు ధనికురాలవు, శక్తివలన శక్తిమతివి, జ్ఞానివి, స్తుతికర్త స్తోమమును (స్తుతిని) గ్రహించుము. ఓ దేవీ, నీవు ప్రాచీన యువతివి, బహుబుద్ధిమంతురాలవు. అందరకు వరణీయవు. నీవు అనువ్రతవు." 1

"ఓ ఉషస్సా, నీవు అమరదేవివి. బంగారు రథం కలదానివి. నీవు మధుర వాణిని ప్రేరేపిస్తున్నావు. బంగారు వర్ణంకల నిన్ను సుశిక్షితములైన, బహు బలీ యములైన అశ్వములు మోయుగాత." 2

"ఓ ఉషస్సా, నీవు భువనము లన్నిటిపైనా అమృత ధ్వజంగా నిల్చివున్నావు. ఓ నవీనా, నీవు రథంపై చరిస్తూ చక్రంవలె మాటి మాటికీ తిరుగుము." 3

3. వామదేవుడు : ప్రధానమైన ఋషులందరూ ఉషా మహిమ కీర్తించగా వామదేవుడు వెనుకబడి ఎట్లా ఉంటాడు? ఆయన యిట్లు చెప్పాడు (4-51)

ఇదముత్యత్ పురుతమం పురస్తా జ్జ్యోతిస్తమసో
వయునా వదస్థాత్ ।
నూనం దివో దుహితదో విభాతీర్గాతుం
కృణ వన్నుష సోజనాయా ॥

"చీకటి మధ్యనుండి అదిగదిగో తూర్పు దిక్కున శక్తివంతమైన అతి విశాలమైన జ్యోతి లేచింది. నిశ్చయంగా గణముల హితమును చేకూరుస్తూ ద్యౌ దుహితలు ఉషస్సులు ప్రకాశిస్తున్నాయి."

"యజ్ఞములందు యూపమువలె తూర్పు దిక్కున అద్భుతమైన ఉషస్సులు బయలుదేరి వున్నాయి. బాధించే చీకటి ద్వారాన్ని తెరుస్తూ ఆ ఉషస్సు దీప్తిమై పవిత్రమై ప్రకాశిస్తూ వుంది." - 2

"ఓ ధనవతీ, అంధకారాన్ని పారద్రోలు, ఉషస్సులు భోజన దానంకొరకు, అన్నదానం కొరకు అన్నదాతలను ప్రేరేపిస్తున్నాయి. పణులు అంధకారమందు మేల్కొనకుండా, స్పృహలేకుండా నిద్రింతురుగాక." - 3

"ఓ ఉషాదేవతలారా, మీరు నిద్రించుచున్న ద్విపాద, చతుష్పాద ప్రాణులను మేల్కొల్పుతూ సత్యంతో కట్టబడిన అశ్వాలతో శీఘ్రంగా భువనముల నలువైపుల వెళ్ళుతూ ఉన్నారు." - 5

"ఋభులు ఏ ఉషస్సుకొరకు విధానాలు చేసెనో - ఆ ఉషస్సు ఎక్కడ? అది ఎంత పురాతనమైంది? శుభ్ర వుషస్సులు శుభంగా విచరిస్తూన్నప్పుడు ఆమె ఎన్నడూ పురాతనంగాను ఒకే మాదిరిగాను గుర్తించబడదు." 6

మళ్ళీ మరియొక సూక్తంలో (4-52) వామదేవుడు సర్వప్రియమైన గాయత్రీ ఛందంలో ఉషస్సును గానం చేశాడు.

ప్రతిష్యా సూనరీ జనీవ్యుచ్ఛన్తీ పరిస్వసుః । దివో ఆదర్శిదుహితా ॥ - 1
అశ్వేవ చిత్రారుషీమాతా గవామృతావరీ । సఖా భూదశ్వినోషాః - 2
ఉత సఖాస్యశ్వినోరుత మాతా గవామసి । ఉతోషోవస్వ ఈశిషే ॥ (4
యావ యద్ ద్వేషసన్త్వాచికిత్వత్ సూవృతావరి । ప్రతిస్తోమైరభూత్ స్మహి ॥ - 4
ప్రతిభద్రా అదృక్షతగవాంసర్గాన రశ్మయః । ఓషా అప్రా ఉరుజ్రయః । 5
అప పృషే విభావరి వ్యాసర్జ్యోతిషా తమః । ఉషో అనుస్వధామవ ॥ 6

"అంధకార నాశిని, ద్యౌదుహిత, హర్షాదాయిని, సునాయిక, ప్రశంసిత ఉషస్సు రాత్రిని తొలగిస్తూ కన్పిస్తూవుంది." - 1

"గుఱ్ఱంవలె విచిత్రమైన ఎఱ్ఱని గో (కిరణముల) మాత, తేజస్వి ఉషస్సు అశ్వద్వయమునకు సఖి అయింది." - 2

"ఓ ఉషస్సా, నీవు అశ్వద్వయానికి సఖివి లేక గోవులకు (కిరణములకు) మాతవు లేక ధనమునకు అధీశ్వరివి." - 3

మధుర భాషిణివైన నీవు శత్రువులను పారద్రోలుము. జ్ఞానం యిమ్ము. మేము స్తోమముల ద్వారా నిన్ను కలుసుకొనుటకు మేల్కొనుచున్నాం." - 4

"ఆవులమంద వలె ఆమె భద్రకిరణాలు కన్పడ్డాయి. ఉషస్సు తన విస్తృతమైన తేజస్సుతో విశ్వాన్ని నింపింది." - 5

"ఓ విభావరీ, నీవు నీ వెలుగు ద్వారా చీకటిని పోగొట్టావు. ఓ ఉషస్సా, అన్నమును రక్షించుము." - 6

"ఓ ఉషా, నీవు నీ కిరణములతో ద్యాని, విశాలమైన, ప్రియమైన అంతరిక్షాన్ని ప్రసరింపచేయుము. నీవు నీ ఉజ్వల కిరణాలతో వ్యాపిస్తున్నావు." - 7

ఊర్వశీ పురూరవుల సూక్తం ఋగ్వేదంలో లఘు సుందర ఖండ కావ్యం. దాన్ని మేము యిదివరలో ఉదాహరించి ఉన్నాం.

ఋషులు తమ కృతులను కావ్యమనేవారు అని వామదేవుని (10-55) సూక్తం వలన తెలుస్తుంది. ఈ సూక్తం రచించిన ఋషి వామదేవపుత్ర బృహదుక్థ అని చెప్తుచున్నప్పటికీ బృహద్ ఉక్థ వామదేవుని మానససంతానం కావచ్చును. అతడు యింద్రుని ప్రశంసిస్తూ యిట్లు చెప్పాడు. - "యుద్ధమందు అనేక యువ శత్రువులున్నప్పటికీ వారు ఎవరి భయంచేత పారిపోయారో, అతడు శ్వేత కేశుడయ్యాడు. నిన్న జీవించినవాడు నేడు మరణించాడు. దేవతల మహత్వ పూర్ణ కావ్యాన్ని చూడండి." 5

4. భౌముడు : అత్రి సంతానం భౌముడు. పర్జన్యమును స్తుతించిన సూక్తం కూడ చాలా సుందరమైంది. (5-83)

"ఈ వాణులతో పర్జన్య శక్తిని ప్రశంసించుము. నమస్కరించి పర్జన్యమును స్తుతించుము. జలమును వర్షించు, దానశీలయైన, గర్జించు మేఘం ఓషధులందు వీర్యం పొందుతుంది." 1

"ఆ పర్జన్యం వృక్షాలను నాశనం చేస్తుంది. రాక్షసులను హతమారుస్తుంది. మహోవధచే భువనములనన్నిటినీ భయపెడుతూ ఉంది. వృష్టిదాయక పర్జన్యం అంటే నిరపరాధులు సైతం పారిపోతారు. ఎందుచేతననగా పర్జన్యం వురుముతూ దుష్టులను సంహరిస్తుంది."

"రథికుడు గుర్రాలను కొరడాతో తోలినట్లు పర్జన్యం తనవానదూతలను వృద్ధిపరుస్తూ వర్షాన్ని ప్రేరేపిస్తూ ఉంది. పర్జన్యం ఆకాశాన్ని వర్షంతో నింపునపుడు దూరంనుండి సింహ గర్జనతో లేస్తుంది." 3

ప్రవాతా వాన్తిపతయన్తి విద్యుత్ ఉదోషదీర్జిహతే
　　　　పివన్తే స్వః ।
ఇరావిశ్వ స్మై భువనాయజాయతే యత పర్జన్యః
　　　　పృథివీం రేతసావతి ॥ 4

"గాలి వేగంగా వీస్తూవుంది. పిడుగులు పడుతున్నాయి. ఓషధులు మొలకెత్తుతున్నాయి. ఆకాశం నిండిపోతూవుంది. ప్రాణులందరికి పృథ్వి శక్తివంతమవుతూ ఉంది. పర్జన్యం పృథ్వికి తన కార్యంచే సహాయపడుతూవుంది." 4

"ఎవ్వని కర్మచేత పృథ్వి నమ్ర మగుచున్నదో, ఎవ్వని కర్మచేత గిట్టలు కల పశువులు పోషింపబడుచున్నవో, ఎవ్వని వ్రతంచేత ఓషధులు నానా రూపంతో వున్నవో, ఆ పర్జన్యం మాకు మహా సుఖాన్ని ప్రసాదించుగాక." 5

"ఓ మరుత్తులారా, ద్యౌనుండి మాకు వృష్టినివ్వండి. వర్షమునిచ్చు అశ్వ (మేఘ) ధారలను వర్షించండి. ఓ పర్జన్యమా, గర్జనతో దగ్గరకు రమ్ము. మాకు తండ్రివైన నీవు మాకు వర్షమునిమ్ము." 6

"ఉరువుము, గర్జించుము, గర్భం ధరించుము, జలంతో నున్న రథంతో తిరుగుము. (తోలు) సంచిని లాగి, కట్టు విప్పుము. వృష్టిచే మిట్టపల్లాలు సమానమవుతాయి." 7

"మహాకోశమైన మేఘాన్ని పై నుంచి క్రిందకు తడుపుము. బంధనం నుండి విడువడిన నదులు తూర్పుకు ప్రవహించాలి. నీటితో ఆకాశాన్ని, భూమిని తడిపివేయుము. ఆవులకు అందమైన జలాశయాలుండుగాత." 3

ఋగ్వేదంలో అక్కడక్కడ సుందరమైన కావ్యముల వెలుగు కన్పడుతూ వుంది. దీన్నిబట్టి ఋగ్వేద ఆర్యులు కవిత్వాన్ని ప్రేమించేవారని తెలుస్తుంది. వారి మనస్సులను రంజింపచేయుటకు సుందరమైన కవితలు అల్లబడేవి. వాటిని పాడే విధానం సామగానం వలన తెలియగలదు. ఇంతకంటేకూడ మన జానపద గేయాలతో ముఖ్యంగా హిమాలయంలోని చాలా వెనుకబడ్డ జాతుల పల్లెపదాలతో పోల్చి అధ్యయనం చేస్తే మనం వాస్తవానికి చాలా దగ్గరకు రాగలం. పల్లెపదముల వాక్యరచన శాశ్వతంగా వుండకపోయినప్పటికీ వాని లయగాని, బాణీగాని శతాబ్దాలవరకు, సహస్రాబ్దాల వరకు నిల్చి వుంటుంది; కాబట్టి మనదేశంలోని, ఎన్నో పాశ్చాత్య దేశాల్లోని ఆధునిక పల్లెపాటలను సామగానంతో పోల్చినట్లయితే సప్తసింధు ఆర్యులు గానం చేసిన పద్ధతిని తెలుసుకొనగల్గుతాం.